AF743083

പാർട്ടിയും ബഹുജനസംഘടനകളും

partiyum bahujana sanghatanakalum
party documents
•
first edition
may 2003
•
seventh edition
august 2014
•
typesetting & published
chintha publishers, thiruvananthapuram
•

•
cover
shahul aliyar
•

വിതരണം
ദേശാഭിമാനി ബുക്ക് ഹൗസ്
H O തിരുവനന്തപുരം–695 035
phone: 0471-2303026, 6063026
www.chinthapublishers.com
chinthapublishers@gmail.com

ബ്രാഞ്ചുകൾ
ഹെഡ്ഡാഫീസ് ബ്രാഞ്ച് കുന്നുകുഴി • സ്റ്റാച്യു തിരുവനന്തപുരം • കെ എസ് ആർ ടി സി ബസ് സ്റ്റേഷൻ ആലപ്പുഴ • കെ എസ് ആർ ടി സി ബസ് സ്റ്റേഷൻ എറണാകുളം • മച്ചിങ്ങൽ ലെയ്ൻ തൃശൂർ • ഐ ജി റോഡ് കോഴിക്കോട് • മാവൂർ റോഡ് കോഴിക്കോട് • എൻ ജി ഒ യൂണിയൻ ബിൽഡിങ് കണ്ണൂർ • സെൻട്രൽ ബസ് ടെർമിനൽ കോംപ്ലക്സ് താവക്കര കണ്ണൂർ

CR - 1385 / 3510

പാർട്ടിയും
ബഹുജനസംഘടനകളും

സി പി ഐ (എം) രേഖകൾ

ചിന്ത പബ്ലിഷേഴ്സ്
തിരുവനന്തപുരം-695 035
വില : ₹ 145

ഉള്ളടക്കം

ഒന്ന്

ഇന്ത്യൻ കമ്യൂണിസ്റ്റ് പാർട്ടി (മാർക്സിസ്റ്റ്) ഭരണഘടന

(സി പി ഐ (എം) 8–ാം കോൺഗ്രസ് അംഗീകരിച്ചത്
18–ാം പാർട്ടി കോൺഗ്രസ് അംഗീകരിച്ച
ഭേദഗതിയടക്കം)

വകുപ്പ് 1
പേര്

പാർട്ടിയുടെ പേര് ഇന്ത്യൻ കമ്യൂണിസ്റ്റ് പാർട്ടി (മാർക്സിസ്റ്റ്) എന്നാകുന്നു.

വകുപ്പ് 2
ലക്ഷ്യം

ഇന്ത്യൻ തൊഴിലാളിവർഗത്തിന്റെ വിപ്ലവമുന്നണിപ്പടയാണ് ഇന്ത്യൻ കമ്യൂണിസ്റ്റ് പാർട്ടി (മാർക്സിസ്റ്റ്). തൊഴിലാളിവർഗ സർവാധിപത്യഭരണകൂടം സ്ഥാപിക്കുന്നതിലൂടെ സോഷ്യലിസവും കമ്യൂണിസവും കൈവരുത്തുകയാണ് പാർട്ടിയുടെ ലക്ഷ്യം. മാർക്സിസം–ലെനിനിസത്തിന്റെ സിദ്ധാന്തങ്ങളും തത്വശാസ്ത്രവുമാണ് പാർട്ടിയുടെ എല്ലാ പ്രവർത്തനങ്ങളിലും വഴികാട്ടുന്നത്. മനുഷ്യൻ മനുഷ്യനെ ചൂഷണം ചെയ്യുന്ന വ്യവസ്ഥയ്ക്ക് അറുതി വരുത്തി, അധ്വാനിക്കുന്ന ജനങ്ങൾക്ക് പൂർണമോചനത്തിലേക്കുള്ള ശരിയായ വഴി കാട്ടാൻ മാർക്സിസം–ലെനിനിസത്തിനു മാത്രമേ കഴിയൂ. തൊഴിലാളിവർഗ സാർവദേശീയതത്വത്തിന്റെ കൊടി പാർട്ടി ഉയർത്തിപ്പിടിക്കുന്നു.

വകുപ്പ് 3
കൊടി

വീതിയുടെ ഒന്നരമടങ്ങ് നീളമുള്ള ചെങ്കൊടിയാണ് പാർട്ടിയുടെ കൊടി. കൊടിയുടെ മധ്യത്തിലായി വെളുത്തനിറത്തിൽ വിലങ്ങനെവെച്ച അരിവാളും ചുറ്റികയും ഉണ്ടായിരിക്കും.

വകുപ്പ് 4
അംഗത്വം

1. പാർട്ടിയുടെ ഭരണഘടനയും പരിപാടിയും അംഗീകരിക്കുകയും ഏതെങ്കിലും ഒരു പാർട്ടിസംഘടനയിൽ പ്രവർത്തിക്കാനും കൃത്യമായി അംഗവരിയും ലെവിയും (വരിയും ലെവിയും പാർട്ടി നിശ്ചയിക്കുന്ന പ്രകാരം) നൽകാനും പാർട്ടി തീരുമാനങ്ങൾ നടപ്പിലാക്കാനും സന്നദ്ധനാകുകയും ചെയ്യുന്ന, പതിനെട്ടോ കൂടുതലോ വയസ്സായ ഏത് ഇന്ത്യൻ പൗരനും പാർട്ടി അംഗത്വത്തിന് അർഹനാണ്.

1. *എ.* രണ്ട് പാർട്ടി മെമ്പർമാരുടെ ശുപാർശയോടെ ഓരോരുത്തരായി സമർപ്പിക്കുന്ന അപേക്ഷപ്രകാരമാണ് പാർട്ടിയിൽ പുതിയ അംഗങ്ങളെ ചേർക്കുന്നത്. ഒരു അപേക്ഷകനെ പാർട്ടി അംഗത്വത്തിന് ശുപാർശചെയ്യുന്ന പാർട്ടി അംഗങ്ങൾ അയാളെപ്പറ്റി തങ്ങൾക്ക് നേരിട്ടറിയാവുന്ന വിവരങ്ങൾ തികഞ്ഞ ഉത്തരവാദിത്വബോധത്തോടെ ബന്ധപ്പെട്ട പാർട്ടി ബ്രാഞ്ചിനോ ഘടകത്തിനോ നൽകേണ്ടതാണ്. അപേക്ഷകനെ പാർട്ടിയിൽ ചേർക്കാമെങ്കിൽ പാർട്ടിബ്രാഞ്ച് തൊട്ടടുത്ത മേൽക്കമ്മിറ്റിയോട് ശുപാർശചെയ്യണം. ആ മേൽക്കമ്മിറ്റിയാണ് എല്ലാ ശുപാർശകളെയുംപറ്റി തീരുമാനമെടുക്കുന്നത്.

ബി. പാർടിബ്രാഞ്ചിനു മുകളിൽ മുതൽ കേന്ദ്രകമ്മിറ്റിവരെയുള്ള പാർട്ടികമ്മിറ്റികൾക്കും പുതിയ അംഗങ്ങളെ നേരിട്ട് പാർട്ടിയിൽ ചേർക്കാൻ അധികാരമുണ്ട്.

3. *എ.* പാർട്ടി അംഗത്വത്തിനുവേണ്ടിയുള്ള അപേക്ഷകളെല്ലാം അവതരണത്തിനും ശുപാർശക്കും ശേഷം ഒരു മാസത്തിനകം അധികാരപ്പെട്ട മേൽക്കമ്മിറ്റിക്ക് സമർപ്പിക്കേണ്ടതാണ്.

ബി. അപേക്ഷകനെ പാർട്ടിയിൽ ചേർത്തുകഴിഞ്ഞാൽ ചേർത്ത തിയതി മുതൽ ഒരു വർഷത്തേക്ക് അയാൾ സ്ഥാനാർഥി അഥവാ കാൻഡിഡേറ്റ് അംഗമായി കരുതപ്പെടുന്നതാണ്.

4. മറ്റു പാർട്ടിയിൽ പ്രാദേശിക–ജില്ല–സംസ്ഥാന നിലവാരങ്ങളിൽ നേതൃത്വപദവിയിലുണ്ടായിരുന്ന ഒരാൾക്ക് അംഗത്വം നൽകുന്നതിന് അതേ നിലവാരത്തിലുള്ള പ്രാദേശിക കമ്മിറ്റിയുടെ ജില്ലാ–സംസ്ഥാന കമ്മിറ്റിയുടെയോ അംഗീകാരത്തിനുപുറമെ തൊട്ടുമേലുള്ള കമ്മിറ്റിയുടെ അനുവാദവും ഉണ്ടായിരിക്കണം. അസാധാരണമായ ചില കേസുകളിൽ കേന്ദ്രക്കമ്മിറ്റിക്കോ സംസ്ഥാനകമ്മിറ്റിക്കോ അത്തരക്കാർക്ക് പൂർണ്ണഅംഗത്വം നൽകാം. സംസ്ഥാനകമ്മിറ്റി അപ്രകാരം അംഗത്വം നൽകുമ്പോൾ മുൻകൂട്ടി കേന്ദ്രകമ്മിറ്റിയുടെ അനുവാദം വാങ്ങണം.

5. ഒരിക്കൽ പാർട്ടി അംഗത്വത്തിൽ നിന്നും പുറത്താക്കപ്പെട്ടാൽ അയാളെ വീണ്ടും പാർട്ടിയിൽ എടുക്കുന്നതിന് പുറത്താക്കൽ തീരുമാനം സ്വീകരിച്ച പാർട്ടിക്കമ്മിറ്റിയുടെയോ അതിനേക്കാൾ ഉയർന്ന ഏതെങ്കിലും കമ്മിറ്റിയുടെയോ തീരുമാനം ഉണ്ടായിരിക്കണം.

6. തിരഞ്ഞെടുപ്പിൽ പങ്കെടുക്കാനോ തിരഞ്ഞെടുക്കപ്പെടാനോ ഏതെങ്കിലും പ്രമേയത്തെ സംബന്ധിച്ച് വോട്ടുചെയ്യാനോ ഉള്ള അവ

കാശങ്ങളൊഴിച്ചാൽ പൂർണ്ണ അംഗങ്ങൾക്കുള്ള എല്ലാ അവകാശങ്ങളും ചുമതലകളും സ്ഥാനാർഥി അംഗങ്ങൾക്കും ഉണ്ടായിരിക്കും.

7. ഏതെങ്കിലും ഒരു ബ്രാഞ്ചോ പാർട്ടിക്കമ്മിറ്റിയോ സ്ഥാനാർഥി അംഗങ്ങളെ ചേർത്തുകഴിഞ്ഞാൽ, പാർട്ടിയുടെ പരിപാടി, ഭരണഘടന, സമകാലികനയങ്ങൾ എന്നിവ സംബന്ധിച്ച് അവരുടെ പ്രാഥമിക പഠനത്തിന് അതത് ഘടകങ്ങൾ ഏർപ്പാടുണ്ടാക്കേണ്ടതും പാർട്ടിബ്രാഞ്ചിലോ ഘടകത്തിലോ അംഗങ്ങൾ എന്ന നിലക്ക് പ്രവർത്തിക്കാൻ അവസരം നൽകിക്കൊണ്ട് അവരുടെ വളർച്ചയെ അവലോകനം ചെയ്യേണ്ടതുമാണ്.

8. സ്ഥാനാർഥി അംഗത്വം കാലാവധി അവസാനിച്ചാൽ ബന്ധപ്പെട്ട പാർട്ടിബ്രാഞ്ചോ കമ്മിറ്റിയോ പൂർണ്ണഅംഗത്വം ലഭിക്കാൻ അയാൾ യോഗ്യനായോ എന്ന കാര്യം ചർച്ചചെയ്യണം. സ്ഥാനാർഥി അംഗം അയോഗ്യനാണെന്നു കണ്ടാൽ പാർട്ടി ബ്രാഞ്ചോ കമ്മിറ്റിയോ അയാളുടെ സ്ഥാനാർഥി അംഗത്വം റദ്ദു ചെയ്യേണ്ടതാണ്. പൂർണ്ണഅംഗത്വം നൽകിയതിനെക്കുറിച്ചുള്ള റിപ്പോർട്ട് ബന്ധപ്പെട്ട ബ്രാഞ്ചോ പാർട്ടികമ്മിറ്റിയോ അടുത്ത മേൽക്കമ്മിറ്റിക്ക് കൃത്യമായി അയക്കേണ്ടതാണ്.

9. ആ റിപ്പോർട്ട് പരിശോധിച്ചതിനുശേഷം അത് സമർപ്പിച്ച പാർട്ടി ബ്രാഞ്ചിനോടോ കമ്മിറ്റിയോടോ കൂടിആലോചിച്ചു കൊണ്ട് അത് ഭേദഗതിചെയ്യാനോ ആകെ മാറ്റാനോ ഉപരിക്കമ്മിറ്റിക്ക് അധികാരമുണ്ടായിരിക്കും. സ്ഥാനാർഥി അംഗങ്ങളെ റിക്രൂട്ട് ചെയ്യുന്ന കാര്യത്തിലും ജില്ലാക്കമ്മിറ്റികൾക്ക് മേൽനോട്ടാധികാരമുണ്ട്. ഇത് സംബന്ധിച്ച് കീഴ്ക്കമ്മിറ്റികൾ എടുത്ത തീരുമാനങ്ങൾ ഭേദഗതിചെയ്യാനോ ആകെ മാറ്റാനോ ഉപരിക്കമ്മിറ്റിക്ക് അധികാരമുണ്ടായിരിക്കും. സ്ഥാനാർഥിഅംഗങ്ങളെ റിക്രൂട്ട് ചെയ്യുന്ന കാര്യത്തിലും പൂർണഅംഗത്വം നൽകുന്ന കാര്യത്തിലും ജില്ലാകമ്മിറ്റിക്ക് മേൽനോട്ടാധികാരം ഉണ്ട്. ഇത് സംബന്ധിച്ച് കീഴ്ക്കമ്മിറ്റികൾ എടുത്ത തീരുമാനങ്ങൾ ഭേദപ്പെടുത്താനോ നിരസിക്കാനോ മേൽക്കമ്മിറ്റികൾക്ക് അവകാശമുണ്ടായിരിക്കും.

10. ഏതു പാർട്ടിഅംഗത്തിനും തന്റെ ഘടകത്തിന്റെ അനുമതിയോടുകൂടി മറ്റൊരു ഘടകത്തിലേക്ക് മാറാവുന്നതാണ്. അതിനുള്ള അപേക്ഷ തന്റെ ഘടകത്തിലൂടെ ബന്ധപ്പെട്ട രണ്ട് ഘടകങ്ങളും ഏത് മേൽഘടകത്തിന്റെ കീഴിൽ പ്രവർത്തിക്കുന്നുവോ അതിന് അയച്ചുകൊടുക്കേണ്ടതാണ്.

വകുപ്പ് 5
പാർട്ടി പ്രതിജ്ഞ

പാർട്ടിയിൽ ചേരുന്ന സകലരും പാർട്ടി പ്രതിജ്ഞയിൽ ഒപ്പുവെയ്ക്കണം. പാർട്ടി പ്രതിജ്ഞ ഇപ്രകാരമാണ്.

ഞാൻ പാർട്ടിയുടെ ഉദ്ദേശ്യലക്ഷ്യങ്ങൾ അംഗീകരിക്കുകയും അതിന്റെ ഭരണഘടനക്ക് വിധേയമായി പാർട്ടി തീരുമാനങ്ങൾ കൂറോടെ നടപ്പാക്കിക്കൊള്ളാമെന്ന് സമ്മതിക്കുകയും ചെയ്യുന്നു. ഞാൻ കമ്യൂണിസ്റ്റ് ആദർശത്തിനനുസരിച്ച് ജീവിക്കാൻ ശ്രമിക്കുകയും തൊഴിലാളിവർഗ്ഗത്തെയും

അധ്വാനിക്കുന്ന ബഹുജനങ്ങളെയും രാജ്യത്തെയും നിസ്വാർഥമായി സേവിക്കുകയും എല്ലായ്പ്പോഴും പാർട്ടിയുടെയും ജനങ്ങളുടെയും താൽപ്പര്യങ്ങളെ സ്വന്തം താൽപര്യങ്ങൾക്ക് ഉപരിയായി കണക്കാക്കുകയും ചെയ്യുന്നതാണ്.

വകുപ്പ് 6
പാർട്ടി അംഗത്വരേഖകൾ

പാർട്ടിഅംഗത്വം സംബന്ധിച്ച എല്ലാ രേഖകളും ജില്ലാക്കമ്മിറ്റിയുടെ മേൽനോട്ടത്തിൽ സൂക്ഷിക്കുന്നതാണ്.

വകുപ്പ് 7
പാർട്ടി അംഗത്വപരിശോധന

1. വർഷം തോറും പാർട്ടിഅംഗത്വം സംബന്ധിച്ച് ഒരു ചെക്ക്-അപ്പ് (ഒത്തുനോക്കൽ പരിശോധന) നടത്തുന്നതാണ്. അവരവർ അംഗമായിരിക്കുന്ന പാർട്ടി സംഘടനയാണ് ഇത് നടത്തുക. ശരിയായ കാരണം കൂടാതെ തുടർച്ചയായി കുറേക്കാലത്തേക്ക് പാർട്ടിജീവിതത്തിലും പ്രവർത്തനത്തിലും പങ്കെടുക്കാതിരിക്കുകയോ വരിസംഖ്യ മുതലായവ കൊടുക്കാതിരിക്കുകയോ ചെയ്യുന്ന ഏതൊരാളെയും പാർട്ടിഅംഗത്വത്തിൽനിന്ന് തള്ളിക്കളയുന്നതാണ്.

2. പാർട്ടി അംഗത്തെ സംബന്ധിച്ച് നടത്തിയ ചെക്ക്-അപ്പിന്റെ റിപ്പോർട്ട് ബന്ധപ്പെട്ട ബ്രാഞ്ചോ പാർട്ടിക്കമ്മിറ്റിയോ സ്ഥിരീകരണത്തിനും രേഖ സൂക്ഷിപ്പിനുമായി തൊട്ടടുത്ത മേൽക്കമ്മിറ്റിക്ക് അയക്കണം.

വകുപ്പ് 8
പാർട്ടിഅംഗത്വം രാജിവെക്കൽ

1. തന്റെ അംഗത്വം രാജിവെക്കണമെന്ന് ആഗ്രഹിക്കുന്ന ആൾ താൻ അംഗമായിരിക്കുന്ന പാർട്ടിബ്രാഞ്ചിനോ ഘടകത്തിനോ രാജി സമർപ്പിക്കേണ്ടതാണ്. ബന്ധപ്പെട്ട ഘടകത്തിന് ആ രാജി സ്വീകരിച്ച് അയാളുടെ പേർ അംഗത്വപട്ടികയിൽനിന്ന് നീക്കിക്കളയാവുന്നതാണ്. ഈ വിവരം അടുത്ത മേൽക്കമ്മിറ്റിക്ക് റിപ്പോർട്ട് ചെയ്യുകയും വേണം. രാഷ്ട്രീയകാരണംകൊണ്ടാണ് രാജിവെക്കുന്നതെങ്കിൽ രാജി തള്ളിക്കളഞ്ഞ് അയാളെ പാർട്ടിയിൽനിന്ന് പുറത്താക്കേണ്ടതാണ്.

2. പാർട്ടിയിൽനിന്നു പുറത്താക്കാൻ തക്കവിധം ഗുരുതരമായ അച്ചടക്കക്കുറ്റം ആരോപിക്കപ്പെടാൻ ഇടയുള്ള ആളാണ് രാജിവെക്കാൻ ആഗ്രഹിക്കുന്നതെങ്കിൽ ആ കുറ്റാരോപണത്തിൽ കഴമ്പുണ്ടെങ്കിൽ ആ രാജി പാർട്ടിയിൽനിന്നുള്ള പുറത്താക്കലായി കണക്കാക്കി നടപ്പിൽ വരുത്തേണ്ടതുമാണ്.

3. അങ്ങനെ പുറംതള്ളലായി നടപ്പിൽവരുത്തുന്ന എല്ലാ രാജിക്കാര്യങ്ങളും ഉടനടി അടുത്ത മേൽകമ്മിറ്റിക്ക് റിപ്പോർട്ടുചെയ്യേ ണ്ടതും ആ കമ്മിറ്റിയുടെ സ്ഥിരീകരണത്തിന് വിധേയമാക്കേണ്ടതുമാണ്.

വകുപ്പ് 9
അംഗവരി

1. ഓരോ പാർട്ടിഅംഗവും സ്ഥാനാർഥിഅംഗവും പാർട്ടി അംഗവരിയായി പ്രതിവർഷം രണ്ടു രൂപവീതം നൽകേണ്ടതാണ്. പാർട്ടിയിൽ ചേരുന്ന സമയത്തോ ഓരോ വർഷവും മാർച്ച് മാസം അവസാനിക്കുന്നതിന് മുമ്പോ ഈ പ്രതിവർഷ പാർട്ടി വരിസംഖ്യ ഓരോ അംഗവും ബന്ധപ്പെട്ട ബ്രാഞ്ച് അല്ലെങ്കിൽ യൂണിറ്റ് സെക്രട്ടറിക്ക് നൽകേണ്ടതാണ്. തക്ക സമയത്ത് ഒരു അംഗം വരിസംഖ്യ നൽകാത്തപക്ഷം അംഗത്വപട്ടികയിൽനിന്ന് ആ അംഗത്തിന്റെ പേര് നീക്കം ചെയ്യപ്പെടും.

പരിതഃസ്ഥിതികൾ നിർബന്ധിക്കുകയാണെങ്കിൽ കേന്ദ്രക്കമ്മിറ്റിക്ക് ഈ അവസാനതിയതി നീട്ടാവുന്നതാണ്.

2. പാർട്ടി അംഗങ്ങളിൽനിന്ന് ശേഖരിക്കുന്ന വരിസംഖ്യ മുഴുവൻ പാർട്ടിബ്രാഞ്ചോ ഘടകമോ തക്കതായ പാർട്ടിക്കമ്മിറ്റികളിലൂടെ കേന്ദ്രക്കമ്മിറ്റിയെ ഏൽപ്പിക്കണം.

വകുപ്പ് 10
പാർട്ടി ലെവി

കേന്ദ്രകമ്മിറ്റി നിശ്ചയിക്കുന്ന പ്രകാരം ഒരു പ്രതിമാസ ലെവി എല്ലാ പാർട്ടിഅംഗങ്ങളും അടയ്ക്കണം. വർഷാവർഷമായോ കാലാകാലത്തിലോ മാത്രം വരുമാനം കിട്ടുന്നവർ നിശ്ചിത ശതമാനം അനുസരിച്ച് ഓരോ കാലത്തിന്റെയും ആദ്യമോ മുമ്മൂന്നു മാസത്തിലാദ്യമോ ലെവി അടയ്ക്കേണ്ടതാണ്. നിശ്ചിതസമയത്തെ തുടർന്ന് മൂന്നുമാസം കഴിഞ്ഞിട്ടും ലെവി അടയ്ക്കാത്ത ആളുകളുടെ പേര് പാർട്ടിയുടെ അംഗത്വപട്ടികയിൽനിന്ന് നീക്കം ചെയ്യുന്നതാണ്.

വകുപ്പ് 11
പാർട്ടിഅംഗങ്ങളുടെ ചുമതലകൾ

1. പാർട്ടി അംഗങ്ങളുടെ ചുമതലകൾ താഴെ ചേർക്കുന്നു:

എ. തങ്ങൾ അംഗമായിട്ടുള്ള പാർട്ടി സംഘടനയുടെ പ്രവർത്തനങ്ങളിൽ കൃത്യമായി പങ്കുകൊള്ളുകയും പാർട്ടിയുടെ നയവും തീരുമാനങ്ങളും നിർദ്ദേശങ്ങളും വിശ്വസ്തതയോടെ നടപ്പാക്കുകയും ചെയ്യുക.

ബി. മാർക്സിസം–ലെനിനിസം പഠിക്കുകയും സ്വന്തം അറിവിന്റെ നിലവാരം ഉയർത്താൻ പരിശ്രമിക്കുകയും ചെയ്യുക.

സി. പാർട്ടിപത്രങ്ങളും പ്രസിദ്ധീകരണങ്ങളും വായിക്കുകയും അവ നിലനിർത്താൻ സഹായിക്കുകയും പ്രചരിപ്പിക്കുകയും ചെയ്യുക.

ഡി. പാർട്ടി ഭരണഘടന മാനിക്കുക, അച്ചടക്കം പാലിക്കുക, കമ്യൂണിസത്തിന്റെ മഹീനയ ആദർശങ്ങൾക്ക് അനുസരണമായും തൊഴിലാളിവർഗ സാർവദേശീയത്വത്തിന്റെ അന്തഃസത്ത ഉൾക്കൊണ്ടും പെരുമാറുക.

ഇ. സ്വന്തം താൽപ്പര്യങ്ങൾക്ക് ഉപരി പാർട്ടി താൽപ്പര്യങ്ങൾക്ക് സ്ഥാനം നൽകുക.

എഫ്. ബഹുജനങ്ങളെ അർപ്പണമനോഭാവത്തോടെ സേവിക്കുകയും അവരുമായുള്ള ബന്ധം നിരന്തരം ശക്തിപ്പെടുത്തുകയും ചെയ്യുക. ബഹുജനങ്ങളിൽനിന്ന് കാര്യങ്ങൾ ഗ്രഹിക്കുക; അവരുടെ ആവശ്യങ്ങളും അഭിപ്രായങ്ങളും പാർട്ടിക്ക് റിപ്പോർട്ടുചെയ്യുക. പ്രത്യേകം ഒഴിവാക്കപ്പെടാത്ത പക്ഷം പാർട്ടിയുടെ മാർഗനിർദേശം അനുസരിച്ച് ഏതെങ്കിലും ഒരു ബഹുജനസംഘടനയിൽ പ്രവർത്തിക്കുക.

ജി. പാർട്ടി അംഗങ്ങൾ തമ്മിൽ സഖാക്കൾക്ക് അനുയോജ്യമായ ബന്ധം വളർത്തുകയും പാർട്ടിക്കുള്ളിൽ സാഹോദര്യമനോഭാവം നിരന്തരം പ്രബലപ്പെടുത്തുകയും ചെയ്യുക.

എച്ച്. തനിയെയും കൂട്ടായും ഉള്ള പ്രവർത്തനം മെച്ചപ്പെടുത്താനും അന്യോന്യം സഹായിക്കാനുമായി വിമർശനവും സ്വയം വിമർശനവും പതിവായി നടത്തുക.

ഐ. പാർട്ടിയോട് ഉള്ളുതുറന്ന് സത്യസന്ധമായി പെരുമാറുക, പാർട്ടി അർപ്പിക്കുന്ന വിശ്വാസത്തെ വഞ്ചിക്കാതിരിക്കുക.

ജെ. പാർട്ടിയുടെ ഐക്യവും കെട്ടുറപ്പും സംരക്ഷിക്കുക. രാജ്യത്തിന്റെയും തൊഴിലാളിവർഗത്തിന്റെയും ശത്രുക്കൾക്കെതിരായി ജാഗരൂകരായിരിക്കുക.

കെ. പാർട്ടിയുടെയും തൊഴിലാളിവർഗത്തിന്റെയും രാജ്യത്തിന്റെ ശത്രുക്കളുടെയും കടന്നാക്രമണത്തിനെതിരായി പാർട്ടിയെ കാത്തുസൂക്ഷിക്കുകയും പാർട്ടിയുടെ ആദർശം ഉയർത്തിപ്പിടിക്കുകയും ചെയ്യുക.

2. പാർട്ടി അംഗങ്ങളെക്കൊണ്ട് മേൽപ്പറഞ്ഞ ചുമതലകൾ നിറവേറ്റുകയും അവ നിർവഹിക്കുന്നതിന് കഴിവുള്ള വിധത്തിലെല്ലാം സഹായിക്കുകയും ചെയ്യുക പാർട്ടിസംഘടനകളുടെ കടമയാണ്.

വകുപ്പ് 12

പാർട്ടി അംഗങ്ങളുടെ അവകാശങ്ങൾ

1. പാർട്ടി അംഗങ്ങളുടെ അവകാശങ്ങൾ താഴെ ചേർക്കുന്നു:

എ. പാർട്ടി സംഘടനകളെയും പാർട്ടികമ്മിറ്റികളെയും തിരഞ്ഞെടുക്കുക, അവയിലേക്ക് തിരഞ്ഞെടുക്കപ്പെടുക.

ബി. പാർട്ടിനയങ്ങളും പാർട്ടിതീരുമാനങ്ങളും രൂപീകരിക്കുന്നതിന് സംഭാവന നൽകാനായി ചർച്ചകളിൽ പങ്കെടുക്കുക.

സി. പാർട്ടിയിലെ സ്വന്തം പ്രവർത്തനത്തെപ്പറ്റി നിർദ്ദേശങ്ങൾ വെക്കുക.

ഡി. പാർട്ടിയോഗത്തിൽവെച്ച് പാർട്ടിക്കമ്മിറ്റികളെയും ഭാരവാഹികളെയും വിമർശിക്കുക.

ഇ. തനിക്കെതിരായ അച്ചടക്കനടപടിയെപ്പറ്റി ചർച്ചചെയ്യുമ്പോൾ അതിനെപ്പറ്റി തന്റെ ഘടകത്തിൽ നേരിട്ട് ഹാജരായി തനിക്ക് പറയാനുള്ളത് പറയുക.

എഫ്. തന്റെ പാർട്ടിക്കമ്മിറ്റിയുടെയോ സംഘടനയുടെയോ ഏതെങ്കിലും തീരുമാനത്തോട് ഒരു പാർട്ടിഅംഗം യോജിക്കുന്നില്ലെങ്കിൽ അയാൾക്ക് തന്റെ അഭിപ്രായം തൊട്ടടുത്ത മേൽക്കമ്മിറ്റിക്ക് സമർപ്പിക്കാവുന്നതാണ്. രാഷ്ട്രീയ അഭിപ്രായഭിന്നതയുള്ള പാർട്ടി അംഗത്തിന് തന്റെ അഭിപ്രായം കേന്ദ്രക്കമ്മിറ്റി വരെയുള്ള ഏത് മേൽക്കമ്മിറ്റിക്കും സമർപ്പിക്കാം. അത്തരം സന്ദർഭങ്ങളിലെല്ലാം പാർട്ടിഅംഗം തീർച്ചയായും പാർട്ടി തീരുമാനങ്ങൾ നടപ്പാക്കേണ്ടതും അഭിപ്രായഭിന്നതകൾ പ്രായോഗിക പരീക്ഷണത്തിലൂടെയും സഖാക്കൾക്ക് അനുയോജ്യമായ ചർച്ചകളിലൂടെയും പരിഹരിക്കാൻ ശ്രമിക്കേണ്ടതുമാണ്.

ജി. കേന്ദ്രക്കമ്മിറ്റി ഉൾപ്പെടെ അതുവരെയുള്ള ഏത് മേൽഘടകത്തിനും എന്തെങ്കിലും പ്രസ്താവനയോ പരാതിയോ അപ്പീലോ സമർപ്പിക്കുക.

2. ഈ അവകാശങ്ങൾ മാനിക്കേണ്ടത് പാർട്ടിസംഘടനകളുടെയും ഭാരവാഹികളുടെയും കടമയാണ്.

വകുപ്പ് 13

ജനാധിപത്യ കേന്ദ്രീകരണത്തിന്റെ തത്വങ്ങൾ

1. പാർട്ടിഘടനയുടെ അടിസ്ഥാനവും ഉൾപ്പാർട്ടിജീവിതത്തിന് വഴികാട്ടുന്നതും ജനാധിപത്യ കേന്ദ്രീകരണത്തിന്റെ തത്വങ്ങളാണ്. ജനാധിപത്യ കേന്ദ്രീകരണമെന്നു പറഞ്ഞാൽ ഉൾപ്പാർട്ടി ജനാധിപത്യത്തിന്റെ അടിസ്ഥാനത്തിലുള്ള കേന്ദ്രീകൃത നേതൃത്വമെന്നും കേന്ദ്രീകൃത നേതൃത്വത്തിന്റെ മാർഗ നിർദ്ദേശത്തോടുകൂടിയ ജനാധിപത്യമെന്നും ആണ് അർഥം.

പാർട്ടിഘടനയുടെ രംഗത്ത് ജനാധിപത്യകേന്ദ്രീകരണത്തിന്റെ മാർഗദർശകതത്വങ്ങൾ താഴെപ്പറയുന്നവയാണ്:

എ. ഉന്നതതലം തൊട്ട് താഴേപ്പടിവരെയുള്ള എല്ലാ പാർട്ടിഘടകങ്ങളും തിരഞ്ഞെടുക്കപ്പെട്ടവയാകണം.

ബി. ന്യൂനപക്ഷം ഭൂരിപക്ഷതീരുമാനം നടപ്പിൽവരുത്തണം. പാർട്ടിയുടെ കീഴ്ഘടകങ്ങൾ മേൽഘടകങ്ങളുടെ തീരുമാനങ്ങളും നിർദ്ദേശങ്ങളും നടപ്പാക്കണം. വ്യക്തികൾ കൂട്ടായ തീരുമാനങ്ങൾക്കും ഇച്ഛയ്ക്കും കീഴ്പ്പെടണം. പാർട്ടി കോൺഗ്രസിന്റെയും കേന്ദ്രകമ്മിറ്റിയുടെയും തീരുമാനങ്ങളും നിർദ്ദേശങ്ങളും എല്ലാ പാർട്ടിസംഘടനകളും നടപ്പാക്കണം.

സി. എല്ലാ പാർട്ടിക്കമ്മിറ്റികളും തങ്ങളുടെ പ്രവർത്തനങ്ങളെ സംബന്ധിച്ച് തൊട്ടുകീഴിലുള്ള പാർട്ടിഘടകങ്ങൾക്ക് കാലാകാലങ്ങളിൽ റിപ്പോർട്ടു ചെയ്യണം. അതുപോലെ തന്നെ എല്ലാ കീഴ്ക്കമ്മിറ്റികളും തൊട്ട് മേലെയുള്ളവയ്ക്കും റിപ്പോർട്ടു ചെയ്യണം.

ഡി. എല്ലാ പാർട്ടികമ്മിറ്റികളും, നേതൃസ്ഥാനത്തുള്ളവ പ്രത്യേകിച്ചും, കീഴ്കമ്മിറ്റികളുടെയും കീഴ്സംഘടനകളുടെയും പാർട്ടി അണികളിലെ അംഗങ്ങളുടെയും അഭിപ്രായങ്ങളും വിമർശനങ്ങളും നിരന്തര ശ്രദ്ധയോടെ പരിഗണിക്കേണ്ടതാണ്.

ഇ. എല്ലാ പാർട്ടിക്കമ്മിറ്റികളും കൂട്ടായ തീരുമാനത്തിന്റെയും പ്രവർത്തന പരിശോധനയുടെയും (ചെക്ക്-അപ്പ്) അടിസ്ഥാനത്തിലും വ്യക്തിപരമായ ഉത്തരവാദിത്വത്തോടെയും പ്രവർത്തിക്കേണ്ടതാണ്.

എഫ്. എല്ലാ സാർവദേശീയപ്രശ്നങ്ങളും അഖിലേന്ത്യാ സ്വഭാവമുള്ളവയോ ഒന്നിലധികം സംസ്ഥാനങ്ങളെ സംബന്ധിക്കുന്നവയോ ആയ പ്രശ്നങ്ങളും രാജ്യവ്യാപകമായി ഏകീകൃതതീരുമാനം ആവശ്യമായ പ്രശ്നങ്ങളും സംബന്ധിച്ച് അഖിലേന്ത്യാപാർട്ടി സംഘടനകൾ തീരുമാനം എടുക്കേണ്ടതാണ്. സംസ്ഥാന വ്യാപകമോ ജില്ലയെമാത്രം ബാധിക്കുന്നതോ ആയ പ്രശ്നങ്ങൾ സാധാരണഗതിയിൽ അതത് പാർട്ടിസംഘടനകൾക്ക് തീരുമാനിക്കാവുന്നതാണ്. എന്നാൽ ഒരുനിലക്കും അത്തരം തീരുമാനങ്ങൾ മേൽക്കമ്മിറ്റികളുടെ തീരുമാനങ്ങൾക്ക് വിരുദ്ധമാകാൻ പാടില്ല. സംസ്ഥാനപ്രാധാന്യം വരെ ഉള്ള ഏതെങ്കിലും പ്രശ്നത്തിൽ പാർട്ടിയുടെ കേന്ദ്രനേതൃത്വത്തിന് തീരുമാനം എടുക്കേണ്ടതായി വരുമ്പോൾ സാധാരണഗതിയിൽ ബന്ധപ്പെട്ട സംസ്ഥാനക്കമ്മിറ്റിയുമായി ആലോചിച്ചേ അങ്ങനെ ചെയ്യാവൂ. ജില്ലയെ സംബന്ധിച്ച കാര്യങ്ങളിൽ സംസ്ഥാനക്കമ്മിറ്റിയും അങ്ങനെയേ ചെയ്യാവൂ.

ജി. അഖിലേന്ത്യാതലത്തിൽ പാർട്ടിനയങ്ങളെ ബാധിക്കുന്നവയും എന്നാൽ പാർട്ടി അതിന്റെ നിലപാട് ആദ്യമായി പ്രകടിപ്പിക്കേണ്ടിവരുന്നതുമായ പ്രശ്നങ്ങളിൽ നയപരമായ പ്രസ്താവന ചെയ്യാൻ കേന്ദ്രക്കമ്മിറ്റിക്ക് മാത്രമേ അധികാരമുള്ളു. കേന്ദ്രനേതൃത്വത്തിന്റെ പരിഗണനക്കായി അതേക്കുറിച്ച് തങ്ങളുടെ നിർദേശങ്ങളും അഭിപ്രായങ്ങളും തക്കസമയത്ത് അറിയിക്കാൻ കീഴ്ക്കമ്മിറ്റികൾക്ക് അവകാശമുണ്ട്. അവയങ്ങനെ ചെയ്യേണ്ടതുമാണ്.

2. പാർട്ടി അംഗങ്ങളുടെ ആകെയും ജനകീയപ്രസ്ഥാനത്തിന്റെയും അനുഭവങ്ങളുടെ അടിസ്ഥാനത്തിൽ ഉൾപ്പാർട്ടി ജീവിതരംഗത്ത് ജനാധിപത്യ കേന്ദ്രീകരണത്തിന്റെ താഴെപ്പറയുന്ന നിർദ്ദേശകതത്വങ്ങൾ നടപ്പാക്കിയിരിക്കുന്നു;

എ. പാർട്ടിയെയും അതിന്റെ നയങ്ങളെയും പ്രവർത്തനങ്ങളെയും ബാധിക്കുന്ന എല്ലാ പ്രശ്നങ്ങളെയും പറ്റി പാർട്ടിഘടകങ്ങളിൽ സ്വതന്ത്രവും തുറന്നതുമായ ചർച്ച നടത്തുക.

ബി. പാർട്ടിനയങ്ങൾ നടപ്പാക്കുന്നതിലും പ്രചരിപ്പിക്കുന്നതിലും പാർട്ടിഅംഗങ്ങളെ സജീവമാക്കാനും പ്രത്യയശാസ്ത്രപരവും രാഷ്ട്രീയവുമായ അവരുടെ നിലവാരം ഉയർത്താനും പാർട്ടിജീവിതത്തിലും പ്രവർത്തനത്തിലും ഫലപ്രദമായി പങ്കുവഹിക്കാൻ ഉതകുംവിധം അവരുടെ പൊതുവിജ്ഞാനം മെച്ചപ്പെടുത്താനും ഉള്ള ശ്രമങ്ങൾ നിരന്തരമായി നടത്തുക.

സി. ഒരു പാർട്ടിക്കമ്മിറ്റിയിൽ ഗുരുതരമായ അഭിപ്രായവ്യത്യാസങ്ങൾ ഉയർന്നുവന്നാൽ യോജിപ്പിലെത്തുന്നതിനുവേണ്ടി എല്ലാ പ്രകാരേണയും യത്നിക്കുക. ഇത് കഴിയാതെവന്നാൽ, പാർട്ടിക്കും ബഹുജനപ്രസ്ഥാനത്തിനും പെട്ടെന്ന് ഒരു തീരുമാനം ഇതേക്കുറിച്ച് ആവശ്യമില്ലാത്തപക്ഷം, തുടർന്നുള്ള ചർച്ച വഴി അഭിപ്രായഭിന്നതകൾ പരിഹരിക്കാൻ വേണ്ടി തീരുമാനം മാറ്റിവെക്കുക.

ഡി. മേലേക്കിടയിലുള്ളവതൊട്ട് കീഴേക്കിടയിലുള്ളവ വരെ എല്ലാ നിലവാരത്തിലും വിമർശനവും സ്വയം വിമർശനവും കീഴ്ക്കമ്മിറ്റികളിൽനിന്നുള്ള വിമർശനവും പ്രത്യേകിച്ചും പ്രോത്സാഹിപ്പിക്കുക.

ഇ. എല്ലാ നിലവാരത്തിലും ഉദ്യോഗസ്ഥമേധാവിത്വപ്രവണതകൾക്കെതിരായി നിരന്തരം സമരം ചെയ്യുക.

എഫ്. പാർട്ടിക്കുള്ളിൽ എതു രൂപത്തിലുള്ളതായാലും ശരി വിഭാഗീയതയും വിഭാഗീയഗ്രൂപ്പുകളും അനുവദിക്കില്ല.

ജി. പാർട്ടിക്കുള്ളിൽ സാഹോദര്യബന്ധവും പരസ്പരസഹായവും വളർത്തുക; സഖാക്കളോട് സഹാനുഭൂതിയോടെ പെരുമാറിക്കൊണ്ട് അവരുടെ തെറ്റ് തിരുത്തുക; അവരെയും അവരുടെ പ്രവർത്തനങ്ങളെയും ഒറ്റപ്പെട്ട തെറ്റുകളുടെയോ സംഭവങ്ങളുടെയോ അടിസ്ഥാനത്തിലല്ലാതെ പാർട്ടിക്ക് അവർ നൽകിയ സേവനങ്ങളെ ആകെ കണക്കിലെടുത്തുകൊണ്ട് വിലയിരുത്തുക. അങ്ങനെ പാർട്ടിമനോഭാവവും പാർട്ടിബോധവും വളർത്തുക.

വകുപ്പ് 14
അഖിലേന്ത്യാ പാർട്ടി കോൺഗ്രസ്

1. രാജ്യത്ത് ആകെ പാർട്ടിയുടെ ഏറ്റവും ഉയർന്ന സംഘടന അഖിലേന്ത്യ പാർട്ടി കോൺഗ്രസായിരിക്കും.

എ. സാധാരണഗതിയിൽ മൂന്നു കൊല്ലത്തിലൊരിക്കൽ കേന്ദ്രക്കമ്മിറ്റി പാർട്ടി കോൺഗ്രസ് വിളിച്ചുകൂട്ടേണ്ടതാണ്.

ബി. ആവശ്യമെന്നു തോന്നുമ്പോൾ സ്വന്തം തീരുമാനം അനുസരിച്ചോ ഒട്ടാകെ പാർട്ടിഅംഗങ്ങളുടെ മൂന്നിലൊന്നിൽ കുറയാത്തവരെ പ്രതിനിധീകരിക്കുന്ന രണ്ടോ അതിലധികമോ സംസ്ഥാന പാർട്ടിഘടകങ്ങളുടെ ആവശ്യം അനുസരിച്ചോ കേന്ദ്രക്കമ്മിറ്റി വിശേഷാൽ പാർട്ടി കോൺഗ്രസ് വിളിച്ചുകൂട്ടേണ്ടതാണ്.

സി. പാർട്ടി കോൺഗ്രസിന്റെ വിശേഷാൽ പാർട്ടി കൊൺഗ്രസിന്റെയോ സ്ഥലവും തിയതിയും ഇക്കാര്യത്തിനു വേണ്ടി പ്രത്യേകം വിളിച്ചുകൂട്ടുന്ന കേന്ദ്രക്കമ്മിറ്റിയോഗം തീരുമാനിക്കുന്നതാണ്.

ഡി. സംസ്ഥാനസമ്മേളനങ്ങളും അഖിലേന്ത്യാ പാർട്ടികേന്ദ്രത്തിന്റെ നേരിട്ടു കീഴിലുള്ള പാർട്ടിഘടകങ്ങളുടെ സമ്മേളനങ്ങളും തിരഞ്ഞെടുത്ത് അയക്കുന്ന പ്രതിനിധികൾ ചേർന്നതാണ് ക്രമപ്രകാരമുള്ള പാർട്ടികോൺഗ്രസ്.

ഇ. സാധാരണ പാർട്ടി കോൺഗ്രസിലേക്കുള്ള പ്രാതിനിധ്യത്തിന്റെ അടിസ്ഥാനവും വിശേഷാൽ കോൺഗ്രസിലേക്കുള്ള പ്രതിനിധികളെ തിരഞ്ഞെടുക്കുന്ന സമ്പ്രദായവും പ്രാതിനിധ്യത്തിന്റെ അടിസ്ഥാനവും കേന്ദ്രക്കമ്മിറ്റി നിശ്ചയിക്കുന്നതാണ്. ആകെയുള്ള പാർട്ടി അംഗസംഖ്യ, പാർട്ടി നയിക്കുന്ന ബഹുജനപ്രസ്ഥാനങ്ങളുടെ കരുത്ത്, അതാത് സംസ്ഥാനങ്ങളിൽ പാർട്ടിക്കുള്ള ശക്തി എന്നിവയാണ് കേന്ദ്രക്കമ്മിറ്റിയുടെ തീരുമാനത്തിനുള്ള പൊതുവായ അടിസ്ഥാനം.

എഫ്. സാധാരണ പാർട്ടി കോൺഗ്രസിലും വിശേഷാൽ കോൺഗ്ര

സിലും പൂർണ്ണപ്രതിനിധികളായി പങ്കെടുക്കാൻ കേന്ദ്രക്കമ്മിറ്റി അംഗങ്ങൾക്ക് അവകാശമുണ്ട്.

2. സാധാരണ പാർട്ടി കോൺഗ്രസിന്റെ പ്രവർത്തനങ്ങളും അധികാരങ്ങളും താഴെപ്പറയുന്നവയാണ്:

എ. കേന്ദ്രക്കമ്മിറ്റിയുടെ രാഷ്ട്രീയ-സംഘടനാ റിപ്പോർട്ട് ചർച്ച ചെയ്തു വേണ്ട നടപടികൾ എടുക്കുക.

ബി. പാർട്ടിപരിപാടിയും ഭരണഘടനയും പുനഃപരിശോധിച്ച് വേണ്ട മാറ്റങ്ങൾ വരുത്തുക.

സി. സമകാലിക പരിതഃസ്ഥിതിയിൽ പാർട്ടിയുടെ നയം നിർണയിക്കുക.

ഡി. രഹസ്യവോട്ടെടുപ്പ് അനുസരിച്ച് കേന്ദ്രക്കമ്മിറ്റിയെ തിരഞ്ഞെടുക്കുക.

3. കോൺഗ്രസിൽ പങ്കെടുക്കുന്ന പ്രതിനിധികളുടെ വിശ്വാസയോഗ്യത പരിശോധിച്ച് കോൺഗ്രസിന് റിപ്പോർട്ട് ചെയ്യാനായി ഒരു ക്രഡൻഷ്യൽ കമ്മിറ്റിയെ കോൺഗ്രസ് തിരഞ്ഞെടുക്കുന്നതാണ്.

4. യോഗനടപടികൾ നടത്തുന്നതിനായി കോൺഗ്രസ് ഒരു പ്രസീഡിയത്തെ-അധ്യക്ഷമണ്ഡലത്തെ-തിരഞ്ഞെടുക്കുന്നതാണ്.

വകുപ്പ് 15
കേന്ദ്രകമ്മിറ്റി

1. *എ.* പാർട്ടി കോൺഗ്രസ് ഒരു കേന്ദ്രക്കമ്മിറ്റിയെ തിരഞ്ഞെടുക്കുന്നതായിരിക്കും. കേന്ദ്രകമ്മിറ്റിയിലെ അംഗസംഖ്യ കോൺഗ്രസ് തന്നെ തീരുമാനിക്കും.

ബി. സ്ഥാനം ഒഴിയുന്ന കേന്ദ്രക്കമ്മിറ്റി പുതിയ കമ്മിറ്റിയിലേക്കുള്ള സ്ഥാനാർഥികളുടെ ഒരു പാനൽ പാർട്ടികോൺഗ്രസിന്റെ പരിഗണനക്ക് സമർപ്പിക്കണം.

സി. ബഹുജനങ്ങളുമായി അടുത്ത ബന്ധമുള്ളതും തൊഴിലാളി വർഗത്തിന്റെ വിപ്ലവവീക്ഷണത്തിൽ അടിയുറച്ചതും മാർക്സിസം-ലെനിനിസത്തിൽ ശിക്ഷണം നേടിയതുമായ കഴിവുറ്റ ഒരു നേതൃത്വത്തെ സൃഷ്ടിക്കുക എന്ന കാഴ്ചപ്പാടോടെ ആകണം സ്ഥാനാർഥികളുടെ പാനൽ തയ്യാറാക്കുന്നത്.

ഡി. പാനലിൽ ഉള്ള ഏതൊരാളുടെയും പേരിലും ഏതൊരു പ്രതിനിധിക്കും എതിർപ്പ് ഉന്നയിക്കാവുന്നതും പുതുതായി ഒന്നോ അതിലധികമോ പേരുകൾ നിർദേശിക്കാവുന്നതുമാണ്. പക്ഷേ നിർദ്ദേശിക്കപ്പെടുന്ന പേരുകാരന്റെ മുൻകൂട്ടിയുള്ള സമ്മതം വാങ്ങിയിരിക്കണം.

ഇ. പേര് നിർദ്ദേശിക്കപ്പെട്ട ഏതൊരാൾക്കും പിൻമാറാൻ അവകാശം ഉണ്ടായിരിക്കും.

എഫ്. നിർദ്ദേശിക്കപ്പെട്ട പാനലും പ്രതിനിധികൾ നിർദ്ദേശിച്ച പേരുകളും ചേർത്ത് വോട്ടിനിടും. വോട്ടെടുപ്പ് രഹസ്യബാലറ്റനുസരിച്ചും ഒരു സ്ഥാനാർഥിക്ക് ഒരു വോട്ടു മാത്രമേ നൽകാൻ പാടുള്ളു എന്ന വ്യവസ്ഥയനുസരിച്ചുമായിരിക്കണം. (രഹസ്യമായ ഏക വിതരണവോട്ട് സമ്പ്ര

ദായം.) കൂടുതൽ പേരുകൾ നിർദേശിക്കപ്പെട്ടിട്ടില്ലെങ്കിൽ പ്രതിനിധിക ളുടെ അംഗീകാരം കയ്യുയർത്തി രേഖപ്പെടുത്തും.

2. രണ്ട് പാർട്ടി കോൺഗ്രസുകൾക്കിടയിലുള്ള കാലയളവിൽ കേന്ദ്ര ക്കമ്മിറ്റിക്കായിരിക്കും പാർട്ടിയിൽ പരമാധികാരം.

3. പാർട്ടി ഭരണഘടന പ്രാബല്യത്തിൽ വരുത്തുന്നതിന്റെയും പാർട്ടി കോൺഗ്രസ് അംഗീകരിച്ച രാഷ്ട്രീയലൈനും തീരുമാനങ്ങളും നടപ്പാ ക്കുന്നതിന്റെയും ഉത്തരവാദിത്വം കേന്ദ്രക്കമ്മിറ്റിക്കുണ്ട്.

4. കേന്ദ്രക്കമ്മിറ്റി പാർട്ടിയെ ആകെ പ്രതിനിധാനം ചെയ്യുന്നു. പാർട്ടിയുടെ എല്ലാ പ്രവർത്തനങ്ങൾക്കും മാർഗനിർദ്ദേശം നൽകാനുള്ള ഉത്തരവാദിത്വം കേന്ദ്രക്കമ്മിറ്റിക്കാണ്. പാർട്ടി നേരിടുന്ന ഏതു പ്രശ്നത്തിലും പൂർണ്ണാ ധികാരത്തോടെ തീരുമാനമെടുക്കാനുള്ള അവകാശം കേന്ദ്രകമ്മിറ്റിക്കുണ്ട്.

5. കേന്ദ്രക്കമ്മിറ്റി അതിന്റെ അംഗങ്ങളിൽനിന്ന് ജനറൽ സെക്രട്ടറി ഉൾപ്പെടെ ഒരു പൊളിറ്റ് ബ്യൂറോയെ തിരഞ്ഞെടുക്കും. പൊളിറ്റ് ബ്യൂറോ യുടെ അംഗസംഖ്യ കേന്ദ്രകമ്മിറ്റി നിശ്ചയിക്കും. കേന്ദ്രക്കമ്മിറ്റിയുടെ രണ്ട് യോഗങ്ങൾക്കിടയിലുള്ള കാലയളവിൽ അതിന്റെ പ്രവർത്തനങ്ങൾ പൊളിറ്റ് ബ്യൂറോ ആണ് നടത്തുക. ഈ കാലയളവിൽ രാഷ്ട്രീയവും സംഘ ടനാപരവുമായ തീരുമാനങ്ങളെടുക്കാൻ പൊളിറ്റ് ബ്യൂറോക്ക് അവകാശ മുണ്ട്.

5. എ. കേന്ദ്രക്കമ്മിറ്റി അതിന്റെ അംഗങ്ങളിൽനിന്ന് ഒരു സെക്രട്ടേ റിയറ്റിനെ തിരഞ്ഞെടുക്കുന്നതാണ്. സെക്രട്ടേറിയറ്റിന്റെ അംഗസംഖ്യ കേന്ദ്രക്കമ്മിറ്റി തീരുമാനിക്കും. സെക്രട്ടേറിയറ്റ് പൊളിറ്റ് ബ്യൂറോയുടെ മാർഗനിർദ്ദേശമനുസരിച്ച് പാർട്ടി കേന്ദ്രത്തിലെ ദൈനംദിന പ്രവർത്തന ങ്ങളുടെ ചുമതല വഹിക്കുകയും കേന്ദ്രക്കമ്മിറ്റി തീരുമാനങ്ങൾ നടപ്പാ ക്കുന്നതിന് പൊളിറ്റ് ബ്യൂറോയെ സഹായിക്കുകയും ചെയ്യുന്നതാണ്.

6. സംസ്ഥാന കമ്മിറ്റികളുടെ സെക്രട്ടറിമാരെയും പാർട്ടിയുടെ സംസ്ഥാന മുഖപത്രങ്ങളുടെ പത്രാധിപൻമാരെയും തിരഞ്ഞെടുത്താൽ അതിന് കേന്ദ്രക്കമ്മിറ്റിയുടെ അംഗീകാരം ലഭിക്കണം.

7. എ. കടുത്ത അച്ചടക്കലംഘനം, സ്വഭാവദൂഷ്യം, പാർട്ടി വിരുദ്ധ പ്രവർത്തനം എന്നിവക്ക് ഏതൊരംഗത്തെയും പുറത്താക്കാൻ കേന്ദ്ര ക്കമ്മിറ്റിക്കധികാരമുണ്ട്. എന്നാൽ അങ്ങനെ ചെയ്യുന്നതിന് യോഗത്തിൽ പങ്കെടുത്ത് വോട്ടുചെയ്യുന്നവരുടെ മൂന്നിൽ രണ്ടു ഭാഗത്തിന്റെ പിന്തുണ ഉണ്ടായിരിക്കണം. കൂടാതെ അങ്ങനെ വോട്ടു ചെയ്യുന്നവരുടെ എണ്ണം ഒട്ടാകെയുള്ള കേന്ദ്രക്കമ്മിറ്റി അംഗങ്ങളുടെ പകുതിയിലധികമായിരിക്കു കയും വേണം.

ബി. ഒട്ടാകെ അംഗങ്ങളിൽ കേവല ഭൂരിപക്ഷ തീരുമാനമനുസ രിച്ച് ഒഴിവുവന്ന ഏത് സ്ഥാനവും കേന്ദ്രകമ്മിറ്റിക്ക് നികത്താവുന്നതാണ്.

സി. ഏതെങ്കിലും കേന്ദ്രക്കമ്മിറ്റി അംഗത്തെയോ അംഗങ്ങളെയോ അറസ്റ്റ് ചെയ്യുകയാണെങ്കിൽ അവശേഷിച്ചവർക്ക് ഒഴിവുകൾ നികത്താൻ ഒരു അംഗത്തെയോ അംഗങ്ങളേയോ കോ–ഓപ്റ്റ് ചെയ്യാവുന്നതാണ്. അങ്ങനെ കോ–ഓപ്റ്റ് ചെയ്യപ്പെടുന്നവർക്ക് മുമ്പുണ്ടായിരുന്ന അംഗങ്ങ ളെപ്പോലെ പൂർണ്ണാധികാരങ്ങളുണ്ടായിരിക്കും. എന്നാൽ അറസ്റ്റ് ചെയ്യ

പ്പെട്ടവർ വിമോചിതരായി തങ്ങളുടെ ചുമതല ഏറ്റെടുക്കുമ്പോൾ കോ-ഓപ്പറ്റ് ചെയ്യപ്പെട്ടവർ ഒഴിഞ്ഞുകൊടുക്കണം.

8. കേന്ദ്രക്കമ്മിറ്റിയുടെ ഒരു യോഗം കഴിഞ്ഞ് മറ്റൊന്ന് കൂടുന്നതിനിടയിലുള്ള കാലയളവ് സാധാരണഗതിയിൽ മൂന്നുമാസത്തിൽ കൂടുതൽ കവിയാൻ പാടില്ല. കൂടാതെ, മൂന്നിലൊരുഭാഗം അംഗങ്ങൾ ആവശ്യപ്പെട്ടാൽ കേന്ദ്രക്കമ്മിറ്റി വിളിച്ചുകൂട്ടേണ്ടതാണ്.

9. കേന്ദ്രകമ്മിറ്റി രാഷ്ട്രീയ-സംഘടനാ പ്രശ്നങ്ങളെക്കുറിച്ചും ബഹുജനപ്രസ്ഥാനത്തിന്റെ പ്രശ്നങ്ങളെക്കുറിച്ചും ചർച്ച ചെയ്ത് തീരുമാനിക്കുകയും സംസ്ഥാനകമ്മിറ്റിക്കും ബഹുജന സംഘടനകളിലെ അഖിലേന്ത്യാ ഫ്രാക്ഷനുകൾക്കും മാർഗനിർദ്ദേശം നൽകി അവയെ നയിക്കുകയും ചെയ്യണം.

10. പാർട്ടിയുടെ സാമ്പത്തിക കാര്യങ്ങളുടെ ചുമതല കേന്ദ്രക്കമ്മിറ്റിക്കാണ്. പൊളിറ്റ് ബ്യൂറോ കൊല്ലത്തിലൊരിക്കൽ സമർപ്പിക്കുന്ന വരവു-ചെലവ് കണക്ക് കേന്ദ്രക്കമ്മിറ്റി ചർച്ച ചെയ്ത് അംഗീകരിക്കുന്നതാണ്.

11. പാർട്ടികോൺഗ്രസ് ചേരുമ്പോഴെല്ലാം കേന്ദ്രകമ്മിറ്റി അതിന്റെ രാഷ്ട്രീയ-സംഘടനാ റിപ്പോർട്ട് കോൺഗ്രസ് മുമ്പാകെ സമർപ്പിക്കണം.

12. പാർട്ടിയുടെ വിപ്ലവനേതൃത്വത്തെ ശക്തിപ്പെടുത്താനും സംസ്ഥാന സംഘടനകളുടെ പരിശോധന (ചെക്ക്-അപ്പ്) നടത്തുന്നതിനും ആയി കേന്ദ്രകമ്മിറ്റി പ്രതിനിധികളെയും സംഘാടകരെയും അയക്കുന്നു. കേന്ദ്രകമ്മിറ്റിയോ പൊളിറ്റ് ബ്യൂറോയോ അതത് സന്ദർഭങ്ങളിൽ നൽകുന്ന പ്രത്യേക നിർദേശങ്ങളുടെ അടിസ്ഥാനത്തിലാണ് ഇവർ പ്രവർത്തിക്കേണ്ടത്.

13. ആവശ്യമെന്നു തോന്നുന്നപക്ഷം കേന്ദ്രകമ്മിറ്റിക്ക് കേന്ദ്രകമ്മിറ്റിയുടെ ഒരു വിപുലീകരിച്ച സമ്മേളനമോ പ്ലീനമോ കോൺഫറൻസോ വിളിച്ചുകൂട്ടാവുന്നതാണ്. ഇതിൽ പങ്കെടുക്കേണ്ടതിന്റെ അടിസ്ഥാനവും ഇത്തരം യോഗങ്ങൾക്കുള്ള പ്രതിനിധികളെ തിരഞ്ഞെടുക്കേണ്ട സമ്പ്രദായവും കേന്ദ്രകമ്മിറ്റി തീരുമാനിക്കുന്നതാണ്.

11. എന്തെങ്കിലും അടിയന്തരാവസ്ഥയോ വലിയ തോതിൽ അറസ്റ്റുകളോ ഉണ്ടായാൽ കേന്ദ്രകമ്മിറ്റിയും സംസ്ഥാനകമ്മിറ്റികളും ജില്ലാ കമ്മിറ്റികളും ഒതുങ്ങിയ ചെറിയ കമ്മിറ്റികളായി പുനഃസംഘടിപ്പിക്കണം. അപ്രകാരം പുനഃസംഘടിപ്പിക്കപ്പെടുന്ന കേന്ദ്രകമ്മിറ്റിയിലേക്കുള്ള പേരുകളടങ്ങിയ പട്ടിക അവശേഷിച്ച പി ബി അംഗങ്ങൾ തയ്യാറാക്കും. അതിന് അകത്തും പുറത്തുമുള്ള കേന്ദ്രകമ്മിറ്റി അംഗങ്ങളുടെ അംഗീകാരം ലഭിക്കണം. സംസ്ഥാന-ജില്ലാ കമ്മിറ്റികൾ പുനഃസംഘടിപ്പിക്കാനുള്ള പേരുകൾ അതത് കമ്മിറ്റികളിലെ അവശേഷിച്ച അംഗങ്ങൾ തയ്യാറാക്കണം. അവയ്ക്കെല്ലാം തൊട്ടടുത്ത മേൽക്കമ്മിറ്റിയുടെ അംഗീകാരം ലഭിക്കണം. ആവശ്യമെന്നുകണ്ടാൽ തങ്ങളുടെ പ്രവർത്തനങ്ങൾ നടത്തുന്നതിനും ഉത്തവാദിത്വങ്ങൾ നിറവേറ്റുന്നതിനും സബ്കമ്മിറ്റികൾ രൂപീകരിക്കാവുന്നതാണ്. പാർട്ടിസംഘടന നിലനിർത്തുന്നതിനാവശ്യമായ പുതിയ ചട്ടങ്ങൾ ഉണ്ടാക്കുന്നതിന് പുനഃസംഘടിപ്പിച്ച കേന്ദ്രകമ്മിറ്റിക്ക് അധികാരമുണ്ടായിരിക്കും. എന്നാൽ പരിതഃസ്ഥിതി സാധാരണഗതിയിലാകുമ്പോൾ തിരഞ്ഞെടുത്ത കമ്മിറ്റികൾ വീണ്ടും അധികാരമേൽക്കും.

വകുപ്പ് 16

പാർട്ടിയുടെ സംസ്ഥാന-ജില്ലാ ഘടകങ്ങൾ

1. സംസ്ഥാനത്തിലെയോ ജില്ലയിലെയോ ഏറ്റവും ഉയർന്ന പാർട്ടി സംഘടന സംസ്ഥാനസമ്മേളനമോ ജില്ലാസമ്മേളനമോ ആയിരിക്കും. അവ സംസ്ഥാനകമ്മിറ്റിയെയും ജില്ലാ കമ്മിറ്റിയെയും തിരഞ്ഞെടുക്കുന്നതാണ്.

2. *എ.* സംസ്ഥാനത്തിലെയോ ജില്ലയിലെയോ പാർട്ടി ഘടകത്തിന്റെ സംഘടനാസ്വഭാവവും അവകാശവും പ്രവൃത്തിയും അഖിലേന്ത്യാതലത്തിലുള്ള പാർട്ടിഘടകത്തിന്റെ സംഘടനാരൂപത്തെയും പ്രവർത്തനങ്ങളെയും വിവരിച്ച വകുപ്പുകളിൽ പറഞ്ഞതിനോട് തുല്യമാണ്. അവയുടെ പ്രവർത്തനങ്ങൾ സംസ്ഥാനത്തിന്റെയോ ജില്ലയുടെയോ പ്രശ്നങ്ങളിൽ മാത്രമായി ഒതുങ്ങിനിൽക്കുന്നു. അവയുടെ തീരുമാനങ്ങളാകട്ടെ തൊട്ടടുത്ത മേൽക്കമ്മിറ്റിയുടെ തീരുമാനങ്ങളുടെ പരിധിയിൽ ഒതുങ്ങിനിൽക്കുന്നതായിരിക്കും. ഈ പാർട്ടികമ്മിറ്റികളുടെ എണ്ണം വർധിപ്പിക്കേണ്ടതായിവന്നാൽ അടുത്ത മേൽക്കമ്മിറ്റിയുടെ അംഗീകാരത്തോടെ അവയ്ക്ക് അങ്ങനെ ചെയ്യാവുന്നതാണ്.

ബി. സംസ്ഥാനകമ്മിറ്റിയോ ജില്ലാ കമ്മിറ്റിയോ അതിന്റെ സെക്രട്ടേറിയറ്റിനെ തിരഞ്ഞെടുക്കേണ്ടതാണ്. എന്നാൽ തൊട്ടടുത്ത മേൽക്കമ്മിറ്റി അനുവദിക്കുന്നപക്ഷം സംസ്ഥാന കമ്മിറ്റിക്കോ ജില്ലാക്കമ്മിറ്റിക്കോ സെക്രട്ടേറിയറ്റ് കൂടാതെ കഴിക്കുകയും ചെയ്യാം.

സി. കടുത്ത അച്ചടക്കലംഘനം. സ്വഭാവദൂഷ്യം, പാർട്ടി വിരുദ്ധപ്രവർത്തനം മുതലായവ കാരണം ഏതെങ്കിലും അംഗത്തെ ഭൂരിപക്ഷ തീരുമാനപ്രകാരം നീക്കിക്കളയാൻ സംസ്ഥാനക്കമ്മിറ്റിക്കും ജില്ലാക്കമ്മിറ്റിക്കും അധികാരമുണ്ട്.

3. *എ.* പ്രസ്ഥാനത്തിന്റെ ആവശ്യം കണക്കിലെടുത്ത് ഓരോ ജില്ലാക്കമ്മിറ്റിയുടെയും അധികാരപരിധി സംസ്ഥാനക്കമ്മിറ്റി നിശ്ചയിക്കുന്നതാണ്. അത് ഭരണനിർവ്വഹണത്തിനു വേണ്ടിയുള്ള ജില്ലാവിഭജനവുമായി ഒത്തിരിക്കണമെന്നില്ല.

ബി. പ്രാഥമിക ഘടകത്തിനും (ബ്രാഞ്ച്) ജില്ല അഥവാ പ്രദേശ (റീജിയണൽ) ഘടകത്തിനും ഇടയിൽ ഉണ്ടായിരിക്കേണ്ട വിവിധ പാർട്ടി ഘടകങ്ങളെക്കുറിച്ച് സംസ്ഥാനക്കമ്മിറ്റി തീരുമാനമെടുക്കുന്നതും അവയുടെ ഘടനയും പ്രവർത്തനവും സംബന്ധിച്ച് വേണ്ട നിബന്ധനകൾ ഉണ്ടാക്കുന്നതുമാണ്. കേന്ദ്രക്കമ്മിറ്റി ആവിഷ്കരിച്ച ചട്ടങ്ങൾ അനുസരിച്ചാണ് ഇതു ചെയ്യുക.

വകുപ്പ് 17

പ്രാഥമിക ഘടകം

1. *എ.* തൊഴിലിന്റെയോ വാസസ്ഥലത്തിന്റെയോ അടിസ്ഥാനത്തിൽ സംഘടിപ്പിക്കപ്പെടുന്ന പാർട്ടിബ്രാഞ്ചാണ് പാർട്ടിയുടെ പ്രാഥമിക ഘടകം.

ബി. ഫാക്ടറിയിലോ സ്ഥാപനത്തിലോ വ്യവസായത്തിലോ പണിയെടുക്കുന്ന പാർട്ടി അംഗങ്ങളെ അവരുടെ തൊഴിലിന്റെയോ ഉപജീവനമാർഗ്ഗത്തിന്റെയോ അടിസ്ഥാനത്തിലാണ് സംഘടിപ്പിക്കേണ്ടത്. അങ്ങനെയുള്ള ബ്രാഞ്ചുകൾ സംഘടിപ്പിച്ചാൽ അതിലെ അംഗങ്ങൾ അവർ താമസിക്കുന്ന സ്ഥലത്തെ ബ്രാഞ്ചിലെ സഹാംഗങ്ങളായിരിക്കും (അസോസിയേറ്റ് മെമ്പർ.) അല്ലാത്തപക്ഷം അവരെ അവിടെ സഹായക ബ്രാഞ്ചായി (ആക്സിലിയറി ബ്രാഞ്ച്) പ്രത്യേകം സംഘടിപ്പിക്കാം. താമസസ്ഥലത്ത് ഈ അംഗങ്ങൾക്ക് നൽകുന്ന പ്രവൃത്തികൾ ഫാക്ടറിയിലോ സ്ഥാപനത്തിലോ തൊഴിലിലോ ഉള്ള അടിസ്ഥാനഘടകങ്ങൾ ഏല്പിക്കുന്ന പ്രവൃത്തികൾക്ക് തകരാറുണ്ടാക്കാൻ പാടില്ല.

സി. ഒരു ബ്രാഞ്ചിൽ പതിനഞ്ച് അംഗങ്ങളിൽ കൂടുതലുണ്ടാവരുത്. ബ്രാഞ്ചിന്റെ പ്രവർത്തനങ്ങളും ബന്ധപ്പെട്ട മറ്റു കാര്യങ്ങളും സംസ്ഥാനക്കമ്മിറ്റി നിശ്ചയിക്കുന്നതാണ്.

2. പാർട്ടിയുടെ നേതൃത്വഘടകവും അതത് പ്രദേശത്തോ രംഗത്തോ ഉള്ള തൊഴിലാളികൾ, കൃഷിക്കാർ അഥവാ മറ്റു ജനവിഭാഗങ്ങൾ എന്നിവരുമായുള്ള സജീവബന്ധത്തിന്റെ കണ്ണിയാണ് പാർട്ടിബ്രാഞ്ച്.

അതിന്റെ ചുമതലകൾ താഴെ ചേർക്കുന്നു

എ. മേൽക്കമ്മിറ്റിയുടെ നിർദ്ദേശങ്ങൾ നടപ്പിലാക്കുക.

ബി. പാർട്ടിയുടെ രാഷ്ട്രീയവും സംഘടനാപരവുമായ തീരുമാനങ്ങൾക്കനുകൂലമായി ഫാക്ടറിയിലെയോ താമസസ്ഥലത്തെയോ ബഹുജനങ്ങളെ അണിനിരത്തുക.

സി. പുതിയ അംഗങ്ങളെ ചേർക്കുന്നതിനും അവരെ രാഷ്ട്രീയമായി പഠിപ്പിക്കുന്നതിനുമായി ഉശിരൻമാരെയും അനുഭാവികളെയും പ്രവർത്തനത്തിലേക്ക് ആകർഷിക്കുക.

ഡി. ദൈനംദിന സംഘടനാ പ്രവർത്തനങ്ങളിലും പ്രക്ഷോഭ പരിപാടികളിലും ജില്ലാ–പ്രാദേശിക–ടൗൺ കമ്മിറ്റികളെ സഹായിക്കുക.

3. ദൈനംദിന പ്രവർത്തനങ്ങൾ നടത്തുന്നതിനായി ബ്രാഞ്ച് ഒരു സെക്രട്ടറിയെ തിരഞ്ഞെടുക്കണം. ഈ തിരഞ്ഞെടുപ്പിന് അടുത്ത മേൽക്കമ്മിറ്റിയുടെ അംഗീകാരം ലഭിക്കണം.

വകുപ്പ് 18

കേന്ദ്ര–സംസ്ഥാന കൺട്രോൾ കമ്മീഷനുകൾ

1. അഞ്ചിൽ അധികരിക്കാത്ത അംഗങ്ങൾ അടങ്ങിയ ഒരു കേന്ദ്ര കൺട്രോൾ കമ്മീഷനെ പാർട്ടികോൺഗ്രസ് നേരിട്ട് തിരഞ്ഞെടുക്കും. കേന്ദ്ര കൺട്രോൾ കമ്മീഷന്റെ ചെയർമാൻ കേന്ദ്രക്കമ്മിറ്റിയുടെ അനൗദ്യോഗിക അംഗമായിരിക്കും.

2. താഴെ പറയുന്ന കേസുകളാണ് കൺട്രോൾ കമ്മീഷൻ പരിഗണിക്കുക:

എ. കേന്ദ്രക്കമ്മിറ്റിയോ പൊളിറ്റ് ബ്യൂറോയോ പരിശോധനക്ക് അയക്കുന്ന അച്ചടക്കനടപടി ഉൾക്കൊള്ളുന്ന കേസുകൾ.

ബി. സംസ്ഥാനക്കമ്മിറ്റികളെടുക്കുന്ന അച്ചടക്കനടപടിയിൻമേലുള്ള അപ്പീലുകൾ.

സി. പാർട്ടിയിൽനിന്ന് പുറന്തള്ളാനും സസ്പെൻഡ് ചെയ്യാനും പാർട്ടി അംഗത്വത്തിൽനിന്ന് ഒഴിവാക്കാനുമുള്ള തീരുമാനത്തിൻമേൽ സംസ്ഥാനക്കമ്മിറ്റിക്കോ സംസ്ഥാന കൺട്രോൾ കമ്മീഷനോ സമർപ്പിച്ച അപ്പീലുകൾ തള്ളിക്കളഞ്ഞതിനെത്തുടർന്ന് പരിഗണനക്ക് വരുന്ന കേസുകൾ.

3. കേന്ദ്ര കൺട്രോൾ കമ്മീഷന്റെ തീരുമാനം അന്തിമവും അംഗീകരിക്കേണ്ടതുമാണ്.

എന്നാൽ അസാധാരണ സന്ദർഭങ്ങളിൽ കേന്ദ്ര കൺട്രോൾ കമ്മീഷന്റെ തീരുമാനങ്ങൾ തടഞ്ഞുവയ്ക്കാനോ ഭേദഗതി ചെയ്യാനോ അസ്ഥിരപ്പെടുത്താനോ കേന്ദ്രകമ്മിറ്റിക്ക് കഴിയും. അത്തരം ഏതൊരു തീരുമാനത്തിനും കമ്മിറ്റിയിൽ പങ്കെടുത്ത് വോട്ട് ചെയ്യുന്ന മൂന്നിൽ രണ്ട് അംഗങ്ങളിൽ കുറയാത്ത ഭൂരിപക്ഷത്തിന്റെ പിന്തുണ ഉണ്ടായിരിക്കേണ്ടതാണ്. അത്തരം തീരുമാനങ്ങളെല്ലാം അടുത്ത അഖിലേന്ത്യാ പാർട്ടി കോൺഗ്രസിൽ റിപ്പോർട്ട് ചെയ്യേണ്ടതാണ്.

4. കേന്ദ്ര കൺട്രോൾ കമ്മീഷന്റെ പ്രവർത്തനത്തിനാധാരമായ ചട്ടങ്ങളുടെ വിശദാംശങ്ങൾ കമ്മീഷനുമായി കൂടിയാലോചിച്ചതിനുശേഷം കേന്ദ്രക്കമ്മിറ്റി തയ്യാറാക്കുന്നതാണ്.

5. എ. രണ്ട് പാർട്ടികോൺഗ്രസുകൾക്കിടയിൽ കേന്ദ്ര കൺട്രോൾ കമ്മീഷനിൽ ഒഴിവുവന്നാൽ അത് നികത്തുന്നതിനുള്ള അധികാരം കേന്ദ്രകമ്മിറ്റിക്കുണ്ടായിരിക്കും.

6. അച്ചടക്കനടപടിക്കേസുകൾ പരിഗണിക്കാൻ ഒരു സംസ്ഥാന കൺട്രോൾ കമ്മീഷനെ സംസ്ഥാന സമ്മേളനത്തിന് തിരഞ്ഞെടുക്കാവുന്നതാണ്. ഏത് സംസ്ഥാനത്തോ സംസ്ഥാനങ്ങളിലോ ആണോ കൺട്രോൾ കമ്മീഷൻ രൂപീകരിക്കുന്നത്, ആ കമ്മീഷന്റെ പ്രവർത്തനവും അധികാരവും കേന്ദ്ര കൺട്രോൾ കമ്മീഷന്റേതുപോലെതന്നെയായിരിക്കും. അതിന്റെ പരിധി, പക്ഷേ, ആ സംസ്ഥാനത്തിന്റെ നാലതിരുകൾക്കുള്ളിൽ ഒതുങ്ങിനിൽക്കുമെന്നുമാത്രം.

വകുപ്പ് 19
പാർട്ടി അച്ചടക്കം

1. പാർട്ടിയുടെ ഐക്യം നിലനിർത്തുന്നതിനും ശക്തിപ്പെടുത്തുന്നതിനും കരുത്തും സമരശേഷിയും പ്രസക്തിയും വർധിപ്പിക്കുന്നതിനും ജനാധിപത്യ കേന്ദ്രീകരണതത്വം നടപ്പിൽ വരുത്തുന്നതിനും അച്ചടക്കം അനുപേക്ഷണീയമാണ്. പാർട്ടി അച്ചടക്കം കർശനമായി പാലിക്കാതെ സമരത്തിലും പ്രവർത്തനത്തിലും ബഹുജനങ്ങളെ നയിക്കാനോ അവരോടുള്ള ഉത്തരവാദിത്വം നിർവഹിക്കാനോ പാർട്ടിക്ക് കഴിയുകയില്ല.

2. പാർട്ടി ലക്ഷ്യങ്ങളും പരിപാടിയും നയങ്ങളും ബോധപൂർവം അംഗീകരിക്കുന്നതിൽ അധിഷ്ഠിതമാണ് പാർട്ടി അച്ചടക്കം. പൊതുജീ

വിതത്തിലോ പാർട്ടിസംഘടനയിലോ സ്ഥാനമെന്തുതന്നെയായാലും പാർട്ടി അംഗങ്ങളെല്ലാം ഒരുപോലെ പാർട്ടി അച്ചടക്കത്തിന് വിധേയരാണ്.

3. പാർട്ടി ഭരണഘടനയെയും തീരുമാനങ്ങളെയും ലംഘിക്കുകയോ പാർട്ടി അംഗങ്ങൾക്ക് യോജിക്കാത്തവിധം പ്രവർത്തിക്കുകയോ പെരുമാറുകയോ ചെയ്യുന്നത് പാർട്ടി അച്ചടക്കത്തിന്റെ ലംഘനമായി കണക്കാക്കുന്നതും അച്ചടക്കനടപടിക്ക് വിധേയമാകുന്നതുമാണ്.

4. അച്ചടക്കനടപടികൾ താഴെപ്പറയുന്നവയാണ്.

എ. താക്കീത്

ബി. ശാസന (സെൻഷർ)

സി. പരസ്യശാസന

ഡി. പാർട്ടിയിൽ വഹിക്കുന്ന സ്ഥാനത്തുനിന്ന് നീക്കം ചെയ്യൽ.

ഇ. ഒരു കൊല്ലത്തിൽ കവിയാത്ത ഏതെങ്കിലും കാലയളവിലേക്ക് പൂർണ അംഗത്വം സസ്പെൻഡ്ചെയ്യൽ.

എഫ്. പാർട്ടിയിൽനിന്നു പുറന്തള്ളൽ.

5. പാർട്ടി സഖാക്കളുടെ തെറ്റ് തിരുത്താൻ ഉപദേശപ്രേരണകൾ ഉൾപ്പെടെ മറ്റ് മാർഗ്ഗങ്ങൾ പരാജയപ്പെടുമ്പോഴേ സാധാരണയായി അച്ചടക്കനടപടി എടുക്കാറുള്ളു. അച്ചടക്കനടപടി എടുത്തശേഷം സഖാക്കളെക്കൊണ്ട് അവരുടെ തെറ്റ് തിരുത്തിക്കാൻ സഹായകമായ ശ്രമങ്ങൾ തുടരേണ്ടതാണ്. പാർട്ടി താൽപര്യങ്ങളും പാർട്ടിയുടെ പ്രശസ്തിയും സംരക്ഷിക്കുന്നതിന് ഉടനടി അച്ചടക്കനടപടി കൈക്കൊള്ളേണ്ട രീതിയിലുള്ളതാണ് അച്ചടക്കലംഘനമെങ്കിൽ ഒട്ടുംതന്നെ വൈകാതെ അച്ചടക്കനടപടി എടുക്കേണ്ടതാണ്.

6. അച്ചടക്കനടപടികളിൽവെച്ച് ഏറ്റവും കടുത്തതാണ് പാർട്ടിയിൽനിന്ന് പുറന്തള്ളൽ. അങ്ങേയറ്റത്തെ അവധാനതയോടും പര്യാലോചനയോടും ന്യായാന്യായ വിവേചനത്തോടും കൂടിയേ അത് പ്രയോഗിക്കാവു.

7. പാർട്ടിയിൽനിന്ന് പുറന്തള്ളുക. അന്വേഷണവിധേയമായിട്ടല്ലാതെ പൂർണ്ണ അംഗത്വത്തിൽനിന്ന് സസ്പെൻഡ് ചെയ്യുക, പാർട്ടിയിൽ വഹിക്കുന്ന സ്ഥാനത്തുനിന്ന് നീക്കംചെയ്യുക എന്നീ അച്ചടക്കനടപടികൾ തൊട്ടടുത്ത മേൽക്കമ്മിറ്റിയുടെ തീരുമാനം വരുന്നതുവരെ പ്രാബല്യത്തിൽ വരുത്താവുന്നതല്ല. പുറത്താക്കിയ അംഗത്തെ സംബന്ധിച്ചിടത്തോളം തീരുമാനം വരുന്നതു വരെ എല്ലാ പാർട്ടി പ്രവർത്തനങ്ങളിൽനിന്നും ഒഴിച്ചുനിർത്താവുന്നതാണ്. മേൽക്കമ്മി റ്റിയുടെ അംഗീകാരം ലഭിക്കുന്നതുവരെയുള്ള കാലയളവിൽ പുറത്താക്കപ്പെട്ട അംഗത്തെ പാർട്ടി അംഗത്വത്തിൽനിന്ന് സസ്പെൻഡ് ചെയ്യപ്പെട്ടതായി കണക്കാക്കണം. ഉപരിക്കമ്മിറ്റി അതിന്റെ തീരുമാനം ആറുമാസത്തിനകം അറിയിച്ചിരിക്കണം.

8. ഒരു പാർട്ടി അംഗത്തിനെതിരായി അച്ചടക്കനടപടിയെടുക്കാനുദ്ദേശിക്കുമ്പോൾ അയാളുടെ പേരിലുള്ള ആരോപണങ്ങളും കുറ്റങ്ങളും ബന്ധപ്പെട്ട മറ്റ് വസ്തുതകളും അയാളെ പൂർണ്ണമായി അറിയിക്കേണ്ടതാണ്. ശിക്ഷണനടപടിക്ക് നിർദ്ദേശിക്കപ്പെട്ട ഏതൊരാൾക്കും തന്റെ

ഘടകത്തിൽ നേരിട്ട് ഹാജരായി പറയാനും നടപടി എടുക്കുന്നത് മറ്റേതെങ്കിലും ഘടകമാണെങ്കിൽ തന്റെ വിശദീകരണം അതിനു മുമ്പിൽ സമർപ്പിക്കാനും അവകാശമുണ്ട്.

9. ഏതെങ്കിലും പാർട്ടി അംഗം ഒരേസമയം രണ്ട് ഘടകത്തിൽ അംഗമാണെങ്കിൽ അയാൾക്കെതിരായി അച്ചടക്കനടപടി ശുപാർശ ചെയ്യാൻ കീഴ്ഘടകത്തിന് അവകാശമുണ്ടായിരിക്കുമെങ്കിലും മേൽഘടകത്തിന്റെ അംഗീകാരമില്ലാതെ അത് നടപ്പിൽ വരികയില്ല.

10. ഏതെങ്കിലും പാർട്ടി അംഗം പണിമുടക്ക് പൊളിപ്പനോ മദ്യപാനിയോ സാൻമാർഗികമായി അധഃപതിച്ചവനോ പാർട്ടി രഹസ്യം പുറത്തുവിടുന്നവനോ ഗുരുതരമായി സാമ്പത്തിക അഴിമതി നടത്തുന്നവനോ ആണെന്നുകണ്ടാൽ, കുറ്റപത്രം നൽകി വിശദീകരണം വരുത്തുന്നതുവരെ അയാളുടെ ഘടകമോ മറ്റേതെങ്കിലും ഉപരിഘടകമോ അയാളെ ഉടനടി സസ്പെൻഡ് ചെയ്ത് ഉത്തരവാദപ്പെട്ട എല്ലാ സ്ഥാനങ്ങളിൽനിന്നും നീക്കം ചെയ്യേണ്ടതാണ്. ഉടനടി സസ്പെൻഡ് ചെയ്യുകയും പാർട്ടിയിലെ ഉത്തരവാദപ്പെട്ട എല്ലാ സ്ഥാനങ്ങളിൽ നിന്നും നീക്കം ചെയ്യുകയും ചെയ്യുകയെന്ന ഈ നടപടി മൂന്നുമാസത്തിലധികം നീട്ടിക്കൊണ്ടുപോകാൻ പാടില്ല.

11. എല്ലാ അച്ചടക്കനടപടികൾക്കും എതിരായി അപ്പീൽകൊടുക്കാൻ അംഗങ്ങൾക്ക് അവകാശമുണ്ട്.

12. പാർട്ടി തീരുമാനങ്ങളെയും നയങ്ങളെയും ആവർത്തിച്ച് ധിക്കരിക്കുക, ഗുരുതരമായ കക്ഷിവഴക്കുകൾ ഉണ്ടാക്കുക, പാർട്ടിഅച്ചടക്കം ലംഘിക്കുക എന്നീ കുറ്റങ്ങൾ ചെയ്യുന്ന കീഴ്ക്കമ്മിറ്റികളെ പിരിച്ചുവിട്ട് ആ സ്ഥാനങ്ങളിൽ പുതിയ കമ്മിറ്റികളെ നിയമിക്കാനും കീഴ്ക്കമ്മിറ്റികൾക്കെതിരായി അച്ചടക്കനടപടി എടുക്കാനും കേന്ദ്ര-സംസ്ഥാന -ജില്ലാക്കമ്മിറ്റികൾക്ക് അധികാരമുണ്ട്. എന്നാൽ സംസ്ഥാന-ജില്ലാക്കമ്മിറ്റികൾ അത്തരം നടപടി ഉടനെ തന്നെ മേൽക്കമ്മിറ്റിക്ക് യുക്തമെന്നുതോന്നുന്ന നടപടി എടുക്കാനായി റിപ്പോർട്ട് ചെയ്യേണ്ടതാണ്.

13. ഗുരുതരമായ പാർട്ടിവിരുദ്ധപ്രവർത്തനത്തിന് പാർട്ടി അംഗങ്ങളെ അടിയന്തര നടപടിക്രമമനുസരിച്ച് പുറന്തള്ളാനുള്ള അധികാരം സ്വന്തം വിവേചനപ്രകാരം അസാധാരണ സന്ദർഭങ്ങളിൽ പാർട്ടിക്കമ്മിറ്റികൾക്ക് പ്രയോഗിക്കാവുന്നതാണ്.

വകുപ്പ് 20

തിരഞ്ഞെടുത്ത പൊതുസ്ഥാപനങ്ങളിലെ പാർട്ടിഅംഗങ്ങൾ

1. പാർലമെന്റ്, സംസ്ഥാന നിയമസഭ, പ്രാദേശിക ഭരണ സമിതി എന്നിവയിലേക്ക് തിരിഞ്ഞെടുക്കപ്പെട്ട പാർട്ടി അംഗങ്ങൾ ഒരു പാർട്ടി ഗ്രൂപ്പായി സംഘടിച്ച് തക്കതായ പാർട്ടിക്കമ്മിറ്റിയുടെ കീഴിൽ പാർട്ടിയുടെ ലൈനും നയങ്ങളും നിർദ്ദേശങ്ങളും കൃത്യമായി അനുസരിച്ച് പ്രവർത്തിക്കണം.

2. കമ്യൂണിസ്റ്റ് നിയമസഭാ സാമാജികർ അടിപതറാതെ ജനങ്ങളെ സേവിക്കണം. നിയമസഭയിലെ പ്രവർത്തനത്തിലൂടെ അവർ പ്രസ്ഥാ

നത്തെ പ്രതിഫലിപ്പിക്കുകയും പാർട്ടിയുടെ നയങ്ങൾ ഉയർത്തിപ്പിടിക്കുകയും ജനങ്ങളുടെ ഇടയിൽ പാർട്ടിനയങ്ങൾ പ്രചരിപ്പിക്കുകയും വേണം.

കമ്യൂണിസ്റ്റ് നിയമനിർമ്മാതാക്കളുടെ നിയമനിർമ്മാണപ്രവർത്തനത്തോട് പുറത്തുള്ള പാർട്ടിപ്രവർത്തനവും ബഹുജനപ്രസ്ഥാനവും അടുപ്പിച്ച് കൂട്ടിയിണക്കണം. പാർട്ടിയും ബഹുജനപ്രസ്ഥാനങ്ങളും കെട്ടിപ്പടുക്കാൻ സഹായിക്കുക എന്നത് എല്ലാ കമ്യൂണിസ്റ്റ് പ്രതിനിധികളുടെയും കടമയാണ്.

3. കമ്യൂണിസ്റ്റ് ജനപ്രതിനിധികൾ സമ്മതിദായകരും ബഹുജനങ്ങളുമായി കഴിയുന്നത്ര അടുത്ത ബന്ധം നിലനിർത്തുകയും തങ്ങളുടെ നിയമസഭാപ്രവർത്തനങ്ങളെപ്പറ്റി അവരെ നിരന്തരം അറിയിച്ചുകൊണ്ടിരിക്കുകയും അവരുടെ ഉപദേശനിർദ്ദേശങ്ങൾ എപ്പോഴും തേടിക്കൊണ്ടിരിക്കുകയും വേണം.

4. കമ്യൂണിസ്റ്റ് നിയമസഭാസാമാജികർ ഉയർന്ന നിലവാരത്തിൽ വ്യക്തിപരമായ സത്യസന്ധത പുലർത്തുകയും അനാഡംബരജീവിതം നയിക്കുകയും ജനങ്ങളുമായുള്ള എല്ലാ ഇടപാടുകളിലും ബന്ധങ്ങളിലും വിനയാന്വിതരായിരിക്കുകയും തന്നിലുപരിയായി പാർട്ടിയെ കണക്കാക്കുകയുംവേണം.

5. കമ്യൂണിസ്റ്റ് ജനപ്രതിനിധികൾക്കും പ്രാദേശിക ഭരണസമിതി അംഗങ്ങൾക്കും കിട്ടുന്ന ശമ്പളവും അലവൻസുകളും പാർട്ടിയുടെ പണമായി കണക്കാക്കേണ്ടതാണ്. ഈ അംഗങ്ങളുടെ വേതനവും അലവൻസും ബന്ധപ്പെട്ട പാർട്ടിക്കമ്മിറ്റികൾ നിശ്ചയിക്കുന്നതാണ്.

6. കോർപ്പറേഷനുകൾ മുനിസിപ്പാലിറ്റികൾ, ടൗൺ അഥവാ പ്രാദേശിക കമ്മിറ്റികൾ, ജില്ലാപരിഷത്തുകൾ ബ്ലോക്ക്സമിതികൾ, ഗ്രാമപഞ്ചായത്തുകൾ എന്നിവയിലേക്ക് തിരഞ്ഞെടുക്കുന്ന കമ്യൂണിസ്റ്റ് പാർട്ടി അംഗങ്ങൾ തക്കതായ പാർട്ടി കമ്മിറ്റിയുടെയോ ബ്രാഞ്ചിന്റെയോ കീഴിൽ പ്രവർത്തിക്കണം.

അവർ താന്താങ്ങളുടെ സമ്മതിദായകരും ബഹുജനങ്ങളുമായി അടുത്ത ദൈനംദിന ബന്ധം പുലർത്തുകയും തിരഞ്ഞെടുക്കപ്പെട്ട ഈ സമിതികളിൽ ബഹുജനങ്ങളുടെ താൽപര്യസംരക്ഷണത്തിനു വേണ്ടി പ്രവർത്തിക്കുകയും വേണം. ഈ പ്രതിനിധികൾ തങ്ങളുടെ പ്രവർത്തനത്തെപ്പറ്റി സമ്മതിദായകർക്കും ജനങ്ങൾക്കും പതിവായി റിപ്പോർട്ടു ചെയ്യുകയും അവരുടെ ഉപദേശ നിർദേശങ്ങൾ തേടുകയും വേണം. ഈ പ്രാദേശിക സമിതിക്കകത്തുള്ള പ്രവർത്തനത്തെ പുറത്തുള്ള ഉശിരൻ ബഹുജനപ്രവർത്തനവുമായി കൂട്ടിയിണക്കണം.

7. പാർലമെന്റ്, സംസ്ഥാന നിയമസഭകൾ, സംസ്ഥാന കൗൺസിലുകൾ കേന്ദ്രഭരണപ്രാദേശികസമിതികൾ എന്നിവയിലേക്കുള്ള തിരഞ്ഞെടുപ്പുകളിൽ സ്ഥാനാർഥികളുടെ നാമനിർദ്ദേശം കേന്ദ്രക്കമ്മിറ്റിയുടെ അംഗീകാരത്തിന് വിധേയമാണ്.

കോർപ്പറേഷനുകൾ, മുനിസിപ്പാലിറ്റികൾ, ജില്ലാസമിതികൾ, പ്രാദേശികസമിതികൾ, പഞ്ചായത്തുകൾ മുതലായവയിലേക്ക് പാർട്ടി സ്ഥാനാർഥികളെ നാമനിർദ്ദേശം ചെയ്യുന്നത് സംബന്ധിച്ച ചട്ടങ്ങൾ സംസ്ഥാനക്കമ്മിറ്റികൾ എഴുതിയുണ്ടാക്കുന്നതാണ്.

വകുപ്പ് 20 എ

ഇന്ത്യൻ കമ്യൂണിസ്റ്റ് പാർട്ടി(മാർക്സിസ്റ്റ്)ക്ക് വ്യവസ്ഥാപിതമായ ഇന്ത്യൻ ഭരണഘടനയോട് കൂറും സോഷ്യലിസം, മതനിരപേക്ഷത, ജനാധിപത്യം എന്നീ തത്വങ്ങളിൽ വിശ്വാസവുമുണ്ടായിരിക്കും. ഇന്ത്യയുടെ പരമാധികാരം, ഐക്യം, അഖണ്ഡത എന്നിവക്കുവേണ്ടി പാർട്ടി നിലകൊള്ളും.

വകുപ്പ് 21
ഉൾപ്പാർട്ടി ചർച്ചകൾ

1. പാർട്ടിയിലാകെ വിവിധ ഘടകങ്ങളിലും സംഘടനകളിലും പാർട്ടി നയത്തെപ്പറ്റി സ്വതന്ത്രവും കാര്യമാത്രപ്രസക്തവുമായ ചർച്ചകൾ നടത്തുന്നത് പാർട്ടിയെ ഏകീകരിക്കുന്നതിന് പ്രയോജനപ്രദവും ആവശ്യവുമാണ്.

പാർട്ടി അംഗങ്ങളെ സംബന്ധിച്ചിടത്തോളം ഇത് ഉൾപ്പാർട്ടി ജനാധിപത്യത്തിൽനിന്ന് ഉത്ഭവിക്കുന്ന ഒഴിവാക്കാനാവാത്ത അവകാശമാണ്. എന്നാൽ പാർട്ടി ഐക്യത്തെയും കർമ്മശക്തിയെയും മരവിപ്പിക്കുംവിധം പാർട്ടിനയങ്ങളെപ്പറ്റി അനന്തമായി ചർച്ച നടത്തുന്നത് ഉൾപ്പാർട്ടി ജനാധിപത്യത്തെ അങ്ങേയറ്റം ദുരുപയോഗപ്പെടുത്തലാണ്.

2. അഖിലേന്ത്യാതോതിൽ ഉൾപ്പാർട്ടിചർച്ചകൾ താഴെ പറയുന്ന അവസരങ്ങളിൽ കേന്ദ്രക്കമ്മിറ്റി സംഘടിപ്പിക്കുന്നതാണ്.

എ. അത് ആവശ്യമാണെന്ന് കേന്ദ്രക്കമ്മിറ്റി പരിഗണിക്കുമ്പോൾ,

ബി. പ്രധാനപ്പെട്ട ഏതെങ്കിലും പാർട്ടി നയപ്രശ്നത്തെ സംബന്ധിച്ച് കേന്ദ്രക്കമ്മിറ്റിയിൽവേണ്ടത്ര ഉറച്ച ഭൂരിപക്ഷം ഇല്ലാതാകുമ്പോൾ,

സി. ആകെ മൂന്നിൽ ഒരു ഭാഗം അംഗങ്ങളുടെ പ്രാതിനിധ്യം ഉള്ള സംസ്ഥാനക്കമ്മിറ്റികൾ അഖിലേന്ത്യാതോതിൽ ഉൾപ്പാർട്ടി ചർച്ച ആവശ്യപ്പെടുമ്പോൾ.

3. ഏതെങ്കിലും സംസ്ഥാനത്തെ മാത്രം ബാധിക്കുന്ന ഒരു പ്രധാനപ്പെട്ട പാർട്ടി നയപ്രശ്നത്തെക്കുറിച്ച് അവിടത്തെ സംസ്ഥാനകമ്മിറ്റിക്ക് സ്വയം മുൻകൈ എടുത്തോ സംസ്ഥാനത്തെ പാർട്ടി അംഗങ്ങളിൽ മൂന്നിൽ ഒരുഭാഗത്തെ പ്രതിനിധീകരിക്കുന്ന ജില്ലാക്കമ്മിറ്റിയുടെ ആവശ്യമനുസരിച്ചോ കേന്ദ്രകമ്മിറ്റിയുടെ അംഗീകാരത്തോടുകൂടി ഉൾപ്പാർട്ടി ചർച്ച സംഘടിപ്പിക്കാവുന്നതാണ്.

4. ഉൾപ്പാർട്ടിചർച്ച കേന്ദ്രക്കമ്മിറ്റിയുടെ മാർഗനിർദ്ദേശത്തോടെ ആണ് നടത്തേണ്ടത്. ചർച്ചക്കുള്ള വിഷയങ്ങൾക്ക് കേന്ദ്രകമ്മിറ്റി രൂപം കൊടുക്കുന്നതായിരിക്കും. ചർച്ച നയിക്കുന്ന കേന്ദ്രക്കമ്മിറ്റി ചർച്ചയുടെ സമ്പ്രദായവും നിശ്ചയിക്കുന്നതാണ്.

സംസ്ഥാനക്കമ്മിറ്റിയുടെ നേതൃത്വത്തിൽ ഉൾപ്പാർട്ടിചർച്ച ആരംഭിക്കുമ്പോൾ അതിലെ പ്രശ്നങ്ങൾ രൂപംകൊടുത്ത് തിട്ടപ്പെടുത്തുകയും ചർച്ചനടത്തേണ്ട രീതി നിർണ്ണയിക്കുകയും ചെയ്യുന്നത് ആ കമ്മിറ്റിതന്നെ ആയിരിക്കണം. അതിനെല്ലാം കേന്ദ്രക്കമ്മിറ്റിയുടെ അംഗീകാരവും വേണം.

വകുപ്പ് 22
പാർട്ടി കോൺഗ്രസുകൾക്കും സമ്മേളനങ്ങൾക്കും മുന്നോടിയായ ചർച്ച

1. പാർട്ടികോൺഗ്രസിന് രണ്ടുമാസംമുമ്പ് എല്ലാ പാർട്ടി ഘടകങ്ങളുടെയും ചർച്ചക്കുള്ള കരടുപ്രമേയം കേന്ദ്രക്കമ്മിറ്റി വിതരണം ചെയ്യുന്നതാണ്. സംസ്ഥാനക്കമ്മിറ്റികൾ ഇവയെ എത്രയും വേഗം അതത് ഭാഷകളിലേക്ക് തർജുമ ചെയ്ത് ആവശ്യമായ കോപ്പികൾ തയ്യാറാക്കി എല്ലാ ബ്രാഞ്ചുകൾക്കും ലഭ്യമാക്കേണ്ടതാണ്. പ്രമേയങ്ങൾക്കുള്ള ഭേദഗതികൾ കേന്ദ്രക്കമ്മിറ്റിക്ക് നേരിട്ട് അയച്ചുകൊടുക്കണം. അവയെപ്പറ്റിയുള്ള റിപ്പോർട്ട് കേന്ദ്രക്കമ്മിറ്റി പാർട്ടി കോൺഗ്രസിന്റെ മുമ്പാകെ സമർപ്പിക്കുന്നതാണ്.

2. എല്ലാ നിലവാരത്തിലും അതത് കമ്മിറ്റികൾ അവതരിപ്പിക്കുന്ന റിപ്പോർട്ടുകളുടെയും പ്രമേയങ്ങളുടെയും അടിസ്ഥാനത്തിൽ സമ്മേളനങ്ങൾ ചേരുന്നതാണ്.

വകുപ്പ് 23
ബഹുജനസംഘടനകളിൽ പ്രവർത്തിക്കുന്ന പാർട്ടി അംഗങ്ങൾ

ബഹുജനസംഘടനകളിലും അവയുടെ നിർവാഹകസമിതികളിലും പ്രവർത്തിക്കുന്ന പാർട്ടിഅംഗങ്ങൾ, ഫ്രാക്ഷനുകൾ രൂപീകരിച്ച് തക്കതായ പാർട്ടി കമ്മിറ്റികളുടെ നിർദ്ദേശാനുസരണം പ്രവർത്തിക്കേണ്ടതാണ്. ബന്ധപ്പെട്ട ബഹുജനസംഘടനകളുടെ ഐക്യവും ബഹുജനാടിസ്ഥാനവും സമരശേഷിയും ശക്തിപ്പെടുത്താൻ അവർ നിരന്തരം പ്രയത്നിക്കേണ്ടതാണ്.

വകുപ്പ് 24
ഉപനിയമാവലി

പാർട്ടിഭരണഘടനക്കു വിധേയവും അനുയോജ്യവുമായവിധം ചട്ടങ്ങളും ഉപനിയമാവലികളും നിർമ്മിക്കാൻ കേന്ദ്രക്കമ്മിറ്റിക്ക് അധികാരമുണ്ട്. പാർട്ടിഭരണഘടനക്ക് വിധേയവും അനുയോജ്യവുമായ വിധത്തിൽ സംസ്ഥാനക്കമ്മിറ്റികൾക്കും ചട്ടങ്ങളും ഉപനിയമാവലികളും ഉണ്ടാക്കാം. അതിന് കേന്ദ്രക്കമ്മിറ്റിയുടെ സ്ഥിരീകരണം ലഭിക്കണം.

വകുപ്പ് 25
ഭേദഗതി

പാർട്ടി കോൺഗ്രസ് മാത്രമെ പാർട്ടിഭരണഘടന ഭേദഗതിചെയ്യാൻ പാടുള്ളു. പാർട്ടിഭരണഘടനക്ക് ഭേദഗതികൾ നിർദ്ദേശിച്ചുകൊണ്ടുള്ള നോട്ടീസ് പാർട്ടികോൺഗ്രസിന് രണ്ടു മാസം മുമ്പേ കൊടുത്തിരിക്കണം.

പാർട്ടി ഭരണഘടനാനുസൃതമായ ചട്ടങ്ങൾ (1988 ഏപ്രിൽ 8–10 തീയതികളിൽ ചേർന്ന കേന്ദ്രക്കമ്മിറ്റി അംഗീകരിച്ച ഭേദഗതികൾ)

വകുപ്പ് 4 ഉപവകുപ്പ് (10)

അംഗത്വം

ഒരു ഘടകത്തിൽനിന്ന് മറ്റൊന്നിലേക്കോ ഒരു സംസ്ഥാനത്തുനിന്ന് മറ്റൊരു സംസ്ഥാനത്തേക്കോ അംഗങ്ങളെ മാറ്റുന്നതിനെ സംബന്ധിച്ച്

വിശദീകരണം: പ്രായോഗികമായി എല്ലാ സംസ്ഥാനാന്തര മാറ്റങ്ങളും നടപ്പാക്കുന്നത് കേന്ദ്രക്കമ്മിറ്റിയാണെങ്കിൽത്തന്നെയും സാധാരണയായി നൽകിവരാറുള്ള വിവരങ്ങൾ അപര്യാപ്തമാണ്. ഒരു സഖാവിനെ ഒരു സംസ്ഥാനത്തുനിന്ന് മറ്റൊന്നിലേക്ക് മാറ്റാൻ ആവശ്യപ്പെടുമ്പോൾ ഓരോ തലത്തിലുമുള്ള ഓരോ പാർട്ടിഅംഗത്തെയും സംബന്ധിച്ചുള്ള വിവരങ്ങൾ സൂക്ഷിക്കാൻ സഹായകമായ തരത്തിൽ താഴെ പറയുന്ന കാര്യങ്ങൾ വ്യക്തമാക്കിയിരിക്കേണ്ടതാണ്. സംസ്ഥാനത്തിനുള്ളിൽ വരുത്തുന്ന മാറ്റങ്ങൾക്കും ഇത് ബാധകമായിരിക്കും.

ചട്ടം: അംഗത്വമാറ്റം

1. സ്ഥലംമാറ്റത്തിനപേക്ഷിച്ചുകൊണ്ടുള്ള കത്തിനോടൊപ്പം താഴെ പറയുന്ന വിവരങ്ങൾ നൽകിയിരിക്കണം.

- സഖാവിന്റെ പേര്
- വയസ്സ്
- പാർട്ടിയിൽ ചേർന്ന വർഷം
- ഏത് ഘടകത്തിലായിരുന്നു
- പ്രവർത്തിച്ച ബഹുജനസംഘടന
- പ്രതിമാസ ലെവിയും, എന്നുവരെ അടച്ചിട്ടുണ്ടെന്നും
- അച്ചടക്കനടപടിരേഖകൾ വല്ലതുമുണ്ടെങ്കിൽ
- ഏത് സംസ്ഥാനത്തുനിന്നാണ് മാറ്റം
- ഏത് സംസ്ഥാനത്തേക്ക്
- അംഗത്വം പുതുക്കിയ വർഷം
- ബന്ധപ്പെടാൻ കഴിയുന്ന മേൽവിലാസം

അനുഭാവിഗ്രൂപ്പുകൾ

(വിശദീകരണം: ബഹുജനസമരങ്ങളിലൂടെ മുന്നോട്ടുവരുന്ന സമരധീരരായവരെ അനുഭാവിഗ്രൂപ്പുകളിൽ ഉൾപ്പെടുത്തി പരിശീലനം നൽകി പഠിപ്പിച്ച് പാർട്ടി അംഗങ്ങളായി ചേർക്കുന്നതിന് പ്രാപ്തരാക്കണമെന്ന് സൽക്കിയാ പ്ലീനം നിശ്ചയിച്ചിരുന്നതാണ്. താഴെ വിവരിക്കുന്ന ചട്ടങ്ങൾ ഉൾപ്പെടുത്തിയിരിക്കുന്നത് ഇതിനുവേണ്ടിയാണ്.)

2. ബഹുജനപ്രക്ഷോഭങ്ങളിലൂടെയും ബഹുജന സംഘടനകളിലൂടെയും മുന്നോട്ടുവരുന്ന സമരധീരരായ സജീവ പ്രവർത്തകരെ അനുഭാവിഗ്രൂപ്പുകളായി സംഘടിപ്പിക്കാൻ വേണ്ട നടപടികൾ പാർട്ടി ഘടകങ്ങൾ കൈക്കൊള്ളേണ്ടതാണ്.

3. ഇങ്ങനെ സംഘടിപ്പിക്കപ്പെടുന്ന അനുഭാവിഗ്രൂപ്പുകളിലെ അംഗങ്ങളെ ഉചിതമായ സമയപരിധിക്കുള്ളിൽ പാർട്ടിയിൽ സ്ഥാനാർഥി അംഗങ്ങളായി ചേരുന്നതിന് പ്രാപ്തരാക്കാൻ പര്യാപ്തമായ വിധത്തിൽ പാർട്ടി പരിപാടിയെയും പാർട്ടിയുടെ അടിസ്ഥാനനയസമീപനങ്ങളെയും സംബന്ധിച്ച് വിദ്യാഭ്യാസവും പരിശീലനവും നൽകുന്നതിനുള്ള സംവിധാനങ്ങളും പാർട്ടിക്കമ്മിറ്റികൾ ഉണ്ടാക്കേണ്ടതാണ്.

വകുപ്പ് 6

പാർട്ടി അംഗത്വരേഖകൾ

ചട്ടം: പാർട്ടി അംഗത്വരേഖകൾ ജില്ലാക്കമ്മിറ്റികളുടെ ചുമതലയിൽ സൂക്ഷിക്കേണ്ടതാണെന്നാണ് ഭരണഘടന വ്യവസ്ഥ ചെയ്തിട്ടുള്ളത്. രേഖകളുടെ അധികൃതമായ അസലിന്റെ സൂക്ഷിപ്പും അവയുടെ പ്രാമാണികതയെ സംബന്ധിച്ച അവസാനതീർപ്പും ജില്ലാക്കമ്മിറ്റിയുടെതായിരിക്കുമെങ്കിലും സംസ്ഥാനക്കമ്മിറ്റി തീരുമാനിക്കുകയാണെങ്കിൽ രേഖകൾ സൂക്ഷിക്കുന്ന ചുമതല ജില്ലാക്കമ്മിറ്റിക്ക് താഴെയുള്ള പ്രാദേശിക കമ്മിറ്റികളെ ഏൽപ്പിക്കാവുന്നതാണ്.

വകുപ്പ് 7

പാർട്ടി അംഗത്വപരിശോധന

(വിശദീകരണം: ഉപവകുപ്പ് (1) ൽ ശരിയായ കാരണം കൂടാതെ തുടർച്ചയായി കുറേക്കാലത്തേക്ക് പാർടി ജീവിതത്തിലും പ്രവർത്തനത്തിലും പങ്കെടുക്കാതിരിക്കുകയോ വരിസംഖ്യ മുതലായവ കൊടുക്കാതിരിക്കുകയോ ചെയ്യുന്ന ഏതൊരാളെയും പാർട്ടി അംഗത്വത്തിൽനിന്ന് തള്ളിക്കളയാവുന്നതാണെന്ന് വ്യവസ്ഥ ചെയ്തിട്ടുണ്ട്. ഭരണഘടനയിൽ പറഞ്ഞ മതിയായ കാരണങ്ങൾ കൂടാതെയുള്ള സ്വേച്ഛാപരമായ നീക്കം ചെയ്യലുകൾ ഉണ്ടാകാതിരിക്കുന്നതിന് ഉറപ്പുവരുത്താനാണിത്. ഇക്കാര്യത്തിൽ അനുവർത്തിക്കേണ്ട നടപടികളെ സംബന്ധിച്ച് വ്യക്തമായ ചില ചട്ടങ്ങൾ ആവശ്യമാണ്.)

ചട്ടങ്ങൾ

1. ഏതെങ്കിലും ഒരംഗത്തെ ഘടകം ഒഴിവാക്കാൻ ആഗ്രഹിക്കുന്നുണ്ടെങ്കിൽ ആ അംഗത്തിന് സ്വന്തം നിലപാട് വിശദീകരിക്കാൻ അവസരം നൽകിയതിനുശേഷം മാത്രമേ അപ്രകാരം ചെയ്യാൻ പാടുള്ളൂ. ഒഴിവാക്കാനുള്ള തീരുമാനം തൊട്ടു ഉപരിക്കമ്മിറ്റിയെ രേഖാമൂലമായി അറിയിക്കേണ്ടതാണ്.

2. അംഗത്വമംഗീകരിച്ച് രജിസ്റ്റർ തയ്യാറാക്കുന്ന അവസരത്തിൽ ഒഴിവാക്കപ്പെട്ട അംഗങ്ങളുടെ ലിസ്റ്റ് പരിശോധിച്ച് ഉപരിക്കമ്മിറ്റി സ്വന്തം അഭിപ്രായം രേഖപ്പെടുത്തേണ്ടതാണ്.

3. പാർട്ടി അംഗത്വം നൽകപ്പെട്ടവർ, അംഗത്വത്തിൽനിന്ന് പൊഴിഞ്ഞുപോയവർ, സ്ഥലം മാറ്റപ്പെട്ടവർ, പാർടി അംഗത്വഘടന എന്നീ വിശദവിവരങ്ങൾ ഉൾക്കൊള്ളുന്ന പുതുക്കൽറിപ്പോർട്ട് ബന്ധപ്പെട്ട കമ്മിറ്റിതൊട്ട് ഉപരിക്കമ്മിറ്റിക്ക് സമർപ്പിക്കേണ്ടതാണ്.

4. അംഗത്വം പുതുക്കുന്നതിന് ഓരോ അംഗവും വർഷംതോറും വയസ്സ്, പാർട്ടിയിൽ ചേർന്ന വർഷം, വരുമാനം, പ്രവർത്തിക്കുന്ന മുന്നണി തുടങ്ങിയ അടിസ്ഥാനപരമായ വിവരങ്ങൾ ഉൾപ്പെടുന്ന ഫോറം പൂരിപ്പിച്ച് നൽകേണ്ടതാണ്.

5. അംഗത്വഫീസിനുള്ള രസീത് അംഗത്തിന് നൽകിയിരിക്കേണ്ടതാണ്.

6. പാർട്ടി അംഗത്വത്തിൽ നിന്നും ഒഴിവാക്കാനെടുത്ത തീരുമാനത്തിന് അംഗീകാരം ലഭിച്ചശേഷം ബന്ധപ്പെട്ട പാർട്ടി ഘടകം 30 ദിവസത്തിനുള്ളിൽ പ്രസ്തുത പാർട്ടി അംഗത്തെ പാർട്ടിയിൽനിന്നും ഒഴിവാക്കാനെടുത്ത തീരുമാനം അറിയിക്കേണ്ടതാണ്.

7. പാർട്ടി അംഗത്വത്തിൽ നിന്നും ഒഴിവാക്കാനുള്ള തീരുമാനത്തിന്റെ അറിയിപ്പ് ലഭിച്ച് 30 ദിവസത്തിനുള്ളിൽ ബന്ധപ്പെട്ട സഖാവ് പാർട്ടി അംഗത്വത്തിൽ നിന്നും ഒഴിവാക്കുന്നതിനെതിരായ അപ്പീൽ സമർപ്പിക്കേണ്ടതാണ്.

വകുപ്പ് 9
അംഗത്വഫീസ്
അംഗത്വം പുതുക്കൽ

(വിശദീകരണം: 9–ാം വകുപ്പ് (1)–ാം ഉപവകുപ്പ്. ഓരോ വർഷവും മാർച്ച് അവസാനിക്കുന്നതിനു മുമ്പ് പ്രതിവർഷം പാർട്ടി വരിസംഖ്യ ഓരോ അംഗവും ബന്ധപ്പെട്ട ബ്രാഞ്ച് അല്ലെങ്കിൽ യൂണിറ്റ് സെക്രട്ടറിക്ക് നൽകേണ്ടതാണെന്ന് വ്യവസ്ഥചെയ്യുന്നു. മാർച്ച് അവസാനത്തോടുകൂടി മാത്രമേ വരിസംഖ്യ ഘടകങ്ങളിൽ കൊടുക്കുന്നുള്ളു എങ്കിൽ അത് ജില്ലാ–സംസ്ഥാനക്കമ്മിറ്റികളിലെത്തുമ്പോഴേക്കും ഏറെ സമയമെടുക്കാനിടയാകും. പ്രായോഗികമായി സമാഹൃതമായ വരിസംഖ്യ സംസ്ഥാനങ്ങളിൽനിന്ന് കേന്ദ്രക്കമ്മിറ്റിക്ക് ലഭിക്കുന്നത് ദീർഘമായ കാലയളവിൽ പലപ്പോഴായിട്ടാണ്. ഇപ്പോഴത്, ഏപ്രിൽ മുതൽ ഡിസംബർവരെ നീണ്ടുപോകാറുണ്ട്. വരിസംഖ്യ കേന്ദ്രത്തിൽ ലഭിക്കുന്നതിനുള്ള അവസാനതീയതി നിശ്ചയിക്കേണ്ടത് ആവശ്യമാണ്.

ചട്ടങ്ങൾ

1. ഓരോ വർഷവും അംഗത്വം പുതുക്കൽ മാർച്ച് 31–ന് മുമ്പ് പൂർത്തിയാക്കേണ്ടതാണ്.

2. സംസ്ഥാനക്കമ്മിറ്റികൾ ഓരോ വർഷവും വരിസംഖ്യ മെയ് 31–ന് മുമ്പായി കേന്ദ്രത്തിൽ എത്തിച്ചിരിക്കണം.

3. ഏതെങ്കിലും അസാധാരണ പരിതഃസ്ഥിതിയിൽ ഈ അവസാനതീയതി നീട്ടുന്നതിന് കേന്ദ്രക്കമ്മിറ്റിക്ക് അല്ലെങ്കിൽ പിബിക്ക് മാത്രമേ അധികാരം ഉണ്ടായിരിക്കുകയുള്ളൂ.

4. ഓരോ വർഷവും പുതുതായി ചേർക്കുന്ന സ്ഥാനാർഥി അംഗങ്ങളുടെ വരിസംഖ്യ വർഷാവസാനത്തോടെയോ (മാർച്ച്) അതിനുമുമ്പോ കേന്ദ്രക്കമ്മിറ്റിയിൽ അടയ്ക്കാവുന്നതാണ്.

കുറിപ്പ്: പുതുതായി സ്ഥാനാർഥി അംഗങ്ങളെ ചേർക്കുന്നത് (പുതുക്കൽ ഘട്ടത്തിനുശേഷം) വർഷം മുഴുവൻ തുടരും. അവരുടെ ഫീസ് കേന്ദ്രക്കമ്മിറ്റിക്ക് പ്രത്യേകമായി അടയ്ക്കണം.

വകുപ്പ് 10
പാർട്ടി ലെവി
ചട്ടങ്ങൾ

1. പാർട്ടി അംഗങ്ങളുടെ ലെവിനിരക്കുകൾ: താഴെ പറയുന്ന നിരക്കുകളനുസരിച്ച് അംഗങ്ങളിൽ നിന്ന് ലെവി പിരിക്കേണ്ടതാണെന്ന് കേന്ദ്രക്കമ്മിറ്റി തീരുമാനിക്കുന്നു.

പുതിയ നിരക്കുകൾ				പഴയ നിരക്കുകൾ			
300 രൂപവരെ		25 പൈസ		100 രൂപവരെ		20പൈസ	
301–500	”	50	”	101–200	”	50	”
501–1000	”	1/2 ശതമാനം		201–300	”	1	രൂപ
1001–3000	”	1	”	301–500	”	1	ശതമാനം
3001–5000	”	2	”	501–1000	”	2	”
5001–7000	”	3	”	1001–2000	”	3	”
7001–8000	”	4	”	2001–3000	”	4	”
8000–നു മേൽ		5	”	3000–നു മേൽ		5	”

2. ത്രൈമാസികമോ വാർഷികമോ ആയി ലെവി നൽകാനാഗ്രഹിക്കുന്ന അംഗം തന്റെ വാർഷിക വരുമാനത്തിൽനിന്ന് പ്രതിമാസവരുമാനം കണക്കാക്കി മേൽനിരക്കുകളനുസരിച്ച് ലെവി നൽകേണ്ടതാണ്.

3. ഒരു പാർട്ടി അംഗത്തിന്റെ ഭാര്യയോ മറ്റേതെങ്കിലും കുടുംബാംഗമോ കുടുംബവരുമാനത്തിൽ സംഭാവന ചെയ്യുന്നുണ്ടെങ്കിലും പാർട്ടി അംഗമല്ലെങ്കിൽ ആ കുടുംബാംഗത്തിന്റെ വരുമാനം ലെവി നൽകുന്നതിന് കണക്കാക്കേണ്ടതില്ല.

കുറിപ്പ് : (1) ശമ്പളക്കാരായ ജീവനക്കാരുടെയും കൂലി വാങ്ങുന്നവരുടെയും വരുമാനം എന്നതുകൊണ്ടുദ്ദേശിക്കുന്നത് ഡി എയും മറ്റു അലവൻസുകളും ഉൾപ്പെടെയുള്ള മൊത്തം വരുമാനമാണ്. ഭൂസ്വത്തിൽനിന്നോ ബിസിനസ്സിൽനിന്നോ വീട്ടു വാടകയിനത്തിലോ വരുമാനങ്ങളുണ്ടെങ്കിൽ അതു ലെവി കണക്കാക്കാനുള്ള വരുമാനത്തിൽപ്പെടും.

2. കൃഷിക്കാരുടെ കാര്യത്തിൽ യഥാർഥ കാർഷിക ചെലവുകൾ ഒഴിച്ചാണ് വരുമാനം കണക്കാക്കേണ്ടത്.

3. കൂട്ടുകുടുംബമാണെങ്കിൽ ലെവിനൽകുന്ന പാർട്ടിഅംഗത്തിന്റെ കുടുംബവരുമാനത്തിലെ ഓഹരി കണക്കാക്കണം.

4. തൊഴിലില്ലായ്മ, വരൾച്ച, രോഗം, തുടങ്ങിയ പരിതഃസ്ഥിതികളിൽ ലെവി ഒഴിവനുവദിക്കേണ്ടതുണ്ടെങ്കിൽ ആവശ്യമായ തീരുമാനം എടുക്കേണ്ടത് സംസ്ഥാനക്കമ്മിറ്റിയാണ്.

കുറിപ്പ്: ലോക്കൽ–ഏരിയ, ജില്ലാ–സംസ്ഥാന ലെവി വിഹിതശതമാനങ്ങൾ നിശ്ചയിക്കേണ്ടത് സംസ്ഥാനക്കമ്മിറ്റിയാണ്.

വകുപ്പ് 15. ഉപവകുപ്പ് 10

കേന്ദ്രക്കമ്മിറ്റിയുടെ സാമ്പത്തികകാര്യങ്ങൾ ചട്ടങ്ങൾ

1. കേന്ദ്രക്കമ്മിറ്റി വക സ്വത്തുക്കളുടെ ഭരണത്തിനായി ഒരു ട്രസ്റ്റിനെ നിയമിക്കാൻ കേന്ദ്രക്കമ്മിറ്റിക്കധികാരമുണ്ടായിരിക്കും.

2. പാർട്ടികേന്ദ്രത്തിന്റെ നടത്തിപ്പിലേക്കാവശ്യമായ പാർട്ടി ഫണ്ടിലേക്കും, സ്പെഷൽ പാർട്ടിഫണ്ടിലേക്കും ഓരോ സംസ്ഥാനവും പ്രതിവർഷമോ മറ്റേതെങ്കിലും പ്രത്യേകം സന്ദർഭത്തിലോ നൽകേണ്ട വിഹിതം കേന്ദ്രക്കമ്മിറ്റി തീരുമാനിക്കുന്നതാണ്.

3. പൊളിറ്റ് ബ്യൂറോ ഒരു സാമ്പത്തികകാര്യ ഉപസമിതി രൂപീകരിക്കുന്നതും അവർ യോഗം ചേർന്ന്,

എ 10,000 രൂപ വരെയുള്ള സാമ്പത്തിക കാര്യങ്ങളെയും ചെലവുകളെയും സംബന്ധിച്ച് തീരുമാനങ്ങളെടുക്കുകയും 10,000 രൂപയിൽ അധികരിക്കുന്ന ചെലവുകളുണ്ടാകുന്ന സാമ്പത്തിക കാര്യങ്ങൾ പി ബിയുടെ പരിഗണനയ്ക്ക് വിടുകയും ചെയ്യും.

ബി. സാമ്പത്തികകാര്യ ഉപസമിതി സി.സിയുടെയും സി സി സ്ഥാപനങ്ങളുടെയും ത്രൈമാസിക കണക്കുകൾ പിബിക്ക് സമർപ്പിക്കും.

സി. സാമ്പത്തികകാര്യ ഉപസമിതി പി ബി അംഗീകരിച്ച വാർഷികകണക്കുകൾ (പാർട്ടി ഭരണഘടന വ്യവസ്ഥ ചെയ്യുന്ന രീതിയിൽ) അംഗീകാരത്തിനായി കേന്ദ്രക്കമ്മിറ്റിക്ക് സമർപ്പിക്കേണ്ടതാണ്.

ഡി. ഉപസമിതിയിലെ ഒരംഗം പാർട്ടി വരവുചെലവുകൾ കൈകാര്യം ചെയ്യുന്നതിനും അതിനുശേഷം അവയുടെ വിവരങ്ങൾ സമാഹൃതമായി കണക്കുകൾ തയ്യാറാക്കുന്നതിനും വേണ്ടി അക്കൗണ്ട്സിന്റെ ചുമതല വഹിക്കുന്നയാൾക്ക് കൈമാറുന്നതാണ്.

ഇ. പാർട്ടി പത്രങ്ങളുടെയും മറ്റു സ്ഥാപനങ്ങളുടെയും അർദ്ധവാർഷിക കണക്കുകൾ ഈ ഉപസമിതിക്ക് സമർപ്പിക്കേണ്ടതാണ്.

വകുപ്പ് 16 ഉപവകുപ്പ് 3 (ബി)

പാർട്ടിയുടെ സംസ്ഥാന–ജില്ലാ ഘടകങ്ങൾക്ക് ഇടക്കുള്ള കമ്മിറ്റികൾ രൂപീകരിക്കുന്നതിനെപ്പറ്റി

(വിശദീകരണം: ഉപവകുപ്പ് 3 (ബി)യിൽ പറയുന്നു: "പ്രാഥമികഘടകത്തിലും (ബ്രാഞ്ച്) ജില്ല അഥവാ പ്രദേശ (റീജിയണൽ) ഘടകത്തിനും ഇടയിലുണ്ടായിരിക്കേണ്ട വിവിധ പാർട്ടിഘടകങ്ങളെക്കുറിച്ച്

സംസ്ഥാനക്കമ്മിറ്റി തീരുമാനമെടുക്കുന്നതും അവയുടെ ഘടനയും പ്രവർത്തനവും സംബന്ധിച്ച് വേണ്ട നിബന്ധനകളുണ്ടാക്കുന്നതുമാണ്. കേന്ദ്രക്കമ്മിറ്റി ആവിഷ്കരിക്കുന്ന ചട്ടങ്ങളനുസരിച്ചാണ് ഇതു ചെയ്യുക.")

പ്രാഥമികഘടകത്തിനും ജില്ല അഥവാ പ്രദേശകമ്മിറ്റിക്കുമിടയിൽ രൂപീകരിക്കേണ്ട കമ്മിറ്റികളെക്കുറിച്ച് സംസ്ഥാന കമ്മിറ്റിക്ക് താഴെപ്പറയുന്ന ചട്ടങ്ങൾ അനുസരിച്ച് തീരുമാനിക്കാവുന്നതാണ്:

എ. രൂപീകരിക്കേണ്ട കമ്മിറ്റികളുടെ വലുപ്പം സംസ്ഥാനക്കമ്മിറ്റി തീരുമാനിക്കുന്നതാണ്.

ബി. അങ്ങനെയുള്ള ഒരു കമ്മിറ്റിയെ അതിന്റെ നിലവാരത്തിലുള്ള ഒരു പ്രതിനിധിസമ്മേളനം തിരഞ്ഞെടുക്കേണ്ടതാണ്. കമ്മിറ്റി അതിന് ഒരു സെക്രട്ടറിയെയും സെക്രട്ടേറിയറ്റിനെയും തിരഞ്ഞെടുക്കേണ്ടതാണ്.

സി. ഇടയ്ക്കുള്ള ഈ കമ്മിറ്റിയുടെ കോൺഫറൻസിലേക്കുള്ള പ്രതിനിധികളെ തിരഞ്ഞെടുക്കുന്നതിനുള്ള വ്യവസ്ഥകൾ സംസ്ഥാന ക്കമ്മിറ്റി തീരുമാനിക്കുന്നതാണ്.

ഡി. ഇടയ്ക്കുള്ള ഈ കമ്മിറ്റികൾ(ലോക്കൽ, ഏരിയാ, സോണൽ മുതലായവ) അവയുടെ അധികാരപരിധിക്കുള്ളിൽ സംസ്ഥാന–ജില്ലാ ക്കമ്മിറ്റികൾക്ക് വ്യവസ്ഥ ചെയ്തിട്ടുള്ള എല്ലാ പ്രവർത്തനങ്ങളും നടത്തുന്നതാണ്.

ഇ. ഏകോപന പ്രവർത്തനങ്ങൾക്കായി അഡ്ഹോക്ക്/ നോമിനേഷൻ അടിസ്ഥാനത്തിൽ രൂപീകരിക്കപ്പെട്ടിട്ടുള്ള കമ്മിറ്റികൾക്ക് തിരഞ്ഞെടുക്കപ്പെട്ട പൂർണകമ്മിറ്റികൾക്കുള്ള പൊതുവായ അധികാരാവകാശങ്ങളുണ്ടായിരിക്കുന്നതല്ല. അവയുടെ പ്രവർത്തനവ്യാപ്തി അവയെ നിയമിച്ച കമ്മിറ്റിയുടെ തീരുമാനങ്ങൾക്ക് വിധേയമായിരിക്കും.

എഫ്. ജില്ലാകോൺഫറൻസുകൾക്കും ജില്ലക്ക് താഴെയുള്ള കമ്മിറ്റികളുടെ കോൺഫറൻസുകൾക്കും ഉണ്ടായിരിക്കേണ്ട പ്രതിനിധികളുടെ എണ്ണം സംസ്ഥാനക്കമ്മിറ്റി തീരുമാനിക്കും.

വകുപ്പ് 16

പാർട്ടി ധനകാര്യ സംബന്ധമായ ചട്ടങ്ങൾ കേന്ദ്രക്കമ്മിറ്റിക്ക് താഴെയുള്ള

(സംസ്ഥാന–ജില്ലാ പാർട്ടിഘടകങ്ങൾ) കമ്മിറ്റികളുടെ ധനകാര്യകണക്കുകൾ

വിശദീകരണം: കേന്ദ്രക്കമ്മിറ്റിയുടെ ധനകാര്യങ്ങൾക്കും കണക്കുകൾക്കും ആവിഷ്കരിച്ചിട്ടുള്ള ചട്ടങ്ങൾപോലും താഴെപ്പറയുന്ന ചട്ടങ്ങൾ– തിരഞ്ഞെടുക്കപ്പെട്ട എല്ലാ കീഴ്ക്കമ്മിറ്റികൾക്കും ബാധകമായിരിക്കുന്നതാണ്.

എ. സംസ്ഥാന നിലവാരത്തിലും സംസ്ഥാനക്കമ്മിറ്റി തീരുമാനിക്കുന്നതിനനുസരിച്ച് ജില്ലാക്കമ്മിറ്റികൾക്കോ അല്ലെങ്കിൽ ഇടയ്ക്കുള്ള കമ്മിറ്റികൾക്കോ അതതു കമ്മിറ്റിയുടെ സെക്രട്ടേറിയറ്റ് ധനകാര്യ ഉപസമിതികൾ രൂപീകരിക്കുന്നതാണ്.

ബി. സാമ്പത്തിക വിനിയോഗത്തിനും കണക്കുകൾ സൂക്ഷിക്കുന്നതിനുമുള്ള ചുമതല സെക്രട്ടേറിയറ്റിന്റെ മേൽനോട്ടത്തിൽ ഈ ഉപസമിതിക്കായിരിക്കും.

സി. ഉപസമിതി അർദ്ധവാർഷിക കണക്കുകൾ ബന്ധപ്പെട്ട പാർട്ടിക്കമ്മിറ്റിക്ക് സമർപ്പിക്കേണ്ടതും പാർട്ടികമ്മിറ്റി ഈ സ്റ്റേറ്റ്മെന്റ് തൊട്ട് ഉപരിക്കമ്മിറ്റിക്ക് അയച്ചുകൊടുക്കേണ്ടതുമാണ്.

ഡി. വാർഷിക കണക്കുകൾ ഉപസമിതി ഓഡിറ്റുചെയ്ത് അംഗീകാരത്തിനായി പാർട്ടിക്കമ്മിറ്റികൾ സമർപ്പിക്കേണ്ടതാണ്.

ഇ. ജില്ലാ കമ്മിറ്റിയുടെയും അതിന് താഴെയുള്ള എല്ലാ തെരഞ്ഞെടുക്കപ്പെട്ട കമ്മിറ്റികളുടെയും കണക്കുകൾ ഏകോപിപ്പിച്ച സ്റ്റേറ്റ്മെന്റ് ഒരു ചാർട്ടേർഡ് അക്കൗണ്ടന്റിനെക്കൊണ്ട് യഥാവിധി ഓഡിറ്റ് ചെയ്യിച്ച് ഓരോ വർഷവും ജൂലായ് 31–ന് മുമ്പ് ജില്ലാക്കമ്മിറ്റി സംസ്ഥാന കമ്മിറ്റിക്ക് സമർപ്പിക്കേണ്ടതാണ്.

എഫ്. സംസ്ഥാനക്കമ്മിറ്റി അതിന് താഴെയുള്ള എല്ലാ തെരഞ്ഞെടുക്കപ്പെട്ട കമ്മിറ്റികളുടെയും കണക്കുകൾ ഏകോപിപ്പിച്ച സ്റ്റേറ്റ്മെന്റ് ഒരു ചാർട്ടേർഡ് അക്കൗണ്ടന്റിനെക്കൊണ്ട് യഥാവിധി ഓഡിറ്റ് ചെയ്യിച്ച ശേഷം ഓരോവർഷവും ആഗസ്റ്റ് 31–ന് മുമ്പ് കേന്ദ്രക്കമ്മിറ്റിക്ക് സമർപ്പിക്കേണ്ടതാണ്.

വകുപ്പ് 18

കേന്ദ്ര കൺട്രോൾ കമ്മീഷന്റെ പ്രവർത്തനത്തെ സംബന്ധിച്ച ചട്ടങ്ങൾ

1. 18–ാം വകുപ്പ് പ്രകാരം ഒരു റഫറൻസോ അപ്പീലോ കിട്ടിക്കഴിഞ്ഞാൽ കേന്ദ്ര കൺട്രോൾ കമ്മീഷൻ അത് സംബന്ധിച്ച അന്വേഷണം നടത്തി തീരുമാനമെടുക്കേണ്ടതാണ്.

2. ശിക്ഷിക്കപ്പെട്ട പാർട്ടിഅംഗത്തിനല്ലാതെ മറ്റാർക്കും അപ്പീൽ കൊടുക്കാൻ അധികാരമില്ല.

3. വസ്തുതകൾ ബോധ്യപ്പെടാനും നിഗമനത്തിലെത്താനും ബന്ധപ്പെട്ട വ്യക്തികളുമായോ ഘടകം അല്ലെങ്കിൽ ഘടകങ്ങളുമായോ നേരിട്ട് എഴുത്തുകുത്തുകൾ നടത്താനോ പരിശോധന നടത്താനോ കേന്ദ്ര കോൺട്രോൾ കമ്മീഷന് അധികാരമുണ്ടായിരിക്കും.

4. കേന്ദ്ര കൺട്രോൾ കമ്മീഷൻ സാധാരണ നിലയിൽ മൂന്നുമാസത്തിലൊരിക്കൽ സമ്മേളിക്കും. പതിന്നാലുദിവസത്തെ നോട്ടീസു നൽകി ചെയർമാൻ യോഗം വിളിച്ചുകൂട്ടേണ്ടതാണ്.

5. ഭൂരിപക്ഷം അംഗങ്ങൾ പങ്കെടുത്താൽ യോഗത്തിന്റെ ക്വാറമായി. എല്ലാ അംഗങ്ങളുമോ അല്ലെങ്കിൽ കമ്മീഷനിലെ ഭൂരിപക്ഷം അംഗങ്ങളുമോ യോജിപ്പിലെത്തിയെങ്കിൽ മാത്രമേ കമ്മീഷന് തീരുമാനമെടുക്കാനാവൂ. എടുത്ത തീരുമാനം ഹാജരാകാത്ത അംഗത്തെ അറിയിച്ചിരിക്കണം.

6. സങ്കീർണ്ണതകളില്ലാത്ത താരതമ്യേന ലളിതമായ കേസുകളിന്മേൽ കേന്ദ്ര കൺട്രോൾ കമ്മീഷനിലെ അംഗങ്ങൾക്ക് കത്തുകൾവഴി കൂടിയാലോചിച്ച് തീരുമാനങ്ങൾ കൈക്കൊള്ളാവുന്നതാണ്.

7. പരാതിക്കാരനും, ബന്ധപ്പെട്ട സംസ്ഥാനക്കമ്മിറ്റിക്കും കേന്ദ്ര കൺട്രോൾ കമ്മീഷൻ അതിന്റെ തീരുമാനം അറിയിച്ചു കൊടുക്കുന്നതാണ്. ബന്ധപ്പെട്ട കമ്മിറ്റികൾ കമ്മീഷന്റെ തീരുമാനം അടിയന്തരമായും നടപ്പാക്കണം.

8. തങ്ങളുടെ പ്രവർത്തനങ്ങളെയും തീരുമാനങ്ങളെയും കുറിച്ചുള്ള റിപ്പോർട്ട് കേന്ദ്ര കൺട്രോൾ കമ്മീഷൻ പത്തുവർഷത്തിലൊരിക്കലെങ്കിലും കേന്ദ്രക്കമ്മിറ്റി മുമ്പാകെ അവതരിപ്പിക്കേണ്ടതാണ്.

9. ഈ ചട്ടങ്ങൾ ആവശ്യമായ മാറ്റങ്ങളോടെ സംസ്ഥാന കൺട്രോൾ കമ്മീഷനുകൾക്കും ബാധകമാക്കാവുന്നതാണ്.

കേന്ദ്ര കൺട്രോൾ കമ്മീഷൻ പ്രവർത്തനത്തിനുള്ള നടപടിച്ചട്ടങ്ങൾ

1. അപ്പീൽ ലഭിച്ചുകഴിഞ്ഞാൽ ആ കേസിനെ സംബന്ധിച്ച് കേന്ദ്ര കൺട്രോൾ കമ്മീഷൻ ചെയർമാൻ മറ്റംഗങ്ങൾക്ക് അറിയിപ്പ് നൽകണം.

2. ഓരോ പ്രത്യേക കേസിന്റെയും അന്വേഷണത്തിന് കൈക്കൊള്ളേണ്ട അടിയന്തരനടപടികളെക്കുറിച്ച് ചെയർമാൻ നിർദേശങ്ങൾ വെക്കണം. കമ്മീഷനിലെ മറ്റംഗങ്ങൾക്കും ഇത് സംബന്ധിച്ച് തങ്ങളുടെ നിർദേശങ്ങൾ വെക്കാവുന്നതാണ്.

3. ബന്ധപ്പെട്ട കമ്മിറ്റികളും അംഗങ്ങളും സമർപ്പിച്ച അപ്പീലിൻമേൽ തീരുമാനമെടുക്കുന്നതിനാവശ്യമായ വിവരങ്ങളും മറ്റും ആവശ്യപ്പെടുന്നതിന് കമ്മീഷന് അധികാരമുണ്ടായിരിക്കും. അത്തരം വിവരങ്ങൾ രണ്ട് മാസത്തിനകം കമ്മീഷന് നൽകിയിരിക്കേണ്ടതാണ്. ഈ കാലയളവിനുള്ളിൽ വിവരങ്ങളൊന്നും കിട്ടുന്നില്ലെങ്കിൽ കമ്മീഷന് കേസുമായി മുന്നോട്ടുപോകാം.

വകുപ്പ് 19 ഉപവകുപ്പ് 11
പാർട്ടി അച്ചടക്കം

1. ഒരു പാർട്ടി അംഗത്തിനെതിരായി അച്ചടക്ക നടപടി കൈക്കൊണ്ട പാർട്ടി ഘടകം ആ തീരുമാനം കൈക്കൊണ്ട് 30 ദിവസത്തിനുള്ളിലോ പത്തൊമ്പതാം വകുപ്പിലെ 7–ാം ഉപവകുപ്പനുസരിച്ച് ആ തീരുമാനത്തിന് തൊട്ടു മേൽക്കമ്മിറ്റിയുടെ അംഗീകാരം ആവശ്യമുണ്ടെങ്കിൽ അംഗീകാരം ലഭിച്ചുകഴിഞ്ഞ് 30 ദിവസത്തിനുള്ളിലോ ആ തീരുമാനത്തെ സംബന്ധിച്ച് ബന്ധപ്പെട്ട പാർട്ടി അംഗത്തെ അറിയിച്ചിരിക്കണം.

2. അച്ചടക്ക നടപടിക്കെതിരായ അപ്പീൽ അച്ചടക്ക നടപടി സംബന്ധിച്ച അറിയിപ്പ് ലഭിച്ച തീയതിതൊട്ട് 6 മാസത്തിനുള്ളിൽ ബന്ധപ്പെട്ട പാർട്ടി അംഗം സമർപ്പിക്കേണ്ടതാണ്.

വകുപ്പ് 19 ഉപവകുപ്പ് 13
പാർട്ടി അച്ചടക്കം

ഗുരുതരമായ പാർട്ടി അച്ചടക്കലംഘനത്തിന് ഉദ്ദേശിച്ചു കൊണ്ടുള്ളതാണ് അസാധാരണ പരിതഃസ്ഥിതികളിൽ നടപടികൾ ഒന്നുംകൂടാതെ പാർ

ടിയിൽനിന്ന് പുറത്താക്കാനുള്ള വ്യവസ്ഥ. ഇതിന്റെ അർഥം അങ്ങേയറ്റം ഗുരുതരമായ പരിതഃസ്ഥിതികളിൽ ഒരു പാർട്ടി അംഗം ചാരനോ ശത്രുവിന്റെ ഏജന്റോ ആണെന്നു കാണുകയോ, ഒരു പാർട്ടി അംഗത്തിന്റെ പ്രവർത്തനങ്ങൾ പാർട്ടിയുടെ നിലപാടിനെ ഗൗരവതരമായ രീതിയിൽ നിഷേധിക്കുന്ന തരത്തിലുള്ളവയാണെന്ന് ബോധ്യപ്പെടുകയോ ചെയ്യുന്ന പരിതഃസ്ഥിതികളിൽ മാത്രമേ അത്തരം നടപടി സ്വീകരിക്കാൻ പാടുള്ളു എന്നാണ്.

വകുപ്പ് 20
തിരഞ്ഞെടുക്കപ്പെട്ട പൊതുസ്ഥാപനങ്ങളിലെ പാർട്ടി അംഗങ്ങൾ ചട്ടങ്ങൾ

1. ഓരോ സി പി ഐ (എം) പാർലമെന്റംഗവും കേന്ദ്രക്കമ്മിറ്റിക്ക് കേന്ദ്രക്കമ്മിറ്റി തീരുമാനിക്കുന്ന ലെവിത്തുക നൽകേണ്ടതാണ്.

2. സംസ്ഥാനങ്ങൾക്ക് പി ബി നിശ്ചയിച്ച ശതമാനം ലെവിവിഹിതം ഓരോ മാസവും ബന്ധപ്പെട്ട സംസ്ഥാനക്കമ്മിറ്റിക്ക് നൽകേണ്ടതാണ്.

(പാർലമെന്റ് അംഗം ഏത് സംസ്ഥാനക്കാരനാണോ ആ സംസ്ഥാനകമ്മിറ്റിക്ക്)

(വിശദീകരണം: ഭരണഘടനയുടെ വകുപ്പ് 20 ഉപവകുപ്പ് 5–ൽ പറയുന്നത് കമ്യൂണിസ്റ്റ് ജനപ്രതിനിധികൾക്ക് ലഭിക്കുന്ന ശമ്പളങ്ങളും അലവൻസുകളും പാർട്ടിയുടെ പണമായി കരുതണമെന്നാണ്. മുൻകാലങ്ങളിൽ എം പിമാർക്കും എം എൽ എമാർക്കും പെൻഷൻ വ്യവസ്ഥയുണ്ടായിരുന്നില്ല, ഇന്നതുണ്ട്, അതുകൊണ്ടാണ് താഴെ പറയുന്ന ചട്ടം.)

3. കമ്യൂണിസ്റ്റ് ജനപ്രതിനിധികളുടെയും പ്രാദേശിക ഭരണസമിതി അംഗങ്ങളുടെയും ശമ്പളവും അലവൻസുകളും എന്നതിൽ അവർ ഏതെങ്കിലും പെൻഷൻ വാങ്ങുന്നുണ്ടെങ്കിൽ അതും ഉൾപ്പെടുന്നതാണ്.

വകുപ്പ് 22
പാർട്ടി കോൺഗ്രസിനും കോൺഫറൻസുകൾക്കും മുന്നോടിയായ ചർച്ചകൾ

കഴിഞ്ഞ കോൺഫറൻസിനുശേഷമുള്ള പ്രവർത്തനറിപ്പോർട്ടും കഴിഞ്ഞ കോൺഗ്രസ്/ കോൺഫറൻസ് ആവിഷ്കരിച്ച ലൈൻ നടപ്പാക്കിയതുമായി ബന്ധപ്പെട്ടുള്ള രാഷ്ട്രീയ–സംഘടനാ റിപ്പോർട്ടും ചർച്ച ചെയ്യാനും പരിശോധിക്കാനുമാണ് പാർട്ടി കോൺഫറൻസ് വേദികൾ ഉപയോഗിക്കുന്നത്. കോൺഗ്രസിനുള്ള കരടുരാഷ്ട്രീയ പ്രമേയത്തിൻമേലുള്ള ചർച്ച ഭരണഘടനാ വ്യവസ്ഥയനുസരിച്ച് പ്രത്യേകം നടത്തുന്നതാണ്.

വകുപ്പ് 23
ബഹുജനസംഘടനകളിൽ പ്രവർത്തിക്കുന്ന പാർട്ടിഅംഗങ്ങൾ

1. വിവിധ ബഹുജനമുന്നണികളിൽ പ്രവർത്തിക്കുന്ന പാർട്ടി അംഗങ്ങളുടെ പ്രവർത്തനങ്ങൾക്ക് മാർഗ്ഗനിർദേശം നൽകാൻ വേണ്ടി കേന്ദ്ര

–സംസ്ഥാന–ജില്ലാതലങ്ങളിൽ അതതു കമ്മിറ്റി അംഗങ്ങളെയും അതിനാവശ്യമായ കഴിവുകളുള്ള മറ്റംഗങ്ങളെയും ഉൾപ്പെടുത്തി സബ്കമ്മിറ്റികൾ രൂപീകരിക്കാവുന്നതാണ്. സബ്കമ്മിറ്റിഅംഗങ്ങൾ അതതു മുന്നണിയിലെ പ്രശ്നങ്ങൾ പ്രത്യേകം പഠിക്കുകയും പാർട്ടി കെട്ടിപ്പടുക്കുന്ന കാര്യത്തിൽ ശ്രദ്ധിക്കുകയും പാർട്ടി യൂണിറ്റുകളിലും ഫ്രാക്ഷൻ കമ്മിറ്റികളിലും ഉള്ള വിവിധ ബഹുജനസംഘടനകളിലെ പാർട്ടി അംഗങ്ങളുടെ പ്രവർത്തനങ്ങളെ ഏകോപിപ്പിക്കുകയും പാർട്ടി നയങ്ങൾ പിന്തുടരുകയും നടപ്പാക്കുകയും ചെയ്യുന്നുണ്ടെന്ന് ഉറപ്പുവരുത്തുകയും ചെയ്യുന്നതാണ്.

2. ഒരു ബഹുജനസംഘടനയിൽ പ്രവർത്തിക്കുന്ന മുഴുവൻ പാർട്ടി അംഗങ്ങളോ അതിന്റെ വിവിധ തലങ്ങളിലെ തിരഞ്ഞെടുക്കപ്പെട്ട കമ്മിറ്റികളിൽ പ്രവർത്തിക്കുന്ന പാർട്ടി അംഗങ്ങളോ ചേർന്നതാണ് ആ തലത്തിലെ ഫ്രാക്ഷൻ. ബന്ധപ്പെട്ട പാർട്ടിക്കമ്മിറ്റിയുടെ തീരുമാനങ്ങളനുസരിച്ച് അതിന്റെ നേതൃത്വത്തിലാണ് ഫ്രാക്ഷൻ പ്രവർത്തിക്കേണ്ടത്

3. ഒരു ബഹുജനമുന്നണിയുടെ വിവിധതലങ്ങളിൽ പ്രവർത്തിക്കുന്നവരായി വളരെയധികം പാർട്ടി അംഗങ്ങളുണ്ടെങ്കിൽ ഫ്രാക്ഷൻ അംഗങ്ങളിൽപ്പെട്ടവരെ ഉൾപ്പെടുത്തിക്കൊണ്ട് ഫ്രാക്ഷൻ കമ്മിറ്റി രൂപീകരിക്കേണ്ടതാണ്. ബന്ധപ്പെട്ട പാർട്ടി കമ്മിറ്റി, പാർട്ടിക്കമ്മിറ്റികളിൽ ഉൾപ്പെടുന്നവരെയും വേണ്ടത്ര പക്വതയും ബഹുജനപ്രവർത്തനാനുഭവങ്ങളും ഉണ്ടെന്ന് പാർട്ടിക്കമ്മിറ്റിക്ക് ബോധ്യമുള്ള ഫ്രാക്ഷൻ അംഗങ്ങളെയും ചേർത്താണ് ഫ്രാക്ഷൻ കമ്മിറ്റി രൂപീകരിക്കേണ്ടത്.

4. മേൽവിവരിച്ചതുപോലെ രൂപീകരിക്കപ്പെടുന്ന ഫ്രാക്ഷൻ കമ്മിറ്റി ആ ബഹുജനസംഘടനയിലെ എക്സിക്യൂട്ടീവിലോ ജനറൽ കൗൺസിലിലോ ബന്ധപ്പെട്ട പാർട്ടിക്കമ്മിറ്റി തീരുമാനങ്ങൾ നടപ്പാക്കുകയും ബഹുജനസംഘടനയിൽ പാർട്ടി തീരുമാനങ്ങൾ ഫ്രാക്ഷൻ വഴി നടപ്പിലാക്കാൻ ആവശ്യമായ എല്ലാ നടപടികളും കൈക്കൊള്ളുകയും ചെയ്യാവുന്നതാണ്.

രണ്ട്

ബഹുജനസംഘടനകളെപ്പറ്റി

(1981 ഫെബ്രുവരി 4 മുതൽ 8 വരെ ചേർന്ന
സി പി ഐ (എം) കേന്ദ്രക്കമ്മിറ്റി യോഗം
അംഗീകരിച്ചത്)

ബഹുജനസംഘടനകളുമായുള്ള പാർട്ടിയുടെ ബന്ധത്തിന്റെ പ്രശ്നം, അഖിലേന്ത്യാ മഹിളാസംഘടനയുടെയും അഖിലേന്ത്യാ ജനാധിപത്യയുവജനസംഘടനയുടെയും രൂപീകരണത്തോടനുബന്ധിച്ച്, ചർച്ചക്ക് വരികയുണ്ടായി. ഈ ചർച്ചകൾക്കിടയിൽ ചിലർ അന്യോന്യ വിരുദ്ധവും തെറ്റായതുമായ അഭിപ്രായങ്ങൾ പ്രകടിപ്പിച്ചു. കേന്ദ്രക്കമ്മിറ്റി ഈ പ്രശ്നം പരിശോധിച്ചശേഷം മുന്നണി പാർട്ടിയും ബഹുജനസംഘടനകളും തമ്മിലുള്ള ബന്ധത്തെപ്പറ്റിയുള്ള മൗലികമായ മാർക്സിസ്റ്റ്–ലെനിനിസ്റ്റ് ധാരണ ആവർത്തിച്ച് ഊന്നിപ്പറയുന്ന ഈ രേഖ വിതരണം ചെയ്യുകയാണ്.

ബഹുജനസംഘടനകളുമായുള്ള പാർട്ടിയുടെ ബന്ധത്തെയും ബഹുജനസംഘടനകളുടെ സ്വഭാവത്തെയുംപറ്റി അടുത്തകാലത്ത് നടന്ന ചില ചർച്ചകളിൽ, ഇതേക്കുറിച്ച് എന്നേ അംഗീകരിക്കപ്പെട്ടിട്ടുള്ള മാർക്സിസ്റ്റ്–ലെനിനിസ്റ്റ് ധാരണകളെ നിരാകരിച്ചു കൊണ്ടുള്ള വാദങ്ങൾ ഉന്നയിക്കപ്പെടുകയുണ്ടായി. ബഹുജനസംഘടനകൾ പാർട്ടിയുടെ തനിപ്പകർപ്പാവണമെന്നും പാർട്ടിയുടെ മൗലിക മുദ്രാവാക്യങ്ങൾ തന്നെ ആയിരിക്കണം ഈ സംഘടനകളുടെയും മുദ്രാവാക്യങ്ങൾ എന്നുമാണ് ചില സഖാക്കൾ കരുതുന്നത്. അവരുടെ അഭിപ്രായത്തിൽ ബഹുജനസംഘടനകൾ പാർട്ടിക്കുള്ളൊരു വേദി മാത്രമാണ്, അവയ്ക്ക് പ്രത്യേകമായ അസ്തിത്വം ഇല്ല.

ഇതാകെ തെറ്റും പരമാബദ്ധവും വിപ്ലവസമരത്തിൽ ബഹുജനസംഘടനകൾക്കുള്ള പങ്കിനെ സംബന്ധിച്ച പാർട്ടിയുടെ ധാരണയോടുള്ള പാതകവുമാണ്.

ഒരു ബഹുജനസംഘടനയുടെ പങ്ക്, അത് ഏതൊരു ജനവിഭാഗത്തെയാണോ സംഘടിപ്പിക്കുന്നത്, ആ ജനവിഭാഗത്തിന്റെ പ്രാഥമികബോധം ഉയർത്തുകയും അവരിലൂടെ പിന്നോക്കം നിൽക്കുന്ന ജനസാമാന്യവും പാർട്ടിയുടെ പ്രവർത്തനങ്ങളുമായുള്ള ബന്ധം വളർത്തു

കയെന്നതുമാണ്. പിന്നോക്കം നിൽക്കുന്ന വിഭാഗങ്ങളുടെ വരവിനെതിരെ സംഘടനയുടെ വാതിൽ കൊട്ടിയടയ്ക്കാതെ, ബന്ധപ്പെട്ട വിഭാഗങ്ങളുടെ ബോധനിലവാരം നിരന്തരമായി ഉയർത്തുന്ന തിലാണ് പാർട്ടിയുടെ നേതൃത്വപരമായ പങ്ക് കുടികൊള്ളുന്നത്. ഇങ്ങനെ ചെയ്യാത്ത പക്ഷം സംഘടന, പാർട്ടിയുമായി വളരെ അടുപ്പമുള്ള ഉശിരന്മാരുടെ മാത്രമായുള്ള ഒന്നായിത്തീരും; അതിന്റെ അംഗബലം വലുതാണെങ്കിൽകൂടിയും ജനസാമാന്യത്തിൽ നിന്ന് അത് ഒറ്റപ്പെടും, അവരെ സജീവമാക്കാൻ അതിന് കഴിയുകയുമില്ല.

മൗലികമായ മാറ്റത്തിന്-വിപ്ലവം, അധികാരം പിടിച്ചെടുക്കൽ മുതലായവക്ക്-വേണ്ടിയുള്ള പാർട്ടിയുടെ പ്രത്യക്ഷത്തിലുള്ള മുദ്രാവാക്യങ്ങൾക്ക് ഈ ജനസാമാന്യത്തെ പെട്ടെന്ന് ഉണർത്തിവിടാൻ കഴിയാത്തതുകൊണ്ടാണ് ബഹുജനസംഘടനകൾ ആവശ്യമായി വരുന്നത്. സാമൂഹ്യവ്യവസ്ഥയുടെ സമ്പൂർണ്ണമായ അഴിച്ചുപണി കൂടാതെതന്നെ നേടാൻ കഴിയുന്ന അഥവാ നേടാൻ കഴിയുമെന്ന തോന്നലുണ്ടാക്കുന്ന ഭാഗികാവശ്യങ്ങളുടെയും അടിയന്തരാവശ്യങ്ങളുടെയും അടിസ്ഥാനത്തിൽ വിപുലമായ ജനസാമാന്യത്തെ ആകർഷിക്കാനാവും. ഈ സമരങ്ങളിലൂടെ നേടുന്ന വിദ്യാഭ്യാസവും അനുഭവപാഠങ്ങളും പാർട്ടിയുടെ മാർഗനിർദ്ദേശങ്ങൾക്കു കീഴിൽ ജനസാമാന്യത്തിന്റെ ബോധത്തെ പരിശീലിപ്പിച്ചെടുക്കാനും അവരെ വിപ്ലവമാർഗ്ഗത്തിലേക്ക് തിരിച്ചുവിടാനും സഹായകമാകും. ഇതുമായി ബന്ധപ്പെട്ട പാർട്ടിയുടെ പ്രവർത്തനവും ജനങ്ങൾക്കിടയിലുള്ള ബഹുജന സംഘടനകളുടെ പ്രവർത്തനവും ഒന്നായി കാണരുത്-അങ്ങനെ കാണുന്ന പക്ഷം ജനസാമാന്യവുമായുള്ള ബന്ധം തകരും. ബഹുജനസംഘടനകൾക്ക് നേതൃത്വം നൽകുന്നതിന്റെ ഒരു കേവലനിയമമാണിത്. ബഹുജനസംഘടനകളെതന്നെ പാർട്ടിയുടെ വക്താവാക്കിക്കൊണ്ട് അതിനെ പാർട്ടിയുടെ പങ്കിന് പകരംവെക്കുന്നത് നിശ്ചയമായും ഹാനികരമായ ഭവിഷ്യത്തുകളിലേക്ക് കൊണ്ടെത്തിക്കും.

ട്രേഡ്യൂണിയനുകളും സോഷ്യൽ ഡമോക്രാറ്റിക് പാർട്ടിയും തമ്മിലുള്ള ബന്ധത്തെക്കുറിച്ചു പറയുന്നതിനിടയിൽ ലെനിൻ ഇങ്ങനെ എഴുതിയിരിക്കുന്നു:

> സാമ്പത്തിക സമരത്തിനു വേണ്ടിയുള്ള തൊഴിലാളികളുടെ സംഘടനകൾ ട്രേഡ്യൂണിയൻ സംഘടനകൾ തന്നെയാവണം. ഏതൊരു സോഷ്യൽ ഡമോക്രാറ്റിക് തൊഴിലാളിയും കഴിയുന്നത്ര ആ സംഘടനകളെ സഹായിക്കുകയും അവയ്ക്കകത്ത് സജീവമായി പ്രവർത്തിക്കുകയും ചെയ്യേണ്ടതാണ്, അത് വാസ്തവം തന്നെ. പക്ഷെ, ട്രേഡ്യൂണിയനുകളിൽ മെമ്പർഷിപ്പിനുള്ള അർഹത സോഷ്യൽ ഡമോക്രാറ്റിക്കുകാർക്ക് മാത്രമേ പാടുള്ളുവെന്നു ശഠിക്കുന്നത് നമ്മുടെ താൽപര്യമല്ല. കാരണം, ഇത് ബഹുജനങ്ങളുടെ മേലുള്ള നമ്മുടെ സ്വാധീനശക്തിയെ വെട്ടി ചുരുക്കുക

മാത്രമാണ് ചെയ്യുക. മുതലാളിമാർക്കും ഗവൺമെന്റിനു മെതിരായ സമരത്തിനു വേണ്ടി യോജിക്കേണ്ടതിന്റെ ആവശ്യം മനസ്സിലാക്കുന്ന എല്ലാ തൊഴിലാളികളും ട്രേഡ്‌യൂണിയനുകളിൽ ചേരട്ടെ. ഈ പ്രാഥമികധാരണ യെങ്കിലും സിദ്ധിച്ചിട്ടുള്ള എല്ലാവരെയും ഏകോപിപ്പിക്കാൻ ട്രേഡ്‌യൂണിയനുകൾക്ക് കഴിഞ്ഞില്ലെങ്കിൽ, അവ വളരെ വിപുലമായ സംഘടനകളായില്ലെങ്കിൽ, അവയുടെ ലക്ഷ്യം തന്നെ അപ്രാപ്യമായിത്തീരും. എത്രത്തോളം ഈ സംഘ ടനകൾ കൂടുതൽ വിപുലമാണോ അത്രയും കൂടുതൽ വിപു ലമായിരിക്കും നമുക്ക് അവയുടെ മേലുള്ള സ്വാധീനശക്തി; ഈ സ്വാധീനശക്തി കേവലം സാമ്പത്തികസമരത്തിന്റെ തനിയെ ഉള്ള വളർച്ചയുടെ മാത്രം ഫലമായിരിക്കയില്ല, പിന്നെയോ? സോഷ്യലിസ്റ്റ് ട്രേഡ് യൂണിയൻ അംഗങ്ങൾ തങ്ങളുടെ സഖാക്കളുടെമേൽ നേരിട്ടും ബോധപൂർവവും സ്വാധീനം ചെലുത്താൻ ശ്രമിക്കുന്നതിന്റെ ഫലം കൂടിയാ യിരിക്കും." (*എന്തു ചെയ്യണം?*)

എല്ലാ ബഹുജനസംഘടനകൾക്കും ബാധകമാണിത്. അവയുടെ നട ത്തിപ്പ് ഈ ബോധത്തോടെ വേണംതാനും. അവയുടെ ഭരണഘടനയും ഉദ്ദേശ്യലക്ഷ്യങ്ങളും രൂപപ്പെടുത്തുന്നതും തിരഞ്ഞെടുപ്പ് ഉൾപ്പെടെയുള്ള കാര്യങ്ങൾ നടത്തുന്നതും അവയുടെ പാർട്ട്യേതര ബഹുജനസ്വഭാവത്തെ ബാധിക്കാത്തതരത്തിലായിരിക്കണം. എന്നിരിക്കിലും പാർട്ടിക്ക് അതിന്റെ നേതൃത്വപരമായ പങ്ക് ഇതിലൂടെ കാര്യക്ഷമമായി നിർവ്വഹിക്കാൻ കഴി യുന്നതുമാണ്. മാർഗനിർദ്ദേശകപരമായ പങ്ക് എന്നാൽ ആജ്ഞാപിക്കൽ, ആധിപത്യം വഹിക്കൽ, എക്സിക്യൂട്ടിവിനെ തട്ടിക്കൂട്ടൽ എന്നൊന്നും അർഥമില്ല. മറിച്ച് പാർട്ടിയോട് വിയോജിച്ചേക്കാവുന്ന പാർട്യേതര അംഗ ങ്ങളിലേക്ക് അതിന്റെ കാഴ്ചപ്പാട് കൊണ്ടെത്തിക്കുക എന്നാണർഥം.

ബഹുജനസംഘടനകളുടെ പ്രവർത്തനങ്ങളും അവയിൽ പാർട്ടിയുടെ പങ്കാളിത്തവും ഹേതുവായി പാർട്ടിക്ക്, ജനസമാന്യത്തിൽ ബഹുഭൂരിപക്ഷത്തെയും വർധിച്ചതോതിൽ അതിന്റെ സ്വാധീനത്തിൻ കീഴിൽ കൊണ്ടുവരാൻ കഴിയുന്നു. ഏതാനും ആയിരങ്ങളെ കൊണ്ടു തൃപ്തിയടയുകയും അലംഭാവം കൊള്ളുകയും ചെയ്യുന്നവർ ഇക്കാര്യം ഓർക്കണം. ലെനിന്റെ താഴെപറയുന്ന വാക്കുകളും അവർ ഓർമ്മിക്കണം.

ബഹുജനങ്ങൾ എന്ന സങ്കൽപത്തെക്കുറിച്ച് ഏതാനും വാക്കുകൾ

സമരത്തിന്റെ സ്വഭാവത്തിൽ വരുന്ന മാറ്റമനുസരിച്ചു മാറ്റം വരുന്ന ഒന്നാണത്. സമരത്തിന്റെ തുടക്കത്തിൽ യഥാർഥ വിപ്ലവകാരിക ളായ ഏതാനും ആയിരം തൊളിലാളികളുണ്ടായാൽ മതി, ബഹു ജനമായി. പാർട്ടിമെമ്പർമാർക്കും പുറമെ മറ്റുള്ളവർക്കു കൂടി ആവേശം നൽകുന്നതിലും അവരെക്കൂടി സമരത്തിലേക്കു കൊണ്ടു വരുന്നതിലും വിജയിക്കുന്നതോടെ ബഹുജനങ്ങളെ

അണിനിരത്തുന്നതിനു തുടക്കമായി എന്നുപറയാം. മൂഢവും ക്ലേശപൂർണ്ണവുമായ ജീവിതം നയിക്കുന്നവരും രാഷ്ട്രീയത്തെപ്പറ്റി കേൾക്കുകപോലും ചെയ്യാത്തവരുമായ പതിനായിരക്കണക്കിന് പാർട്ടേതരതൊഴിലാളികൾ വിപ്ലവപരമായി പ്രവർത്തിക്കാൻ തുടങ്ങുമ്പോൾ നിങ്ങൾക്കൊരു 'ബഹുജന' പിന്തുണയുണ്ട്. വിപ്ലവത്തിന് ഒരുങ്ങിക്കഴിയുമ്പോഴാകട്ടെ, 'ബഹുജന' സങ്കൽപ്പം വീണ്ടും വ്യത്യസ്തമായിത്തീരുന്നു. കുറെ ആയിരം തൊഴിലാളികൾ മാത്രമായാൽ അപ്പോൾ ബഹുജനമാവുകയില്ല. ഈ വാക്കിന് വ്യത്യസ്തമായ അർഥം കൈവരാൻ തുടങ്ങുന്നു. 'ബഹുജന' സങ്കൽപ്പത്തിൽ മാറ്റം വരുന്നു, അപ്പോൾ അതിനർഥം തൊഴിലാളികളിൽ മാത്രം ഭൂരിപക്ഷം എന്നല്ല. ചൂഷിതരായ എല്ലാ ജനങ്ങളുടെയും ഭൂരിപക്ഷം എന്നാണ്." (*സമാഹൃതകൃതികൾ*, വാല്യം 32, പുറം 468–77)

വ്യത്യസ്ത ബോധനിലവാരത്തോടുകൂടിയ ബഹുജനങ്ങളിൽ ബഹുഭൂരിപക്ഷത്തെ നേടിയെടുക്കാനുള്ള നിരന്തരമായ ഈ സമരമാണ് പാർട്ടേതര ബഹുജനസംഘടനകൾക്കിടയിലെ പാർട്ടിപ്രവർത്തനത്തിന് സജീവപ്രാധാന്യം നൽകുന്നത്. ഈ അടുത്തയിടെ നെറികെട്ടതും സെക്ടേറിയനുമായ ഒരു വാദഗതി മുമ്പോട്ടുവെക്കപ്പെടുകയുണ്ടായി: നമ്മുടെ രാജ്യത്ത് ഓരോ പാർട്ടിക്കും അതിന്റേതായ ബഹുജനസംഘടനയുണ്ടെന്നിരിക്കെ നാമും നമ്മുടെ നേതൃത്വത്തിലുള്ള ബഹുജനസംഘടനകളെ പാർട്ടിസംഘടനയെന്നപോലെ നടത്തിക്കൊണ്ടുപോകുന്നതിൽ എന്ത് അപാകതയാണുള്ളത്? ഈ വാദക്കാരുടെ കാഴ്ചപ്പാട് എത്ര ഇടുങ്ങിയതാണെന്നാണിത് കാണിക്കുന്നത്. ബൂർഷ്വാപ്രയോഗരീതി അഥവാ മാർക്സിസ്റ്റിതര പാർട്ടികളുടെ പ്രയോഗരീതി പിന്തുടരാനും അനുകരിക്കാനുമാണവർ പാർട്ടിയോടാവശ്യപ്പെടുന്നത്. പാർട്ടിയുടെ ഉദ്ദേശ്യലക്ഷ്യങ്ങളും ധാരണകളും വർഗപരമായ അടവുകളും ഈ വിപ്ലവേതര പാർട്ടികളുടെ നിലവാരത്തിനു സമാനമാക്കിത്തീർക്കലാണത്.

മറ്റുപാർട്ടികളുടെ മുമ്പിൽ, വലതായാലും ഇടതായാലും ശരി, നമ്മുടേതുപോലുള്ള വിപ്ലവകരമായ ലക്ഷ്യമില്ല, നമ്മെപോലെ അവയ്ക്ക് വിപ്ലവത്തിനുവേണ്ടി അധ്വാനിക്കുന്ന ജനങ്ങളിൽ ബഹുഭൂരിപക്ഷത്തെ നേടിയെടുക്കേണ്ട അടിയന്തരാവശ്യവുമില്ല. തിരഞ്ഞെടുപ്പിൽ വോട്ടു ലഭിക്കുന്നതിനുവേണ്ടിയുള്ള ഒരു സഞ്ചയമായാണവർ ബഹുജനസംഘടനകളെ കണക്കാക്കുന്നത്. അതുകൊണ്ടുതന്നെ മറ്റുള്ളവരുടെ ഇടപെടൽ അനുവദിക്കാതെ അവരത് തങ്ങളുടേതായി നിലനിർത്തുന്നു. തങ്ങളുടെ അനുയായികളെ പൊതുവായ ബഹുജനസമരങ്ങളിൽ നിന്നു കഴിയുന്നത്ര അകറ്റി നിർത്താൻ അവർ ശ്രമിക്കുന്നു. അവർ സംഘടനയെ പാർട്ടിയുടെ ഒരു റിസർവ് കേന്ദ്രമായി കൊണ്ടുനടക്കുന്നു. അതിൻഫലമായി അനുയായികളെ വൻതോതിൽ നഷ്ടപ്പെടുന്നു. കാരണം, അവരുടെ അടവുകൾ ജനസാമാന്യത്തിന്റെ താൽപര്യങ്ങൾക്കെതിരാണ്. സി. പി ഐ (എം) ന് മറ്റുദ്ദേശ്യലക്ഷ്യങ്ങളുമുണ്ട്. അതിനാൽ ഭൂരിപക്ഷപിന്തുണ നേടി

യെടുക്കുന്നതിനുവേണ്ടി അത് പ്രവർത്തിക്കേണ്ടിയിരിക്കുന്നു. അതുകൊണ്ട് ഏതൊരു വിപുലമായ ജനവിഭാഗത്തിന്റെ താൽപര്യമാണോ അതു കാത്തുസൂക്ഷിക്കുന്നത് ആ ജനവിഭാഗത്തെ ആകർഷിക്കാൻ, അതിന്റെ നേതൃത്വത്തിലുള്ള ബഹുജനസംഘടനകൾക്ക് കഴിയേണ്ടത് തികച്ചും ആവശ്യമാണ്. ബഹുജനങ്ങളിൽ നിന്നുള്ള നിരന്തരമായ റിക്രൂട്ടുമെന്റിന് സ്വേച്ഛാധിപത്യപരമായ പ്രവർത്തനമോ ബഹുജനങ്ങൾ ഏറ്റെടുത്ത് പോരാടാൻ ഒരുക്കമില്ലാത്ത മുദ്രാവാക്യങ്ങളോ തടസ്സമാകരുത്. നാം ഒരു പ്രത്യേക സംഘടനയുണ്ടാക്കാൻ നിർബന്ധിതരായി എന്നത് ശരിതന്നെ, പക്ഷെ, ഇത് വിപുലാടിസ്ഥാനത്തിലുള്ള ഒരു ബഹുജന സംഘടനയെന്നനിലക്ക് പ്രവർത്തിപ്പിക്കുകയെന്ന ഉത്തരവാദിത്വത്തിൽ നിന്ന് നമ്മെ ഒഴിവാക്കുന്നില്ല. നേരെ മറിച്ച്, ആ ഉത്തരവാദിത്വം വർധിക്കുകയാണ് ചെയ്യുന്നത്.അത് നിറവേറ്റുന്നതിന് മറ്റു പാർട്ടികളുടെ നേതൃത്വത്തിലുള്ള ബഹുജനസംഘടനകളുമായി യോജിച്ച സമരത്തിന് നാം ഊന്നൽ നൽകുന്നു, യോജിച്ചസമരത്തിനു വേണ്ടിയുള്ള ഈ അഭ്യർഥന, ബഹുജനങ്ങളിൽ ഭൂരിപക്ഷത്തെ നേടിയെടുക്കുകയെന്ന നമ്മുടെ അടവിന്റെ ഭാഗമാണ്.

നമ്മുടെ സംഘടനകൾ യഥാർഥ ബഹുജനസംഘടനകളെന്ന നിലക്ക് തുടർന്നു പ്രവർത്തിക്കുകയും ബന്ധപ്പെട്ട ജനവിഭാഗങ്ങളുടെ പ്രാഥമികസമരങ്ങളിൽ പങ്കെടുത്തു പോരാടാൻ താൽപര്യമുള്ള എല്ലാവർക്കുമായി അവ തുറന്നുകൊടുക്കുകയും വേണം എന്നാണ് ഇതിനർഥം.

പ്രത്യേക സംഘടനകൾ വേണം എന്നതല്ല നമ്മുടെ ആഗ്രഹം, നാം അതിന് നിർബന്ധിതരായതാണ്. പൊതുവായ ബഹുജനസംഘടനകളിൽ പ്രവർത്തിക്കാൻ നാം വളരെയേറെ ആഗ്രഹിക്കുന്നു. അവിടെ കൂടുതൽ വലിയ ജനവിഭാഗങ്ങൾക്കിടയിൽ കമ്യൂണിസ്റ്റ് പ്രവർത്തനം നടത്താനും കൂടുതൽപേരെ പാർട്ടിയുടെ പ്രത്യയശാസ്ത്രത്തിനു കീഴിൽ കൊണ്ടുവരാനും നമുക്കു കഴിയുന്നു. തങ്ങളുടെ അണികൾ നമ്മുടെ സ്വാധീനത്തിൻ കീഴിൽ വരുന്നതു തടയാൻ വേണ്ടി ബഹുജനസംഘടനകളെ പിളർക്കുന്നത് അവസരവാദികളും റിവിഷനിസ്റ്റുകാരും ബൂർഷ്വാ നേതാക്കളുമാണ്. ഈ പിളർപ്പിനെ ജയിക്കാനാണ് നാം ശ്രമിക്കുന്നത്. അതാകട്ടെ, അവരെ അനുകരിച്ചു പാർട്ടിസംഘടനയെന്നപോലെ ബഹുജനസംഘടനകൾ നടത്തിക്കൊണ്ടല്ല, മറിച്ച് ഐക്യമുന്നണി അടവുകളെക്കൊണ്ട് അവരുടെ സുരക്ഷിതസ്ഥാനങ്ങളിലേക്ക് കടന്നുചെന്ന് അവരുടെ സംഘടനയിൻകീഴിലുള്ള ബഹുജനങ്ങളുമായി യോജിച്ചുകൊണ്ടാണ്.

ചില ബഹുജനസംഘടനകളുടെ പ്രവർത്തനങ്ങളെ വേണ്ടത്ര പരിശോധിക്കാത്തതുമൂലം തെറ്റായ പല ആശയങ്ങളും നമ്മുടെ പാർട്ടിക്കകത്ത് നുഴഞ്ഞുകയറിയിട്ടുണ്ട്. മറ്റു ചിലരാകട്ടെ, പല സംഘടനകളുടെയും വർധിച്ച ശക്തിയിൽ മതിമറന്നുപോയി. ഈ ശക്തി നമ്മുടെ മുമ്പിൽ തുറന്നുകാട്ടിയിട്ടുള്ള അവസരങ്ങളെ യഥാർഥത്തിൽ പ്രതിഫലിപ്പിക്കുന്നുണ്ടോ എന്ന കാര്യത്തിൽ അവർ അൽപംപോലും ശ്രദ്ധിക്കുന്നില്ല. ഈ സംഘടനകളിൽ ചിലവയുടെ രേഖകൾ പഠിക്കുകയും

ബഹുജനസംഘടനകളുടെ സ്വഭാവം സംബന്ധിച്ച നമ്മുടെ ധാരണകളുമായി അവ പൊരുത്തപ്പെടുന്നുണ്ടോ എന്നു നോക്കുകയും ചെയ്യേണ്ടത് ആവശ്യമായിരിക്കുന്നു.

വിദ്യാർഥികളെ സംബന്ധിച്ച് കൊല്ലങ്ങൾക്കു മുമ്പ് തയ്യാറാക്കി അംഗീകരിച്ച രേഖ പുനഃപഠനത്തിനു വിധേയമാക്കേണ്ടതുണ്ട്. അതിലെ ആഹ്വാനവും ആമുഖവും സാർവദേശീയ-ദേശീയസ്ഥിതിഗതികളെക്കുറിച്ചുള്ള പാർട്ടിയുടെ പ്രസ്താവനയുടെ ആവർത്തനം മാത്രമാണ്. ഒരു ശരാശരി വിദ്യാർഥിയുടെ സാമാന്യബോധത്തിന് അപ്രാപ്യമാണവ. വിദ്യാർഥിസമൂഹത്തിന്റെ സംഘടന കെട്ടിപ്പടുക്കുന്നതിന് അതൊരു ആയുധമാക്കാനാവില്ല. പക്ഷെ ഭാഗ്യത്തിന് സംഘടനയുടെ മുഖ്യപ്രവർത്തനം വിദ്യാർഥികളുടെ ആവശ്യങ്ങളിലും വിദ്യാഭ്യാസപരവും രാഷ്ട്രീയവുമായ കാര്യങ്ങളിലുമാണ് കേന്ദ്രീകരിക്കപ്പെട്ടിരുന്നത്, രേഖയിൽ ഇവയ്ക്ക് പ്രാധാന്യം നൽകുകയും ചെയ്തിരുന്നു. രേഖയിൽ ശാസ്ത്രീയ സോഷ്യലിസത്തെക്കുറിച്ചും പറഞ്ഞിരിക്കുന്നു. ശാസ്ത്രീയസോഷ്യലിസം മുറുകെപ്പിടിക്കുകയെന്നതാണ് അംഗത്വത്തിനുള്ള ഉരകല്ലെങ്കിൽ സി പി ഐ (എം) അംഗങ്ങൾക്കു മാത്രമേ വിദ്യാർഥി സംഘടനയിൽ അംഗത്വത്തിന് അർഹതയുണ്ടാകൂ എന്നുവരും. ശാസ്ത്രീയ സോഷ്യലിസം എന്തെന്ന് ശരിയായി മനസ്സിലാക്കിക്കൊണ്ടു തന്നെ അതിനെപ്പറ്റിയുള്ള പ്രചാരണവും പ്രക്ഷോഭവും തങ്ങളുടെ ദൈനംദിനപ്രവർത്തനത്തിന്റെ ഭാഗമാക്കുകയാണെങ്കിൽ, അതായത് സംഘടനയെ ശാസ്ത്രീയസോഷ്യലിസവുമായി താദാത്മ്യപ്പെടുത്തുകയാണെങ്കിൽ അത് നമ്മുടെ വിദ്യാർഥി സംഘടന വിദ്യാർഥി സമൂഹത്തിന്റെയാകെ ഒരു സംഘടനയാവുന്നതിനു പ്രതിബന്ധമാവും. എന്നാൽ രക്ഷപ്പെടുത്തുന്ന ഒരു വ്യവസ്ഥ രേഖയിലുണ്ട്. ശാസ്ത്രീയസോഷ്യലിസമെന്തെന്ന് വിശദീകരിക്കവെ തന്നെ, ഏതെങ്കിലും ഒരു പ്രത്യേക പാർട്ടിയുടെ രാഷ്ട്രീയം അടിച്ചേൽപ്പിക്കാൻ സംഘടന അനുവദിക്കുകയില്ലെന്നതാണത്.

പല ബഹുജനസംഘടനകളുടെയും പരിപാടികളിലും ലക്ഷ്യങ്ങളിലും ഉൾക്കൊള്ളിച്ചിട്ടുള്ള പലതും മുറുകെ പിടിക്കുകയോ നടപ്പാക്കുകയോ ചെയ്യുന്നപക്ഷം അവയുടെ വികാസപ്രക്രിയ തടസപ്പെടുന്നതായിരിക്കും. എന്നാൽ ഭാഗ്യത്തിന്, പ്രയോഗത്തിൽ അവ ശ്രദ്ധകേന്ദ്രീകരിക്കുന്നത് ബന്ധപ്പെട്ട ജനസാമാന്യത്തെയും അവരുടെ പുരോഗതിയെയും പ്രത്യക്ഷത്തിൽ ബാധിക്കുന്ന പ്രശ്നങ്ങളിലും അടിയന്തരപ്രശ്നങ്ങളിലും മാത്രമാണ്. ഇതിനർഥം യാഥാർഥ്യത്തിനു നിരക്കാത്ത അവയുടെ മുദ്രാവാക്യങ്ങളും പരിപാടികളും ശരിയാണെന്നല്ല.

ബഹുജനസംഘടനകൾക്ക് നേരെയുള്ള ശരിയായ കാഴ്ചപ്പാട്, അവയുടെ പരിപാടി, ഭരണഘടന, ആഹ്വാനം എന്നിവ നിർണ്ണയിക്കേണ്ടത് സംഘടന ഏതൊരു ജനവിഭാഗത്തിന്റേതാണോ ആ ജനവിഭാഗത്തിന്റെ സ്വഭാവം, ജനകീയ ജനാധിപത്യമുണണി കെട്ടിപ്പടുക്കുന്നതിൽ ആ ജനവിഭാഗത്തിനുള്ള സ്ഥാനം, ആ ജനസാമാന്യത്തെ സമരരംഗത്തിറങ്ങാൻ പ്രേരിപ്പിച്ച പ്രത്യക്ഷവും അടിയന്തരവുമായ താൽപര്യങ്ങൾ, ആ ജനസാമാന്യം ഫ്യൂഡൽ വിരുദ്ധ-സാമ്രാജ്യവിരുദ്ധ-കുത്തകവിരു

ദ്ധസമരത്തിലേക്ക് കൊണ്ടുവരപ്പെട്ടതെങ്ങനെ എന്നീ കാര്യങ്ങളുടെ അടിസ്ഥാനത്തിലായിരിക്കണം. ഈ സംഘടനകളിൽ പാർട്ടിയുടെ നേതൃത്വപരമായ പങ്ക് കുടികൊള്ളുന്നത്, ഈ ജനസാമാന്യത്തിൽ എത്രയും വലിയ വിഭാഗത്തെ പുതുതും ഉയർന്നതുമായ ബോധത്തിലേക്കു നയിക്കുന്നതിലും സംഘടനയുടെ വിശാലമായ ബഹുജനസ്വഭാവത്തിൽ അൽപ്പംപോലും മാറ്റം വരുത്താതെതന്നെ, പാർട്ടിയുടെ മൗലികമായ മുദ്രാവാക്യങ്ങൾ അവർക്ക് സ്വീകാര്യമാക്കുന്നതിലുമാണ്.

ഇതോടനുബന്ധിച്ച രണ്ട് പാളിച്ചകൾക്കെതിരെ നമ്മുടെ പാർട്ടിയുടെ സൽക്കിയാപ്ലീനം മുന്നറിയിപ്പു നൽകിയിട്ടുണ്ട്. അതിൽ പറയുന്നു:

> ഒട്ടേറെ കമ്മിറ്റികളും സഖാക്കളും ബഹുജനസംഘടനകളെ കൈകാര്യം ചെയ്യുന്നത് അവ പാർട്ടിയുടെ കീഴ്സംഘടനകളാണെന്ന നിലക്കാണ്. അവയെ ജനാധിപത്യപരമായി പ്രവർത്തിപ്പിക്കുന്നതിൽ ദുർലഭമായേ ശ്രദ്ധ ചെലുത്തുന്നുള്ളു. അതേസമയം ബഹുജനസംഘടനകൾക്ക് നേതൃത്വം നൽകുന്ന ഒട്ടേറെ പാർട്ടിമെമ്പർമാർ പാർട്ടിയെ മറികടന്നുകൊണ്ട് സ്വതന്ത്രമായി പ്രവർത്തിക്കുകയെന്ന ഹാനികരമായ മറ്റൊരു പ്രവണത പ്രകടമാക്കുന്നുണ്ട്.

ഇക്കാര്യങ്ങളെല്ലാം അനുസ്മരിക്കേണ്ടതാവശ്യമാണ്. എന്തുകൊണ്ടെന്നാൽ, ബഹുജനസംഘടനകളുടെ ത്വരിതഗതിയിലുള്ള വളർച്ചക്ക് അളവറ്റ സാധ്യത ഇന്നുണ്ട്. തെറ്റായ ധാരണകളും പ്രവർത്തനരീതിയും ഈ വികാസപ്രക്രിയക്ക് ഹാനികരമാകാനിടയുണ്ട്. ട്രേഡ് യൂണിയനുകളിൽ വിശേഷിച്ചും, നമ്മുടെ സംഘടിതശക്തി നമ്മുടെ സ്വാധീനശക്തിക്ക് അനുഗുണമായ തോതിൽ ഇല്ല; മാർക്സിസ്റ്റ്-ലെനിനിസ്റ്റ് അർഥത്തിൽ ജനാധിപത്യപരമായ പ്രവർത്തനത്തിന്റെ അഭാവം പൊതുവെ ഉണ്ടുതാനും. നേതൃസമിതികളിൽ നമുക്ക് ബഹുഭൂരിപക്ഷമുണ്ടായിരിക്കെ, പാർട്ടിമെമ്പർമാർ സംഘടനയുടെ വിശാലസ്വഭാവവും സംഘടനയിൽ പാർട്ട്യേതര ജനസാമാന്യത്തിന്റെ പങ്കാളിത്തം വർധിപ്പിക്കേണ്ടതിന്റെ ആവശ്യകതയും വിസ്മരിക്കുന്നു. ഈ സംഘടനകളുടെ തലപ്പത്ത് പാർട്ടിമെമ്പർമാരാവണമെന്നതും അവരുടെ ശബ്ദം അംഗീകാരത്തോടെയും ബഹുമാനത്തോടെയും ശ്രദ്ധിക്കപ്പെടണമെന്നതും യുക്തിയുക്തം തന്നെ. പക്ഷെ, ഒരു വിശാല ബഹുജനസംഘടന എന്ന നിലയിലുള്ള അതിന്റെ സ്വഭാവവും ആകർഷകത്വവും വിസ്മരിക്കുന്നതിന് അതൊരു കാരണമായിക്കൂട.

മഹിളാസംഘടനയുടെ സ്വഭാവം സംബന്ധിച്ച് ഈയിടെ നടന്ന ചർച്ചകളിൽ ഇത്തരത്തിലുള്ള തെറ്റായ വീക്ഷണങ്ങൾ സൂക്ഷ്മതയോടെ ചൂണ്ടിക്കാണിക്കപ്പെട്ടിട്ടുണ്ട്. കഴിഞ്ഞ കേന്ദ്രക്കമ്മിറ്റി യോഗത്തിന് പോളിറ്റ് ബ്യൂറൊ സമർപ്പിച്ച റിപ്പോർട്ടിൽ മഹിളാ സമ്മേളനം സംബന്ധിച്ച് ഇങ്ങനെ പറയുന്നു:

> ഈ സഖാക്കളുടെ കാഴ്ചപ്പാട്, വിശാലമായ പാർട്ട്യേതര ബഹുജനസംഘടനയെ സംബന്ധിച്ച മാർക്സിസ്റ്റ്–ലെനിനിസ്റ്റ് കാഴ്ചപ്പാടിന് കടകവിരുദ്ധമാണെന്നും പാർട്ടിമെമ്പറുടെ അച്ചടക്കത്തോടുകൂടിയ പ്രവർത്തനത്തിലൂടെയും അവർ നൽകുന്ന ശരിയായ രാഷ്ട്രീയ നേതൃത്വത്തിലൂടെയുമാണ് പാർട്ടിക്ക് അവയുടെ മേൽ അധികാരശക്തി നേടാനാവുകയെന്നും യോഗത്തിൽ പങ്കെടുത്ത പി ബി മെമ്പർമാർ ചൂണ്ടിക്കാട്ടി. ഇതിൽ നിന്ന് വ്യത്യസ്തമായ സമീപനമാകട്ടെ, ബഹുജനസംഘടന പാർട്ടിയുടെ അനുബന്ധമാണെന്ന അടിസ്ഥാനത്തിലുള്ളതായിരുന്നു. ഈ സമീപനം, പാർട്ട്യേതര ജനാധിപത്യവാദികൾക്കിടയിലേക്ക് പാർട്ടിയുടെ പ്രവർത്തനം വ്യാപിപ്പിക്കുകയും ബഹുജനങ്ങളുടെ മേൽ പാർട്ടിയുടെ രാഷ്ട്രീയ–സംഘടനാനേതൃത്വം സ്ഥാപിക്കുകയും ചെയ്യുന്ന പ്രക്രിയയെ തടസ്സപ്പെടുത്തുന്നു.

വിശാലമായ മഹിളാസംഘടനയോടുള്ള അവരുടെ എതിർ പ്പിലും അധ്വാനിക്കുന്ന സ്ത്രീകളുടെ സംഘടനയിൽ നിന്ന് അതിനെ വേർതിരിച്ചുകാണുന്നതിലും ഈ തെറ്റായ നിലപാട് വീണ്ടും കാണാവുന്നതാണ്. അവർ എഴുതുന്നു: “സംഘടനയുടെ അടിസ്ഥാനം എല്ലാ വിഭാഗത്തിലുംപെട്ട അധ്വാനിക്കുന്ന സ്ത്രീകളായിരിക്കും.” അതോടൊപ്പം തന്നെ “ബഹുജനസംഘടനകൾ ‘വിശാലമാക്കുന്ന’തിന്റെ പേരിൽ മഹിളാപ്രസ്ഥാനത്തെ വർഗേതര വീക്ഷണത്തോടെ പരിഗണിക്കുന്ന, അയഞ്ഞ ഒരു സമീപനമെടുക്കുന്നുണ്ടോ എന്ന ഭയവും അവർക്കുണ്ട്.”

ഏതായാലും ചർച്ചകൾക്കിടയിൽ വ്യക്തമായതു ഈ സഖാക്കളിൽ ചിലർ തങ്ങളുടെ അനുഭവങ്ങളെ തെറ്റായി വ്യാഖ്യാനിച്ചിട്ടുണ്ടെന്നും ഇന്ത്യയിലെ മഹിളാ പ്രസ്ഥാനത്തിന്റെ എല്ലാ സവിശേഷതകളും ഗ്രഹിക്കാൻ അവർക്ക് കഴിഞ്ഞിട്ടില്ലെന്നുമാണ്. ഒരു റിപ്പോർട്ടിൽ നിന്ന് താഴെ പറയുന്ന ഭാഗം ഉദ്ധരിക്കാം:

> ഇനി, പിറകോട്ട് പോവുകയും ഉന്നതവർഗക്കാരായ സ്ത്രീകളുമായി ഐക്യം ഊട്ടിയുണ്ടാക്കാൻ ശ്രമിച്ചുകൊണ്ട് സ്ത്രീകളുടെ ദേശീയ ജനാധിപത്യമുന്നണി രൂപീകരിക്കുകയും ചെയ്യുന്നതിന്റെ പ്രശ്നമേയില്ല ആ ഘട്ടം നാം വളരെ മുമ്പുതന്നെ പിന്നിട്ടുകഴിഞ്ഞതാണ്.

അമിതാധികാരത്തിനെതിരായ രാഷ്ട്രീയ ചെറുത്തുനിൽപ്പിനുവേണ്ടി ബൂർഷ്വാ ഭൂപ്രഭുപാർട്ടികളെ കൂടി ഉൾപ്പെടുത്തിക്കൊണ്ട് ഒരു വിശാലവേദി രൂപീകരിക്കാൻ കാര്യമായി യത്നിച്ചുകൊണ്ടിരിക്കുന്ന നമ്മുടെ പാർട്ടിയിലെ അംഗങ്ങളാണിത് പറഞ്ഞിരിക്കുന്നത്, ഒരു വശത്ത് പാർട്ടിയുടെ ജനകീയ ജനാധിപത്യമുന്നണിയിൽ ദേശീയ ബൂർഷ്വാസിക്കുകൂടി നാം സ്ഥാനം നൽകുന്നു, മറുവശത്ത് ‘ഉന്നതവർഗങ്ങളെ’, അതായത് അധ്വാനിക്കുന്ന വിഭാഗം ഒഴികെയുള്ള ആരെയും, ഉൾപ്പെടുത്തുന്നതിൽ എതിർപ്പും!

ചില സഖാക്കളാവട്ടെ, ഇതോടനുബന്ധിച്ച് 'സ്ത്രീവാദ'വ്യതിയാനത്തെ ഭയപ്പെടുന്നു. ഒരുപക്ഷെ, അവർ ഫ്യൂഡൽ ആചാരങ്ങൾക്കും ഫ്യൂഡലിസത്തിൻ കീഴിലെ സ്ത്രീകളുടെ അവസ്ഥക്കും എതിരായ സമരവും സ്ത്രീവാദവും ഒന്നാണെന്ന് ധരിച്ചതു കൊണ്ടാ വാം. ഫ്യൂഡൽപാരമ്പര്യങ്ങളുടെ ക്ലേശങ്ങൾ ഏറ്റവുമധികം അനുഭവിക്കുന്നത് അധ്വാനിക്കുന്ന വിഭാഗത്തിൽപെട്ട സ്ത്രീകളാണെന്ന കാര്യം അവർ വിസ്മരിക്കുന്നു.

> സംഘടനയുടെ വിശാലാടിസ്ഥാനം നമ്മുടെ സംഘടനയുടെ വർഗാടിസ്ഥാനത്തിന് വിഘ്നം വരുത്തുന്നുവെന്ന ഭയം തെറ്റാണ്–എല്ലാ പ്രശ്നങ്ങളും വർഗസമരത്തിന്റെ ഭാഗമാണ്. വിലക്കയറ്റം, സമുദായികസൗഹാർദം, പൗരസ്വാതന്ത്ര്യം തുടങ്ങിയവ ഒന്നും തന്നെ വർഗേതര പ്രശ്നങ്ങളല്ല. അവയുടെ അടിസ്ഥാനത്തിൽ വിപുലമായ ജനവിഭാഗങ്ങളെ അണിനിരത്താൻ കഴിയും. തീർച്ചയായും പ്രസ്ഥാനത്തിന്റെ വിജയം നമ്മുടെ സ്വന്തം വർഗത്തെ അണിനിരത്തുന്നതിനെ ആശ്രയിച്ചിരിക്കുന്നു. സ്ത്രീകളെ സംബന്ധിച്ചിടത്തോളം താഴെപറയുന്ന കാര്യങ്ങൾ ഓർക്കേണ്ടതുണ്ട്.

1. "സ്ത്രീകൾ ജനങ്ങളുടെ ഒരു ഭാഗമാണ്.
2. സത്രീകൾ വിവിധ വർഗങ്ങളിൽപ്പെട്ടവരാണ്.
3. സ്ത്രീകൾ സ്ത്രീകളാണ്. അവർ ഏതു വർഗത്തിൽ പെടുന്നുവെന്ന പരിഗണന കൂടാതെ സ്ത്രീകളെന്ന നിലക്കുള്ള അവരുടെ ആവശ്യങ്ങൾ– ഉദാ: സ്ത്രീകളുടെ അവകാശങ്ങൾ, സമത്വം, സ്ത്രീകൾക്കു നേരെയുള്ള അക്രമങ്ങൾ, ബലാൽ സംഗം, സ്ത്രീധനം തുടങ്ങിയവ–നാം കണക്കിലെടുക്കണം.

ഇതൊക്കെ വിശദീകരിച്ചുകൊടുത്തിട്ടും അവർ എതിർപ്പു തുടരുന്നു!

ഇന്നത്തെ നിലയിൽ ഫ്യൂഡൽപരിതഃസ്ഥിതികളിൽ നിന്നും അസമത്വത്തിൽ നിന്നുമുള്ള സ്ത്രീകളുടെ മോചനത്തിനു വേണ്ടിയുള്ള പോരാട്ടം അധ്വാനിക്കുന്ന വിഭാഗങ്ങളിൽ മാത്രം ഒതുങ്ങിനിൽക്കുന്നുവെന്നു കരുതാനാവില്ല. ജനകീയജനാധിപത്യവിപ്ലവത്തിന്റെ കാര്യത്തിൽതന്നെ ഇത് ശരിയല്ലെന്നിരിക്കെ മഹിളാ പ്രസ്ഥാനത്തെ സംബന്ധിച്ചിടത്തോളം അതൊട്ടും ശരിയായിരിക്കില്ല.

ദേശീയ ബൂർഷ്വാസിയെ ജനകീയ ജനാധിപത്യമുന്നണിയുടെ ഭാഗമായാണ് പാർട്ടിപരിപാടി കണക്കാക്കുന്നതെന്നിരിക്കെ, സ്ത്രീകൾക്കു നേരെയുള്ള ഫ്യൂഡൽമർദ്ദനത്തെ എതിർത്തു തോൽപ്പിക്കുകയെന്നതു മുഖ്യലക്ഷ്യമായിട്ടുള്ള ഒരു ബഹുജനസംഘടനയോട് അധ്വാനിക്കുന്ന ജനവിഭാഗങ്ങളിൽ മാത്രം ഒതുങ്ങിനിൽക്കാനാണ് ഇവിടെ ആവശ്യപ്പെടുന്നത്.!

ഐക്യമുന്നണിയോടും വിശാലാടിസ്ഥാനത്തിലുള്ള ബഹുജനസംഘടനകളോടുമുള്ള ഭീതി എല്ലായ്പോഴും വർഗവീക്ഷണത്തിന്റെ പരിശുദ്ധി പുലർത്തുന്നതിനു വേണ്ടിയുള്ള പോരാട്ടമെന്ന നിലക്കാണ് പ്രത്യ

ക്ഷപ്പെടുക. കമ്യൂണിസ്റ്റ് പ്രസ്ഥാനത്തിന്റെ ഉദ്ഭവകാലത്തോളം പഴക്കമുള്ള ഒരു രോഗമാണിത്. ഈ സെക്ടേറിയനിസത്തിന്റെ ആവശ്യം നമ്മുടെ സംഘടനയെ 'ബൂർഷ്വാ' സംഘടനകളിൽ നിന്നും റിവിഷനിസ്റ്റ് സംഘടനകളിൽ നിന്നും സോഷ്യലിസം തുടങ്ങിയ ചില മുദ്രാവാക്യങ്ങളെകൊണ്ടുമാത്രം വേർതിരിച്ചു നിർത്തുകയെന്നതാണ്. യഥാർഥ അതിർവരമ്പ് ഉയർന്നു വരുന്നത് സമരത്തിലൂടെയാണ്, അല്ലാതെ, ബൂർഷ്വാസിപോലും ഉയർത്താവുന്നവയാണെന്നിരിക്കിലും പ്രസ്ഥാനത്തിന്റെ മുന്നേറ്റത്തിനുതകുന്ന പരിപാടിയെയും മുദ്രാവാക്യങ്ങളെയും അവഗണിക്കുന്നതിലൂടെയല്ല.

സ്ത്രീകൾക്ക് തുല്യാവകാശം വേണമെന്നും അതു ഭരണഘടനാപരമായി ഉറപ്പുവരുത്തണമെന്നുമുള്ള ആവശ്യം റിവിഷനിസ്റ്റുകാരും ബൂർഷ്വാസിയും ഉയർത്തുന്നുവെങ്കിൽ, ഫ്യൂഡൽ അടിമത്തത്തിനെതിരായ ആവശ്യങ്ങൾ അവർ ഉന്നയിക്കുന്നുവെങ്കിൽ അവ റിവിഷനിസ്റ്റ് ആവശ്യങ്ങളായി മാറുമോ? അവ ബഹുജനങ്ങളിലെത്തിക്കുന്നതാര്? അവയ്ക്കു വേണ്ടി പോരാടാൻ ജനങ്ങളെ ആവേശം കൊള്ളിക്കുന്നതാര്? എന്നതാണ് പ്രശ്നം. പരിഷ്കരണവാദം വിപ്ലവസമരത്തിന്റെ ഉപോൽപ്പന്നമായാണ് നാം കണക്കാക്കുന്നത്.

മഹിളാസംഘടന വിശാലാടിസ്ഥാനത്തിലുള്ള സംഘടനയാവണം, സ്ത്രീകളുടെ പുരോഗതിക്ക് വേണ്ടിയുള്ള പോരാട്ടത്തിലേക്ക് പൊതുവിൽ സ്ത്രീകളെയാകെ ആകർഷിക്കാൻ അതിനു കഴിയണം എന്ന കാര്യം ഊന്നിപ്പറയേണ്ടതായിട്ടുണ്ട്. അധ്വാനിക്കുന്ന ജനവിഭാഗങ്ങൾക്കായിരിക്കും ഇത് ഏറ്റവും അധികം ആവേശം പകരുക എന്നത് സ്വാഭാവികംമാത്രമാണ്. കാരണം, സ്ത്രീകളുടേതടക്കമുള്ള നിരവധി സംഘടനകളിലൂടെ പാർട്ടി പോരാടുന്നത് അവർക്ക് വേണ്ടിയാണ്.

അതേസമയം മഹിളാസംഘടന മുതലാളിത്തസൃഷ്ടിയായ അസമത്വത്തിന്റെ–വേതനം, തൊഴിലില്ലായ്മ, ജോലിയുടെ കാര്യത്തിലുള്ള വിവേചനം മുതലായവയുടെ – പ്രശ്നങ്ങളും ഏറ്റെടുക്കുന്നു. എന്നാൽ അധ്വാനിക്കുന്ന വിഭാഗങ്ങളിൽപെട്ട സ്ത്രീകളും മറ്റു വിഭാഗങ്ങളിൽപെട്ട സ്ത്രീകളും, രണ്ടുകൂട്ടരും, ഫ്യൂഡൽ സമ്പ്രദായത്തിന്റെ പരിമിതികൾക്കുള്ളിൽ ഞെരുങ്ങി തങ്ങളുടെ കുടുംബങ്ങളിൽതന്നെ രണ്ടാംകിടക്കാരായി കഴിഞ്ഞുകൂടുകയാണെന്നകാര്യം ഒരിക്കലും മറക്കരുത്. ഫ്യൂഡലും മുതലാളിത്തപരവുമായ എല്ലാ അസമത്വത്തിനുമെതിരായ പോരാട്ടത്തിൽ സ്ത്രീകളെ ആവേശം കൊള്ളിക്കുന്നതിലൂടെ സംഘടന പ്രയോഗത്തിൽ ബൂർഷ്വാ ഭൂപ്രഭുവാഴ്ചക്കെതിരായ, പൊതുജനാധിപത്യസമരവുമായി, തങ്ങളുടെ സമരത്തെ ബന്ധിപ്പിക്കുകയാണ് ചെയ്യുന്നത്. ഈ ധാരണ പൊതുവെ ഉണ്ടാവണം. എല്ലാ തെറ്റായ ധാരണകളും ദൂരീകരിക്കുകയും വേണം.

മൂന്ന്

ബഹുജനസംഘടനകളോടുള്ള സമീപനം

(2004 ഒക്ടോബർ 29–31 തീയതികളിൽ ചേർന്ന കേന്ദ്രക്കമ്മിറ്റി അംഗീകരിച്ചത്)

ബഹുജന സംഘടനകളെപ്പറ്റി എന്ന 1981–ലെ കേന്ദ്രക്കമ്മിറ്റി പ്രമേയം ബഹുജന സംഘടനകളുടെ പങ്കിനെയും അവയിലെ പാർടി പ്രവർത്തനത്തെയും സംബന്ധിച്ച കമ്മ്യൂണിസ്റ്റ് ധാരണ വിശദീകരിക്കുന്നതിന് ഉദ്ദേശിച്ചുള്ളതായിരുന്നു. എന്താണ് ബഹുജന സംഘടനകളെന്നും, പാർടിയുടേതിൽ നിന്ന് വ്യത്യസ്തമായി അവയുടെ ഉള്ളടക്കവും സ്വഭാവവും എന്തായിരിക്കണമെന്നുമുള്ള അടിസ്ഥാന വിഷയമാണ് ആ രേഖ കൈകാര്യം ചെയ്തത്. അവയുടെ വിശാലമായ സ്വഭാവവും ഏറ്റവും പിന്നണിയിൽ കിടക്കുന്നവരടക്കം ഏറ്റവും വിപുലവുമായ ജനവിഭാഗങ്ങളുടെ അവയിലേക്കുള്ള പ്രവേശനം എളുപ്പമാക്കുന്നതിന്റെ ആവശ്യവും മനസ്സിൽ വച്ചുകൊണ്ട് ബഹുജന സംഘടനകളുടെ അടവുകളും മുദ്രാവാക്യങ്ങളും രൂപപ്പെടുത്തേണ്ടതിന്റെയും ഈ സംഘടനകൾ സ്വതന്ത്രമായി പ്രവർത്തിക്കേണ്ടതിന്റെയും ആവശ്യം ആ രേഖ ഊന്നിപ്പറഞ്ഞു. ബഹുജനസംഘടനകളുടെ പരിപാടി, വേദികൾ, അടവുകൾ എന്നിവയിൽ നിന്ന് വ്യത്യസ്തമാണ് ഈ സംഘടനകളിൽ പ്രവർത്തിക്കുന്നവരും, പാർടി അച്ചടക്കത്തിന് വിധേയരായവരും അവയിലേക്ക് ആകർഷിക്കപ്പെട്ടിട്ടുള്ള വിവിധ വിഭാഗം ജനങ്ങൾക്കിടയിൽ രാഷ്ട്രീയ പ്രവർത്തനം നടത്തേണ്ടവരുമായ കമ്മ്യൂണിസ്റ്റുകാരുടെ പ്രവർത്തനം.

1981ൽ അംഗീകരിക്കപ്പെട്ട ബഹുജന സംഘടനകളെപ്പറ്റി എന്ന സി.സി രേഖ പറയുന്നു:

> ഏതേതു ജനവിഭാഗങ്ങളെയാണോ ബഹുജന സംഘടനകൾ സംഘടിപ്പിക്കുന്നത് ആ ജനവിഭാഗങ്ങളുടെ പ്രാഥമികബോധം ഉയർത്തുകയും, പിന്നോക്കം നിൽക്കുന്ന ജനസാമാന്യവും പാർടിയുടെ പ്രവർത്തനങ്ങളുമായുള്ള ബന്ധം അവയിലൂടെ വളർത്തുകയും ചെയ്യുക എന്നതാണ് ബഹുജന സംഘടനകളുടെ പങ്ക്. പിന്നോക്കം നിൽക്കുന്ന വിഭാഗങ്ങളുടെ തുടർച്ചയായുള്ള കടന്നുവരവ് സംഘ

ടനയുടെ വാതിൽ കൊട്ടിയടച്ച് തടയാതെ ബന്ധപ്പെട്ട വിഭാഗങ്ങളുടെ ബോധനിലവാരം നിരന്തരമായി ഉയർത്തുന്നതിലാണ് പാർടിയുടെ നേതൃത്വപരമായ പങ്ക് കുടികൊള്ളുന്നത്. ഇങ്ങനെ ചെയ്യാത്തപക്ഷം, സംഘടന, പാർടിയുമായി ഏറ്റവും അടുപ്പമുള്ള ഉശിരന്മാർ മാത്രമുള്ള ഒന്നായിത്തീരും; അതിന്റെ അംഗബലം വലുതാണെങ്കിൽ കൂടിയും ജനസാമാന്യത്തിൽ നിന്ന് അത് ഒറ്റപ്പെടും; അവരെ കർമ്മോന്മുഖരാക്കാൻ അതിന് കഴിയുകയുമില്ല.

മൗലികമായ മാറ്റത്തിന് – വിപ്ലവം, അധികാരം പിടിച്ചെടുക്കൽ മുതലായവയ്ക്ക് – വേണ്ടിയുള്ള പാർടിയുടെ പ്രത്യക്ഷ മുദ്രാവാക്യങ്ങൾക്ക് ഈ ബഹുജനങ്ങളെ പെട്ടെന്ന് ഉണർത്തി വിടാൻ കഴിയാത്തതുകൊണ്ടാണ് ബഹുജനസംഘടനകൾ ആവശ്യമായി വരുന്നത്. സാമൂഹ്യവ്യവസ്ഥയുടെ സമ്പൂർണ്ണമായ അഴിച്ചുപണി കൂടാതെ തന്നെ നേടാൻ കഴിയുന്ന അഥവാ നേടാൻ കഴിയുമെന്ന തോന്നലുണ്ടാക്കുന്ന ഭാഗികാവശ്യങ്ങളുടെയും അടിയന്തരാവശ്യങ്ങളുടെയും അടിസ്ഥാനത്തിൽ വിപുലമായ ജനസാമാന്യം പെട്ടെന്ന് ആകർഷിക്കപ്പെടുന്നു. ഈ സമരങ്ങളിലൂടെ നേടുന്ന വിദ്യാഭ്യാസവും അനുഭവ പാഠങ്ങളും പാർട്ടിയുടെ മാർഗ നിർദ്ദേശങ്ങൾക്ക് കീഴിൽ ജനസാമാന്യത്തിന്റെ ബോധത്തെ പരിശീലിപ്പിച്ചെടുക്കുകയും അവരെ വിപ്ലവമാർഗത്തിലേക്ക് തിരിച്ചുവിടുകയും ചെയ്യുന്നു. ഇതുമായി ബന്ധപ്പെട്ട പാർട്ടിയുടെ പ്രവർത്തനവും ജനങ്ങൾക്കിടയിലുള്ള ബഹുജന സംഘടനകളുടെ പ്രവർത്തനവും ഒന്നായി കാണരുത്. അങ്ങനെ കാണുന്നപക്ഷം ജനസാമാന്യവുമായുള്ള പാർട്ടിയുടെ ബന്ധം തകരും. ബഹുജന സംഘടനകൾക്ക് നേതൃത്വം നൽകുന്നതിന്റെ ഒരു കേവല നിയമമാണിത്. ബഹുജന സംഘടനകളെത്തന്നെ പാർട്ടിയുടെ വക്താക്കളാക്കിക്കൊണ്ട് അവയുടെ പങ്കിനെ പാർട്ടിയുടെ പങ്കിന് പകരം വയ്ക്കുന്നത് നിശ്ചയമായും ഹാനികരമായ ഭവിഷ്യത്തുകളിലേക്ക് കൊണ്ടെത്തിക്കും.

പ്രസ്തുത പ്രമേയം പാർടിയുടെ ധാരണയിൽ വ്യക്തത വരുത്തുകയും ബഹുജനസംഘടനകളെകുറിച്ച് നിലനിന്ന ചില തെറ്റായ ധാരണകളെ തിരുത്തുകയും ചെയ്തു. ഈ ശരിയായ സമീപനം നടപ്പാക്കുന്നത് എങ്ങനെയെന്ന് നാം കാലാകാലങ്ങളിൽ പരിശോധനയ്ക്ക് വിധേയമാക്കിക്കൊണ്ടിരുന്നു. 1992ൽ നടന്ന 14–ാം പാർടി കോൺഗ്രസ് സംഘടനയും കടമകളും എന്ന വിഷയത്തിൽ അംഗീകരിച്ച റിപ്പോർട്ടിൽ സാൽക്കിയാപ്ലീനത്തിന്റെ നിർദ്ദേശങ്ങളുടെ നടത്തിപ്പ് സംബന്ധിച്ച് പരിശോധനയും നടത്തിയിരുന്നു. 1981ലെ പ്രമേയത്തെ അവലോകനം ചെയ്തുകൊണ്ട് അതിൽ പറഞ്ഞത് ഇപ്രകാരമാണ്:

> മിക്ക സംസ്ഥാനങ്ങളിലും ബഹുജന സംഘടനകളിലും പ്രയോഗത്തിൽ ഈ ധാരണ ഇപ്പോഴും ലംഘിക്കപ്പെട്ടുകൊണ്ടിരിക്കയാണ്. പാർട്ടിവേദികളായി ഉപയോഗിക്കുകയും പാർട്ടിയുടെ മുദ്രാവാക്യങ്ങൾ യാന്ത്രികമായി അവയുടേതാക്കുകയും ചെയ്ത് പാർട്ടിയുടെ ചുറ്റുവട്ടത്തേക്കായി ബഹുജന സംഘടനകളുടെ പരിധി ചുരുക്കുകയാണ് ചെയ്യുന്നത്. ദുർബലമായ പല സംസ്ഥാനങ്ങളിലും, കിസാൻ സഭയിലും യുവജന-വിദ്യാർത്ഥി സംഘടനകളിലും ഈ പ്രശ്നം നിരന്തരമായി ഉയർന്നുവരുന്നു. തുടർന്ന് വളർച്ചയുണ്ടാകണമെങ്കിൽ ബഹുജന സംഘടനകളെക്കുറിച്ചുള്ള പാർട്ടിയുടെ വീക്ഷണം തിരുത്താനും അതിന് പുതിയ ദിശാബോധം നൽകാനുമുള്ള നിശ്ചയദാർഢ്യത്തോടെയുള്ള പോരാട്ടം ആവശ്യമാണ്.

1981ലെ പ്രമേയവും അതിനെ തുടർന്ന് നടത്തിയ പരിശ്രമങ്ങളും ബഹുജന സംഘടനകളുടെ പങ്കും അവയിലെ - വിശേഷിച്ച് ബഹുവർഗ സംഘടനകളിലെ - പാർട്ടി പ്രവർത്തനവും സംബന്ധിച്ച ധാരണയിൽ ചെറിയ തോതിലുള്ള പുരോഗതി ഉണ്ടാക്കിയിട്ടുണ്ട്. വിദ്യാർത്ഥി സംഘടനയിൽ പാർട്ടി നേതാക്കൾ സമ്മേളനങ്ങളെ അഭിസംബോധന ചെയ്യുന്ന രീതി പൊതുവിൽ ഇല്ലാതായിട്ടുണ്ട്. യുവജനങ്ങളുടെയും വിദ്യാർത്ഥികളുടെയും വിഷയങ്ങളായ പ്രശ്നങ്ങൾ കൈകാര്യം ചെയ്യുന്നതിന് വിദ്യാർത്ഥി-യുവജന സംഘടനകൾ ശ്രദ്ധിച്ചിട്ടുണ്ട്. 1981ലെ പ്രമേയത്തെ അടിസ്ഥാനമാക്കി സ്ത്രീകൾ സ്ത്രീകളെന്ന നിലയിലും പൗരകളും തൊഴിലാളികളുമെന്ന നിലകളിലുമുള്ള പ്രശ്നങ്ങൾ ഏറ്റെടുക്കുവാൻ മഹിളാ സംഘടനയും ശ്രമിച്ചിട്ടുണ്ട്. എല്ലാ ബഹുജനസംഘടനകൾക്കിടയിലും അതത് വിഭാഗത്തിലുള്ള ജനവിഭാഗങ്ങൾക്കിടയിൽ പ്രവർത്തിക്കുന്ന ഇതര സംഘടനകളുമായി സംയുക്ത വേദികളുണ്ടാക്കുന്നതിനുള്ള കൂടുതൽ പരിശ്രമങ്ങൾ ഉണ്ടായിട്ടുണ്ട്.

എന്നിട്ടും ബഹുജന സംഘടനകളെ കുറിച്ചുള്ള ധാരണയിലും അവയിൽ പാർട്ടി മെമ്പർമാർ എങ്ങിനെയാണ് പ്രവർത്തിക്കേണ്ടത് എന്നതു സംബന്ധിച്ചും പാർട്ടിക്കകത്ത് ഇപ്പോഴും പിശകുകളുണ്ട്. ഇത് ഓരോന്നും പാർട്ടിയുടെ എല്ലാ തലങ്ങളിലും ചൂണ്ടിക്കാണിക്കപ്പെടുകയും തിരുത്തുകയും വേണം.

കഴിഞ്ഞകാല അനുഭവങ്ങളുടെ വെളിച്ചത്തിൽ ബഹുജന സംഘടനകളെപ്പറ്റിയുള്ള 1981-ലെ രേഖ കാലോചിതമാക്കാൻ പാർടിയുടെ പതിനേഴാം കോൺഗ്രസ് അംഗീകരിച്ച രാഷ്ട്രീയ-സംഘടനാ റിപ്പോർട്ട് ആവശ്യപ്പെട്ടു. ഓരോ ബഹുജന സംഘടനയിലും നടത്തിയ പ്രവർത്തനത്തിന്റെ പരിശോധന നടത്തുവാനല്ല ഈ രേഖ കൊണ്ടുദ്ദേശിക്കുന്നത്. 1981 മുതൽ ഓരോ ബഹുജന സംഘടനയിലും നടത്തിയ പൊതുവായ പ്രവർത്തനാനുഭവങ്ങളുടെ അടിസ്ഥാനത്തിൽ ബഹുജന സംഘടനകളെക്കുറിച്ചുള്ള നമ്മുടെ സമീപനം കാലോചിതമാക്കാനാണ് ഇതുകൊണ്ടുദ്ദേശിക്കുന്നത്.

ബഹുജനസംഘടനകളുടെ പ്രവർത്തനത്തിലും പാർട്ടിയും ബഹുജനസംഘടനകളും തമ്മിലുള്ള ബന്ധത്തിലും കേന്ദ്രീകരിക്കണമെന്നതിന്റെ ആവശ്യമെന്താണ്? ബഹുജനസംഘടനകൾ വളരുകയും അതിൽ പുതിയ വിഭാഗം ജനങ്ങൾ കടന്നുവരികയും ചെയ്തല്ലാതെ പാർട്ടിയുടെ വളർച്ച സാധ്യമാവില്ല. പാർടിക്ക് കീഴിലോ അതിന്റെ സ്വാധീനവലയത്തിലോവരാത്ത, ബോധനിലവാരത്തിൽ പിന്നണിയിൽ നിൽക്കുന്ന ജനവിഭാഗങ്ങളും പാർട്ടിയും തമ്മിലുള്ള കണ്ണിയാണ് ബഹുജന സംഘടനകൾ എന്നാണ് 1981ലെ പ്രമേയം വിശദീകരിക്കുന്നത്. ബഹുജനങ്ങളെ പെട്ടെന്നാകർഷിക്കാൻ പാർട്ടിയുടെ നേരിട്ടുള്ള മുദ്രാവാക്യങ്ങൾക്ക് കഴിയാത്തതിനാൽ ബഹുജന സംഘടനകൾ ആവശ്യമായിരിക്കുന്നു. ഭാഗികമായ ആവശ്യങ്ങൾക്കു വേണ്ടി നടത്തുന്ന പോരാട്ടങ്ങളിലൂടെയും അവയിലൂടെ നേടിയെടുക്കുന്ന അനുഭവങ്ങളിലൂടെയുമാണ് പാർട്ടിയുടെ മാർഗ നിർദ്ദേശത്തിൻ കീഴിൽ ബഹുജന സംഘടനകളുടെ ബോധം വളർത്തിയെടുക്കാൻ കഴിയുക.

പാർട്ടിയുടെ അനുബന്ധമായി ബഹുജന സംഘടനകൾ പ്രവർത്തിക്കണമെന്ന വാദത്തിനെ ന്യായീകരിക്കാൻ പറയുന്ന ഒരു വാദം മറ്റെല്ലാ പാർടികൾക്കും അവയുടെ യുവജന, വിദ്യാർത്ഥി, കർഷക, വനിത ആദിയായ വിഭാഗങ്ങളോ പോഷകസംഘടനകളോ ഉണ്ടെന്നതാണ്. അതുകൊണ്ടു തന്നെ പാർട്ടിക്ക് സ്വതന്ത്രമായി പ്രവർത്തിക്കുന്ന ബഹുജന സംഘടനകൾ ഉണ്ടാവുക സാധ്യമല്ലെന്ന് വാദിക്കപ്പെടുന്നു. ഇത് തെറ്റും, അതിനാൽ തള്ളിക്കളയേണ്ടതുമായ ഒരു വാദമാണ്. ബൂർഷ്വാ പാർട്ടികൾ വിവിധ വിഭാഗം ജനങ്ങളെ സംഘടിപ്പിക്കുന്നത് അവരിൽ നിന്ന് നേട്ടങ്ങളുണ്ടാക്കാനും അവരെ വോട്ടു ബാങ്കായി പ്രവർത്തിപ്പിക്കുന്നതിനും വേണ്ടിയാണ്. അവർ വിവിധ വിഭാഗങ്ങളിലുള്ള തൊഴിലെടുക്കുന്ന ജനങ്ങളുടെ ഐക്യം കെട്ടിപ്പടുക്കുന്നതിന് തൽപ്പരരല്ല. എന്നാൽ വിപ്ലവ പ്രസ്ഥാനം കെട്ടിപ്പടുക്കുന്നതിനായി പ്രവർത്തിക്കുന്ന ഒരു തൊഴിലാളിവർഗ പാർട്ടി ജനങ്ങൾക്കിടയിലുള്ള വിവിധ തരം വിഭാഗീയതകളെ മറികടന്ന് ജനങ്ങളെ വർഗപരമായി യോജിപ്പിക്കാൻ ലക്ഷ്യമിടുന്നു. തൊഴിലാളികൾ, കർഷകർ, കർഷക തൊഴിലാളികൾ മുതലായവർക്കിടയിൽ വർഗപരമായ ഐക്യമുണ്ടാക്കുന്നതിന് സംയുക്ത പ്രസ്ഥാനം സഹായകമാവുന്നു.

ബഹുജന സംഘടനകളെ സംബന്ധിച്ച തൊഴിലാളിവർഗ പാർട്ടിയുടെ കാഴ്ചപ്പാട് ബൂർഷ്വാപാർട്ടികളുടെ കാഴ്ചപ്പാടിൽ നിന്ന് അടിസ്ഥാനപരമായിത്തന്നെ വ്യത്യസ്തമാണ്. തൊഴിലാളിവർഗ ഐക്യം കെട്ടിപ്പടുക്കാനുള്ള ഉദ്യമത്തിന്റെ ഭാഗമായി പരിഷ്കരണവാദികളാൽ നയിക്കപ്പെടുന്ന ബഹുജനാടിത്തറയുള്ള യൂണിയനുകളിൽ പ്രവർത്തിക്കാൻ കമ്മ്യൂണിസ്റ്റുകാർ മടി കാണിക്കരുത്.

സൽക്കിയാപ്ലീനം മുതൽ നാം സൂചിപ്പിച്ചതുപോലെ, അഖിലേന്ത്യാതലത്തിലുള്ള ബഹുജന സംഘടനകൾ കെട്ടിപ്പടുക്കുന്നതിനും അവയുടെ സ്വാധീനവും പങ്കും വർദ്ധിപ്പിക്കുന്നതിനും പാർട്ടി ശ്രമങ്ങൾ നടത്തുകയുണ്ടായി. എന്നിരുന്നാലും നാമുണ്ടാക്കിയ നേട്ടം ഇപ്പോഴും ആവശ്യവുമായി പൊരുത്തപ്പെടുന്നില്ല. അവ അണിനിരത്തുകയും

സംഘടിപ്പിക്കുകയും ചെയ്യേണ്ട ബഹുജന വിഭാഗങ്ങളിൽ ഭൂരിപക്ഷമ ല്ലെങ്കിലും ഗണ്യമായ വിഭാഗത്തെ പ്രതിനിധാനം ചെയ്യണമെന്നതാണ് ആവശ്യം. ഏത് നിലയിലായാലും കഴിഞ്ഞ രണ്ടു ദശകത്തിനിടയിൽ ബഹുജന സംഘടനാ വളർച്ചയിലെ അസമത്വം ഒരു തരത്തിലും കുറക്കാനായിട്ടില്ല.

2002ൽ 17-ാം പാർടി കോൺഗ്രസ് നടക്കുമ്പോൾ കർഷക മുന്നണിയിൽ ബംഗാളും കേരളവും ചേർന്നുള്ള അംഗസംഖ്യ ആകെ അംഗസംഖ്യയുടെ 87ശതമാനവും, ട്രേഡ്യൂണിയൻ മുന്നണിയിൽ 67ശതമാനവും, യുവജന മുന്നണിയിൽ 86ശതമാനവും, മഹിളകളിൽ 81ശതമാനവും, വിദ്യാർത്ഥികളിൽ 70ശതമാനവും ആയിരുന്നു. കർഷക ത്തൊഴിലാളി മുന്നണിയിൽ (പശ്ചിമ ബംഗാളിൽ പ്രത്യേക സംഘടന യില്ല) കേരളവും ആന്ധ്രയും ചേർന്നുള്ള അംഗസംഖ്യ ആകെ അംഗ സംഖ്യയുടെ 77ശതമാനം ആയിരുന്നു.

ബഹുജന സംഘടനാ അംഗത്വത്തിന്റെ വളർച്ചാപ്രവണത നോക്കി യാൽ 14-ാം കോൺഗ്രസിനും(1992) 17-ാം കോൺഗ്രസിനു(2002)മിടയിൽ ഹിന്ദി സംസ്ഥാനങ്ങളിൽ വർഗ്ഗ-ബഹുജന സംഘടനാ അംഗത്വം വർദ്ധിക്കുകയല്ല, 12,83,564 ൽ നിന്ന് 12,71,188 ആയി കുറയുകയാണ് ഉണ്ടാ യത്. കർഷക-കർഷകത്തൊഴിലാളി മുന്നണികളിൽ അംഗസംഖ്യ യിലുണ്ടായ കുറവ് പ്രത്യേക ശ്രദ്ധയർഹിക്കുന്നു. ബഹുജന സംഘടനാ പ്രവർത്തനത്തിൽ ആവശ്യമായത്ര ശ്രദ്ധനൽകിയില്ലെന്നും, ബഹുജന സംഘടനാ സമരങ്ങളിലും പ്രവർത്തനങ്ങളിലും ബന്ധപ്പെട്ട് ഏകീകര ണവും കെട്ടിപ്പടുക്കലും വേണ്ടത്രയുണ്ടായില്ലെന്നുമാണിത് കാണി ക്കുന്നത്. ഇത് ഹിന്ദി ഭാഷാ സംസ്ഥാനങ്ങൾക്കു മാത്രമല്ല, മറ്റ് ദുർബ്ബല സംസ്ഥാനങ്ങൾക്കും ബാധകമാണ്.

ഒരു ബഹുജന വിപ്ലവപ്പാർട്ടി കെട്ടിപ്പടുക്കുകയെന്ന സാൽക്കിയാ പ്ലീനത്തിന്റെ ലക്ഷ്യത്തിൽ നിന്ന് നാം ഏറെ പിറകിലാണെന്നാണിത് കാണിക്കുന്നത്. വിവിധ സംസ്ഥാനങ്ങളിലെ ബഹുജനങ്ങളിലേക്ക് എത്തിച്ചേരാനോ അവരെ ബഹുജന സംഘടനകളിലണിനിരത്താനോ അത് വഴി അവരെ പാർടിയിലേക്കും അതിന്റെ രാഷ്ട്രീയ സ്വാധീനത്തി ലേക്കും ആകർഷിക്കാനോ നമുക്ക് കഴിഞ്ഞില്ല.

ദുർബ്ബല സംസ്ഥാനങ്ങളിൽ നമുക്ക് മുന്നേറ്റം സൃഷ്ടിക്കാനാവ ണമെങ്കിൽ വർഗ്ഗ ബഹുജനസംഘടനകളിലേക്കും അവയുടെ പ്രവർത്തനങ്ങളിലേക്കും ബഹുജനങ്ങളെ കൊണ്ടുവരാനാവുന്ന വിധ ത്തിൽ അവയിൽ പ്രവർത്തിക്കുകയാകണം നമ്മുടെ മുഖ്യകടമകളിൽ ഒന്ന്. നമ്മുടെ അടിസ്ഥാന വർഗങ്ങൾക്കിടയിൽ പ്രവർത്തിക്കേണ്ട ട്രേഡ് യൂണിയനുകൾ, കിസാൻ സഭകൾ, കർഷകത്തൊഴിലാളി സംഘടനകൾ എന്നിവയുടെ പ്രവർത്തനം ആ വർഗ്ഗങ്ങളിലെ ചെറിയൊരു വിഭാഗ ത്തിനിടയിൽ മാത്രമായി ഒതുങ്ങി നിൽക്കുന്നു. ചെറിയ ചില വ്യത്യാസ ങ്ങളോടെയാണെങ്കിലും യുവജന, വിദ്യാർത്ഥി, മഹിളാ മുന്നണികളിലും സ്ഥിതി ഇതു തന്നെയാണ്. ഈ സ്ഥിതി പരിഹരിക്കാനും, മുന്നേറ്റം ഉണ്ടാക്കാനും ബഹുജന സംഘടനകളുടെ പ്രശ്നങ്ങളിലും അവയിൽ എങ്ങനെയാണ് പാർട്ടി കേഡർമാരുടെ പ്രവർത്തനമെന്നുള്ള കാര്യ

ത്തിലും പാർട്ടി പ്രത്യേക ശ്രദ്ധ കാണിക്കണം. പ്രത്യേകം ശ്രദ്ധിക്കേണ്ട മൂന്നു മേഖലകൾ ഇവയെല്ലാമാണ്.

1. ബഹുജന സംഘടനകളുടെ സ്വതന്ത്ര പ്രവർത്തനം ശക്തിപ്പെടുത്തുകയും അതുവഴി വിശാല സ്വഭാവം കൈവരിക്കുകയും പുതിയ വിഭാഗം ജനങ്ങളിലേക്കെത്തിച്ചേരുകയും ചെയ്യണം.

2. ബഹുജന സംഘടനകളുടെ ജനാധിപത്യ പ്രവർത്തന രീതി ഉറപ്പാക്കുകയും യുവജന-വിദ്യാർത്ഥി-മഹിളാ സംഘടനകൾ ജനാധിപത്യവേദി എന്ന രീതിയിലുള്ള അവയുടെ സ്വഭാവം നിലനിർത്തുകയും വേണം

3. പാർടിയുടെ മാർഗദർശക പങ്കും, പാർടി കെട്ടിപ്പടുക്കലും സംബന്ധിച്ച കൃത്യമായ ധാരണയുണ്ടാവണം.

1. ബഹുജന സംഘടനകളുടെ സ്വതന്ത്രമായ പ്രവർത്തനം

ഓരോ ബഹുജനസംഘടനയുടെയും സ്വതന്ത്ര പ്രവർത്തനം അതത് വിഭാഗം ജനങ്ങളുടെ പ്രശ്നങ്ങൾ ഏറ്റെടുക്കുന്നതുമായി ബന്ധപ്പെട്ടിരിക്കുന്നു. ഏറ്റവും ഫലപ്രദമായി അത്തരം വിഷയങ്ങളും പ്രശ്നങ്ങളും തെരഞ്ഞെടുക്കാനും ബഹുജനങ്ങളെ അണിനിരത്താനും കഴിഞ്ഞാൽ അത്രയും നന്നായി അതത് സംഘടനകളുടെ സ്വതന്ത്ര സ്വഭാവം സ്ഥാപിക്കപ്പെടും. പ്രശ്നങ്ങളുടെ അടിസ്ഥാനത്തിൽ കക്ഷി രാഷ്ട്രീയത്തിനതീതമായി ജനങ്ങളെ അണിനിരത്താൻ കഴിയുന്നതിലാണ് ബഹുജന സംഘടനകളുടെ ശക്തിയും സ്വാധീനവും കുടികൊള്ളുന്നത്.

പാർടിയുടെ അനുബന്ധമായി വർഗ-ബഹുജന സംഘടനകളോട് പെരുമാറുന്ന തുടർച്ചയായ ഒരു പ്രവണത ഇപ്പോഴും ദൃശ്യമാണ്. പ്രവർത്തനരംഗത്ത് അവ തമ്മിലുള്ള വ്യത്യാസം തുടച്ചുമാറ്റപ്പെടുന്നു. പലപ്പോഴും പാർടി വേദികളിലുയർത്തുന്ന മുദ്രാവാക്യം തന്നെ ബഹുജന സംഘടനാ വേദികളിലും ഉയർത്തപ്പെടുകയും അവയുടെ പ്രവർത്തന രീതി വ്യത്യസ്തമല്ലാതിരിക്കുകയും ചെയ്യുന്നു. ബഹുജന സംഘടനാ കമ്മിറ്റി അംഗങ്ങളും ഭാരവാഹികളും മിക്കവാറും പാർടി അംഗങ്ങളായതിനാൽ പാർടിയും ബഹുജന സംഘടനയും തമ്മിൽ യാതൊരു തരം തിരിവുമില്ലാത്ത അവസ്ഥയും വന്നു ചേരുന്നു.

തെറ്റായ ഈ പ്രവണത തിരുത്തുന്നതിനായി പാർടിയുടെ വിവിധ തലത്തിലുള്ള നേതൃകമ്മിറ്റികളും കാഡർമാരും താഴെപ്പറയുന്ന കാര്യത്തിൽ പ്രത്യേകം ശ്രദ്ധിക്കണം.

1. പാർടിയുടെ നേരിട്ടുള്ള മുദ്രാവാക്യങ്ങൾ അതേപടി യാന്ത്രികമായി ബഹുജന സംഘടനാ വേദികളിൽ നൽകരുത്. സാധാരണ അംഗങ്ങളുടെ ബോധനിലവാരത്തെ അടിസ്ഥാനപ്പെടുത്തിയാണ് മുദ്രാവാക്യങ്ങളും ആവശ്യങ്ങളും ഉന്നയിക്കേണ്ടത്.

2. ബഹുജന സംഘടനകളുടെ അടിസ്ഥാന ജോലി, അതത് വിഭാഗം ജനങ്ങളെ ബാധിക്കുന്ന അടിയന്തര പ്രശ്നങ്ങളും ദീർഘകാല വിഷയങ്ങളും ഏറ്റെടുക്കുക എന്നതായിരിക്കണം. പ്രാദേശികവും അടിയന്തരവുമായ പ്രശ്നങ്ങൾ ഏറ്റെടുക്കുന്നതിൽ പുരോഗതിയുണ്ടായിട്ടുണ്ടെങ്കിലും, പ്രാദേശിക സമരങ്ങളും പ്രസ്ഥാനങ്ങളും വളർത്തിയെടുക്കുന്നതിൽ കൂടുതൽ ശ്രദ്ധയുണ്ടാവണം.

3. ബഹുജന സംഘടനകളുടെ സമ്മേളനങ്ങളിലും യോഗങ്ങളിലും അതത് സംഘടനയുമായി ബന്ധമില്ലാത്ത പാർട്ടി നേതാക്കന്മാർക്ക് പ്രാമുഖ്യം നൽകുന്നതായി കാണുന്നുണ്ട്. ശക്തമായ സംസ്ഥാനമായ കേരളം പോലുള്ളയിടങ്ങളിൽ പാർട്ടി നേതാക്കന്മാർ ബഹുജന സംഘടനകളുടെ സമ്മേളനങ്ങളെ ഉത്ഘാടനം ചെയ്യുകയോ അഭി സംബോധന ചെയ്യുകയോ ചെയ്യുന്നതായി കാണാറുണ്ട്. ഇതൊരു തെറ്റായ പ്രവർത്തന രീതിയായതിനാൽ പിന്തുടരേണ്ടതില്ല. അതത് പ്രസ്ഥാനവുമായി ബന്ധമില്ലാത്ത പാർട്ടി നേതാക്കൾ ബഹുജന സംഘടനകളുടെ സമ്മേളനങ്ങൾ ഉത്ഘാടനം ചെയ്യുകയോ അവയെ അഭിസംബോധന ചെയ്യുകയോ ചെയ്യേണ്ടതില്ല. ബഹുവർഗ സംഘട നകളായ വിദ്യാർഥി, യുവജന, മഹിളാ സംഘടനകളുടെ കാര്യത്തിൽ ഇത് പ്രത്യേകം ശ്രദ്ധിക്കപ്പെടണം. ബഹുജന സംഘടന പാർട്ടി വേദി യായി കണക്കാക്കപ്പെടരുത് എന്നതിലായിരിക്കണം ശ്രദ്ധ.

4. ചില സംസ്ഥാനങ്ങളിൽ വിദ്യാർത്ഥി, യുവജന മഹിളാ സംഘ ടനകൾക്ക് പാർട്ടി റാലികളിലും പരിപാടികളിലും പങ്കെടുക്കണമെന്നാ വശ്യപ്പെട്ട് സർക്കുലർ കൊടുക്കാറുണ്ട്. ഇത് ചെയ്യരുത്. സംയുക്ത പരിപാടിയുണ്ടെങ്കിൽ ബന്ധപ്പെട്ട ബഹുജന സംഘടനകളാണ് അവരുടെ യൂണിറ്റുകൾക്ക് സർക്കുലർ നൽകേണ്ടത്.

5. ബഹുജന സംഘടനാക്കമ്മിറ്റി അംഗങ്ങളുടെ പേരുകൾ മുഴു വൻ ബന്ധപ്പെട്ട പാർട്ടിക്കമ്മിറ്റികൾ നൽകുന്ന ശീലം അവസാനി പ്പിക്കണം. പ്രസിഡണ്ട്, ജനറൽ സെക്രട്ടറി (ട്രേഡ്യൂണിയനുകളുടെ കാര്യത്തിൽ ഖജാൻജിയും) എന്നിവരെ മാത്രമേ ബന്ധപ്പെട്ട കമ്മിറ്റി അംഗീകരിക്കേണ്ടതുള്ളു. മറ്റുഭാരവാഹികൾ, കമ്മിറ്റി അംഗങ്ങൾ എന്നിവരെ ബഹുജന സംഘടനയിലെ ഫ്രാക്ഷൻ കമ്മിറ്റിയോ ഫ്രാക്ഷനോ ബഹുജന സംഘടനയിലെ പാർടി ഇതര വിഭാഗങ്ങളു ടെയും അംഗങ്ങളുടെയും അഭിപ്രായം കൂടി കണക്കിലെടുത്തുകൊണ്ട് നിർദ്ദേശിക്കണം.

6. സംസ്ഥാന-ജില്ലാതലങ്ങളിൽ പോലും ബഹുജന സംഘടനാ ഓഫീസുകൾ പാർട്ടി ഓഫീസുകളിൽ നിലനിൽക്കുന്നതും പ്രവർത്തി ക്കുന്നതും തുടരുന്നു. ഒരു തുടക്കമെന്ന നിലയിൽ സംസ്ഥാന തലത്തി ലുള്ള ബഹുജന സംഘടനാ ഓഫീസുകൾ പാർട്ടി ഓഫീസുകളിൽ നിന്ന് മാറ്റുകയും ഇത് തുടർന്ന് ജില്ലാതലങ്ങളിൽ പിന്തുടരുകയും വേണം.

7. ബഹുജന സംഘടനകളിൽ പ്രവർത്തിക്കുന്ന പാർട്ടി കാഡർമാർ ബഹുജനങ്ങളിൽ ഒരു വിഭാഗത്തെ മാത്രമാണ് നാം പ്രതിനിധീകരിക്കു ന്നതെന്ന് തിരിച്ചറിയുകയും നമ്മുടെ സ്വതന്ത്രമായ വേദിയും പ്രവർ ത്തനങ്ങളും നിലനിർത്തിക്കൊണ്ടു തന്നെ മറ്റു ബഹുജന സംഘടന കളുമായുള്ള യോജിച്ച വേദിക്ക് പ്രാധാന്യം കൊടുക്കുകയും വേണം.

2. ജനാധിപത്യപരമായ പ്രവർത്തനവും ബഹുജന സംഘടനകളുടെ പങ്കും

ജനാധിപത്യപരമായ പ്രവർത്തനമെന്നതിൽ രണ്ടു കാര്യങ്ങൾ അടങ്ങിയിരിക്കുന്നു. ഒന്നാമത്തേത് എങ്ങിനെയാണ് നാം ബഹുജന

സംഘടനകളെ പ്രവർത്തിപ്പിക്കുന്നത് എന്നതാണ്. അത് ജനാധിപത്യ തത്വത്തിന്റെ അടിസ്ഥാനത്തിലായിരിക്കണം. വർഗ-ബഹുജന സംഘടനകൾ അവയുടെ ഭരണഘടനയിലും ചട്ടങ്ങളിലും പറഞ്ഞിട്ടുള്ള ജനാധിപത്യ തത്വങ്ങൾക്ക് അനുസൃതമായാണ്, അല്ലാതെ കമ്മ്യൂണിസ്റ്റ് പാർട്ടിയെപ്പോലെ ജനാധിപത്യ കേന്ദ്രീകരണ തത്വങ്ങളുടെ അടിസ്ഥാനത്തിലല്ല പ്രവർത്തിക്കേണ്ടത്. ബഹുജന സംഘടനകളിൽ പ്രവർത്തിക്കുന്ന പാർട്ടി മെമ്പർമാർ ജനാധിപത്യ കേന്ദ്രീകരണത്തിന്റെ അച്ചടക്കത്തിന് വിധേയമായിരിക്കണം. എന്നാൽ ഇത് അതേപടി ബഹുജന സംഘടനകൾക്ക് ബാധകമാക്കാനാവില്ല. ബഹുജന സംഘടനകളുടെ വിശാലമായ സ്വഭാവം വളർത്തിയെടുക്കുവാൻ ആ സംഘടനയിൽ അണിനിരക്കുന്ന വിപുലമായ ജനവിഭാഗങ്ങളുടെയും അംഗങ്ങളുടെയും പങ്കാളിത്തത്തോടെയുള്ള ജനാധിപത്യപരമായ പ്രവർത്തനമാണെങ്കിൽ മാത്രമേ കഴിയൂ. ട്രേഡ്യൂണിയൻ മുന്നണിയിൽ യൂണിയനുകളുടെ ജനാധിപത്യപരമായ പ്രവർത്തനതത്വം ഇനിയും നാം വളർത്തിയെടുക്കേണ്ടതുണ്ടെന്നാണ് ആവർത്തിച്ചുള്ള അവലോകനങ്ങൾ വ്യക്തമാക്കുന്നത്.

ജനധിപത്യപരമായ പ്രവർത്തനത്തിനുള്ള തടസ്സങ്ങൾ വരുന്നത് രണ്ട് രൂപങ്ങളിലാണ്. ഒന്നാമതായി വ്യത്യസ്തതലങ്ങളിലുള്ള ഭാരവാഹികൾ, എക്സിക്യുട്ടീവ്, തൊഴിലാളികളുടെ ജനറൽ ബോഡി മുതലായവയുമായി ബന്ധപ്പെട്ട എല്ലാവരെയും പങ്കെടുപ്പിച്ചുകൊണ്ടുള്ള ജനാധിപത്യപരമായ പ്രവർത്തനശൈലിയെ ട്രേഡ്യൂണിയൻ നേതാക്കളായ പാർട്ടികേഡർമാർ പരിപോഷിപ്പിക്കുന്നില്ല. യൂണിയനുകൾ ഒരു വ്യക്തിയുടെയോ, ഒരു ചെറിയ ഗ്രൂപ്പിന്റെയോ സൂക്ഷിപ്പു വസ്തുവായി മാറുന്നു. രണ്ടാമതായി പാർട്ടിയുടെ മാർഗ്ഗ നിർദ്ദേശക പങ്ക് എന്നത് ഫ്രാക്ഷനുകളുമായി ആലോചിക്കാതെയോ തൊഴിലാളികളുടെ പൊതുചിന്താധാരയെ ശരിയായി വിലയിരുത്താതെയോ പാർട്ടി കമ്മിറ്റികൾ തീരുമാനമെടുക്കുന്ന തരത്തിൽ പലപ്പോഴും നടപ്പാക്കപ്പെടുന്നു.

രണ്ടാമത്തെ കാര്യം യുവജന-മഹിളാ-വിദ്യാർഥി ആദിയായ ബഹുജന സംഘടനകളുടെ ജനാധിപത്യ സ്വഭാവവുമായി ബന്ധപ്പെട്ടതാണ്. ഇവ ബഹുവർഗ സംഘടനകളാണ്. വിപ്ലവത്തിന്റെ ജനാധിപത്യഘട്ടത്തിൽ അവരുടെ മുദ്രാവാക്യങ്ങളും ആവശ്യങ്ങളും പൊതുജനാധിപത്യ സ്വഭാവത്തിനിണങ്ങേണ്ടതാണ്. അതായത് അവരുടെ ആവശ്യങ്ങൾ ഉയർത്തുന്നതോടൊപ്പം പൊതുജനാധിപത്യ പ്രസ്ഥാനത്തിന്റെ ആവശ്യങ്ങളുടെ നിലവാരത്തിലേക്ക് അവരുമായി ബന്ധപ്പെടുന്നവരുടെ ബോധ നിലവാരം ഉയർത്താൻ അവർക്ക് കഴിയണം. ഇക്കാര്യം 1981ലെ പ്രമേയം തീരുമാനിച്ചിരുന്നെങ്കിലും സങ്കുചിതവും തെറ്റായതുമായ സമീപനം ഇപ്പോഴും ചില വിഭാഗങ്ങളിൽ നിലനിൽക്കുന്നു.

ദുർബ്ബലമായ സംസ്ഥാനങ്ങളിൽ ഈ ബഹുജനസംഘടനകളെയും അതിന്റെ പ്രവർത്തകരെയും അവരുടെ വിശാലമായ ജനാധിപത്യ സ്വഭാവം പരിഗണിക്കാതെ പാർടിയുടെ അടിയന്തര ജോലികളും പ്രവർത്തനങ്ങളും നടത്തുന്നതിനുള്ള ഉപകരണങ്ങളായി ഉപയോഗിക്കുന്നു. അത് അവയുടെ വളർച്ചാസാധ്യത ഇല്ലാതാക്കുന്നു. കർഷക-യുവജന

മുന്നണികളുടെ കാര്യത്തിൽ ദുർബ്ബല സംസ്ഥാനങ്ങളിൽ പലപ്പോഴും ജില്ലാക്കമ്മിറ്റികൾക്കും അവയ്ക്ക് താഴെയുമായി പാർടിയുടെയും ബഹുജനസംഘടനകളുടെയും വേദികൾ തമ്മിൽ യാതൊരു വേർതിരിവുമില്ല.

ബഹുജന സംഘടനകളിൽ തീരുമാനമെടുക്കുന്നതിൽ ജനാധിപത്യപരമായ പ്രവർത്തനവും നല്ല രീതിയിലുള്ള പങ്കാളിത്തവും വളർത്തിയെടുക്കുന്നതിനായി പാർട്ടി സബ്കമ്മിറ്റികളും ഫ്രാക്ഷനുകളും ബഹുജനസംഘടനാപ്രവർത്തനത്തിന്റെ എല്ലാ വിശദാംശങ്ങളും ചർച്ച ചെയ്ത് തീരുമാനിക്കാതിരിക്കണം. ആ ജോലി ബഹുജനസംഘടനാ കമ്മിറ്റികളുടെ അധികാരപരിധിയിൽ പെട്ടതാണ്. ഇത്തരം രീതി ബഹുജനസംഘടനാ സമിതികളെ പാർടിയുടെ റബ്ബർ സ്റ്റാമ്പാക്കി മാറ്റുന്നു. ബഹുജന സംഘടനാ കമ്മിറ്റികളിൽ അഭിപ്രായങ്ങൾ പ്രകടിപ്പിക്കാനും അർത്ഥവത്തായ ചർച്ച നടത്തുന്നത് പ്രോൽസാഹിപ്പിക്കാനും ബോധപൂർവ്വമായ ശ്രമം നടത്തണം. ഇത്തരം വേദികളിൽ വരുന്ന പ്രയോജനപ്രദമായ നിർദ്ദേശങ്ങളും ആവശ്യമായ മാറ്റങ്ങളും അംഗീകരിക്കാനും സന്നദ്ധത കാണിക്കണം.

ചില ട്രേഡ് യൂണിയൻ മേഖലകളിൽ റിട്ടയർ ചെയ്തശേഷവും സഖാക്കൾ നേതൃത്വപദവിയിൽ തുടരുന്നതായി കാണുന്നു. അത്തരത്തിലുള്ള പ്രവണത പുതിയ സഖാക്കളുടെ ഉന്നതിയേയും വളർച്ചയേയും തടയുന്നു. ബന്ധപ്പെട്ട പാർട്ടി കമ്മിറ്റികളോ ഘടകങ്ങളോ ചില ആളുകൾ തുടരണമെന്ന് പ്രത്യേകം തീരുമാനിച്ചാലല്ലാതെ റിട്ടയർ ചെയ്തവർ നേതൃത്വപദവിയിൽ പൊതുവായി തുടരരുത്. ചില സന്ദർ ങ്ങളിൽ ബഹുജന സംഘടനകളുടെ നേതൃത്വത്തിൽ നിന്ന് വിരമിച്ചശേഷവും ബന്ധപ്പെട്ട കമ്മിറ്റികളുടെ നേതാക്കളായി ചില സഖാക്കൾ തുടരുന്നു – തൊഴിലാളികളും പാർട്ടി കാഡർമാരുമായി അവർക്ക് നേരിട്ട് ബന്ധമില്ലെങ്കിലും. ഇതും പുതിയ നേതൃത്വത്തിന്റെ വളർച്ചയ്ക്ക് വിഘാതമാവും. അതുപോലെ തന്നെ പുറമേനിന്നുള്ള നേതാക്കളെ ആശ്രയിക്കുന്നതിനേക്കാൾ തൊഴിലാളികളെയും ജീവനക്കാരെയും യൂണിയന്റെ മർമ്മസ്ഥാനങ്ങളിലേക്ക് ഉയർത്തിക്കൊണ്ടുവരുകയാണ് വേണ്ടത്.

അതേ പോലെ ട്രേഡ് യൂണിയൻ മുന്നണിയിൽ നേതാക്കൾ ധാരാളം യൂണിയനുകളുടെ നേതൃത്വത്തിലിരിക്കുന്ന പ്രതിഭാസവുമുണ്ട്. അവർക്ക് ഭാരവാഹികളെ ബന്ധപ്പെടാനോ, കമ്മിറ്റി യോഗങ്ങളിൽ പങ്കെടുക്കാനോ, സാധാരണ അംഗങ്ങളുമായി ബന്ധപ്പെടുവാനോ അവരുടെ സമരങ്ങൾ നേരിട്ട് നയിക്കാനോ കഴിയാറില്ല. ജനാധിപത്യപരമായ പ്രവർത്തനവും പുതിയ കാഡർമാരുടെ സ്ഥാനക്കയറ്റവും ഇതുമൂലം തടസ്സപ്പെടുന്നു. ഒരു സഖാവ് ഭാരവാഹിയായിരിക്കാവുന്ന സംഘടനകളുടെ എണ്ണം പരിമിതപ്പെടുത്തേണ്ടത് ആവശ്യമായിരിക്കുന്നു.

ട്രേഡ് യൂണിയനുകളിലും മറ്റു വർഗസംഘടനകളിലും പുതിയ കാഡർമാരെ ഉൾപ്പെടുത്തുകയും പുതിയ സഖാക്കൾക്ക് സ്ഥാനക്കയറ്റം നൽകുകയും വേണം.

1981 ലെ രേഖ മുതൽ മഹിളാ പ്രസ്ഥാനത്തിന്റെ വളർച്ചയും

രാഷ്ട്രീയ പ്രവർത്തനത്തിലും സമരത്തിലും സ്ത്രീകളുടെ വർദ്ധിച്ച പങ്കാളിത്തവും വിവിധ മേഖലകളിൽ സ്ത്രീകൾ നേരിടുന്ന കടുത്ത വിവേചനവും എടുത്തു കാണിച്ചിട്ടുണ്ട്. എല്ലാ വർഗ-ബഹുജന സംഘടനകളും ഒറ്റയ്ക്കും കൂട്ടായും ലിംഗപരമായ വിവേചനത്തിന്റെ പ്രശ്നങ്ങൾ ഏറ്റെടുക്കുന്നുണ്ടെന്ന് പാർട്ടി ഉറപ്പുവരുത്തണം. സ്ത്രീകളായ കർഷകത്തൊഴിലാളികൾ, സ്ത്രീത്തൊഴിലാളികൾ, വിദ്യാർത്ഥിനികൾ, യുവതികൾ എന്നിങ്ങനെ വിവിധ സംഘടനകളിലെ സ്ത്രീകളുടെ പ്രശ്നങ്ങൾ ഉന്നയിക്കപ്പെടണം. ബഹുജനസംഘടനകളിൽ വിവിധ കമ്മിറ്റികളിലും ഭാരവാഹികളിലും സ്ത്രീകളെ സ്ഥാനക്കയറ്റം നൽകി ഉയർത്തിക്കൊണ്ടുവരുന്നതിന് ബോധപൂർവ്വമായ ശ്രമം നടത്തണം.

സ്വതന്ത്രമായ പ്രവർത്തനവും ജനാധിപത്യപരമായ പ്രവർത്തനവും പരസ്പരം ബന്ധപ്പെട്ടിരിക്കുന്നു. ഇത് രണ്ടും പ്രോൽസാഹിപ്പിച്ചെങ്കിൽ മാത്രമേ ബഹുജനസംഘടനകളുടെ ശക്തി ഗണ്യമായി വർദ്ധിപ്പിക്കുവാൻ കഴിയൂ. അംഗത്വഫീസ് കൊടുക്കുന്നതൊഴികെ യാതൊരു പ്രവർത്തനവും ചെയ്യാതിരിക്കുന്ന നിഷ്ക്രിയത്വം ബഹുജന സംഘടനകളിൽ നിന്ന് ഒഴിവാക്കുന്നതിനും സ്വതന്ത്രവും ജനാധിപത്യപരവുമായ പ്രവർത്തനരീതി സഹായിക്കും.

ബഹുജനസംഘടനാ കമ്മിററികൾ കൃത്യമായി കൂടുന്നുണ്ടോ എന്ന് പാർടിക്കമ്മിറ്റികൾ പരിശോധിക്കുകയും കൂടുന്നുണ്ടെന്ന് ഉറപ്പുവരുത്തുകയും വേണം. അവയുടെ ഭരണഘടനകളിൽ പറയുന്നവിധം സമ്മേളനങ്ങൾ ചേരുകയും വേണം.

3. പാർട്ടിയും ബഹുജനസംഘടനകളും തമ്മിലുള്ള ബന്ധം

മൂന്നാമത്തേതും അവസാനത്തേതുമായ വിഷയം പാർട്ടിയും ബഹുജനസംഘടനകളും തമ്മിലുള്ള ബന്ധമാണ്. പാർട്ടിയുടെ മാർഗ്ഗനിർദ്ദേശപരമായ പങ്ക് എങ്ങനെയാണ് ഉപയോഗിക്കപ്പെടുക, ബഹുജനസംഘടനകളിൽ നിന്ന് കമ്മ്യൂണിസ്റ്റുകാരെ റിക്രൂട്ട് ചെയ്തുകൊണ്ട് പാർട്ടി കെട്ടിപ്പടുക്കുക എന്ന പാർട്ടി അംഗങ്ങളുടെ മുഖ്യചുമതല എങ്ങനെയാണ് നിർവ്വഹിക്കുക എന്നതുമായി ബന്ധപ്പെട്ട വിഷയമാണിത്.

ബഹുജന സംഘടനകളുടെ സ്വതന്ത്രമായ പ്രവർത്തനവും ജനാധിപത്യസ്വഭാവവുമെന്ന മുൻപ് പറഞ്ഞ രണ്ട് വിഷയങ്ങളുമായി ബന്ധപ്പെട്ടതാണ് പാർട്ടിയും ബഹുജനസംഘടനകളുമായുള്ള ശരിയായ ബന്ധം. പാർട്ടി ബഹുജനസംഘടനകൾക്ക് മാർഗനിർദ്ദേശം നൽകുന്നത് കല്പനകളിലൂടെയല്ല മറിച്ച് ബഹുജനസംഘടനകളിൽ പ്രവർത്തിക്കുന്ന പാർട്ടി മെമ്പർമാരിലൂടെയും ബഹുജനസംഘടനകളിലെ പാർട്ടി മെമ്പർമാരുടെ ഫ്രാക്ഷനിലൂടെയുമാണ്. സാൽക്കിയപ്ലീനം ചൂണ്ടിക്കാണിച്ച രണ്ട് വ്യതിയാനങ്ങൾ ഇപ്പോഴും പ്രസക്തമാണ്. ഒന്നാമത്തേത് പാർട്ടിയുടെ അനുബന്ധങ്ങളായി ബഹുജനസംഘടനകളെ കാണുകയും അവയുടെ സ്വതന്ത്രവും വിശാലവുമായ സ്വഭാവം കാണാതിരിക്കുകയും ചെയ്യുന്നു. രണ്ടാമത്തെ വ്യതിയാനം ബഹുജനസംഘടനകളിലെ പാർട്ടിഭാരവാഹികൾ പാർടി കമ്മിറ്റികളെയും കൂട്ടായ പ്രവർത്തനത്തേയും അവഗണിക്കുകയോ മറികടക്കുകയോ ചെയ്യുന്നു. പാർട്ടിയുടെ അനുബ

ടങ്ങളായി ബഹുജനസംഘടനകൾ മാറാതിരിക്കണമെങ്കിൽ പാർട്ടി നേതാക്കളും പാർട്ടി കമ്മിറ്റികളും ബഹുജനസംഘടനകൾക്ക് കല്പനകൾ കൊടുക്കാതിരിക്കണം. എന്തെങ്കിലും തീരുമാനമെടുക്കേണ്ടതുണ്ടെങ്കിൽ അത് സംബന്ധിച്ച വിവരം പാർട്ടി ഫ്രാക്ഷനുകൾക്ക് കൊടുക്കുകയോ ബഹുജനസംഘടനകളിലെ പാർട്ടി പ്രവർത്തകരെ അറിയിക്കുകയോ വേണം. ബഹുജനസംഘടനാക്കമ്മിറ്റികളെയും യോഗങ്ങളെയും നേരിട്ട് പാർട്ടി നേതാക്കൾ അഭിസംബോധന ചെയ്യുന്ന രീതി പൊതുവിൽ ഇല്ലാതായിട്ടുണ്ടെങ്കിലും ചില പ്രദേശങ്ങളിൽ നിലനിൽക്കുന്നുണ്ട്.

ബഹുജനസംഘടനകളുടെ നേതാക്കന്മാരായ പാർട്ടി മെമ്പർമാർ അവർക്കുള്ള ബഹുജന സ്വാധീനം ഉപയോഗിച്ച് അവയെ പോക്കററ് സംഘടനകളാക്കുകയും അവയുടെ പ്രവർത്തനത്തെ പാർട്ടി മാർഗ ദർശനത്തിനോ മേൽനോട്ടത്തിനോ വിധേയമാക്കാതിരിക്കുകയും ചെയ്യുന്നു. ധാരാളം സംസ്ഥാനങ്ങളിൽ ബഹുജനസംഘടനാ നേതാക്കളായി പാർട്ടിജീവിതം ആരംഭിച്ച ചില പാർട്ടി നേതാക്കൾ ആ ബഹുജന സംഘടനകളുടെ പ്രവർത്തനത്തിനായി നീക്കിവയ്ക്കാൻ സമയമില്ലാത്തവരായി മാറിയിട്ടുപോലും അതേ സംഘടനകളുടെ തന്നെ നേതൃത്വത്തിൽ തുടരുന്നു. അവരെ പാർട്ടി ഏൽപ്പിച്ചിട്ടുള്ള മറ്റ് ചുമതലകൾ നിർവ്വഹിക്കേണ്ടിവരുന്നതുമൂലം ജനങ്ങളും ബഹുജന സംഘടനകളുമായുള്ള ബന്ധം നഷ്ടപ്പെട്ടുപോവുകയും അവർക്ക് ആ വിഭാഗം ജനങ്ങളുടെ ബഹുജനസംഘടനകളെ ഫലപ്രദമായി നയിക്കാനോ മാർഗ്ഗനിർദ്ദേശങ്ങൾ നൽകാനോ കഴിയാതെ പോവുകയും ചെയ്യുന്നു. ഇത്തരം സ്ഥിതിഗതികൾ ഉള്ളത് കണക്കിലെടുത്ത് പുതിയവരെ തക്ക സമയത്ത് നേതൃത്വത്തിൽ കൊണ്ടുവരാൻ പാർട്ടി കമ്മിറ്റികൾ ശ്രദ്ധിക്കണം.

പാർട്ടി പ്രവർത്തനത്തിന്റെ പകർപ്പ് പോലെ ബഹുജനസംഘടനാപ്രവർത്തനം നടത്തുന്ന രീതി നാം മാറ്റണം. ഉദാഹരണത്തിന് ബഹുജനസംഘടനാ സമ്മേളനങ്ങളുടെ നടത്തിപ്പു രീതി പാർട്ടി സമ്മേളനനടത്തിപ്പിന്റെ പകർപ്പാണ്. തയ്യാറാക്കുന്ന റിപ്പോർട്ടുകളും നടത്തുന്ന പ്രസംഗങ്ങളുമൊക്കെ ഈ തെറ്റായ പ്രവണത പ്രതിഫലിപ്പിക്കുന്നു. സൗഹാർദ്ദപ്രതിനിധികളുടെ പ്രസംഗത്തിന് ധാരാളം സമയമെടുക്കുന്നു. പ്രതിനിധികൾക്ക് ചർച്ചയിൽ പങ്കെടുക്കാൻ ആവശ്യത്തിന് സമയം ലഭിക്കുന്നില്ല. സമ്മേളനങ്ങൾ സജീവമായും പ്രതിനിധികളുടെ ഉൽക്കണ്ഠകൾക്ക് പ്രതികരണം നൽകുന്നതും അഭിപ്രായങ്ങളാൽ സജീവവും പ്രതികരണക്ഷമവും ആക്കുവാനും അവർക്ക് തുറന്ന് അഭിപ്രായം പ്രകടിപ്പിക്കുവാൻ കഴിയുന്നതുമായ രീതിയിലും നടത്തണം. പാർടിയെ നയിക്കേണ്ട പ്രധാന തത്വം ബഹുജനങ്ങളെ ബഹുജനസംഘടനാ നേതൃത്വത്തിലൂടെ ആകർഷിക്കുന്നതോടൊപ്പം അവരിൽ നിന്ന് പഠിക്കണമെന്നതുകൂടിയാണ്.

കാഡർമാരുടെ വിതരണം

ബഹുജനസംഘടനകളുടെ ഘടന പരിശോധിച്ചാൽ സംസ്ഥാന തലത്തിന് താഴെ കിസാൻസഭ, യുവജനമുന്നണികളിൽ പാർട്ടിയും

ബഹുജനസംഘടനയും തമ്മിലുള്ള അതിർവരമ്പുകൾ നേർത്തതായി കാണാം. ദുർബ്ബലമായ സംസ്ഥാനങ്ങളിൽ കിസാൻരംഗത്തും മറ്റ് ബഹുജനമുന്നണികളിലും പ്രവർത്തിക്കുന്ന പ്രധാന പ്രവർത്തകർ അവരുടെ സമയത്തിൽ പ്രധാന പങ്ക് അതത് ബഹുജനപ്രസ്ഥാനങ്ങളുടെ പ്രവർത്തനത്തിനായി ഉപയോഗിക്കുന്നില്ല. പാർട്ടി ഉത്തരവാദിത്വത്തിന്റെ അനുബന്ധ പ്രവർത്തനമായാണ് അവർ ബഹുജനസംഘടനാപ്രവർത്തനത്തെ കാണുന്നത്.

അനുയോജ്യരായ കാഡർമരെ, ആവശ്യാനുസരണം ബന്ധപ്പെട്ട ബഹുജനമുന്നണികളിലേക്ക് നിയോഗിക്കുന്നത് ഒരു പ്രധാനപ്പെട്ട കാര്യമാണ്. ആവശ്യത്തിന് പ്രവർത്തകരില്ലാത്തതിനാൽ പലയിടത്തും ബഹുജന സംഘടനാപ്രവർത്തനത്തിന് തടസ്സം നേരിടുന്നു. മുഖ്യ ചുമതലക്കാരൻ തന്നെ അധിക സമയവും പാർട്ടി പ്രവർത്തനത്തിനും മറ്റുകാര്യങ്ങൾക്കുമായി നീക്കിവയ്ക്കുന്നതായും കാണാം. ഉദാഹരണത്തിന് ചില സ്ഥലങ്ങളിൽ കർഷകമുന്നണിയിലെ മുഖ്യചുമതലക്കാരൻ കർഷകരംഗത്തെ പ്രവർത്തനങ്ങളിൽ ശ്രദ്ധ കേന്ദ്രീകരിക്കാതെ മറ്റ് ഉത്തരവാദിത്വങ്ങൾ നിറവേറ്റുന്നു. ഇത് തന്നെ കർഷകത്തൊഴിലാളി മുന്നണിയിലും യുവജനമുന്നണിയിലും കാണാം. അതുകൊണ്ട് ബഹുജനസംഘടനകൾ ശരിയായി പ്രവർത്തിക്കുന്നു എന്നുറപ്പുവരുത്താൻ കൊള്ളാവുന്ന കാഡർമാരെ ബഹുജനമുന്നണികൾക്ക് കൊടുക്കേണ്ടത് ആവശ്യമാണ്.

പാർട്ടി കമ്മിറ്റികൾ കാലാകാലങ്ങളിൽ വിവിധ ബഹുജനസംഘടനകളിലേക്ക് കൊള്ളാവുന്ന പ്രവർത്തകരെ നിയോഗിക്കുന്നത് ചർച്ച ചെയ്യണം. പാർട്ടിക്ക് പുതിയ കാഡർമാരെ ലഭിക്കാനുതകുന്ന യുവജന-വിദ്യാർഥി മുന്നണികളുടെ കാര്യത്തിൽ പ്രത്യേക ശ്രദ്ധ പതിപ്പിക്കണം. ബഹുജന സംഘടനകളിലെ പാർടി മെമ്പർമാരുടെ പ്രവർത്തനം കാലാകാലങ്ങളിൽ വിലയിരുത്തണം. ബഹുജനസംഘടനകളിൽ പ്രവർത്തിക്കുന്ന മുഴുവൻ സമയ പ്രവർത്തകരുടെ പ്രവർത്തനം വിലയിരുത്തുകയും അവരുടെ ചുരുങ്ങിയ ആവശ്യങ്ങളും കുടുംബപരമായ ഉത്തരവാദിത്വങ്ങളും നിറവേറ്റുകയും വേണം.

സബ്കമ്മിറ്റികൾ/ഫ്രാക്ഷൻ കമ്മിറ്റികൾ

ബഹുജനസംഘടനയിലെ നേതാക്കളുടെ വ്യക്തിഗതമായ പ്രവർത്തനവും, പാർട്ടി മേൽനോട്ടത്തിന്റെ പോരായ്മയും, ഫ്രാക്ഷൻ കമ്മിറ്റികളും സബ്കമ്മിറ്റികളും വഴിയുള്ള കൂട്ടായ പ്രവർത്തനത്തിന്റെ കുറവും ബഹുജനസംഘടനകളിൽ പാർട്ടി കെട്ടിപ്പടുക്കുന്നതിൽ പാർടി മാർഗ്ഗനിർദ്ദേശത്തിന്റെ അഭാവം സൃഷ്ടിക്കുന്നു. ട്രേഡ്‌യൂണിയൻ മുന്നണിയെക്കുറിച്ച് അടുത്തകാലത്ത് നടത്തിയ ഒരു പരിശോധനയിൽ മനസ്സിലായത് ധാരാളം തൊഴിലാളികൾ പല പ്രമുഖ യൂണിയനുകളിൽ അംഗങ്ങളാണെങ്കിലും അവരിൽ വളരെ കുറച്ചുപേർ മാത്രമെ പാർട്ടി അംഗങ്ങളായിട്ടുള്ളൂ എന്നാണ്. ബന്ധപ്പെട്ട പാർട്ടി കമ്മിറ്റികളുടെയും ഫ്രാക്ഷൻ കമ്മിറ്റികളുടെയും മാർഗ്ഗ ദർശിത്വത്തിൻ കീഴിൽ ആ

മുന്നണികളിൽ പ്രവർത്തിക്കുന്ന പാർടി നേതാക്കളും മെമ്പർമാരുമാണ് പാർട്ടി കെട്ടിപ്പടുക്കുന്ന ചുമതല നിർവ്വഹിക്കേണ്ടത്.

സബ്കമ്മിറ്റികളും ഫ്രാക്ഷൻ കമ്മിറ്റികളും പാർട്ടി കെട്ടിപ്പടുക്കുന്ന ചുമതല ഏറ്റെടുക്കണം. പാർടി കമ്മിറ്റി മുമ്പാകെ അതിനാവശ്യമായ നിർദ്ദേശങ്ങൾ സമർപ്പിക്കുകയും, പാർട്ടി കെട്ടിപ്പടുക്കലിന്റെ പുരോഗതി നിരീക്ഷിച്ചു കൊണ്ടിരിക്കുകയും ഈ കാര്യം പൊതുവായി പാർട്ടി കമ്മിറ്റിക്ക് റിപ്പോർട്ട് ചെയ്യുകയും വേണം. സബ്കമ്മിറ്റികളിൽ നിന്നും ഫ്രാക്ഷൻ കമ്മിറ്റികളിൽ നിന്നും പാർട്ടി കെട്ടിപ്പടുക്കുന്നത് സംബന്ധിച്ച റിപ്പോർട്ട് കേന്ദ്രക്കമ്മിറ്റിയും സബ്കമ്മിറ്റിയും ആവശ്യപ്പെടുന്ന പതിവ് തുടങ്ങുകയും അതിനാവശ്യായ മാർഗ്ഗനിർദ്ദേശം നൽകുകയും വേണം.

ഫ്രാക്ഷൻ കമ്മിറ്റികളുടെയും സബ്കമ്മിറ്റികളുടെയും ശരിയായ പ്രവർത്തനത്തിന് ഊന്നൽ കൊടുക്കണം. 1992–ൽ നടത്തിയ വിശകലനത്തിൽ കണ്ടെത്തിയത് (ശക്തമായ സംസ്ഥാനങ്ങളെ ഒഴിവാക്കിയാൽ) തമിഴ്നാട്ടിലും ആന്ധ്രാപ്രദേശിലും വർഗ്ഗ–ബഹുജനസംഘടനകളുടെ വളർച്ച ആപേക്ഷികമായാണുണ്ടായതെന്നും അവിടെയാണ് സബ്കമ്മിറ്റികളും ഫ്രാക്ഷൻ കമ്മിറ്റികളും താരതമ്യേന നന്നായി പ്രവർത്തിച്ചിരുന്നതെന്നുമാണ്.

ബഹുജനസംഘടനകളുടെ സ്വാധീനത്തിൻ കീഴിൽ ഇപ്പോഴുള്ളവരിൽ നിന്ന് വിട്ട് പുതിയ വിഭാഗങ്ങളെ സ്വാധീനിക്കുന്നതിന് എതത്തോളം ശ്രമങ്ങൾ നടത്തികൊണ്ടിരിക്കുന്നുവെന്ന് പാർട്ടി പരിശോധിക്കണം. ഉദാഹരണത്തിന് ട്രേഡ് യൂണിയൻ മേഖലയിൽ മർമ്മ പ്രധാന വ്യവസായങ്ങളിലും അസംഘടിതമേഖലയിലും സ്ത്രീ തൊഴിലാളികൾക്കിടയിലും പ്രവർത്തനം ആസൂത്രണം ചെയ്യുന്നുണ്ടോ? കർഷകമുന്നണിയിൽ പ്രസ്ഥാനം വ്യാപിപ്പിക്കുന്നതിന് പുതിയ പ്രദേശങ്ങളിലും ബ്ലോക്കുകളിലും ഗ്രാമങ്ങളിലും കടന്നു ചെല്ലുന്നത് നാം ലക്ഷ്യംവയ്ക്കുന്നുണ്ടോ? അതേപോലെ യുവജന–മഹിളാ–വിദ്യാർത്ഥി മുന്നണികളിൽ ബഹുജനസംഘടനയുടെ സ്വാധീനം പുതിയ പ്രദേശങ്ങളിലേക്കും വിഭാഗങ്ങളിലേക്കുമെത്തിക്കുന്നതിലായിരിക്കണം ഊന്നൽ.

കേന്ദ്രക്കമ്മിറ്റി മുതൽ കീഴോട്ട് ബഹുജനമുന്നണികളുടെ പ്രവർത്തനം കാലാകാലങ്ങളിൽ അവലോകനം ചെയ്യാറില്ല എന്ന് വിമർശനപരമായി വിലയിരുത്തിയിട്ടുണ്ട്. ഇത് ചെയ്തില്ലെങ്കിൽ പാർട്ടി നയത്തിന് വിധേയമായി തന്നെയാണോ ബഹുജനസംഘടനകൾ പൊതുവിൽ പ്രവർത്തിക്കുന്നത്, ആ സംഘടനകളിലെ പാർട്ടി പ്രവർത്തകർ ശരിയായി പ്രവർത്തിക്കുന്നുണ്ടോ എന്നൊന്നുംവിലയിരുത്തപ്പെടുകയില്ല. 17–ാം കോൺഗ്രസ്സിന് ശേഷം ട്രേഡ് യൂണിയൻ മുന്നണിയേയും കർഷക–കർഷകത്തൊഴിലാളിമുന്നണിയേയും വിലയിരുത്തുകയും അവയുടെ അടിയന്തര കടമകളെക്കുറിച്ചുള്ള രേഖകൾ അംഗീകരിക്കുകയും ചെയ്തിട്ടുണ്ട്.

പൊതുപ്രശ്നങ്ങളിൽ വിവിധ ബജുജനസംഘടനകൾക്കിടയിൽ ഏകോപനമുറപ്പാക്കുന്നതിന് വേണ്ടി ബന്ധപ്പെട്ട ബഹുജനസംഘടനകളിൽ പ്രവർത്തിക്കുന്ന പാർടി ഭാരവാഹികളെയും പാർട്ടിക്കമ്മിറ്റികളെയും അത്തരം കാര്യങ്ങൾ അറിയിക്കുന്നതിന് പാർട്ടിക്ക് പങ്ക് വഹിക്കാ

നാകും. തൊഴിലാളി–കർഷകഐക്യം ഊട്ടിയുറപ്പിക്കുന്നതിന് വേണ്ടി ഈ മുന്നണികളുടെ കാര്യം പാർട്ടി വേദികളിൽ നടത്തുന്ന ചർച്ചകളിൽ ഉപയോഗിക്കണം. ബഹുജനസംഘടനകൾ തമ്മിലുള്ള ബന്ധവും പാർട്ടി കാഡർമാരെ അവയിലേക്ക് നിയോഗിക്കുന്ന പ്രശ്നവും പാർട്ടി കമ്മിറ്റികളിൽ ചർച്ച ചെയ്യുകയും അതുവഴി ബഹുജനസംഘടനകളുടെ എല്ലാവിധത്തിലുമുള്ള വളർച്ചയ്ക്ക് വഴിയൊരുക്കുകയും വേണം.

16–ാം പാർട്ടി കോൺഗ്രസിൽ തീരുമാനിച്ചതനുസരിച്ച് വർഷത്തിലൊരിക്കലെങ്കിലും ഓരോ മുന്നണിയിലേയും പ്രവർത്തനം അവലോകനം ചെയ്യണം. അതിന്റെ പ്രവർത്തനത്തിന്റെ പൊതുദിശയും പാർട്ടി നയം എങ്ങനെ നടപ്പാക്കി എന്നതും മുന്നണിയിലാകെ പാർട്ടി കെട്ടിപ്പടുത്തതിന്റെ പരിശോധനയുമാണ് അതിൽ നടത്തേണ്ടത്.

കമ്മ്യൂണിസ്റ്റ് കാഴ്ചപ്പാടനുസരിച്ച് എവിടെ ജനങ്ങൾ സ്വയം സംഘടിക്കുകയും യോജിച്ചു നിൽക്കുകയും ചെയ്യുന്നുവോ അവിടെയൊക്കെ അവർക്കിടയിൽ പ്രവർത്തിക്കാൻ പാർട്ടി വഴി കണ്ടെത്തണം. നമുക്ക് നേതൃത്വമുള്ളിടത്ത് മാത്രമെ പാർട്ടി അംഗങ്ങൾ പ്രവർത്തിക്കാൻ പാടുള്ളൂ എന്ന തെറ്റായ ഒരു ധാരണയുണ്ട്. നമ്മുടെ വർഗ്ഗ–ബഹുജന സംഘടനാ രൂപത്തിന് കീഴിൽ വരാത്ത ഒട്ടനവധി ബഹുജനപ്രസ്ഥാനങ്ങളുണ്ട്. പ്രാദേശികമായോ ജില്ലാടിസ്ഥാനത്തിലുള്ള സംഘടനകളായോ റസിഡന്റ് അസോസിയേഷനായോ, സാംസ്കാരിക/ക്ഷേമ സംഘങ്ങളായോ പ്രവർത്തിക്കുന്ന നിരവധി രഷ്ട്രീയാഭിപ്രായക്കാരോ ഒരു രാഷ്ട്രീയവും ഇല്ലാത്തവരോ ആയ ജനങ്ങളുണ്ട്.. പാർട്ടി മെമ്പർമാർ അത്തരം സംഘടനകളിൽ പ്രവർത്തിക്കുകയും അവ ഇല്ലാത്തയിടങ്ങളിൽ അവ ഉണ്ടാക്കുകയും വേണം. ജനങ്ങളുടെ ദൈനംദിന ജീവിതവുമായും അവരുടെ പ്രശ്നങ്ങളുമായും ബന്ധപ്പെടുന്ന എല്ലാ സംഘടനകളിലും സമിതികളിലും കമ്യൂണിസ്റ്റുകാർ പ്രവർത്തിക്കണമെന്നതാണ് ഇതിന് പിന്നിലുള്ള തത്വം.

അഖിലേന്ത്യാ കേന്ദ്രങ്ങൾ

1981–ന് ശേഷമുള്ള ബഹുജനസംഘടനകളുടെ വളർച്ച പരിശോധിക്കുമ്പോൾ നാം വിലയിരുത്തേണ്ട മറ്റൊരു കാര്യം അഖിലേന്ത്യാ കേന്ദ്രങ്ങളുടെ പ്രവർത്തനമാണ്. സാൽക്കിയക്കും 1981 ലെ പ്രമേയത്തിനും ശേഷം യുവജന–കർഷകത്തൊഴിലാളി–മഹിളാ വിഭാഗങ്ങൾക്ക് അഖിലേന്ത്യാ സംഘടനകൾ രൂപീകരിക്കുന്നതിൽ നാം വിജയിച്ചു. ഈ ബഹുജനസംഘടനകൾക്കെല്ലാം കേന്ദ്രങ്ങളും ഓഫീസുകളും ദൽഹിയിലുണ്ട്. അഖിലേന്ത്യാ കേന്ദ്രങ്ങളുടെ പ്രവർത്തനവും കാലാകാലങ്ങളിൽ വിലയിരുത്തലിന് വിധേയമാക്കണം. ഈ വിലയിരുത്തലുകൾ സബ്കമ്മിറ്റി റിപ്പോർട്ടുകളുടെ അടിസ്ഥാനത്തിൽ വർഷത്തിലൊരിക്കൽ പോളിറ്റ്ബ്യൂറോ നടത്തുകയും കേന്ദ്രക്കമ്മിറ്റിയിൽ വയ്ക്കുകയും വേണം.

ബഹുജനസംഘടനകളുടെ കേന്ദ്രങ്ങളിൽ ലഭ്യമാവുന്ന ഫണ്ട് ഉപയോഗത്തെ സംബന്ധിച്ച് ചില മാനദണ്ഡങ്ങളും ചട്ടങ്ങളും രൂപീകരിക്കേണ്ടതും ആവശ്യമാണ്. ഗണ്യമായ സംഖ്യ കൈകാര്യം ചെയ്യ

പ്പെടുന്നതിനാൽ ശരിയായ മേൽനോട്ടവും പരിശോധനയും ആവശ്യമാണ്. മൂന്നാമതായി പ്രക്ഷോഭ പ്രചാരണങ്ങൾക്കായി അഖിലേന്ത്യാ കേന്ദ്രങ്ങൾ തയ്യാറാക്കുന്ന രേഖകളും കാലാകാലങ്ങളിൽ പരിശോധനാവിധേയമാക്കണം. ഈ ഓരോ ബഹുജനസംഘടനയെയും സംബന്ധിച്ച് നാം അംഗീകരിച്ചിട്ടുള്ളത് മനസ്സിൽ വച്ചുകൊണ്ട് അഖിലേന്ത്യാ കേന്ദ്രങ്ങളുടെ ആനുകാലികങ്ങളുടെ ഉള്ളടക്കം, ലഘുലേഖകൾ, മറ്റ് പ്രചാരണ സാമഗ്രികൾ എന്നിവ സംബന്ധിച്ചും ചർച്ച നടത്തണം.

16–ാം പാർടി കോൺഗ്രസ് അംഗീകരിച്ച അഞ്ചിന മാർഗ്ഗനിർദ്ദേശത്തിന്റെയും അതോടൊപ്പം താഴെ കൂട്ടിച്ചേർത്തിട്ടുള്ള മറ്റു വിഷയങ്ങളുടെയും അടിസ്ഥാനത്തിൽ പാർടിക്കകത്ത് അവ നടപ്പിലാക്കുന്നതിനായി ക്യാംപയിൻ സംഘടിപ്പിക്കണം.

1. ബഹുജനസംഘടനകളുടെ സ്വതന്ത്രസ്വഭാവവും അവയുടെ ജനാധിപത്യപരമായ പ്രവർത്തനവും ഉറപ്പുവരുത്തുക
2. ബഹുജനസംഘടനകളുടെ ദൈനംദിന പ്രവർത്തനങ്ങൾ നടത്തേണ്ടത് അവയുടെ തെരഞ്ഞെടുക്കപ്പെട്ട കമ്മിറ്റികളുടെ ഭാരവാഹികളാണ്.
3. പാർട്ടി സംഘടനാ പ്രവർത്തനത്തിന്റെ തത്വങ്ങളും രീതിയുമല്ല അതത് ബഹുജന സംഘടനകളുടെ ചട്ടങ്ങളും നടപടിക്രമങ്ങളുമാണ് അവയുടെ പ്രവർത്തനത്തിന് ബാധകമാവേണ്ടത്. ബഹുജന സംഘടനയുടെ പാർട്ടി സബ്കമ്മിറ്റികളുടെയും ഫ്രാക്ഷൻ കമ്മിറ്റികളുടെയും ശരിയായ പങ്ക് പാർടി കാഡർമാരെ പഠിപ്പിക്കേണ്ടതാണ്.
4. ബഹുജനസംഘടനകളിൽ പ്രവർത്തിക്കുന്ന പാർട്ടിയംഗങ്ങൾ പാർട്ടി അച്ചടക്കത്തിന് വിധേയരാണ് ബന്ധപ്പെട്ട പാർടി വേദികളെടുക്കുന്ന തീരുമാനങ്ങൾ അവർ അനുസരിക്കണം. അവർ ബഹുജനസംഘടനാ പ്രവർത്തനത്തിലൂടെ പാർട്ടി കെട്ടിപ്പടുക്കാൻ നൽകുന്ന സംഭാവനയ്ക്ക് പുറമെ നിർദ്ദിഷ്ട രാഷ്ട്രീയസംഘടനാ പ്രവർത്തനത്തിലൂടെയും പാർട്ടിയെ സഹായിക്കണം.
5. ഓരോ ബഹുജന മുന്നണിയിലും പാർട്ടി കെട്ടിപ്പടുക്കുന്നതിന് നടത്തിയ പ്രവർത്തനം സംബന്ധിച്ച് പാർട്ടികമ്മിറ്റികൾ പതിവായി റിപ്പോർട്ട് നൽകേണ്ടതാണ്. പാർട്ടി നയങ്ങളുടെ പൊതുദിശ, നടപ്പാക്കൽ എന്നിവയുടെ അവലോകനം പാർട്ടികമ്മിറ്റികൾ വർഷത്തിൽ ഒരിക്കലെങ്കിലും നടത്തേണ്ടതാണ്.
6. ജനാധിപത്യപരമായ പ്രവർത്തനം ഉറപ്പുവരുത്തുന്നതിന് വേണ്ടി സമ്മേളനങ്ങളും എക്സിക്യൂട്ടീവ് കമ്മിറ്റികളും കൃത്യമായി നടത്താത്ത ബഹുജന സംഘടനകളും ട്രേഡ് യൂണിയനുകളും ഏതെന്ന് സംസ്ഥാനക്കമ്മിറ്റി പരിശോധിക്കണം. ഈ കൃത്യവിലോപത്തിന് അതത് സംഘടനകളിലെ പാർട്ടി ഭാരവാഹികളെ ഉത്തരവാദികളായി കണക്കാക്കണം.
7. പാർട്ടിയുടെയും ബഹുജനസംഘടനകളുടെയും ഫണ്ട് ഒരുമിച്ച് കൈകാര്യം ചെയ്യുന്ന സ്ഥലങ്ങളിൽ അത് വേർപെടുത്തുവാൻ

നടപടി സ്വീകരിക്കണം. ഓരോ ബഹുജനസംഘടനയും വേറിട്ടതും കൃത്യവുമായ കണക്ക് തയ്യാറാക്കി സൂക്ഷിക്കണം. അവ കാലാകാലങ്ങളിൽ പരിശോധനയ്ക്ക് വിധേയമാക്കുകയും വേണം.

8. ഓരോ സംസ്ഥാനത്തിലും വർഗ–ബഹുജനസംഘടനകളുടെ മുഖ്യപ്രവർത്തകർ അവരുടെ പ്രവർത്തനസമയത്തിന്റെ മുഖ്യ ഭാഗവും അതത് സംഘടനാ പ്രവർത്തനത്തിന് ഉപയോഗിക്കുന്നുവെന്ന് ഉറപ്പുവരുത്തണം. ഒരു തുടക്കമെന്ന നിലയിൽ, ദുർബ്ബല സംസ്ഥാനങ്ങളിൽ ഇത് സംസ്ഥാന–ജില്ലാ തലങ്ങളിൽ പരിശോധനയ്ക്ക് വിധേയമാക്കണം.

9. പാർട്ടി മെമ്പർമാർ ഒരു ബഹുജനസംഘടനയിൽ പ്രവർത്തിക്കുന്നുവെന്ന് ഉറപ്പാക്കണം. പാർട്ടിക്കമ്മിറ്റികൾ ഓരോ ബഹുജന സംഘടനക്കും ആവശ്യത്തിന് കാഡർമാരെ വിട്ടുകൊടുക്കുകയും അവരുടെ ആവശ്യങ്ങൾ കാലാകാലങ്ങളിൽ അവലോകനം ചെയ്യുകയും വേണം.

10. സബ്കമ്മിറ്റികളെയും ഫ്രാക്ഷൻ കമ്മിറ്റികളെയും പാർട്ടി സംഘടനാ തത്വത്തിന്റെ അടിസ്ഥാനത്തിൽ പ്രവർത്തിപ്പിക്കണം. അവ ബഹുജനസംഘടനകളുടെ ദൈനംദിന പ്രവർത്തനം ചർച്ച ചെയ്യേണ്ടതില്ല. നയപരമായ കാര്യങ്ങൾ, പാർടി കെട്ടിപ്പടുക്കൽ, പാർട്ടിയിൽ അംഗങ്ങളെ ചേർക്കൽ, പാർട്ടി സാഹിത്യവും പാർട്ടി കാഴ്ചപ്പാടും ബഹുജനസംഘടനകളിലെ അംഗങ്ങൾക്കിടയിൽ പ്രചരിപ്പിക്കൽ എന്നിവ അവ ചർച്ച ചെയ്യുകയും അതുസംബന്ധിച്ച റിപ്പോർട്ട് പാർടി കമ്മിറ്റിക്ക് സമർപ്പിക്കുകയും വേണം.

പാർട്ടിയുടെ മേൽത്തട്ടിൽ നിന്നാണ് ബഹുജനസംഘടനാ പ്രവർത്തനത്തിലെ നമ്മുടെ സമീപനവും ശൈലിയും തിരുത്താനാവശ്യമായ നടപടികൾ തുടങ്ങിവയ്ക്കേണ്ടത്. 16–ാം പാർട്ടി കോൺഗ്രസ്സിന്റെ രാഷ്ട്രീയ–സംഘടനാ റിപ്പോർട്ട് ചൂണ്ടിക്കാണിച്ചതുപോലെ,

> ഈ വീഴ്ച സംസ്ഥാനക്കമ്മിറ്റികളിലോ താഴെ കമ്മിറ്റികളിലോ മാത്രമാണെന്ന് പിബിയും സി.സിയും കരുതിക്കൂട. പാർട്ടിയിൽ ആണ്ടിറങ്ങിയിട്ടുള്ള തെറ്റായ കാഴ്ചപ്പാടും പ്രവർത്തനരീതികളും തിരുത്തുന്നതിന് ആത്മാർത്ഥമായ പരിശ്രമവും തുടർച്ചയായ ഇടപെടലും കേന്ദ്രനിലവാരത്തിൽ തന്നെ നടത്താനായിട്ടില്ല.

പിബിയും സി.സിയും ശരിയായ കാഴ്ചപ്പാടും പ്രവർത്തനരീതിയും നടപ്പിലാക്കുവാനാവശ്യമായ മുൻകൈ എടുക്കേണ്ടതാണ്.

നാല്

ട്രേഡ് യൂണിയൻ മുന്നണിയിലെ അടിയന്തര കടമകൾ

(2002 നവംബർ 22–24 തീയതികളിൽ ചേർന്ന
സി സി അംഗീകരിച്ചത്)

1. ആമുഖം

ട്രേഡ് യൂണിയൻ മുന്നണിയിലെ പ്രവർത്തനം കേന്ദ്രക്കമ്മിറ്റി പുനരവലോകനം ചെയ്യുകയും അടുത്തകാലത്ത് ഉയർന്നുവന്ന ചില പുതിയ പ്രശ്നങ്ങളും കാര്യങ്ങളും കണക്കിലെടുത്ത് ചില അടിയന്തിര കടമകൾ ആവിഷ്കരിക്കുകയും ചെയതു.

ഒരു കമ്യൂണിസ്റ്റ് പാർട്ടിയെ സംബന്ധിച്ചിടത്തോളം തൊഴിലാളിവർഗത്തിനു പ്രത്യേക പങ്ക് വഹിക്കാനുണ്ട്. സമൂഹത്തിലെ അടിച്ചമർത്തപ്പെട്ടതും ചൂഷിതരുമായ മറ്റെല്ലാ വിഭാഗങ്ങളും അടങ്ങുന്ന വിപ്ലവ പ്രസ്ഥാനത്തിൽ നേതൃത്വപരമായ പങ്ക് വഹിക്കേണ്ടുന്ന വർഗമാണത്. ട്രേഡ് യൂണിയനിൽ പ്രവർത്തിക്കുന്നതിന്റെ അടിസ്ഥാന ലക്ഷ്യം പാർട്ടിയെയാകെ, വിശേഷിച്ചും ട്രേഡ് യൂണിയൻ മുന്നണിയിൽ പ്രവർത്തിക്കുന്ന പാർട്ടി കേഡർമാരെ നാം നിരന്തരം പഠിപ്പിക്കേണ്ടതുണ്ട്. 1967–ൽ അംഗീകരിച്ച ട്രേഡ് യൂണിയൻ മുന്നണിയിലെ കടമകളിലും ഇങ്ങനെ പ്രസ്താവിക്കുകയും 1983 ലെ ട്രേഡ് യൂണിയൻ രേഖയിൽ അത് ആവർത്തിക്കുകയും ചെയ്തിരുന്നു. *മാർക്സിസ്റ്റ് ലെനിനിസ്റ്റ് പാർട്ടിയുടെ തൊഴിലാളിവർഗ മുന്നണിയിലെ കടമകൾ, തൊഴിലാളി വർഗത്തിന്റെ സാമ്പത്തിക താൽപര്യങ്ങൾ നിലവിലുള്ള സ്ഥിതിഗതികളിൽ ഫലപ്രദമായി പരിശോധിക്കുന്നതിനുള്ള ദൈനംദിന സമരത്തിലെ ഉപകരണ ങ്ങളായി ട്രേഡ് യൂണിയനുകളെ പ്രവർത്തിപ്പിക്കുക എന്ന അടവു ലൈനിൽ മാത്രമായി ഒതുങ്ങി നിൽക്കുന്നില്ല. ദൈനംദിന താൽപര്യങ്ങൾ പ്രതിരോധിക്കുമ്പോൾ തന്നെ, തൊഴിലാളി വർഗത്തെ അച്ചടക്കത്തോടെയും വർഗബോധത്തോടെയും സംഘടിപ്പിക്കുക അവർ ലക്ഷ്യമാക്കുന്നു. അവരെ പാർട്ടിയോട് കൂടുതൽ അടുപ്പിക്കുന്നു. ഏറ്റവും നല്ല തൊഴിലാളികളെ നൂറുകണക്കിൽ പാർട്ടിയിൽ ചേർക്കുന്നു. അങ്ങനെ വിപ്ലവപോരാട്ടത്തിൽ ചരിത്രപരമായ പങ്ക് വഹിക്കാൻ വർഗത്തെയാകെ സജ്ജമാക്കുന്നു.* ട്രേഡ് യൂണിയനുകളോടുള്ള

പരിഷ്കരണവാദപരവും മാർക്സിസ്റ്റ്–ലെനിനിസ്റ്റുമായ സമീപനങ്ങൾ തമ്മിലുള്ള വ്യത്യാസം ഇതിലാണ്.

കേന്ദ്രക്കമ്മിറ്റി 1983–ൽ ട്രേഡ് യൂണിയൻ രംഗത്തെ കടമകൾ എന്ന രേഖ അംഗീകരിച്ചിരുന്നു. 1967–ലെ കടമകൾ എന്ന പ്രമേയത്തെ അടിസ്ഥാനമാക്കി തയ്യാറാക്കിയ ഈ സമഗ്രമായ രേഖ നമ്മുടെ ട്രേഡ് യൂണിയൻ രംഗത്തെ പ്രവർത്തനത്തിനു വഴികാട്ടിയായി വർത്തിക്കാൻ ഉദ്ദേശിച്ചുകൊണ്ടുള്ളതായിരുന്നു. തുടർച്ചയായ പാർട്ടി കോൺഗ്രസ്സുകളിൽ ആവർത്തിച്ചു തീരുമാനിച്ചിട്ടും ട്രേഡ് യൂണിയൻ രംഗത്തെ കടമകൾ ആനുകാലികമായി അവലോകനം ചെയ്യാനോ 1983–ലെ പ്രമേയത്തിന്റെ വെളിച്ചത്തിൽ അടിയന്തിര കടമകൾ തയ്യാറാക്കാനോ കേന്ദ്ര കമ്മിറ്റിക്ക് കഴിഞ്ഞിരുന്നില്ല. ഇക്കാര്യത്തിൽ പി ബിക്കും സി സിക്കും ഉണ്ടായ വീഴ്ച തിരുത്താൻ ഇപ്പോൾ ശ്രമിക്കുകയാണ്. നീണ്ട കാലതാമസമുണ്ടായതിനാൽ 1983 മുതൽ 19 വർഷം വരെ നീണ്ടകാലയളവിനെക്കുറിച്ച് പുനരവലോകനം നടത്തുക പ്രയാസമാണ്. കഴിഞ്ഞ ഒരു ദശകക്കാലത്തോ മറ്റോ സാർവ്വ ദേശീയമായും ദേശീയമായും ഉണ്ടായ വലിയ മാറ്റങ്ങൾ, 1980 കളുടെ ആദ്യം ഉണ്ടായിരുന്നതിൽ നിന്ന് തികച്ചും വ്യത്യസ്തമായ ഒരു സ്ഥിതിവിശേഷം സൃഷ്ടിച്ചത് വിലയിരുത്താനാണ് ഇവിടെ ശ്രമിക്കുന്നത്. ഈ മാറ്റങ്ങൾ തൊഴിലാളിവർഗ്ഗ പ്രസ്ഥാനത്തിൽ വലിയമാറ്റം സൃഷ്ടിച്ചിരിക്കുന്നു. അവ പരിഗണിക്കാതെ ട്രേഡ് യൂണിയൻ പ്രസ്ഥാനം നേരിടുന്ന പ്രശ്നങ്ങളോ നമ്മുടെ ട്രേഡ് യൂണിയൻ പ്രവർത്തനത്തിനുള്ള ദിശാബോധമോ ചർച്ച ചെയ്യാൻ സാധ്യമല്ല.

2. 1983 നു ശേഷമുള്ള പ്രധാന മാറ്റങ്ങൾ

1980 കളുടെ രണ്ടാം പകുതിയും 1990 കളും സാമ്രാജ്യത്വവും മുതലാളിത്തവും വലിയ കടന്നാക്രമണം നടത്തുന്നതിനു സാക്ഷ്യം വഹിച്ചു. സോവിയറ്റ് യൂണിയന്റെ തകർച്ചയ്ക്കും സോഷ്യലിസത്തിനേറ്റ പിന്നോട്ടടികൾക്കും ശേഷം അതിന്റെ ഊക്ക് വർധിച്ചു. സൈനിക ശക്തി ഉപയോഗിച്ച് അമേരിക്കൻ സാമ്രാജ്യത്വം നടത്തുന്ന ആക്രമണനടപടികളും ആഗോളവൽക്കരണത്തിന്റെ നവലിബറൽ കടന്നാക്രമണവും കൈകോർത്തു മുന്നേറുന്നു. ഐ.എം.എഫ്, ലോകബാങ്ക് ഡബ്ല്യൂ ടി ഒ എന്നിവ വഴി ലോകമാകെ നടത്തപ്പെടുന്ന ഉദാരവൽക്കരണ–സ്വകാര്യവൽക്കരണ നീക്കങ്ങൾ വ്യവസായ രംഗത്താകെ വലിയ ആഘാതമേൽപ്പിച്ചു. അത് ഇന്ത്യയിലെ തൊഴിലാളിവർഗ്ഗത്തിനും ട്രേഡ് യൂണിയൻ പ്രസ്ഥാനത്തിനും പ്രതികൂലമായ പ്രത്യാഘാതങ്ങൾ ഉളവാക്കി. ഉദാരവൽക്കരണ നയത്തിലേക്കു നീങ്ങുകയും സമ്പദ്‌വ്യവസ്ഥയിൽ നിന്ന് ഭരണകൂടം പിൻവാങ്ങുകയും ചെയ്തതോടെ, ട്രേഡ് യൂണിയൻ പ്രസ്ഥാനത്തിനു പുതിയ പ്രശ്നങ്ങൾ നേരിടേണ്ടിവന്നു. കഴിഞ്ഞ ഒരു നൂറ്റാണ്ടു കാലത്തെ ഉദാരവൽക്കരണനയങ്ങൾ മുതലാളിത്ത വികസനത്തിന്റെ മുമ്പത്തെ പാതയിൽ നിന്നും പൂർണമായ വ്യതിയാനമായിരുന്നു. ഇന്ത്യയടക്കമുള്ള വികസ്വരരാജ്യങ്ങളുടെ മേൽ അടിച്ചേൽപ്പിക്കപ്പെട്ട ഉദാരവൽക്കരണനയങ്ങളും ഘടനാപരമായ നീക്കുപോക്കു പരിപാടികളും താഴെപ്പറയുന്ന സംഭവവികാസങ്ങൾക്ക് ഇടയാക്കി:

• പൊതുമേഖലാസ്ഥാപനങ്ങളിലെ വമ്പിച്ച ആസ്തികളുടെ സ്വകാര്യവൽക്കരണവും പൊതുമുതൽമുടക്കിൽ വെട്ടിക്കുറവും

• കൂലിച്ചെലവ് കുറയ്ക്കാൻ തൊഴിൽസേന ഗണ്യമായി വെട്ടിച്ചുരുക്കി

• പീഡിതവും സാമ്പത്തിക ഭദ്രതയില്ലാത്തതുമായ ഫാക്ടറികൾ കൂട്ടത്തോടെ അടച്ചിട്ടത് സാമ്പത്തിക വികസനത്തിന്റെ വേഗം കുറച്ചു.

• വികസ്വരരാജ്യങ്ങളിൽ മുതൽമുടക്കാൻ ബഹുരാഷ്ട്ര കുത്തകകൾക്ക് നിരുപാധികമായ പ്രവേശനം

• തൊഴിൽ നിയമങ്ങൾ നടപ്പാക്കാത്ത തൊഴിലാളികൾക്ക് മോശപ്പെട്ട പ്രവർത്തന സാഹചര്യങ്ങളോടുകൂടിയ കയറ്റുമതി സംസ്കരണമേഖലയുടെ ആവിർഭാവം.

• വി ആർ എസ് വഴി തൊഴിലാളികളെ കൂട്ടത്തോടെ പിരിച്ചുവിടൽ

• തൊഴിലാളികളുടെ പ്രവർത്തന-ജീവിത സാഹചര്യങ്ങളും സാമൂഹ്യസുരക്ഷാ ആനുകൂല്യങ്ങളും നിലവിലുള്ള സൗകര്യങ്ങളും പ്രത്യക്ഷത്തിൽ വെട്ടിച്ചുരുക്കൽ

• ചെറുകിട വ്യവസായങ്ങളും പരമ്പരാഗത വ്യവസായങ്ങളും കൊച്ചു വ്യവസായങ്ങളും വ്യാപകമായി നശിപ്പിക്കുന്നതുവഴി ജനങ്ങളെ പാപ്പരാക്കൽ

• തൊഴിൽനിയമങ്ങൾ ഭേദഗതി ചെയ്ത് തൊഴിലാളി വർഗ്ഗത്തിന്റെ ട്രേഡ് യൂണിയൻ അവകാശങ്ങളെയും ജനാധിപത്യ അവകാശങ്ങളെയും ആക്രമിക്കൽ.

• ഡബ്ല്യൂ ടി ഒയുടെ ആവിർഭാവത്തിന്റെ ഫലമായി വികസ്വര രാജ്യങ്ങളെ സംബന്ധിച്ചിടത്തോളം വ്യാപാരവ്യവസ്ഥകൾ കൂടുതൽ മോശമായിത്തീരൽ, പാറ്റേന്റ് വാഴ്ചയിൽ വരുന്ന മാറ്റങ്ങൾ.

• അളവുപരമായ നിയന്ത്രണങ്ങൾ എടുത്തുകളയുന്നതും അതിന്റെ ഫലമായി വികസ്വര രാജ്യങ്ങളുടെ വിപണികളിൽ വിദേശ ച്ചരക്കുകളുടെ വെള്ളപ്പൊക്കവും

ഇരുപതാം നൂറ്റാണ്ടിന്റെ അവസാന കാലത്ത്, ലോകമുതലാളിത്ത വ്യവസ്ഥയിൽ ഉണ്ടായ മാറ്റങ്ങളും സാമ്രാജ്യത്വ പ്രേരിതമായ ആഗോളവൽക്കരണത്തിന്റെ ആവിർഭാവവും കാരണം സ്ഥിതിഗതികളിൽ മൗലികമായിത്തന്നെയുള്ള മാറ്റം സംഭവിച്ചിരിക്കുന്നു. വികസിത മുതലാളിത്ത രാജ്യങ്ങളിലും മൂന്നാം ലോകരാജ്യങ്ങളിലും ഉള്ള തൊഴിലാളിവർഗ്ഗത്തിനുനേർക്ക് സർവതോമുഖമായ ഒരു ആക്രമണത്തിലേക്കാണ് അത് നയിച്ചത്. സമകാലിക മുതലാളിത്തത്തിന്റെ സവിശേഷതകളിലേക്ക് പോകാതെ തന്നെ, തൊഴിലാളികൾക്കു നേരെയുള്ള അഭൂതപൂർവ്വമായ കടന്നാക്രമണമാണ് ഇന്നത്തെ കാലഘട്ടത്തിന്റെ മുഖമുദ്ര എന്ന് നമുക്ക് പറയാൻ കഴിയും. വ്യവസായത്തിന്റെ പുന:സംഘടന, വികസിത സാങ്കേതികവിദ്യയോടു കൂടിയ ചില പുതിയ മേഖലകളുടെ വളർച്ച, ഉൽപാദനത്തിന്റെ വികേന്ദ്രീകരണം തുടങ്ങിയവ ചില മേഖലകളുടെ വ്യവസായ വൽക്കരണത്തിലേക്കും സ്ഥിരം ജോലികൾ വൻതോതിൽ നഷ്ടപ്പെടുന്നതിലേക്കും താൽക്കാലികമായ

ജോലികളുടെയും കരാർ ജോലികളുടെയും വർധനവിലേക്കും ആണ് നയിച്ചത്. ഏറെ ത്യാഗങ്ങൾ സഹിച്ച് നേടിയെടുത്ത ട്രേഡ് യൂണിയൻ അവകാശങ്ങൾ കടുത്ത ആക്രമണത്തിന് വിധേയമായിരിക്കുന്നു; തൊഴിലാളികളുടെ തൊഴിൽ പരിത:സ്ഥിതികളും ജീവിത പരിത:സ്ഥിതികളും പുനർനിർവചിക്കുന്നതിനുള്ള നടപടികൾ കൈക്കൊണ്ടു വരികയാണ്. ആഗോളതലത്തിലുള്ള ഈ കടന്നാക്രമണത്തിന്റെ പശ്ചാത്തലത്തിൽ, ആഗോളവൽക്കരണ–ഉദാരവൽക്കരണ പ്രക്രിയകളുടെ ദുരന്തഫലം അനുഭവിക്കുന്ന എല്ലാ വിഭാഗങ്ങളുടെയും അതിവിപുലമായ ഐക്യം കെട്ടിപ്പടുക്കേണ്ടത് ആവശ്യമാണ്. അസംഘടിത വിഭാഗങ്ങളെയും വളർന്നുവരുന്ന സേവനമേഖലയെയും സംഘടിത മേഖലയിൽ നിന്ന് വൻതോതിൽത്തന്നെ ഒഴിഞ്ഞുനിൽക്കുന്ന സ്ത്രീ തൊഴിലാളികളെയും അടക്കം അധ്വാനിക്കുന്ന എല്ലാ വിഭാഗങ്ങളെയും ട്രേഡ് യൂണിയൻ പ്രസ്ഥാനം ഉൾക്കൊള്ളേണ്ടതുണ്ട്. തൊഴിലാളിവർഗ്ഗത്തിന്റെയും ഗ്രാമീണമേഖലയിലെ അധ്വാനിക്കുന്ന എല്ലാ ജനവിഭാഗങ്ങളുടെയും കെട്ടുറപ്പുള്ള ഏകീകൃത പ്രസ്ഥാനങ്ങൾ ഫലപ്രദമായി വളർത്തിയെടുക്കണം.

തൊഴിലാളിവർഗ്ഗത്തിനു നേർക്കുളള കടന്നാക്രമണത്തെ, ഏതെങ്കിലും ഒരു വ്യവസായത്തിലോ ഏതെങ്കിലും ഒരു മേഖലയിലോ മാത്രമായി ചെറുക്കാൻ സാധ്യമല്ല. പുതിയ ഉയർന്നുവരുന്ന പ്രശ്നങ്ങളോട് ശരിയായ വിധത്തിൽ പ്രതികരിക്കേണ്ടത് കാലഘട്ടത്തിന്റെ ആവശ്യമാണ്. ഈ കടന്നാക്രമണത്തെ നേരിടാൻ ശക്തമായൊരു അഖിലേന്ത്യാ പ്രസ്ഥാനം വളർത്തിയെടുക്കാനാണ് സി ഐ ടി യു ശ്രമിക്കുന്നത് എന്നത് ശരി തന്നെ. മേൽപ്പറഞ്ഞ നയങ്ങളെ ചെറുക്കുന്നതിനുവേണ്ടി അഖിലേന്ത്യാ തലത്തിൽ ട്രേഡ് യൂണിയൻ ഐക്യം കെട്ടിപ്പടുക്കുക എന്നതാണ് അത്തരം പ്രസ്ഥാനം വളർത്തിയെടുക്കുന്നതിന് പരമപ്രധാനമായി വേണ്ടത്. സ്പോൺസറിംഗ് കമ്മിറ്റി, എൻ പി എം ഒ തുടങ്ങിയുള്ള ഐക്യവേദികളിലൂടെ, ആറുതവണ, ഏകദിന അഖിലേന്ത്യാ പൊതുപണിമുടക്കുകൾ നടത്താൻ കഴിഞ്ഞത് ഈ പരിശ്രമങ്ങളുടെ ഫലമായിട്ടാണ്. സ്വകാര്യവൽക്കരണ ശ്രമങ്ങളെയും പൊതുമേഖലയെ പൊളിച്ചടുക്കുന്നതിനെയും തടയുന്നതിനായി നിരവധി പ്രതിഷേധ പ്രകടനങ്ങളും പ്രക്ഷോഭങ്ങളും ദീർഘസമരങ്ങളും നടന്നിട്ടുണ്ട്. ഇൻഷുറൻസ്മേഖല തുറന്നു കൊടുക്കുന്നത് തടയുന്നതിനുവേണ്ടി നടത്തിയ വാശിയേറിയ സമരം അതിനുള്ള ഒരു ഉദാഹരണമാണ്. കോൺഗ്രസിന്റെയും ബി ജെ പിയുടെയും സംയുക്തമായ പിന്തുണയോടെ, 1998ൽ മാത്രമാണ് ഇൻഷുറൻസ് മേഖലയിൽ ഉദാരവൽക്കരണം കൊണ്ടുവരാൻ ഭരണവർഗ്ഗങ്ങൾക്ക് കഴിഞ്ഞത്.

സി ഐ ടി യുവും നമ്മുടെ പാർട്ടി സഖാക്കൾ പ്രവർത്തിക്കുന്ന സ്വതന്ത്ര ഫെഡറേഷനുകളും നടത്തിയ സമരങ്ങളും അവലംബിച്ച മുൻകൈയും കാരണമായിട്ടാണ്, ഈ നയങ്ങൾക്ക് എതിരായിട്ടുള്ള ചെറുത്തുനിൽപ്പ് ഇത്ര വ്യാപകവും ശക്തവുമായിത്തീർന്നത്.

പ്രധാനപ്പെട്ട എല്ലാ വികസിതമുതലാളിത്ത രാജ്യങ്ങളിലും, 1980

കളിലും 1990 കളിലും, ട്രേഡ് യൂണിയൻ പ്രസ്ഥാനത്തിന് ഏറ്റവും കടുത്ത ശത്രുതാപരമായ കാലാവസ്ഥയെയാണ് നേരിടേണ്ടിവന്നത്. ട്രേഡ് യൂണിയൻ അംഗത്വം ഇടിഞ്ഞു, അവരുടെ സമരശേഷിയേയും അത് ബാധിച്ചു. പ്രതികൂലമായ ഈ സാഹചര്യം ഇന്ത്യയിലെ ട്രേഡ് യൂണിയൻ പ്രസ്ഥാനത്തെയും സ്വാധീനിച്ചിട്ടുണ്ട്. പ്രതികൂലമായ ഈ ചുറ്റുപാടുകളെ സി ഐ ടി യു ദൃഢനിശ്ചയത്തോടെ നേരിട്ടു. അന്താരാഷ്ട്രതലത്തിൽ മുതലാളിത്തത്തിന്റെ കടന്നാക്രമണങ്ങളും അത് ദേശീയതലത്തിൽ ഉണ്ടാക്കുന്ന പ്രത്യാഘാതങ്ങളും കാരണം ഉയർന്നുവന്നിട്ടുള്ള പ്രശ്നങ്ങളെയും പരിത:സ്ഥിതിയേയും പാർട്ടി ശരിയായി മനസ്സിലാക്കണം. പുതിയ സ്ഥിതിവിശേഷത്തെയും പ്രശ്നങ്ങളെയും നാം ഫലപ്രദമായി കൈകാര്യം ചെയ്യേണ്ടതുണ്ട്. അങ്ങനെ ചെയ്താൽ നാം നേരിടുന്ന കടന്നാക്രമണത്തെ തിരിച്ചടിക്കാനും നഷ്ടപ്പെട്ട സ്വാധീനം വീണ്ടെടുക്കാനും കഴിയത്തക്ക വിധത്തിൽ, ഇന്നത്തെ ചെറുത്തുനിൽപ്പ് സമരങ്ങളെ നമുക്ക്, ഘട്ടംഘട്ടമായി മുന്നോട്ടു കൊണ്ടുപോകാൻ കഴിയും. ഉദാര വൽക്കരണ നീക്കങ്ങളോട് സന്ധി ചെയ്യാനുള്ള ഒരുവിഭാഗം ട്രേഡ് യൂണിയൻ നേതൃത്വത്തിന്റെ ശ്രമങ്ങളെയും ചെറുത്തു തോൽപ്പി ക്കേണ്ടതുണ്ട്. പ്രത്യേക മേഖലകളിലുള്ള ഒറ്റപ്പെട്ട സമരങ്ങൾ വിജയം വരിച്ചില്ലെങ്കിൽത്തന്നെയും ചെറുത്തുനിൽപ്പ് വളർത്തിയെടുക്കുന്ന പ്രക്രിയയ്ക്ക് അത് അതിന്റേതായ സംഭാവന നൽകുന്നുണ്ട്. തൊഴിലാളിവിരുദ്ധ-ജനവിരുദ്ധ നയങ്ങളുടെ ഫലമായി ഉണ്ടാകുന്ന കടന്നാക്രമണത്തിന്റെ ദുരന്തം അനുഭവിക്കുന്ന എല്ലാവിഭാഗം ജനങ്ങളെയും ഉൾപ്പെടുത്തിക്കൊണ്ടുള്ള, ശക്തവും ബഹുമുഖവുമായ സമരം വളർത്തിക്കൊണ്ടുവരേണ്ടത് നിർണായകമാണ്.

3. വർഗീയതയുടെ ആപത്ത്

എൺപതുകളിലും തൊണ്ണൂറുകളിലും വർഗീയശക്തികൾ സങ്കുചിതവികാരങ്ങൾ ഉണർത്തി വിട്ടുകൊണ്ടിരിക്കുകയായിരുന്നു; ജനങ്ങളുടെ ഇടയിൽ സ്വാധീനം നേടിക്കൊണ്ടിരിക്കുകയായിരുന്നു. ആർ എസ് എസും അതിന്റെ വിവിധ ഘടകസംഘടനകളും തങ്ങളുടെ ഫാസിസ്റ്റ് രീതിയിലുള്ള പ്രത്യയശാസ്ത്രം പരസ്യമായി പ്രചരിപ്പിച്ചുകൊണ്ടിരിക്കുകയാണ്; ഇന്ത്യയിൽ ഹിന്ദുരാഷ്ട്രം സ്ഥാപിക്കുന്നതിനുവേണ്ടി വാദിച്ചുകൊണ്ടിരിക്കുകയാണ്. മതനിരപേക്ഷമെങ്കിലും അവസരവാദസ്വഭാവത്തോടു കൂടിയ നിരവധി പാർട്ടികളുമായി ചേർന്ന് കേന്ദ്രത്തിൽ ബി ജെ പി ഗവൺമെന്റ് രൂപീകരിക്കപ്പെട്ടതിനുശേഷം, ഭരണകൂടത്തിന്റെ എല്ലാ സംവിധാനങ്ങളുടെ ഉള്ളിലേക്കും നുഴഞ്ഞുകയറാൻ ആർ എസ് എസ് ചിട്ടയായി ശ്രമിച്ചുകൊണ്ടിരിക്കുകയായിരുന്നു. എക്സിക്യൂട്ടീവിലും ജുഡീഷ്യറിയിലും സൈന്യത്തിലും എല്ലാം തൊഴിലാളിവർഗ്ഗത്തിനുള്ളിലെ ഈ പിന്തിരിപ്പൻ-വിഘടനശക്തികളെ എങ്ങനെയാണ് നേരിടുക എന്നതിന് മുൻഗണന നൽകേണ്ടതുണ്ട്.

നഗരപ്രദേശങ്ങളിലെ പല തൊഴിലാളിവർഗ്ഗ കേന്ദ്രങ്ങളിലും ബി ജെ പിക്കുണ്ടാകുന്ന വിജയത്തെക്കുറിച്ച്, തൊണ്ണൂറുകളിലെ തിരഞ്ഞെടുപ്പ് വിശകലനങ്ങളിൽ കേന്ദ്രക്കമ്മിറ്റി ചൂണ്ടിക്കാണിച്ചിട്ടുണ്ട്.

വർഗീയ കാഴ്ചപ്പാടും വർഗീയ പ്രത്യയശാസ്ത്രവും തൊഴിലാളി വർഗത്തിന്റെ പല വിഭാഗങ്ങൾക്കിടയിലേക്കും കിനിഞ്ഞിറങ്ങിയിട്ടുണ്ട്. അതിന്റെ അളവ്, പല മേഖലകളിലും വ്യത്യസ്തമായിരിക്കാം. വർഗീയ പ്രത്യയശാസ്ത്രം, തൊഴിലാളിവർഗത്തിലേക്ക് കിനിഞ്ഞിറങ്ങി ക്കഴിഞ്ഞാൽ, അതിനെ നിർമാർജനം ചെയ്യുന്നതിനും, മതനിരപേക്ഷ ജനാധിപത്യാവബോധം സൃഷ്ടിക്കുന്നതിനും സുദീർഘവും വിഷമകര വുമായ സമരം നടത്തേണ്ടി വരുന്നു.

മുംബൈയിലെ ശിവസേന തൊഴിലാളിവർഗത്തിന്റെ വലിയ വിഭാഗങ്ങളിൽ ഇപ്പോഴും സ്വാധീനം ചെലുത്തിക്കൊണ്ടിരിക്കുന്നു. ഗുജറാത്തിൽ ഈയിടെയുണ്ടായ വർഗീയ കൂട്ടക്കൊലകളിൽ, ഇടതുപക്ഷ-മതനിരപേക്ഷ ശക്തികളുടെ നേതൃത്വത്തിലുള്ള ട്രേഡ് യൂണിയൻ പ്രസ്ഥാനം പൂർണമായും പ്രാന്തവൽക്കരിക്കപ്പെടും വിധ ത്തിൽ ആ സംസ്ഥാനത്തിലെ അന്തരീക്ഷത്തെ വർഗീയവൽക്കരിക്കു ന്നതിന് ഹിന്ദുത്വശക്തികൾക്ക് കഴിഞ്ഞിരിക്കുന്നു. എൺപതുകളിൽ അഹമ്മദാബാദിലെ ടെക്സ്റ്റൈൽ വ്യവസായം അടച്ചിടപ്പെട്ടത്, ആ സംസ്ഥാനത്തിലെ ട്രേഡ് യൂണിയൻ പ്രസ്ഥാനത്തെ ഏറെ ദുർബ്ബല പ്പെടുത്തിയിരുന്നു; ഹിന്ദുക്കളായ തൊഴിലാളികളും മുസ്ലീങ്ങളായ തൊഴിലാളികളും തമ്മിലുള്ള പൊതുവായ ബന്ധത്തെ തകർത്തു. ഉദാരവൽക്കരണ നയങ്ങളെ ചെറുക്കുക, പിന്തിരിപ്പൻ വർഗീയശക്തി കൾക്കും തൊഴിലാളികളെ ഭിന്നിപ്പിക്കുകയും തൊഴിലാളിവർഗ പ്രസ്ഥാനത്തെ തകർക്കുകയും ചെയ്യാൻ ശ്രമിക്കുന്ന ശക്തികൾക്കും എതിരായി സമരം ചെയ്യുക എന്നീ കടമകൾ ഒരേസമയം നിറവേറ്റണം. വർഗീയതയ്ക്ക് എതിരായ സമരം എന്ന കടമ പാർട്ടിയെ ഏൽപ്പിക്കുക, അതേ അവസരത്തിൽ ഉദാരവൽക്കരണത്തിന്റെ കടന്നാക്രമണ ത്തിനെതിരായിട്ടുള്ള സാമ്പത്തിക സമരങ്ങൾ മാത്രം ട്രേഡ് യൂണിയനു കൾ ഏറ്റെടുക്കുക എന്നത് സാധ്യമല്ല. ട്രേഡ്യൂണിയൻ പ്രവർത്തന ത്തിന്റെ അടിസ്ഥാനം സാമ്പത്തിക പ്രശ്നങ്ങളാണ്, തൊഴിലാളികളുടെ താൽപര്യങ്ങളെ ദ്രോഹകരമായി ബാധിക്കുന്ന സാമ്പത്തിക നയങ്ങൾക്ക് എതിരായി സമരം ചെയ്യുക എന്നതാണ് എന്ന കാര്യത്തിൽ സംശയമില്ല. എന്നാൽ വർഗീയശക്തികൾക്കും അവരുടെ പിന്തിരിപ്പൻ പ്രത്യയ ശാസ്ത്ര ത്തിനും എതിരായിട്ടുള്ള സമരത്തിൽ തൊഴിലാളിവർഗം പ്രത്യക്ഷവും സജീവവും ആയ പങ്കുവഹിക്കാതെ, നാം പരാമർശി ക്കാറുള്ള തൊഴിലാളിവർഗത്തിന്റെ രാഷ്ട്രീയവൽക്കരണം സംഭവി ക്കുകയില്ല. സാമ്പത്തിക പ്രശ്നങ്ങളിൽ പോലും, തൊഴിലാളികളുടെ സാമ്പത്തിക താൽപര്യങ്ങളെ ഹനിക്കുന്ന നയങ്ങളാണ്, ആർ എസ് എസ് പ്രത്യയശാസ്ത്രത്തെ പൂർണമായും ഉൾക്കൊള്ളുന്ന ഭരണകക്ഷി നിർബന്ധ പൂർവ്വം കെട്ടിയേൽപ്പിക്കുന്നത് എന്നാണ് കഴിഞ്ഞ നാലുകൊല്ല ക്കാലത്തെ അനുഭവം കാണിക്കുന്നത്.

രാഷ്ട്രീയ സ്ഥിതിയെ വിശകലനം ചെയ്യുന്ന സി ഐ ടി യു രേഖകൾ, വർഗീയശക്തികളുടെ വളർച്ച കാരണം തൊഴിലാളി വർഗത്തിനുമേലുണ്ടാകുന്ന അപകടകരമായ പ്രത്യാഘാതങ്ങളെ

പൂർണമായി പ്രതിഫലിപ്പിക്കുന്നില്ല. ഈയിടെയായി സി.ഐ.ടി. യുവിന്റെ ഓരോ റിപ്പോർട്ടും വർഗീയത ഉയർത്തുന്ന ആപത്തിനെക്കുറിച്ച് പൊതുവിൽ (പ്രത്യേകിച്ചും ബി ജെ പി അധികാരത്തിൽ വന്നതിനുശേഷം) ഊന്നിപ്പറയുന്നുണ്ട് എന്നത് ശരിതന്നെ. എന്നാൽ ചില മേഖലകളിൽ തൊഴിലാളിവർഗത്തിലെ ചില വിഭാഗങ്ങളിലേക്ക് വർഗീയ പ്രത്യയശാസ്ത്രം എങ്ങനെയാണ് കടന്നുകയറിയത് എന്നതിനെക്കുറിച്ചോ തൊഴിലാളിവർഗത്തിന്റെ ഐക്യത്തെ തകർക്കാൻ വർഗീയതയ്ക്ക് കഴിഞ്ഞതെങ്ങിനെയാണ് എന്നതിനെക്കുറിച്ചോ തൊഴിലാളികളുടെമേൽ തങ്ങളുടെ സ്വാധീനം വ്യാപിപ്പിക്കാൻ പിന്തിരിപ്പൻശക്തികൾക്ക് കഴിഞ്ഞത് എങ്ങനെയാണ് എന്നതിനെക്കുറിച്ചോ ശരിയായ വിധത്തിൽ വിലയിരുത്തുകയുണ്ടായിട്ടില്ല; വേണ്ടത്ര ഊന്നിപ്പറയുകയുണ്ടായിട്ടില്ല.

ആർ എസ് എസും മറ്റ് വർഗീയസംഘടനകളും തൊഴിലാളി വർഗത്തിനുള്ളിൽ നടത്തിക്കൊണ്ടിരിക്കുന്ന പ്രവർത്തനങ്ങളെക്കുറിച്ച്, രാഷ്ട്രീമായും പ്രത്യയശാസ്ത്രപരമായും ഉള്ള ആക്രമണങ്ങളും വ്യക്തമായ തുറന്നുകാട്ടലുകളും സി ഐ ടി യുവിന്റെ പ്രചരണങ്ങളിൽ ദൃശ്യമല്ല. ഉദാഹരണത്തിന് ബി എം എസ് തൊഴിലാളികൾക്കിടയിലേക്ക് വർഗീയ പ്രത്യയശാസ്ത്രം എത്തിച്ചുകൊണ്ടിരിക്കുന്നു. ആർ എസ് എസിന്റെ ഒരു വിഭാഗമായതുകൊണ്ട്, ആർ എസ് എസിന്റെ വീക്ഷണം, ബി എം എസ് തൊഴിലാളികൾക്കിടയിലേക്ക് വ്യാപിപ്പിക്കുന്നു. എന്നാൽ വർഗീയ പ്രത്യയശാസ്ത്രം പ്രവർത്തിക്കുന്നത് എങ്ങനെയെന്നതിനെക്കുറിച്ചും അതെങ്ങനെയാണ് തൊഴിലാളിവർഗത്തെ ബാധിക്കുന്നത് എന്നതിനെക്കുറിച്ചും ഉള്ള വ്യക്തമായ തുറന്നുകാട്ടലുകൾ "*ദി വർക്കിങ്ങ് ക്ലാസ്*" അടക്കമുള്ള സി ഐ ടിയുവിന്റെ പ്രചരണരേഖകളിലൊന്നും ദൃശ്യമല്ല. ഇത്തരം പ്രശ്നങ്ങൾ എടുത്തുകൊണ്ട്, ബി എം എസിനെ നേരിടുന്ന കാര്യത്തിൽ യാതൊരു മടിയും പാടില്ല. വർഗീയതയ്ക്ക് എതിരായി എൻ പി എം ഒ 2002 ഓഗസ്റ്റിൽ നടത്തിയ പ്രചരണവും അതിന് പൂർണമായ പിന്തുണ നൽകാനുള്ള പാർട്ടിയുടെ തീരുമാനവും പല സംസ്ഥാനങ്ങളിലും നമ്മുടെ ട്രേഡ് യൂണിയനുകൾ ശരിയായ വിധത്തിൽ നടപ്പാക്കുകയുണ്ടായില്ല. ഈ സമരത്തിലെ നമ്മുടെ ദൗർബല്യത്തെയാണ് അത് വ്യക്തമായി കാണിച്ചുതരുന്നത്.

തൊഴിലാളിവർഗത്തിനിടയിലുള്ള വർഗീയശക്തികളെ നേരിടേണ്ടതിന്റെ ആവശ്യകതയെക്കുറിച്ച് നാം ഊന്നിപ്പറയേണ്ടതുണ്ട്. ഇതിനായി താഴെപ്പറയുന്ന കാര്യങ്ങൾ ചെയ്യണം.

- വർഗീയശക്തികളുടെ പിന്തിരിപ്പൻ വിഘടന സ്വഭാവം വിവരിക്കുന്നതും സാധാരണ തൊഴിലാളികൾക്ക് സുഗ്രാഹ്യവുമായ ലഘുലേഖകളും വിവരങ്ങളും തയ്യാറാക്കുക.

- ഈ പ്രചരണം എങ്ങനെയാണ് തൊഴിലാളികളിലേക്ക് എത്തിക്കേണ്ടത് എന്നതിനെക്കുറിച്ച് ട്രേഡ് യൂണിയൻ മുന്നണി യിലുള്ള പാർട്ടി പ്രവർത്തകന്മാർക്ക് വേണ്ടി വർക്ക് ഷോപ്പുകൾ സംഘടിപ്പിക്കണം.

- വർഗീയസംഘടനകൾ വിവിധ മാർഗങ്ങളിലൂടെ പ്രവർത്തിച്ചു

കൊണ്ടിരിക്കുന്ന തൊഴിലാളിവർഗമേഖലകളിൽ ട്രേഡ് യൂണിയനുകൾ സാമൂഹ്യ–സാംസ്കാരിക പ്രവർത്തനങ്ങൾ സംഘടിപ്പിക്കണം; തൊഴിലാളികളുടെ കുടുംബങ്ങളെക്കൂടി അതിൽ ഉൾപ്പെടുത്തണം.

ഏതേതെല്ലാം തൊഴിലാളിവർഗ മേഖലകളിലാണ്, വർഗീയ ശക്തികളെ ചെറുക്കുന്നതിനായി, ഇങ്ങനെ പ്രവർത്തനങ്ങൾ നടത്തിക്കൊണ്ട്, ശ്രദ്ധകേന്ദ്രീകരിക്കേണ്ടതെന്ന്, പാർട്ടി സബ്കമ്മിറ്റികൾ അഥവാ ട്രേഡ് യൂണിയനുകളുടെ ഫ്രാക്ഷൻ കമ്മിറ്റികൾ ചർച്ച ചെയ്യണം.

4. തൊഴിലാളിവർഗത്തിന്റെ രാഷ്ട്രീയവൽക്കരണം

പ്രക്ഷോഭവും പ്രചാരണവും തമ്മിലുള്ള പ്രധാനപ്പെട്ട ഒരു വ്യത്യാസത്തെക്കുറിച്ച് 1983 ലെ രേഖയിൽ സൂചിപ്പിച്ചിരുന്നു. ദൈനംദിന സമരങ്ങളും സാമ്പത്തിക പ്രശ്നങ്ങളേയും അടിയന്തിരാവശ്യങ്ങളെയും മുൻനിർത്തിയുള്ള സമരങ്ങളും ആണ് പ്രക്ഷോഭത്തിൽ വരുന്നത്. പ്രചാരണം ആകട്ടെ കൂടുതൽ മൗലികസ്വഭാവമുള്ളതാണ്; അടിയന്തിര പ്രാധാന്യമുള്ള വിഷയങ്ങളെയും പ്രശ്നങ്ങളെയും മാർക്സിസ്റ്റ് കാഴ്ചപ്പാടുമായി ബന്ധിപ്പിക്കുന്നതാണിത്. നിലവിലുള്ള വ്യവസ്ഥയ്ക്കും ഭരണവർഗങ്ങൾക്കും എതിരായി രാഷ്ട്രീയമായി സമരം നടത്തേണ്ടതിന്റെ ആവശ്യകതയെക്കുറിച്ച്, അതായത് സാമൂഹ്യമായ അവബോധം ആർജ്ജിക്കേണ്ടതിന്റെ ആവശ്യകതയെക്കുറിച്ച്, അത് തൊഴിലാളികളെ പഠിപ്പിക്കുന്നു. തൊഴിലാളികൾക്കിടയിലെ ഈ വിഭാഗത്തിൽപ്പെട്ട പ്രവർത്തനം, അതായത് പ്രചാരണം, പാർട്ടി നേരിട്ട് ഏറ്റെടുത്തു നടത്തണം. ട്രേഡ് യൂണിയൻ വേദികൾക്ക് അതു ചെയ്യാൻ കഴിയുകയില്ല. ഈ വഴിയ്ക്ക് ചില കാൽപ്പാടുകളുണ്ടായിട്ടുണ്ടെങ്കിലും അവയൊന്നും ചിട്ടയോടെയായിരുന്നില്ല; അവ അത്രയ്ക്കൊന്നും വ്യാപകവുമായിരുന്നില്ല.

ട്രേഡ് യൂണിയനുകൾക്കകത്തുള്ള കമ്യൂണിസ്റ്റ് പ്രവർത്തനവും തൊഴിലാളിവർഗത്തിനും അവരുടെ ആവാസസ്ഥലങ്ങൾക്കും ഉള്ളിലുള്ള പാർട്ടിയുടെ നേരിട്ടുള്ള പ്രവർത്തനവും ഇപ്പോഴും ഏറെക്കുറെ അവഗണിക്കപ്പെട്ടു കിടക്കുക തന്നെയാണ്. ഈ തരത്തിലുള്ള രാഷ്ട്രീയ പ്രവർത്തനം ട്രേഡ് യൂണിയനുകൾ വഴി നടത്തപ്പെടുന്നുവെന്നാണ് ഇപ്പോഴുമുള്ള ധാരണ. വർഗീയതയുടെയും ജാതീയതയുടെയും പ്രശ്നങ്ങളെടുത്ത്, തൊഴിലാളികൾക്കിടയിൽ പ്രക്ഷോഭവും പ്രചാരണവും നടത്തേണ്ടതുണ്ട്.

1. ട്രേഡ് യൂണിയനുകൾ മുന്നണിയിലുള്ള പാർട്ടി അംഗങ്ങളുടെ രാഷ്ട്രീയവും പ്രത്യയശാസ്ത്രപരവുമായ നിലവാരം ഉയർത്തുന്നതിനായി, തൊഴിലാളി വർഗത്തിന്റെ രാഷ്ട്രീയബോധം വളർത്തിക്കൊണ്ടുവരുന്നതിന് പാർട്ടി പ്രത്യേകം ശ്രദ്ധിക്കണം.

2. തൊഴിലാളിവർഗത്തിനിടയിലുള്ള വർഗീയവിരുദ്ധ പ്രചാരണം പാർട്ടിയും ട്രേഡ് യൂണിയൻ മുന്നണിയും ഗൗരവമായി ഏറ്റെടുക്കണം.

3. സാമ്രാജ്യത്വവിരുദ്ധ–ഫ്യൂഡൽവിരുദ്ധ–ജനാധിപത്യപ്രശ്നങ്ങൾ ഔപചാരികമായി മാത്രമേ കൈകാര്യം ചെയ്യപ്പെടുന്നുള്ളൂ. ഉദാഹരണത്തിന് തൊഴിലാളികളെ ഭിന്നിപ്പിക്കുന്ന ജാതീയപ്രശ്നം ഏറ്റെടുക്കുന്നതിനോ ജാതിവിരുദ്ധ പ്രക്ഷോഭം കെട്ടിപ്പടുക്കുന്നതിനോ ഉള്ള

ഗൗരവബോധത്തോടെയുള്ള ശ്രമങ്ങളൊന്നും തന്നെ നടക്കുന്നില്ല. ജാതിവിരുദ്ധ പ്രശ്നങ്ങളുടെ കാര്യത്തിൽ തമിഴ്നാട്ടിലും ആന്ധ്രാപ്രദേശിലും നടക്കുന്ന നല്ലനിലയിലുള്ള പ്രവർത്തനങ്ങൾ, ട്രേഡ് യൂണിയൻ പ്രസ്ഥാനവും ശരിയായ രീതിയിൽ ഏറ്റെടുക്കണം.

തൊഴിലാളിവർഗത്തിനിടയിലുള്ള പാർട്ടി പ്രവർത്തനവും ട്രേഡ് യൂണിയൻ പ്രവർത്തനവും ഫാക്ടറിക്കും തൊഴിൽ സ്ഥലത്തിനും അപ്പുറത്തേക്ക്, തൊഴിലാളികളുടെ ജീവിതത്തിലേക്കാകെ വ്യാപിപ്പിക്കണം. തൊഴിലാളികളെയും അവരുടെ കുടുംബങ്ങളെയും പങ്കെടുപ്പിച്ചുകൊണ്ടുള്ള നിരവധി പ്രവർത്തനങ്ങളുടെ ഒരു ശൃംഖല തന്നെ, ട്രേഡ് യൂണിയനുകൾ സംഘടിപ്പിച്ചു തുടങ്ങണം. സാമൂഹ്യ-സാംസ്കാരിക പ്രവർത്തനങ്ങളും പാർപ്പിടം, വിദ്യാഭ്യാസം, ആരോഗ്യം തുടങ്ങിയവ സംബന്ധിച്ച പ്രശ്നങ്ങളും തന്നെ ശരിയായ സംഘടനകൾ വഴി ഏറ്റെടുക്കേണ്ടതാണ്. ഈ വേദികളെല്ലാം ബൂർഷ്വാ-പിന്തിരിപ്പൻ ശക്തികൾക്ക് വിട്ടുകൊടുക്കുക എന്നത്, തൊഴിലാളികളുടെ രാഷ്ട്രീയബോധം വളർത്തിയെടുക്കുന്നതിന് മുന്നിലുള്ള ഏറ്റവും വലിയ തടസ്സങ്ങളിലൊന്നാണ്.

പ്രത്യയശാസ്ത്ര സമരം

വർഗസമരത്തെ അവമതിപ്പെടുത്തുന്നതിനും തൊഴിലാളിവർഗത്തിന്റെ പങ്കിനെ ഇടിച്ചുകാണിക്കുന്നതിനും വേണ്ടി നടത്തപ്പെടുന്ന പ്രത്യയശാസ്ത്രപരമായ കടന്നാക്രമണവും സാമ്രാജ്യത്വത്തിന്റെ ആഭിമുഖ്യത്തിലുള്ള ആഗോളവൽക്കരണത്തിന്റെ ഒരുഭാഗം തന്നെയാണ്. തൊഴിലാളിവർഗപ്രസ്ഥാനത്തെ, അതിന്റെ വർഗബോധത്തിൽ നിന്നും രാഷ്ട്രീയബോധത്തിൽ നിന്നും അകറ്റിമാറ്റുന്നതിനുവേണ്ടി ഭരണവർഗങ്ങളും മാധ്യമങ്ങളും നടത്തിക്കൊണ്ടിരിക്കുന്ന കടുത്ത അപപ്രത്യയശാസ്ത്രവൽക്കരണ കടന്നാക്രമണങ്ങളുടെ പശ്ചാത്തലത്തിൽ, തൊഴിലാളിവർഗത്തിനിടയിൽ പ്രത്യയശാസ്ത്ര പ്രവർത്തനം കൂടുതൽ ഊർജിതമാക്കുക എന്ന നമ്മുടെ കടമയ്ക്ക് വളരെയേറെ പ്രാധാന്യം കൈവരുന്നുണ്ട്. ഇന്ത്യൻ പരിത:സ്ഥിതികളിൽ തൊഴിലാളിവർഗത്തിന്റെ ഉള്ളിലേക്ക് നുഴഞ്ഞുകയറിയിട്ടുള്ള അന്യവർഗ പ്രത്യയശാസ്ത്രത്തെ ചെറുക്കുന്നതിന് വിട്ടുവീഴ്ചയില്ലാത്ത പ്രത്യയശാസ്ത്ര പ്രചരണം നടത്തേണ്ടത് ആവശ്യമാണ്. സ്വതന്ത്രമായ തൊഴിലാളിവർഗ പ്രസ്ഥാനത്തിന്റെ പങ്കിനെ അട്ടിമറിക്കാൻ ശ്രമിക്കുന്ന വർഗസഹകരണ ആശയങ്ങളുമായും തൊഴിലാളിവർഗത്തെ ഭിന്നിപ്പിക്കുന്നതിനും തൊഴിലാളിവർഗ ഐക്യത്തിനെതിരെ മതിൽകെട്ടുന്നതിനും ശ്രമിക്കുന്ന ഹൈന്ദവ-ജാതീയ-സങ്കുചിത ആശയങ്ങളെപ്പോലെയുള്ള നിരവധി ഫ്യൂഡൽ-വിഘടന-പ്രത്യയശാസ്ത്രങ്ങളുമായും ബന്ധപ്പെട്ടവയാണ് ആ മധ്യവർഗപ്രത്യയശാസ്ത്രങ്ങൾ.

5. വർഗത്തെ ഒന്നിപ്പിക്കലും ട്രേഡ് യൂണിയൻ ഐക്യം കെട്ടിപ്പടുക്കലും

1983 ലെ രേഖ, ശരിയായവിധത്തിൽ ഇങ്ങനെ ഊന്നിപ്പറഞ്ഞിട്ടുണ്ട്.

''ട്രേഡ് യൂണിയൻ ഐക്യം വളർത്തിക്കൊണ്ടുവരുന്നതിലൂടെ വർഗത്തെ ഒന്നിപ്പിക്കുക എന്ന ലക്ഷ്യത്തോടെയുള്ളതാണ് ട്രേഡ് യൂണിയനുകളുടെ അകത്തുള്ള നമ്മുടെ പ്രവർത്തനത്തിന്റെ പ്രധാന ഭാഗം. സാമ്പത്തിക ആവശ്യങ്ങൾക്കുവേണ്ടി തൊഴിലാളിവർഗം കൂടുതൽ കൂടുതൽ ഒന്നിച്ചുവരുന്നില്ലെങ്കിൽ, ചരിത്രപരമായ ഈ പങ്ക്, അതായത് ജനങ്ങളെനയിക്കൽ, നിറവേറ്റുന്നതിനായി തൊഴിലാളി വർഗത്തെ സജ്ജരാക്കുന്നതിനെക്കുറിച്ചുള്ള സംസാരമെല്ലാം അർത്ഥ ശൂന്യമാണ്''. കഴിഞ്ഞ ഒരു പതിറ്റാണ്ടിനുള്ളിൽ മൂർച്ഛിച്ചുവന്നിട്ടുള്ള, ഉദാരവൽക്കരണ-സ്വകാര്യവൽക്കരണ കടന്നാക്രമണത്തിന്റെ വെളിച്ച ത്തിൽ, ട്രേഡ്യൂണിയനുകൾ ഐക്യം കെട്ടിപ്പടുക്കുകയും തൊഴിലാളി വർഗത്തെ ഒന്നിപ്പിക്കുകയും ചെയ്യുക എന്ന കടമ പരമപ്രാധാന്യം കൈവരിക്കുന്നു. ട്രേഡ് യൂണിയൻ ഐക്യം കെട്ടിപ്പടുക്കുന്നതിനുവേണ്ടി കഴിഞ്ഞ രണ്ടുപതിറ്റാണ്ടു കാലത്ത് നടന്ന പ്രവർത്തനങ്ങളെക്കുറിച്ച് സംക്ഷിപ്തമായി വിലയിരുത്തേണ്ടത് ആവശ്യമാണ്.

ട്രേഡ് യൂണിയൻ ഐക്യത്തിലും വിവിധങ്ങളായ കടന്നാക്രമ ണങ്ങളിൽ നിന്ന് തൊഴിലാളിവർഗത്തിന്റെ അവകാശങ്ങളെ സംരക്ഷിക്കു ന്നതിലും സി ഐ ടി യു ഉറച്ചുനിന്നതിന്റെ ഫലമായി നിരവധി സംയുക്ത സമരങ്ങൾ ഉണ്ടായി; ട്രേഡ് യൂണിയനുകളുടെ സംയുക്തവേദികൾ രൂപം കൊണ്ടു. 1980 കളിൽ ട്രേഡ് യൂണിയനുകളുടെ നാഷണൽ ക്യാംപയിൻ കമ്മിറ്റി രൂപീകൃതമായി; അതിനെ തുടർന്ന് പൊതുമേഖ ലാസ്ഥാപനങ്ങളിലെ ട്രേഡ് യൂണിയനുകളുടെ കമ്മിറ്റി (സി പി എസ് ടി യു) എൺപതുകളുടെ മധ്യത്തിൽ രൂപീകരിക്കപ്പെട്ടു. ഉദാരവൽ ക്കരണനയങ്ങൾ തടസ്സപ്പെട്ടതിനെ തുടർന്ന്, സി ഐ ടി യുവിന്റെ മുൻകയ്യോടെ, 1990 കളിൽ ട്രേഡ് യൂണിയനുകളുടെ സ്പോൺസറിംഗ് കമ്മിറ്റിയും രൂപം കൊണ്ടു. ഐ എൻ ടി യു സിയും ബി എം എസും ഒഴിച്ചുള്ള കേന്ദ്ര ട്രേഡ് യൂണിയനുകളെല്ലാം അതിൽ ഉണ്ടായിരുന്നു. 1991 നവംബറിലെ ഒന്നാമത്തെ അഖിലേന്ത്യാ പണിമുടക്കിന് വഴി തുറന്നത് ഇതാണ്. 1993-ൽ ബഹുജനസംഘടനകളുടെ ദേശീയവേദി (നാഷണൽ പ്ലാറ്റ്ഫോറം ഓഫ് മാസ്സ് ഓർഗനൈസേഷൻസ് - എൻ പി എം ഒ)യ്ക്ക് തുടക്കം കുറിക്കുന്നതിൽ സ്പോൺസറിംഗ് കമ്മിറ്റി സുപ്രധാനമായ ഒരു പങ്കാണ് വഹിച്ചത്. 1991 നും 2001 നും ഇടയ്ക്കുള്ള ഒരു പതിറ്റാണ്ടിനുള്ളിൽ ആറ് അഖിലേന്ത്യാ പൊതുപണിമുടക്കുകളാണ് നടന്നത്. തൊഴിലാളി വർഗത്തിന്റെയും ജീവനക്കാരുടെയും കൂടുതൽ കൂടുതൽ വിഭാഗങ്ങളും യൂണിയനുകളും ഈ പണിമുടക്കുകളിൽ പങ്കുചേരുന്ന കാഴ്ചയാണ് ദൃശ്യമായത്.

പൊതുമേഖലയ്ക്ക് എതിരായ കടന്നാക്രമണത്തെ ചെറുക്കുന്ന കാര്യത്തിൽ സി പി എസ് ടി യു സുപ്രധാനമായ പങ്കാണ് വഹിച്ചത്. 2002 ഏപ്രിൽ 16-ന് നടന്ന പൊതുമേഖലാ പണിമുടക്കിന് നേതൃത്വം നൽകിയത് സി പി എസ് ടി യു ആണ്. കഴിഞ്ഞ ഒരു പതിറ്റാണ്ടിനുള്ളിൽ വിവിധ വിഭാഗം തൊഴിലാളികൾ പ്രധാനപ്പെട്ട പല സംയുക്ത സമര ങ്ങളും നടത്തുകയുണ്ടായി. പോസ്റ്റൽ, ടെലികോം, ബാങ്ക്, ഇൻഷു

റൻസ്, കൽക്കരി ഖനികൾ തുടങ്ങിയ മേഖലകളിലെ തൊഴിലാളികളും സംസ്ഥാന ഗവൺമെന്റ് ജീവനക്കാരും എല്ലാം അവരിൽ ഉൾപ്പെടുന്നു.

ഉദാരവൽക്കരണത്തിന്റെ ഒന്നാമത്തെ ഘട്ടത്തിൽ, ട്രേഡ് യൂണിയൻ പ്രസ്ഥാനത്തിന്റെ ചില വിഭാഗങ്ങളിൽ ഈ നയങ്ങളെക്കുറിച്ച് ചില വ്യാമോഹങ്ങൾ നിലനിന്നിരുന്നു. എന്നാൽ പിന്നീട് വമ്പിച്ച തോതിലുള്ള അടപ്പ്, പിരിച്ചുവിടൽ, സ്വകാര്യവൽക്കരണം തുടങ്ങിയുള്ള ഉദാരവൽക്കരണത്തിന്റെ കടന്നാക്രമണങ്ങൾക്ക് എതിരായി ഏറ്റവും വിശാലമായ ഐക്യം സമരങ്ങളിൽ ഉരുത്തിരിഞ്ഞു വരുന്നതിന്, ഈ നയങ്ങളുടെ വിനാശകരമായ ആഘാതങ്ങൾ ഇടവരുത്തി.

ഏറ്റവും വിശാലമായ ട്രേഡ് യൂണിയൻ ഐക്യത്തിനുവേണ്ടിയുള്ള സമരം ഈ ഘട്ടത്തിൽ ദൃശ്യമായി. വലിയ രണ്ട് ബൂർഷ്വാ പാർട്ടികളായ ബി ജെ പിയോടും കോൺഗ്രസിനോടും അഫിലിയേറ്റ് ചെയ്യപ്പെട്ടിട്ടുള്ള രണ്ട് പ്രധാന കേന്ദ്ര ട്രേഡ് യൂണിയനുകളാണ് ബി.എം.എസും, ഐ എൻ ടി യു സിയും. ബി എം എസിന്റെയും ഐ എൻ ടി യു സിയുടെയും കേന്ദ്രനേതൃത്വം, തൊഴിലാളി വർഗനയങ്ങൾക്ക് എതിരായ സംയുക്ത വേദികളിലും സംയുക്ത പ്രചാരണങ്ങളിലും പങ്കെടുക്കാൻ നിർബന്ധിതരായി. സംസ്ഥാന തലത്തിൽ അവർ പൊതുപണിമുടക്കുകളിലും ബന്ദുകളിലും പോലും ചേരുകയുണ്ടായി. നേരേമറിച്ച് ഗവൺമെന്റിന്റെ നയങ്ങൾക്ക് എതിരായിട്ടുള്ള അഖിലേന്ത്യാ പൊതുപണിമുടക്കു സമരത്തിൽ പങ്കെടുക്കാൻ ബി എം എസും, ഐ എൻ ടി യു സിയും വിസമ്മതിച്ചു. ഐ.എൻ.ടി.യു.സിയുടെ കാര്യത്തിലാണെങ്കിൽ, അത്തരം പണിമുടക്ക് ആഹ്വാനങ്ങൾക്ക് അവർ എതിരാണ്; അതേ അവസരത്തിൽ ബി എം എസ് ആകട്ടെ, കാര്യങ്ങൾ വച്ചുതാമസിപ്പിക്കുന്ന ഒരുനയമാണ് എപ്പോഴും കൈക്കൊണ്ടത്. വിവിധ മേഖലകളിലെ പണിമുടക്ക് പ്രക്ഷോഭങ്ങളിൽ, ഐ എൻ ടി യു സിയുമായും ബി എം എസുമായും അഫിലിയേറ്റ് ചെയ്തിട്ടുള്ള യൂണിയനുകളും ചേരുകയുണ്ടായി എന്നതാണ് ശ്രദ്ധേയമായ മറ്റൊരു വശം. 2001–ാം മാണ്ടിൽ ട്രേഡ് യൂണിയനുകളെ മാത്രമല്ല മറ്റെല്ലാ ബഹുജന സംഘടനകളെയും ഉൾപ്പെടുത്തിക്കൊണ്ട് ഒരു പൊതുപണിമുടക്ക് നടത്താനുള്ള പാർട്ടി തീരുമാനം ഉണ്ടായിരുന്നു വെങ്കിലും, ബി എം എസും ഐ എൻ ടി യു സിയും എതിർത്തതു കാരണം ഐക്യ ട്രേഡ് യൂണി യൻ വേദികളിൽ അത് അംഗീകരിപ്പിക്കാൻ കഴിഞ്ഞില്ല. ആർ എസ് എസിന്റെ നിയന്ത്രണത്തിലുള്ളതാണ് ബി എം എസ് എന്നതിനാൽ വാജ്പേയി ഗവൺമെന്റിനെതിരായ അഖിലേന്ത്യാ പ്രക്ഷോഭങ്ങളിൽ അവർ പങ്കുചേരുകയില്ല. അത്തരമൊരു സ്ഥിതിവിശേഷത്തിൽ, അഖിലേന്ത്യാ തലത്തിൽ കൂടുതൽ വിശാലമായ ട്രേഡ് യൂണിയൻ ഐക്യത്തിനുവേണ്ടിയുള്ള സമരം എങ്ങനെയാണ് മുന്നോട്ടുകൊണ്ടു പോവുക എന്നത് ചിന്തിക്കേണ്ടിയിരിക്കുന്നു.

കഴിഞ്ഞ കാലങ്ങളിലും, പണിമുടക്കുസമരം നടത്തുന്നതിനുവേണ്ടി സ്ഥിരമായ പ്രചരണവും സമ്മർദ്ദവും ചെലുത്തിക്കൊണ്ട്, നമുക്ക് കർശനമായ നിലപാട് സ്വീകരിക്കേണ്ടിവന്നിട്ടുണ്ട് എന്ന് സി ഐ ടി

യുവിന്റെ അനുഭവങ്ങൾ കാണിച്ചുതരുന്നുണ്ടല്ലോ. മറ്റ് ട്രേഡ് യൂണിയനുകൾ സമരത്തിൽ ചേരാൻ തയ്യാറായി മുന്നോട്ടു വരുന്നില്ലെങ്കിൽത്തന്നെയും സർക്കാർ പുതുതായി ആരംഭിച്ച ഉദാരവൽക്കരണ നയത്തിനെതിരായ പണിമുടക്കു സമരവുമായി തങ്ങൾ മുന്നോട്ടുപോകും എന്ന ദൃഢമായ നിലപാട് സി ഐ ടി യു കൈക്കൊണ്ടതുകൊണ്ടാണ് ഉദാരവൽക്കരണത്തിനെതിരായി രാജ്യവ്യാപകമായ ആദ്യത്തെ യോജിച്ച സമരത്തിന് 1991 നവംബറിൽ ആഹ്വാനം ചെയ്യാൻ കഴിഞ്ഞത്. ട്രേഡ് യൂണിയനുകളുടെ സ്പോൺസറിംഗ് കമ്മിറ്റിയുടെ രൂപീകരണത്തിന് കാരണമായിത്തീർന്നത് ഈ പണിമുടക്കാണ്. അതുപോലെതന്നെ, 2001–ൽ കൽക്കരി വ്യവസായത്തിൽ സി ഐ ടി യു ഒറ്റയ്ക്ക് നടത്തിയ മൂന്നുദിവസം നീണ്ടുനിന്ന പണിമുടക്ക് പ്രക്ഷോഭമാണ്, സ്വകാര്യവൽക്കരണനയത്തിന് എതിരായും മറ്റ് പ്രശ്നങ്ങൾ ഉന്നയിച്ചുകൊണ്ടും ഉള്ള കൽക്കരി ഖനിത്തൊഴിലാളി യൂണിയനുകളുടെ സംയുക്ത പ്രക്ഷോഭങ്ങൾക്ക്, പിന്നീട് വഴിവെച്ചത്.

ഭരണവർഗ നയങ്ങൾക്ക് എതിരായ രാഷ്ട്രീയസമരം മുന്നോട്ടു കൊണ്ടു പോകുന്നതിനുവേണ്ടിയാണ്, ട്രേഡ് യൂണിയൻ ഐക്യം ദൃഢീകരിക്കുന്നതിനുള്ള ശ്രമങ്ങൾ നാം നടത്തുന്നത് എന്ന് ഈ പശ്ചാത്തലത്തിൽ നാം ഓർക്കേണ്ടതുണ്ട്. സമരത്തെ സംബന്ധിച്ച നമ്മുടെ നിലപാടിൽ നാം വിട്ടുവീഴ്ച ചെയ്യുകയാണെങ്കിൽ, ഈ ഉദ്ദേശം നേടാൻ കഴിയുകയില്ല. എന്നു തന്നെയല്ല, രാജ്യവ്യാപകമായ സമരത്തിന്റെ ലൈൻ നാം ഊർജ്ജിതമായും നിരന്തരമായും അവലംബിക്കുകയാണെങ്കിൽ, പ്രക്ഷോഭത്തിന്റെ ഐക്യവേദിയിൽ പങ്കെടുക്കുന്നതിന് പരിഷ്കരണവാദികളായ ട്രേഡ് യൂണിയനുകൾ നേതൃത്വത്തിന്റെ മേൽ സമ്മർദ്ദം ചെലുത്തുവാൻ കഴിയും എന്ന് മുൻകാല സമരങ്ങളുടെ അനുഭവം ഊന്നിപ്പറയുന്നു.

എന്നുതന്നെയല്ല, ഏറ്റവും അടിത്തട്ടുതൊട്ടുള്ള ഐക്യത്തിനും വ്യവസായതലത്തിലോ ജോലി സ്ഥലത്തിന്റെ അടിസ്ഥാനത്തിലോ ഉള്ള സംയുക്ത പ്രക്ഷോഭം വേണമെന്ന നിർബന്ധത്തിനും ദേശീയതലത്തിലുള്ള ഐക്യപ്രക്ഷോഭത്തിലേക്ക് ട്രേഡ് യൂണിയനുകളുടെ പരിഷ്കരണവാദികളായ നേതൃത്വത്തെ കൊണ്ടുവരുന്നതിൽ ഒരു നിർണായക പങ്ക് വഹിക്കാൻ കഴിഞ്ഞുവെന്ന് അനുഭവങ്ങൾ കാണിക്കുന്നു. സാധാരണ തൊഴിലാളികളിൽ അത്തരം ബോധം ഉണ്ടാക്കിത്തീർക്കുന്നതിനും ഐക്യത്തോടെയുള്ള തൊഴിലാളി വർഗപ്രക്ഷോഭം താഴെ നിന്ന് കെട്ടിപ്പടുക്കുന്നതിനുള്ള സമ്മർദ്ദം ചെലുത്തുന്നതിനുംവേണ്ടി, തൊഴിൽസ്ഥലങ്ങളെ അടിസ്ഥാനപ്പെടുത്തിയുള്ള സ്വതന്ത്രമായ പ്രചരണത്തിന് നമ്മുടെ പാർട്ടിയും ട്രേഡ് യൂണിയനുകളും മുന്തിയ പരിഗണന നൽകണമെന്ന് ഈ അനുഭവങ്ങൾ വ്യക്തമാക്കുന്നു.

തൊഴിലാളികളിലെ എല്ലാവിഭാഗങ്ങളുടെയും ഐക്യം കെട്ടിപ്പടുക്കുന്നതിനുവേണ്ടിയുള്ള ഒരു നീക്കമെന്ന നിലയിൽ, എല്ലാ കേന്ദ്ര ട്രേഡ് യൂണിയനുകളെയും ഉൾപ്പെടുത്തിക്കൊണ്ടുള്ള ഒരു കോൺഫെഡറേഷൻ രൂപീകരിക്കണം എന്ന മുദ്രാവാക്യം സി ഐ ടി യു മുന്നോട്ടു

വെച്ചു. എന്നാൽ എ ഐ ടി യു സി അടക്കമുള്ള മറ്റ് കേന്ദ്ര ട്രേഡ്‌യൂണിയനുകൾ ആ നിർദ്ദേശം അംഗീകരിച്ചില്ല. മറ്റുള്ളവരിൽ നിന്ന് പ്രതികരണം ഉണ്ടാവാത്തതു കാരണം ഈ മുദ്രാവാക്യത്തിന് ഏറെയൊന്നും സ്വാധീനമുണ്ടാക്കാൻ കഴിഞ്ഞില്ല. ഐക്യത്തിന്റെ മുദ്രാവാക്യത്തിന് പ്രചാരം ലഭിക്കുന്നതിനുവേണ്ടി ശക്തമായ പ്രചരണം നടത്തേണ്ടത് ആവശ്യമാണെന്ന് അത് അടിവരയിട്ടു കാണിക്കുന്നു. അങ്ങനെയാണെങ്കിലേ, കോൺഫെഡറേഷൻ എന്ന ആശയം പ്രായോഗികമായ നിർദ്ദേശമായി തീരുകയുള്ളൂ.

അഖിലേന്ത്യാ പ്രചരണങ്ങളും (കാംപയിനുകളും) പ്രതിഷേധ സമരങ്ങളും വളർത്തിയെടുക്കുന്ന കാര്യത്തിൽ, എൻ പി എം ഒ പ്രയോജനപ്രദമായ പങ്കുവഹിക്കുകയുണ്ടായി. അധ്വാനിക്കുന്ന എല്ലാ വിഭാഗം ജനങ്ങളുടെയും ആവശ്യങ്ങൾ ഉൾക്കൊള്ളുന്ന സംയുക്ത പ്രസ്ഥാനങ്ങൾക്ക് വേണ്ടി, എൻ പി എം ഒവിനെ കൂടുതൽ ഊർജ്ജസ്വലമാക്കിത്തീർക്കേണ്ടതുണ്ട്. ഇക്കാര്യത്തിൽ ട്രേഡ് യൂണിയനുകൾക്ക് നിർണായകമായ ഒരു പങ്കുവഹിക്കാനുണ്ട്. അതേഅവസരത്തിൽ മറ്റ് ബഹുജന സംഘടനകളുടെ പങ്കാളിത്തം കൂടുതൽ വിപുലമാക്കുന്നതിന്, പാർട്ടിക്കമ്മിറ്റികൾ കൂടുതൽ ശ്രദ്ധിക്കേണ്ടത് ആവശ്യമാണ്.

6. നമ്മുടെ ദൗർബല്യങ്ങൾ

യോജിച്ച സമരങ്ങൾ വേണമെന്ന ആവശ്യവും പ്രതികരണവും വർധിക്കുന്നുണ്ടെങ്കിലും സംഘടനയുടെയും സമീപനത്തിന്റെയും കാര്യത്തിലുള്ള നമ്മുടെ ചില ദൗർബ്ബല്യങ്ങൾ കാരണം നമുക്കത് പൂർണ്ണമായി ഉപയോഗപ്പെടുത്താൻ കഴിയുന്നില്ല. മറ്റ് ട്രേഡ് യൂണിയനുകളുമായുള്ള ഐക്യത്തിനുള്ള ശ്രമം, ചിലപ്പോൾ, നമ്മുടെ അണികൾക്കിടയിൽ, സമരത്തിന്റെ പ്രശ്നത്തെ സംബന്ധിച്ചിടത്തോളം, വിട്ടുവീഴ്ചാമനോഭാവം ഉണ്ടാക്കുകയും ചെയ്യുന്നു. ഐക്യത്തോടെയുള്ള രാജ്യവ്യാപകമായ പ്രക്ഷോഭത്തിന്റെ ഉരുത്തിരിഞ്ഞുവരുന്ന സാധ്യതകൾ കൈകാര്യം ചെയ്യുന്ന അവസരത്തിൽ അത്തരം പ്രവണതകളെക്കുറിച്ച് നാം ശ്രദ്ധാലുക്കളായിരിക്കണം; നമ്മുടെ ലക്ഷ്യങ്ങളെക്കുറിച്ച് നമുക്ക് വ്യക്തതയുണ്ടായിരിക്കുകയും വേണം.

> ഇക്കാര്യത്തിലുള്ള നമ്മുടെ കടമ ഊന്നിപ്പറയുന്ന കാര്യത്തിൽ, 1983 ലെ ഇതു സംബന്ധിച്ച രേഖയിലെ നിർദ്ദേശങ്ങൾ ഇപ്പോഴും പ്രസക്തമാണ്. ആ രേഖയിൽ ഇങ്ങനെ ചൂണ്ടിക്കാണിച്ചിട്ടുണ്ട്: "തൊഴിലാളിവർഗപ്രസ്ഥാനത്തിലുള്ള അന്യവർഗ്ഗ സ്വാധീനത്തെ ചെറുക്കുന്നതിനുള്ള ഒരു ആയുധമാണ് ട്രേഡ് യൂണിയനുകളുടെ ഐക്യത്തിനുവേണ്ടിയുള്ള സമരം എന്ന വസ്തുത നാം കാണാതിരുന്നുകൂടാ. സ്ഥിരമായ ഒരു ലൈനിനുവേണ്ടിയാണ് നാം സമരം ചെയ്യുന്നതെന്ന് തൊഴിലാളികൾ മനസ്സിലാക്കേണ്ടിയിരിക്കുന്നു; നമ്മുടെ ലൈനിന്റെ അടിസ്ഥാനത്തിൽ മറ്റുള്ളവരെയെല്ലാം വിലയിരുത്താൻ നാം പഠിക്കേ

> ണ്ടതുണ്ട്. ഇത് ചെയ്യുന്നില്ലെങ്കിൽ, നിർണായകമായ സന്ദർഭങ്ങളിൽ നമ്മുടെ പങ്കാളികൾ നടത്തിയേക്കാവുന്ന ചാഞ്ചാട്ടങ്ങളെ മറികടക്കാൻ വിഷമമായിരിക്കും."

എന്നുമാത്രമല്ല, യോജിച്ച സമരം വേണമെന്ന ആവശ്യം വർധിച്ചു വരുന്നുണ്ടെങ്കിൽ തന്നെയും, ദ്രുതഗതിയിൽ ശക്തി പ്രാപിച്ചുവരുന്ന കടന്നാക്രമണങ്ങളെ ദൃഢമായി ചെറുക്കാൻ കഴിയത്തക്കവിധത്തിൽ തൊഴിലാളികളെ അണിനിരത്തുവാനോ അവരുടെ ശബ്ദമുയർത്തുവാനോ ഇപ്പോഴും കഴിയുന്നില്ല. തൊഴിലാളികളിൽ ഒരു വലിയ വിഭാഗത്തെ യോജിച്ച സമരത്തിലേക്ക് കൊണ്ടുവരാൻ ഇതുവരെ യായിട്ടും നമുക്ക് കഴിഞ്ഞിട്ടില്ല. അതിനു കഴിയാത്തത്, സംയുക്തസ മരങ്ങളിൽ പങ്കെടുക്കാൻ അവർക്ക് വിമുഖതയുള്ളതുകൊണ്ടല്ല, മറിച്ച് അവരെ സമീപിക്കാൻ നമുക്ക് കഴിയാത്തതുകൊണ്ടാണ്. ബഹുജന മുന്നണിയുടെ തലത്തിലും രാഷ്ട്രീയതലത്തിലും നാം നടത്തി ക്കൊണ്ടിരിക്കുന്ന എല്ലാ പ്രക്ഷോഭ-പ്രചാരണപ്രവർത്തനങ്ങളിലും സാധാരണയുള്ള സമരപരിധിക്കപ്പുറം പോകാതിരിക്കാനും അധ്വാനിക്കുന്ന ജനങ്ങളിൽ ഏറ്റവും വിപുലമായ വിഭാഗങ്ങളിലേക്ക് ചെന്നെത്താനുള്ള ബോധപൂർവ്വമായ ശ്രമം നടത്താതിരിക്കാനും ഉള്ള ഒരു പ്രവണത നിലനിൽക്കുന്നുണ്ട്. അതുമൂലം, അവ വെറും ചടങ്ങായി മാറുന്നു.

രാജ്യത്ത് യോജിച്ച ട്രേഡ് യൂണിയൻ പ്രസ്ഥാനം വളർത്തിയെടുക്കുന്നതിൽ നാം മുന്നിൽ നിന്ന് പ്രവർത്തിക്കുകയും ശ്രദ്ധേയമായ പല നേട്ടങ്ങൾ കൈവരിക്കുകയും ചെയ്യുന്നുണ്ടെങ്കിലും, നമ്മുടെ സംഘടനാപരമായ മേൽപ്പറഞ്ഞ ദൗർബ്ബല്യങ്ങൾ കാരണം, ചില പ്രത്യേക സ്വാധീന കേന്ദ്രങ്ങളിലൊഴിച്ച് സംഘടനാപരമായി ഏറെയൊന്നും നേട്ടം നമുക്ക് ഉണ്ടാക്കാൻ കഴിഞ്ഞിട്ടില്ല. അതാകട്ടെ, യോജിച്ച പ്രസ്ഥാനത്തിന്റെ സംഘടനാപരമായ ദൃഢീകരണത്തെയും ബാധിച്ചിരിക്കുന്നു. വർഗസമരത്തിന്റെ തത്ത്വങ്ങളെ ഉയർത്തിപ്പിടി ക്കുന്ന തൊഴിലാളിവർഗ പ്രസ്ഥാനത്തിന്റെ വിപ്ലവധാരയെ ശക്തിപ്പെടുത്താതെ, യോജിച്ച ട്രേഡ്യൂണിയൻ പ്രസ്ഥാനത്തെ ശരിയായ മാർഗത്തിലൂടെ തുടർച്ചയായി മുന്നോട്ടുനയിക്കാൻ കഴിയുകയില്ല എന്ന അടിസ്ഥാനപരമായ വസ്തുത നാം മനസ്സിലാക്കിയിട്ടില്ല എന്നാണ് ഇത് കാണിക്കുന്നത്.

ഇപ്പോഴത്തെ എൻ ഡി എ ഭരണത്തിന്റെ സ്വഭാവത്തെക്കുറിച്ച് ജനങ്ങൾക്കിടയിൽ ഉണ്ടായിരുന്ന വ്യാമോഹം നഷ്ടപ്പെട്ടുവരുന്നതിന്റെ ഫലമായി ലഭിച്ച അവസരങ്ങളെ പൂർണമായി ഉപയോഗപ്പെടുത്തുന്നതിൽ നമുക്ക് പരാജയം സംഭവിക്കുന്നുവെന്നതാണ് ഈ ദൗർബ്ബല്യങ്ങളുടെ ഫലം. നാം ഈ ദൗർബ്ബല്യങ്ങൾ കഴിയുന്നത്ര വേഗത്തിൽ പരിഹരിക്കുന്നില്ലെങ്കിൽ, നമ്മുടെ അണികളുടെ ഉള്ളിലേക്ക് തന്നെ നിരാശയും ക്ഷീണവും നുഴഞ്ഞുകയറുക എന്ന അപകടം സംഭവിക്കാനിടയുണ്ട്.

അതിനാൽ ചാഞ്ചാട്ടങ്ങളെ നേരിടുന്നതിനും സർക്കാരിന്റെ

നയങ്ങൾക്ക് എതിരായി യോജിച്ച ട്രേഡ്യൂണിയൻ പ്രവർത്തനങ്ങളുടേതായ അന്തരീക്ഷം നിലനിർത്തുന്നതിനും വർധിച്ചുവരുന്ന കടന്നാക്രമണങ്ങളുടെ പശ്ചാത്തലത്തിൽ അതിനെ സ്ഥിരമാക്കി നിലനിർത്തുന്നതിനും സാധാരണയായി നമുക്ക് പരിചയമുള്ള സ്വാധീന മേഖലയ്ക്ക് അപ്പുറം കടന്ന്, അധ്വാനിക്കുന്ന ജനങ്ങളിൽ ഏറ്റവും വിപുലമായ വിഭാഗങ്ങളിലേക്ക് കടന്നു ചെല്ലുക എന്ന സമീപനത്തിൽ ഉറച്ചുനിന്നുകൊണ്ട്, എല്ലാതലങ്ങളിലുമുള്ള പാർട്ടിക്കമ്മിറ്റികളും ട്രേഡ് യൂണിയനുകളും നിരന്തരമായി സ്വതന്ത്രമായ പ്രക്ഷോഭം നടത്തുകയും തൊഴിലാളികളെ അണിനിരത്തുകയും ചെയ്യേണ്ടത് മുമ്പെന്നത്തേക്കാളും കൂടുതൽ ഇപ്പോൾ ആവശ്യമായിത്തീർന്നിരിക്കുന്നു. ദേശീയതലത്തിലും വ്യവസായങ്ങളുടെ തലത്തിലും വിജയകരങ്ങളായ നിരവധി യോജിച്ച സമരങ്ങൾ ഉണ്ടായിട്ടുണ്ടെങ്കിലും അവയുടെ തുടർച്ച ഫലപ്രദമായി നിലനിർത്തുന്ന കാര്യത്തിൽ നാം പരാജയപ്പെട്ടുവെന്നതാണ് ഇക്കാര്യത്തിലുള്ള നമ്മുടെ പ്രധാന ദൗർബല്യങ്ങളിലൊന്ന്.

7. അസമമായ വളർച്ചയും സംഘടനാപരമായ ദൗർബല്യങ്ങളും

1999–ൽ സി ഐ ടി യുവിന്റെ അംഗസംഖ്യ 32,68,528 ആയിരുന്നു. 1991 നും 1999 നും ഇടയ്ക്ക് ട്രേഡ് യൂണിയൻ അംഗസംഖ്യയിലെ വർധനവ് 38.6 ശതമാനം. എന്നാൽ ഈ അംഗസംഖ്യയിൽ മഹാഭൂരിപക്ഷവും (അതായത് 26.3 ലക്ഷം) പശ്ചിമബംഗാൾ, കേരളം, തമിഴ്നാട്, ആന്ധ്രാപ്രദേശ് എന്നീ നാല് സംസ്ഥാനങ്ങളിൽ നിന്നാണ്. 1992 നും 1999 നും ഇടയ്ക്ക് അംഗസംഖ്യയിൽ ഉണ്ടായ ഒൻപത് ലക്ഷത്തിന്റെ വർധനയിൽ 6.75 ലക്ഷവും ഉണ്ടായത് ഈ നാല് സംസ്ഥാനങ്ങളിലാണ്. വ്യവസായവൽക്കരണത്തിന്റെ കാര്യത്തിൽ ഏറ്റവും മുന്നിൽ നിൽക്കുന്ന രണ്ട് സംസ്ഥാനങ്ങളാണ് മഹാരാഷ്ട്രയും ഗുജറാത്തും. ഇതിൽ ആദ്യത്തേതിൽ സി ഐ ടി യു ദുർബ്ബലമാണ്; രണ്ടാമത്തേതിലാകട്ടെ പ്രതീകാത്മകമായ സാന്നിധ്യമേയുള്ളൂ. സമരങ്ങളുടെ കാര്യത്തിലും അംഗസംഖ്യയുടെ കാര്യത്തിലും ഹിന്ദി സംസാരിക്കുന്ന സംസ്ഥാനങ്ങളിൽ ചില പുരോഗതി ഉണ്ടായിട്ടുണ്ടെങ്കിലും, ഈ സംസ്ഥാനങ്ങളിലെ ദൗർബ്ബല്യം ഇപ്പോഴും തുടരുകയാണ്. 1993 ൽ ഭുവനേശ്വറിൽ വെച്ച് അംഗീകരിച്ച "സംഘടനയേയും നമ്മുടെ കടമകളേയും കുറിച്ച്" എന്ന സി.ഐ.ടി.യു രേഖയിൽ ചൂണ്ടിക്കാണിച്ചിട്ടുള്ള സംഘടനാപരമായ ദൗർബ്ബല്യങ്ങൾ ഇപ്പോഴും പ്രസക്തമാണ്. പല സംസ്ഥാനങ്ങളിലും സംഘടനാ കേന്ദ്രം പ്രവർത്തിക്കാതിരിക്കൽ, ജനാധിപത്യപരമായും കൂട്ടായുമുള്ള പ്രവർത്തനത്തിന്റെ അഭാവം, പാർട്ടിതലത്തിലും ബഹുജനമുന്നണി തലത്തിലും ഉള്ള നേതൃത്വത്തിൽ ഏകീകൃതമായ ധാരണയുടെ അഭാവം, ആസൂത്രിതമായ മുൻകൈ പ്രവർത്തനങ്ങളുടെയും മുൻഗണന കണക്കാക്കുന്നതിന്റെയും അഭാവം, തുടങ്ങിയവ അതിൽ ഉൾപ്പെടുന്നു. ദുർബ്ബല സംസ്ഥാനങ്ങളിലെ നിർണ്ണായക മേഖലകളിലും വൻകിട വ്യവസായ യൂണിറ്റുകളിലും അതിവിശാലമായ

അസംഘടിതമേഖലയിലും യൂണിയനുകൾ വളർത്തിയെടുക്കാൻ നമുക്ക് ഇതുവരെയും കഴിഞ്ഞിട്ടില്ല.

വിവിധ വ്യവസായങ്ങളിലെയും സേവനത്തുറകളിലെയും വിവിധ മേഖലകളിൽ കടുത്ത അസമത്വവും നിലനിൽക്കുന്നുണ്ട്. പല സംസ്ഥാനങ്ങളിലെയും സംഘടിതമേഖലയിലും ആധുനിക വ്യവസായങ്ങളിലും നമ്മുടെ സ്വാധീനം വളരെ നിസ്സാരമാണ്. തന്ത്രപ്രധാനമായ വ്യവസായങ്ങളെ നമ്മുടെ പ്രവർത്തനമേഖലയിൽ നിന്ന് പൂർണമായും ഒഴിവാക്കുന്ന വ്യക്തമായ ഒരു പ്രവണത തന്നെ പല സംസ്ഥാനങ്ങളിലും ഉണ്ട്. ബഹുരാഷ്ട്ര കുത്തകകളുടെ യൂണിറ്റുകളിലേക്കും പുതിയ സാമ്പത്തികമേഖലകളിലേക്കും നുഴഞ്ഞു കയറുന്നതിനുള്ള ആസൂത്രിതമായ ശ്രമങ്ങളൊന്നും തന്നെ നാം നടത്തിയിട്ടില്ല. അതേ അവസരത്തിൽ തന്നെ, അസംഘടിത മേഖലകളിലെ തൊഴിലാളികളുടെ അതിവിപുലമായ വിഭാഗങ്ങളിലേക്കും നാം ഇനിയും പ്രവേശിച്ചിട്ടില്ല. സാധാരണ നിലയിൽ നമുക്ക് പരിചയമുള്ള പ്രവർത്തന പരിധിക്കപ്പുറം കടന്ന് വിപുലമായ തൊഴിലാളി വിഭാഗങ്ങളിലേക്ക് നമുക്ക് പ്രവേശിക്കാൻ കഴിയത്തക്കവിധത്തിൽ, സി ഐ ടി യുവിന്റെ സ്വതന്ത്രമായ പ്രക്ഷോഭങ്ങൾ നടത്തുന്നതിനും തൊഴിലാളികളെ അണിനിരത്തുന്നതിനും നാം വേണ്ടത്ര ഊന്നൽ നൽകണം. സി ഐ ടി യു ശക്തമായ കേരളത്തിൽ പോലും, കേരള സംസ്ഥാനക്കമ്മിറ്റിയുടെ 2000ലെ വിശകലനത്തിൽ ചൂണ്ടിക്കാണിക്കുന്നതുപോലെ, സംസ്ഥാനത്തിലെ സംഘടിതവും അസംഘടിതവുമായ മേഖലകളിലെ 50 ലക്ഷം തൊഴിലാളികളിൽ ഏതാണ്ട് 8 ലക്ഷം പേർ മാത്രമേ നമ്മുടെ ട്രേഡ് യൂണിയനുകളിൽ അംഗങ്ങളായിട്ടുള്ളൂ. സി ഐ ടി യുവിന്റെ സ്വതന്ത്രമായ ശക്തി കെട്ടിപ്പടുക്കാതെ കേന്ദ്ര- സംസ്ഥാന ഗവൺമെന്റുകളുടെ നയങ്ങൾക്ക് എതിരായി കൂടുതൽ വിപുലവും യോജിച്ചതുമായ ട്രേഡ് യൂണിയൻ പ്രക്ഷോഭങ്ങൾ വളർത്തിയെടുക്കുന്നതിനോ ആ ഗവൺമെന്റുകളുടെ ചില നയങ്ങളെപ്പോലും തിരുത്താൻ അവരെ നിർബന്ധിതരാക്കുന്നതിനോ പറ്റിയ സാഹചര്യം ഉണ്ടാക്കുവാൻ കഴിയുകയില്ല.

ട്രേഡ് യൂണിയൻ മുന്നണിയെ ശരിയായ വിധത്തിൽ നയിക്കാൻ പാർട്ടിക്ക് കഴിയണമെങ്കിൽ, ട്രേഡ് യൂണിയനുമായി ബന്ധപ്പെട്ട കാര്യങ്ങൾ ട്രേഡ് യൂണിയൻ നേതാക്കൾക്ക് ചർച്ചയ്ക്കായി വിട്ടുകൊടുക്കുക എന്ന, ഇപ്പോഴും തുടരുന്ന പതിവ് അവസാനിപ്പിക്കേണ്ടത് ആവശ്യമാണ്. പാർട്ടിയുടെ ഇടപെടൽ ഉണ്ടാകുന്നില്ലെങ്കിൽ, തൊഴിലാളിവർഗത്തിനിടയിൽ സോഷ്യലിസ്റ്റ് ബോധം ജനിപ്പിക്കുവാൻ കഴിയുകയില്ല എന്ന്, 1983 ലെ രേഖ ശരിയായവിധത്തിൽ തന്നെ ചൂണ്ടിക്കാണിച്ചിട്ടുണ്ട്. ട്രേഡ് യൂണിയൻ വേദിയിലൂടെ മാത്രം ഇത് ചെയ്യാൻ കഴിയുകയില്ല. അതിനാൽ ട്രേഡ് യൂണിയനുകളുടെ പ്രവർത്തനത്തെ സംബന്ധിച്ച റിപ്പോർട്ടുകൾ ചർച്ച ചെയ്യുകയും രാഷ്ട്രീയ പ്രശ്നങ്ങളെ തൊഴിലാളിവർഗത്തിന്റെ ഇടയിലേക്ക് പാർട്ടി നേരിട്ടുതന്നെ എത്തിക്കുന്നതിനുള്ള നടപടികൾ കൈക്കൊള്ളുകയും ചെയ്യുക എന്നത്,

കേന്ദ്രക്കമ്മിറ്റി തൊട്ട് താഴോട്ട് ജില്ലാക്കമ്മിറ്റികൾ വരെയുള്ള പാർട്ടിക്കമ്മിററികളുടെ ചുമതലയാണ്.

ട്രേഡ് യൂണിയനുകൾ പ്രവർത്തനം വിലയിരുത്തുക എന്നതിന് ട്രേഡ് യൂണിയൻ മുന്നണിയിൽ പാർട്ടി കെട്ടിപ്പടുക്കുക എന്ന നിർണായക പ്രശ്നം ഏറ്റെടുക്കുക എന്നുകൂടി അർത്ഥമുണ്ട്. തൊഴിലാളി വർഗത്തിന്റെ സുപ്രധാനമായ രാജ്യവ്യാപകമായ പ്രക്ഷോഭങ്ങളെ വിവിധ പാർട്ടിക്കമ്മിറ്റികൾ ഗൗരവത്തോടെ കണക്കിലെടുക്കാതിരിക്കുകയും അവയെ ട്രേഡ് യൂണിയനുകളുടെ മാത്രം മുൻകയ്യായി വിട്ടുകൊടുക്കുകയും ചെയ്ത സന്ദർഭങ്ങളുണ്ടായിട്ടുണ്ട്. തൊഴിലാളി വർഗത്തിനുള്ളിലെ നമ്മുടെ പ്രവർത്തനത്തിന്റെ പ്രാധാന്യത്തെ അട്ടിമറിക്കുകയും ട്രേഡ് യൂണിയൻ പ്രവർത്തനത്തെ സാമ്പത്തികം മാത്രമാക്കി ചുരുക്കുന്ന പ്രവണതയെ ശക്തിപ്പെടുത്തുകയും ആണ്, അത്തരം ഒരു സമീപനം ചെയ്യുന്നത്.

ദീർഘമായ കാലത്തിനുശേഷമാണെങ്കിലും, ട്രേഡ് യൂണിയൻ മുന്നണിയുടെ വിശകലനത്തിന്റെ പ്രശ്നം കേന്ദ്രകമ്മിറ്റി ഇപ്പോൾ ഏറ്റെടുത്തിട്ടുണ്ട്. അതുപോലെ തന്നെയാണ് ട്രേഡ് യൂണിയൻ മുന്നണിയുടെ പ്രവർത്തനത്തെ വിലയിരുത്തുന്ന കാര്യവും. തൊഴിലാളികളെ രാഷ്ട്രീയവൽക്കരിക്കുന്നതിനും ഈ രേഖയുടെ അടിസ്ഥാനത്തിൽ പാർട്ടി കെട്ടിപ്പടുക്കുന്നതിനുമുള്ള നടപടികൾ സംസ്ഥാന കമ്മിറ്റികൾ താഴെത്തട്ടിൽ എത്തിക്കേണ്ടത് ആവശ്യമാണ്.

8. ട്രേഡ് യൂണിയൻ കേന്ദ്രത്തിന്റെ പ്രവർത്തനം

ട്രേഡ് യൂണിയൻ പ്രസ്ഥാനം വളർത്തിയെടുക്കുന്ന കാര്യത്തിലും തൊഴിലാളി വർഗത്തെ സംഘടിപ്പിക്കുന്നതിനും സി ഐ ടി യു കേന്ദ്രത്തിന് നിർണായകമായ ഒരുപങ്ക് വഹിക്കാനുണ്ട്. കേന്ദ്രത്തിൽ പ്രവർത്തിക്കുന്ന പ്രമുഖ പാർട്ടി സഖാക്കൾക്കാണ് അതിന്റെ പ്രധാന ഉത്തരവാദിത്വം. 1993 ൽ നിലവിലുള്ള സ്ഥിതിഗതികൾ കണക്കിലെടുത്തുകൊണ്ട്, കേന്ദ്രത്തിന്റെ പ്രവർത്തനങ്ങൾ ശക്തിപ്പെടുത്തുന്നതിനുള്ള ചില നിർദ്ദേശങ്ങൾ, സി ഐ ടി യുവിന്റെ ഭുവനേശ്വർ സമ്മേളനം അംഗീകരിച്ച സംഘടനയെക്കുറിച്ചുള്ള റിപ്പോർട്ടിൽ എടുത്തുപറഞ്ഞിട്ടുണ്ട്.

സംഘടനയുടെ തീരുമാനങ്ങൾ കണക്കിലെടുത്തുകൊണ്ട്, പ്രവർത്തനത്തിന്റെ മുൻഗണന നിശ്ചയിക്കുന്നതിനോ പ്രവർത്തനങ്ങൾ ആസൂത്രണം ചെയ്യുന്നതിനോ കേന്ദ്രത്തിന് ഇതുവരെ കഴിഞ്ഞിട്ടില്ലെന്നാണ്, വിവിധങ്ങളായ ദീർഘകാല കടമകളും അടിയന്തിര കടമകളും നടപ്പാക്കുന്നതു സംബന്ധിച്ച അനുഭവം കാണിക്കുന്നത്. ഉദാഹരണത്തിന് സി ഐ ടി യുവിന്റെ അംഗസംഖ്യ 40 ലക്ഷമാക്കി ഉയർത്തണം എന്ന കൊച്ചി സമ്മേളനത്തിന്റെ തീരുമാനം നടക്കാതെ പോയത് പ്രധാനമായും സംഘടനയുടെ ആസൂത്രിതമായ വളർച്ചയ്ക്ക് ആവശ്യമായ പദ്ധതികളുടെ അഭാവം കൊണ്ടാണ്. അഖിലേന്ത്യാ സമ്മേളനങ്ങളിൽ ആവർത്തിച്ചാവർത്തിച്ച് തീരുമാനം കൈക്കൊണ്ടുവെങ്കിലും ദുർബല സംസ്ഥാനങ്ങളിലെ പ്രവർത്തനങ്ങൾ വിപുല

പ്പെടുത്തുന്നതിലോ സംഘടന ശക്തിപ്പെടുത്തുന്നതിലോ ശ്രദ്ധ കേന്ദ്രീകരിക്കാൻ കേന്ദ്രത്തിന് കഴിഞ്ഞിട്ടില്ല. പ്രവർത്തനം ആസൂത്രണം ചെയ്യുന്നതിനായി ഹിന്ദി സംസാരിക്കുന്ന സംസ്ഥാനങ്ങളിലെ സി ഐ ടി യു നേതാക്കന്മാരുടെ യോഗം വിളിച്ചുചേർക്കുന്നതിനുള്ള ചില ശ്രമങ്ങൾ നടന്നുവെങ്കിലും തുടർന്നുള്ള പ്രവർത്തനങ്ങളൊന്നും ഉണ്ടാവാതിരുന്നതിനാൽ അവ തികച്ചും അപര്യാപ്തമാണ്. സി ഐ ടി യുവിന്റെ സ്വതന്ത്രമായ വളർച്ചയ്ക്കും യോജിച്ച സമരങ്ങളിലൂടെ നേടിയ പുതിയ സ്വാധീനം ദൃഢീകരിക്കുന്നതിനും, സമരങ്ങളെ വിലയിരുത്തേണ്ടത് ആവശ്യമാണ്. സെക്രട്ടേറിയറ്റ് തലത്തിലോ, ടി.യു. സബ്കമ്മിററി തലത്തിലോ ശരിയായി വിലയിരുത്തുക എന്നതും തുടർന്നുള്ള പ്രവർത്തനങ്ങൾക്കായി ശരിയായ പാഠങ്ങൾ ഉൾക്കൊള്ളുക എന്നതും, പ്രവർത്തനത്തിന്റെ ഭാഗമായിരുന്നില്ല.

കേന്ദ്രത്തിലെ ഔദ്യോഗിക ഭാരവാഹികൾ വിവിധ ചുമതലകൾ നിറവേറ്റുന്നുണ്ടെങ്കിലും, സി ഐ ടി യുവിന്റെ കേന്ദ്രത്തിലെ കൂട്ടായ പ്രവർത്തനം കൂടുതൽ മെച്ചപ്പെടുത്തേണ്ടത് അത്യാവശ്യമാണ്. കൂട്ടായ പ്രവർത്തനത്തിനുപകരം ഓരോരോ നേതാക്കന്മാരും നടത്തുന്ന സംയോജിപ്പിക്കപ്പെടാത്ത പ്രവർത്തനങ്ങൾ കാരണം, 1983 ലെ രേഖ ആവിഷ്കരിച്ച പരിപ്രേക്ഷ്യവും തുടർന്നുള്ള തീരുമാനങ്ങളും ലക്ഷ്യത്തിലെത്താതെ പോകുന്നു. സ്വതന്ത്രമായ പ്രക്ഷോഭവും പ്രവർത്തനവും ശക്തിപ്പെടുത്തുന്നതിന്, പ്രത്യയശാസ്ത്രപരമായ കാര്യങ്ങളിലും മറ്റ് നയപരമായ കാര്യങ്ങളിലും മറ്റ് ട്രേഡ് യൂണിയൻ നേതൃത്വങ്ങളെ സി ഐ ടി യു വിമർശിക്കണം. എങ്കിലേ തൊഴിലാളികൾക്കിടയിൽ സി ഐ ടി യുവിന്റെ സ്വതന്ത്രമായ പ്രതിച്ഛായ വളർത്തിയെടുക്കാൻ കഴിയൂ.

ഇന്നിപ്പോൾ, സ്ഥലത്തുള്ള സെക്രട്ടേറിയറ്റ് അംഗങ്ങൾ ദൈനംദിന യോഗം ചേരുന്നത് ഇല്ലാതായിരിക്കുന്നു. ഓരോ മാസത്തേയും പ്രവർത്തനങ്ങൾ ആസൂത്രണം ചെയ്യുന്നതിനും കൈക്കൊണ്ട തീരുമാനങ്ങൾ നടപ്പാക്കുന്നുണ്ടോ എന്നു വിലയിരുത്തുന്നതിനുംവേണ്ടി ഇടയ്ക്കിടെ യോഗം ചേരണം.

9. പ്രധാന വ്യവസായങ്ങളിലെ സ്ഥിതി

സമ്പദ്‌വ്യവസ്ഥയിലെ നിർണായക വ്യവസായങ്ങളിൽ നമ്മുടെ നില ശക്തിപ്പെടുത്തുന്നതിന്റെ ആവശ്യകതയെക്കുറിച്ച് പാർട്ടി ഊന്നിപ്പറയാറുണ്ട്. അഖിലേന്ത്യാ തലത്തിലുള്ള യോജിച്ച സമരത്തിൽ അതിന് വലിയ പങ്കുണ്ട് എന്നതിനാൽ നമുക്കതിനെ വിലയിരുത്തേണ്ടതുണ്ട്. സമ്പദ്‌വ്യവസ്ഥയിലെ ഒരു നിർണായക മേഖലയിലെ സമരശേഷിക്ക്, ഗവൺമെന്റിന്റെ നയങ്ങൾക്ക് എതിരായ സമരത്തിൽ നിർണായകമായ ഒരു പങ്കുണ്ട്.

ട്രാൻസ്പോർട്ട് മേഖല

റെയിൽവെ: റെയിൽവേയിൽ രണ്ടു സോണുകളിൽ മാത്രമേ നമുക്ക് കുറെയേറെ ശക്തിയുള്ളൂ. എ ഐ ആർ എഫുമായി അഫിലിയേറ്റ് ചെയ്ത യൂണിയനുകളിലൂടെയാണ് നാം പ്രവർത്തി

ക്കുന്നത്. സെൻട്രൽ സോണും ഈസ്റ്റേൺ സോണും ആണവ. ദക്ഷിണ റയിൽവേയിൽ 15,000 അംഗങ്ങളുള്ള ഒരു സി ഐ ടി യു യൂണിയനുണ്ട്. ചിത്തരഞ്ജൻ ലോക്കോമോട്ടീവ് വർക്സിൽ നമുക്ക് ഒരു പ്രധാന യൂണിയനുണ്ട്. (അത് എ ഐ ആർ എഫുമായി അഫിലിയേറ്റ് ചെയ്യപ്പെട്ടതല്ല). നമ്മുടെ ശക്തി പരിമിതമായതുകൊണ്ട്, ദേശീയതലത്തിൽ ആസൂത്രണം ചെയ്യപ്പെടുന്ന പണിമുടക്കു സമരങ്ങളിൽ പങ്കെടുക്കുന്നതിന്, പരിഷ്കരണവാദികളായ എ ഐ ആർ എഫ് നേതാക്കളെ നിർബന്ധിതരാക്കാൻ നമുക്ക് കഴിയുന്നില്ല. റെയിൽവേയിലെ കാറ്റഗറി അടിസ്ഥാനത്തിലുള്ള സംഘടനകളുടെ കാര്യമാണെങ്കിൽ, അവയിൽ മിക്കവയും നിഷ്ക്രിയങ്ങളായി കഴിഞ്ഞിരിക്കുന്നു. ആൾ ഇന്ത്യാ ലോക്കോ റണ്ണിങ്ങ് സ്റ്റാഫ് അസോസിയേഷൻ മാത്രമേ സജീവമായിട്ടുള്ളൂ. അതിന്റെ സ്വാധീനത്തിൽ അൽപം ഇടിവുണ്ടായിട്ടുണ്ടെങ്കിലും, അതിപ്പോഴും പരിഗണനാർഹമായ ഒരു ശക്തിതന്നെയാണ്. കാറ്റഗറി അടിസ്ഥാനത്തിലുള്ള യൂണിയനുകളെ ഉൾക്കൊള്ളുന്ന ആൾ ഇന്ത്യാ റെയിൽവേ എംപ്ലോയീസ് ഫെഡറേഷൻ നിഷ്ക്രിയമായിത്തീർന്നു. ഇത്തരമൊരു പരിതഃസ്ഥിതിയിൽ എ ഐ ആർ എഫുമായി അഫിലിയേറ്റ് ചെയ്യപ്പെട്ടിട്ടുള്ള യൂണിയനുകളിൽ പ്രവർത്തിക്കുന്ന കാര്യം നാം ഊന്നിപ്പറയണം.

റോഡ് ട്രാൻസ്പോർട്ട് : റോഡ് ട്രാൻസ്പോർട്ടിൽ നമുക്ക് കുറച്ചൊക്കെ ശക്തിയുണ്ട്. നമ്മുടെ അംഗസംഖ്യ 2 ലക്ഷത്തിനു മേലെയാണ്. സി ഐ ടി യു, എച്ച് എം എസ്, എ ഐ ടി യു സി എന്നിവയുടെ യൂണിയനുകളുടെ ഒരു കോ-ഓർഡിനേഷൻ കമ്മിറ്റി രൂപീകരിക്കാൻ നമുക്ക് കഴിഞ്ഞിട്ടുണ്ട്. ദേശീയതലത്തിൽ സംയുക്ത പ്രക്ഷോഭങ്ങൽ നടത്തപ്പെടുന്നുണ്ട്. 50 ലക്ഷത്തിലധികം തൊഴിലാളികൾ ജോലി ചെയ്യുന്ന ഒരു മേഖലയിൽ നാം ഇപ്പോഴും ദുർബലമാണ്. ആൾ ഇന്ത്യാ റോഡ് ട്രാൻസ്പോർട്ട് വർക്കേഴ്സ് ഫെഡറേഷൻ നാം രൂപീകരിച്ചിട്ടുണ്ട്. അത് സജീവവുമാണ്. എന്നാൽ നമ്മുടെ പ്രവർത്തനങ്ങൾ ഇന്ത്യയിലെങ്ങും വ്യാപിപ്പിക്കുന്നതിന് കൂടുതൽ ശ്രദ്ധ ആവശ്യമാണ്. ബസ് ട്രാൻസ്പോർട്ട് തൊഴിലാളികൾക്കിടയിലാണ് നമ്മുടെ പ്രധാന സ്വാധീനം. ചരക്കുഗതാഗതം, ടാക്സി, ഓട്ടോറിക്ഷാ മേഖലകളിലെ നമ്മുടെ ദൗർബല്യം തരണം ചെയ്യേണ്ടിയിരിക്കുന്നു.

ജലഗതാഗതം: ഈ മേഖലയിലെ പോർട്ട്-ഡോക്ക് വ്യവസായത്തിൽ പ്രവർത്തിക്കുന്ന ഫെഡറേഷനുകളിൽ മൂന്നാം സ്ഥാനമാണ് നമുക്കുള്ളത്. ഈ മേഖലയിൽ മുൻപന്തിയിൽ എച്ച് എം എസ് ആണ്. കൊൽക്കൊത്ത, കൊച്ചി, ജവഹർലാൽ പോർട്ട് ട്രസ്റ്റുകളിൽ നാം ശക്തമാണ്. കപ്പൽ തൊഴിലാളികളുടെ ഇടയിൽ കൊൽക്കൊത്തയിൽ നമുക്ക് അംഗീകാരമുണ്ട്. മുംബൈയിലെ പ്രധാനശക്തി എച്ച്.എം.എസ് ആണ്. ആഭ്യന്തര വ്യാപാരത്തിൽ നമുക്ക് സ്വാധീനമുണ്ട്; മുംബൈ-കൊച്ചി മേഖലയിലും ലക്ഷദ്വീപ് സമൂഹത്തിലും നാം പ്രധാനപ്പെട്ട ശക്തിയാണ്. തീരദേശ കപ്പൽ ഗതാഗതത്തിൽ നമുക്ക് കൂടുതൽ ശക്തി പ്രാപിക്കേണ്ടിയിരിക്കുന്നു. രാജ്യത്തെ പോർട്ട്-ഡോക്ക് തൊഴിലാളി

കളിൽ 12–15 ശതമാനവും വാട്ടർ ട്രാൻസ്പോർട്ട് വർക്കേഴ്സ് ഫെഡറേഷൻ ഓഫ് ഇന്ത്യയിൽ അംഗങ്ങളാണ്. ഈ വ്യവസായത്തിലെ പാർട്ടി ഫ്രാക്ഷന്റെ പ്രവർത്തനം വളരെ ദുർബലമാണ്. അത് പുനഃസംഘടിപ്പിക്കുകയും ശക്തിപ്പെടുത്തുകയും വേണം.

എയർ ട്രാൻസ്പോർട്ട്: ഇന്ത്യൻ എയർലൈൻസിൽ നമുക്ക് കുറച്ചൊക്കെ ശക്തിയുണ്ട്. പക്ഷെ സംഘടനാപരമായ പ്രശ്നങ്ങൾ കാരണം നമ്മുടെ ജോലി വളരെ മോശമായിരിക്കുന്നു. അക്കാര്യത്തിൽ ശ്രദ്ധിക്കേണ്ടതുണ്ട്. എയർ ട്രാൻസ്പോർട്ട് അതോറിട്ടി ഓഫ് ഇന്ത്യയിൽ നമ്മുടെ സഖാക്കൾ പ്രമുഖസ്ഥാനങ്ങൾ വഹിക്കുന്നുണ്ട്. സിവിൽ ഏവിയേഷൻ മേഖലയിൽ പാർട്ടി യൂണിറ്റുകൾ സ്ഥാപിക്കുന്നതിലോ കാഡർമാർക്ക് വിദ്യാഭ്യാസം നൽകുന്നതിലോ ഫ്രാക്ഷന്റെ പ്രവർത്തനത്തിലോ വേണ്ടത്ര ശ്രദ്ധപതിപ്പിക്കുന്നില്ല.

ഇന്ധനമേഖല

കൽക്കരി: കൽക്കരിമേഖലയിൽ നമ്മുടെ സ്വന്തം ശക്തി കൊണ്ടുതന്നെ ദേശവ്യാപകമായ ഒരു പണിമുടക്ക് സംഘടിപ്പിക്കുവാൻ നമുക്ക് കഴിഞ്ഞു. അങ്ങനെ നമുക്ക് കാര്യമായി ചെയ്യാൻ കഴിയുന്ന ഒരേയൊരു നിർണായകമേഖലയാണിത്. പക്ഷെ കൽക്കരി വ്യവസായത്തിലെ മൊത്തം തൊഴിൽസേനയിൽ 15 ശതമാനം മാത്രമേ നമ്മുടെ അംഗങ്ങളായുള്ളൂ. ഇവിടെ 2000 ൽ ഏറെ സഖാക്കളുണ്ട്. പാർട്ടി വിദ്യാഭ്യാസം നൽകി, ഈ വ്യവസായത്തിലെ നമ്മുടെ പ്രവർത്തനം ശക്തിപ്പെടുത്തുന്നതിന് അവരെ ഉപയോഗപ്പെടുത്താവുന്നതാണ്. ക്ലാസുകൾ നടത്തുവാനുള്ള ഏർപ്പാടുകൾ മുൻഗണനാടിസ്ഥാനത്തിൽ ചെയ്യേണ്ടതുണ്ട്. ഖനികളുടെ തലത്തിലുള്ള ബ്രാഞ്ചുകളുടെ പ്രവർത്തനത്തിൽ ശ്രദ്ധപതിപ്പിക്കണം. മിക്ക കമ്പനികളിലും നമുക്ക് അനുരഞ്ജന ചർച്ചയുടെ പദവിയുള്ളതിനാൽ നമ്മുടെ സഖാക്കളിൽ ഒരുവിഭാഗത്തിനിടയിൽ പരിഷ്കരണവാദപ്രവണതകൾ ദൃശ്യമാണ്. പാർട്ടിയുടെ ഒരു കേന്ദ്ര കോൾ ഫ്രാക്ഷൻ രൂപീകരിക്കേണ്ടത് അത്യാവശ്യമായിരിക്കുന്നു.

വൈദ്യുതി: ഈ മേഖലയിൽ നമുക്ക് ഒരു ലക്ഷത്തിലധികം അംഗങ്ങളുണ്ട്. മറ്റ് ട്രേഡ് യൂണിയനുകളുമായും ഫെഡറേഷനുകളുമായും എഞ്ചിനീയർമാരുമായും ചേർന്ന് നാം ഒരു ഐക്യമുന്നണി ഉണ്ടാക്കിയിരിക്കുന്നു. വൈദ്യുതി ജീവനക്കാരുടെ ദേശവ്യാപകമായ ഒരു പണിമുടക്ക് സംഘടിപ്പിക്കപ്പെട്ടുവെങ്കിലും അത് ഫലപ്രദമായില്ല. ചില ദുർബലമായ മേഖലകളിലേക്ക് വ്യാപിക്കാൻ നമ്മുടെ ഫെഡറേഷന് (ഇ.ഇ.എഫ്.ഐ) കഴിഞ്ഞിരിക്കുന്നു.

സ്റ്റീൽ: സ്റ്റീൽ വ്യവസായത്തിൽ നമുക്ക് രണ്ടാം സ്ഥാനമുണ്ട്. ഒന്നാം സ്ഥാനം ഐ എൻ ടി യു സിക്കാണ്. ദുർഗ്ഗാപ്പൂർ, എ എസ് സി, സേലം, സി എം ഒ, ഭദ്രാവതി എന്നിവിടങ്ങളിൽ നമുക്ക് അംഗീകൃത യൂണിയനുകളുണ്ട്. ഭീലായ്, റൂർക്കേല, ബൊക്കാറോ എന്നിവിടങ്ങളിൽ നാം ദുർബലമാണ്. സ്വകാര്യമേഖലയിലെ സ്റ്റീൽ പ്ലാന്റുകളിൽ നമുക്ക് യൂണിയനുകളില്ല. എസ് ഡബ്ല്യൂ എഫ് ഐ പതിവായി പ്രവർത്തിച്ചു വരുന്നുണ്ട്. സ്റ്റീൽ തൊഴിലാളികളെ ബാധിക്കുന്ന ചില പൊതുവായ

പ്രശ്നങ്ങളെ ആസ്പദിച്ച് വ്യത്യസ്ത യൂണിയനുകളെ ഒന്നിച്ചുകൊണ്ടു വരാൻ അതിനു കഴിഞ്ഞിട്ടുണ്ട്.

ഫിനാൻഷ്യൽ മേഖല: ഇൻഷൂറൻസ് മേഖലയിൽ ജീവന ക്കാരിൽ ഏതാണ്ട് 70 ശതമാനത്തിന്റെ പിന്തുണയുള്ള ആൾ ഇന്ത്യാ ഇൻഷൂറൻസ് എംപ്ലോയീസ് അസോസിയേഷൻ, നമ്മുടെ പാർട്ടി സഖാക്കളുടെ നേതൃത്വത്തിലുള്ളതാണ്. ദേശവ്യാപകമായ എല്ലാ സംയുക്ത സമരങ്ങളുടെയും മുൻപന്തിയിൽത്തന്നെ ഇൻഷൂറൻസ് ജീവനക്കാരുണ്ടായിരിക്കും. ഇൻഷൂറൻസിന്റെ സ്വകാര്യവൽക്കരണത്തി നെതിരായും കൂട്ടായ വിലപേശലിൽ നിന്നുള്ള അവകാശം സംരക്ഷി ക്കുന്നതിനുവേണ്ടിയും അവർ സുദീർഘമായ സമരം നടത്തുകയു ണ്ടായി. യൂണിയൻ ശക്തമാണ്, പ്രസ്ഥാനത്തിന് ശരിയായ രാഷ്ട്രീ യദിശ കാണിച്ചുകൊടുക്കുന്നുണ്ട് എങ്കിൽത്തന്നെയും ഈ മേഖലയിൽ പാർട്ടി കെട്ടിപ്പടുക്കുന്നത് അസമമായ രീതിയിലാണ്.

ബാങ്ക്: ബാങ്കുകളിൽ ബി ഇ എഫ് ഐയ്ക്ക് ഒരുലക്ഷത്തി ലധികം അംഗങ്ങളുണ്ട്; അതേ അവസരത്തിൽ ബാങ്കിങ് വ്യവസാ യത്തിലെ പ്രമുഖ സംഘടനയായ എ.ഐ.ബി.ഇ.എയിലാണ്, നമ്മുടെ സഖാക്കളുടെ നേതൃത്വത്തിലുള്ള ചില ബാങ്ക് യൂണിയനുകൾ ഇപ്പോഴും അഫിലിയേറ്റ് ചെയ്യപ്പെട്ടിട്ടുള്ളത്. ഓഫീസർമാരുടെ സംഘടനയടക്കം ഈ വ്യവസായത്തിലെ ഒമ്പത് ഫെഡറേഷനുകളും കൂടിച്ചേർന്ന്, ബാങ്കിങ് വ്യവസായത്തിലെ സ്വകാര്യവൽക്കരണത്തിനെതിരായി സംയുക്ത പ്രക്ഷോഭം നടത്താനായി പൊതുവായ ഒരു കമ്മിറ്റി രൂപീകരിച്ചിട്ടുണ്ട്. റീജിയണൽ റൂറൽ ബാങ്കുകളിലും റിസർവ് ബാങ്ക് ഓഫ് ഇന്ത്യയിലും നമ്മുടെ സഖാക്കൾക്ക് പ്രമുഖ സ്ഥാനമുണ്ട്. ഈയിടെയുണ്ടായ വേതന കരാറിൽ, അതിലെ ചില പിന്തിരിപ്പൻ വകുപ്പു കളിൽ എതിർപ്പുള്ളതുകൊണ്ട് നാം ഒപ്പുവെച്ചിട്ടില്ല. ബാങ്കുകളുടെ ശിക്ഷാനടപടികൾക്ക് നാം വിധേയരായിക്കൊണ്ടിരിക്കുകയാണ്.

ഡിഫൻസ് ഉൽപ്പാദനം: ഈ മേഖലയിലെ പ്രധാനപ്പെട്ട ഒരു സംഘടന ആൾ ഇന്ത്യാ ഡിഫൻസ് എംപ്ലോയീസ് ഫെഡറേഷൻ ആണ്. അതിൽ നമുക്ക് പുറമെ എ ഐ ടി യു സിയും എച്ച് എം എസും ചില സ്വതന്ത്രശക്തികളും പ്രവർത്തിക്കുന്നുണ്ട്. ഐ എൻ ടിയു സിയ്ക്കും ബിഎം എസിനും പ്രത്യേകം സംഘടനകളുണ്ട്; അവയുടെ സ്വാധീനം ചെറുതാണ്. സ്വകാര്യവൽക്കരണത്തിനെതിരായി ദൃഢമായ ഒരു സമരത്തിനുവേണ്ടിയാണ് നാം പ്രചരണം നടത്തിക്കൊണ്ടിരി ക്കുന്നത്. സ്വകാര്യവൽക്കരണത്തിനെതിരായി പണിമുടക്ക് നടത്തുന്നതിന് ഡിഫൻസ് ഫെഡറേഷനുകൾ രണ്ടുതവണ സംയുക്തമായി ആഹ്വാനം നൽകുകയുണ്ടായി. പക്ഷെ നിസ്സാരമായ ചില സാമ്പത്തിക സൗജന്യ ങ്ങൾ ലഭിച്ചതോടെ, പണിമുടക്കാഹ്വാനം പിൻവലിക്കപ്പെടുകയാണു ണ്ടായത്. മറ്റുള്ളവരെ പണിമുടക്കിലേക്ക് കൊണ്ടുവരാൻ നിർബന്ധി ക്കാൻ മാത്രം ശക്തി നമുക്ക് തനിച്ചില്ല. എൻ പി എം ഒ പരിപാടികളിൽ പങ്കെടുക്കുന്ന ഡിഫൻസ് ജീവനക്കാർ, ദേശീയതലത്തിൽ ചില പദ്ധതികളിട്ടിട്ടുണ്ട്.

പൊതുമേഖല: പൊതുമേഖലയിൽ ദേശീയതലത്തിൽ നാം നേതൃത്വപരമായ ഒരു പങ്കാണ് വഹിക്കുന്നത്. എൻ ടി പി സി, ബി എച്ച് ഇ എൽ, ഹിന്ദുസ്ഥാൻ പെട്രോളിയം, ഒ എൻ ജി സി, എന്നിവയിലും മറ്റ് ചില വ്യവസായങ്ങളിലും നാം നമ്മുടെ നില മെച്ചപ്പെടുത്തിയിട്ടുണ്ട്. പ്രധാനപ്പെട്ട പല വ്യവസായങ്ങളിലും നമുക്ക് അനുരഞ്ജന പദവിയുണ്ടെങ്കിലും നമ്മുടെ അംഗസംഖ്യ കുറവാണ്. നമ്മുടെ നില ദുർബലമായിരുന്ന ബാംഗ്ലൂർ അധിഷ്ഠിത വ്യവസായങ്ങളിൽ നാം, നില മെച്ചപ്പെടുത്തിയിട്ടുണ്ട്. പല യൂണിറ്റുകളിലും നമ്മുടെ യൂണിയനുകളിൽ വളരെക്കുറച്ച് അംഗങ്ങളേയുള്ളൂ. തൊഴിലാളികളിൽ വിപുലമായ ഒരുവിഭാഗത്തിന്റെ അടുത്തേക്ക് എത്തിച്ചേരാൻ നമുക്ക് കഴിഞ്ഞിട്ടില്ല. ഈ പൊതുമേഖലാ സ്ഥാപനങ്ങളിൽ പാർട്ടി കെട്ടിപ്പടുക്കുന്ന കടമയ്ക്കും വേണ്ടത്ര ശ്രദ്ധ ലഭിക്കുന്നില്ല.

ബി.എസ്.എൻ.എൽ: ടെലികോം വകുപ്പ് കോർപ്പറേഷൻ ആക്കപ്പെട്ടതോടെ, നമ്മുടെ നേതൃത്വത്തിലുള്ള ബി.എസ്.എൻ.എൽ പ്രധാനശക്തിയായി മാറിയിരിക്കുന്നു. ഈ പൊതുമേഖലാ സ്ഥാപനത്തിൽ 3 ലക്ഷം എക്സിക്യൂട്ടീവിതര ജീവനക്കാരുണ്ട്. അംഗീകാരം നിശ്ചയിക്കുന്നതിനുവേണ്ടി ഈയിടെ നടന്ന റഫറണ്ടത്തിൽ, ഒ പി ഗുപ്തയുടെ യൂണിയന് അംഗീകാരം ലഭിച്ചു. ആ യൂണിയന് 35 ശതമാനം വോട്ട് ലഭിച്ചു. അതേ അവസരത്തിൽ നമ്മുടെ നേതൃത്വത്തിലുള്ള ബി എസ് എൻ എൽ ഇ യുവിന് 30 ശതമാനം വോട്ട് ലഭിച്ചു–അതായത് 89496 വോട്ട്–മഹാരാഷ്ട്രയിലും കർണാടകത്തിലും പോൾ ചെയ്ത വോട്ടുകൾ വളരെക്കുറഞ്ഞുവെന്നതാണ് പ്രധാന ദൗർബല്യം. ഹിന്ദുമേഖലയിൽ ബീഹാറിലും ഝാർഖണ്ടിലും (പടിഞ്ഞാറൻ) യു.പിയിലും നമ്മുടെ കാര്യം വളരെ മോശമായിരുന്നു. യൂണിയൻ ശക്തിപ്പെടുത്തുന്നതിന് ഈ മുന്നണിയിലെ കാഡർമാർക്ക് മാർഗനിർദ്ദേശങ്ങൾ നൽകുന്നതിന് പാർട്ടിയുടെ സംസ്ഥാന കമ്മിറ്റികൾ ഗൗരവമായി ശ്രദ്ധിക്കണം.

പാർട്ടി കെട്ടിപ്പടുക്കൽ/പാർട്ടി ഫ്രാക്ഷനുകൾ

നിർണായക വ്യവസായങ്ങളിലും പ്രധാന വ്യവസായങ്ങളിലും പാർട്ടി കെട്ടിപ്പടുക്കുന്നതിന്റെയും പാർട്ടി ഫ്രാക്ഷൻ കമ്മിറ്റികളുടെ പങ്കിന്റെയും പ്രശ്നം ഗൗരവത്തോടെ കാണേണ്ടിയിരിക്കുന്നു. മൗലികമായ ഈ കടമ തുടർച്ചയായി അവഗണിക്കപ്പെട്ടതായി കാണിക്കുന്ന ഏതാനും റിപ്പോർട്ടുകൾ നമ്മുടെ കൈയിലുണ്ട്. ഇവിടെ അവതിരിപ്പിച്ച ഒരു റിപ്പോർട്ട്, സ്ഥിതി വെളിപ്പെടുത്തും. നമ്മുടെ പാർട്ടിയുടെ നേതൃത്വത്തിലുള്ള ഏറ്റവും ശക്തമായ യൂണിയനുകളിൽ ഒന്നാണ് ആൾ ഇന്ത്യാ ഇൻഷൂറൻസ് എംപ്ലോയീസ് അസോസി യേഷൻ. പല സംസ്ഥാനങ്ങളിലും ഇൻഷൂറൻസ് മുന്നണിയിൽ നിന്നുള്ള പാർട്ടി അംഗങ്ങൾ, പർടിയെ പലവിധത്തിലും സഹായിച്ചുകൊണ്ടിരിക്കുന്നുണ്ട്. പക്ഷെ കേന്ദ്ര ഫ്രാക്ഷന്റെ റിപ്പോർട്ടിൽ നിന്ന് ഈ രംഗത്ത് പാർട്ടി കെട്ടിപ്പടുക്കുന്നതിന്റെയും പാർട്ടി അംഗത്വത്തിന്റെയും യഥാർഥ സ്ഥിതി വ്യക്തമാകുന്നുണ്ട്. ഏറ്റവും അധികം പാർട്ടി അംഗങ്ങളുള്ള സംസ്ഥാന

ങ്ങളുടെ സ്ഥിതി താഴെപ്പറയും പ്രകാരമാണ്. തമിഴ്നാട് – 459, പശ്ചിമബംഗാൾ – 276, കേരളം – 150, ആന്ധ്രാപ്രദേശ് – 91, കർണാടക–84. മറ്റെല്ലാ സംസ്ഥാനങ്ങളിലും പാർട്ടി അംഗത്വം താരമ്യേന വളരെക്കുറവാണ്. വടക്കൻ സംസ്ഥാനങ്ങളിൽ ബീഹാറിൽ 14 പേരുണ്ട്. യു.പിയിൽ 10–ൽ താഴെ, രാജസ്ഥാൻ – 6, ഹരിയാണ – 4, മധ്യപ്രദേശ് – 7, ഛത്തിസ്ഗഢ് – 24, ഹിമാചൽപ്രദേശും ഡൽഹിയും അൽപം ഭേദമാണ്. അവിടങ്ങളിൽ യഥാക്രമം 39, 16, അംഗങ്ങളുണ്ട്. മഹാരാഷ്ട്ര – 14, പഞ്ചാബ് – 19 (ചണ്ഡിഗഢ് അടക്കം). ഏറ്റവും ശക്തമായ യൂണിയനുകളിൽ പോലും പാർട്ടി കെട്ടിപ്പടുക്കുന്ന കാര്യം വളരെ അവതാളത്തിലാണെന്ന് ഈ കണക്കുകൾ സൂചിപ്പിക്കുന്നു. യഥാർഥ ത്തിൽ, ഈ മേഖലകളിലുള്ള പാർട്ടി അംഗത്വത്തെക്കുറിച്ച് യാതൊരു വിവരവും ചില ദുർബല സംസ്ഥാന കമ്മിറ്റികളുടെ കൈയിലില്ല.

സി.ഐ.ടി.യുവിന് പുറത്തുള്ള എല്ലാ ട്രേഡ് യൂണിയനുകളിലും പാർട്ടി ഫ്രാക്ഷൻ കമ്മിറ്റികളുടെ പ്രവർത്തനത്തിനും പാർട്ടി കെട്ടിപ്പടുക്കുന്നതിനും കൂടുതൽ ശ്രദ്ധ നൽകേണ്ടതുണ്ട്. ഇൻഷൂറൻസ്, മെഡിക്കൽ റെപ്രസെന്റേറ്റീവ്മാരുടെ എഫ്.എം.ആർ.എ.ഐ, ടെലികോം തുടങ്ങിയവയിലെ പാർട്ടി യൂണിറ്റുകളെ പ്രത്യേകം ശ്രദ്ധിക്കണം; ശരിയായി വളർത്തിക്കൊണ്ടുവരണം.

10. അസംഘടിത മേഖലയിലെ പ്രവർത്തനം

രാജ്യത്ത് സാങ്കേതികവിദ്യ വികസിപ്പിച്ചിട്ടുണ്ടെങ്കിലും, ഇന്ത്യൻ സമ്പദ്വ്യവസ്ഥയിൽ ഇപ്പോഴും മേധാവിത്വം പുലർത്തുന്നത് ചെറുകിട ഉൽപ്പാദനം തന്നെയാണ്. നമ്മുടെ തൊഴിലാളിവർഗത്തിൽ മഹാഭൂരി പക്ഷവും അസംഘടിതമേഖലയിൽ ഉൾപ്പെട്ടവരാണ്. അസംഘടിത തൊഴിലാളികളിൽ തന്നെ ഏറ്റവും വലിയ വിഭാഗം കാർഷികമേഖലയിൽ ഉള്ളവരാണ്.

വളരെയധികം അസംഘടിത തൊഴിലാളികൾ പ്രവർത്തിച്ചു കൊണ്ടിരിക്കുന്ന ബീഡി, തോട്ടം, നിർമ്മാണം, ഉടുപ്പുനിർമ്മാണം, കൈത്തറി, കയർ, കശുവണ്ടി, തുടങ്ങിയ മേഖലകളിലെ തൊഴിലാളി കൾക്കിടയിലെല്ലാം നമ്മുടെ പ്രവർത്തനം ശക്തിപ്പെടുത്താൻ നമുക്ക് കഴിഞ്ഞിട്ടുണ്ട്. എ ഐ കെ എസ് നോട് കൂട്ടുചേർന്നുകൊണ്ട്, മൽസ്യത്തൊഴിലാളികളുടെ പൊതുവായ ഒരു ഫെഡറേഷന് നാം രൂപം നൽകിയിട്ടുണ്ട്. ഇഷ്ടികച്ചൂള തൊഴിലാളികൾക്കിടയിലെ നമമുടെ പ്രവർത്തനം കാരണം അൽപ്പം പുരോഗതി ഉണ്ടായിരിക്കുന്നു. പക്ഷെ അസംഘടിത തൊഴിലാളികളുടെ വൈപുല്യം കണക്കിലെടുക്കുമ്പോൾ, നമ്മുടെ സ്വാധീനം വെറും പ്രതീകാത്മകമാണെന്ന് കാണാം. പല സംസ്ഥാനങ്ങളിലെയും പട്ടണ പ്രദേശങ്ങളിലെ സർവീസ് മേഖലയിലെ തൊഴിലാളികളെ നാം സംഘടിപ്പിച്ചിട്ടുണ്ട്. ഗ്രാമീണമേഖലകളിൽ നിർമാണ പ്രവർത്തനത്തിൽ ഏർപ്പെട്ടിട്ടുള്ള കൈത്തൊഴിൽകാരുടെ അതിവിശാലമായ വിഭാഗങ്ങളുടെ ഇടയിൽ സംഘടന കെട്ടിപ്പടുക്കുന്ന തിനുള്ള നടപടികൾ നാം കൈക്കൊള്ളേണ്ടതുണ്ട്. അസംഘടിത തൊഴിലാളികളുടെ ജീവിത പരിത:സ്ഥിതികളും തൊഴിൽ പരിത:സ്ഥി

തികളും സംരക്ഷിക്കുന്നതിന് ആവശ്യമായ ഏതെങ്കിലും നിയമങ്ങളുടെ അഭാവം, ഈ തൊഴിലാളികളെ സംഘടിപ്പിക്കുന്നതിന് തടസ്സം സൃഷ്ടിക്കുന്നുണ്ട്. ഇന്ത്യയിലെ കർഷകത്തൊഴിലാളികൾക്കും, അസംഘടിത തൊഴിലാളികൾക്കും വേണ്ടി അത്തരം നിയമനിർമ്മാണം നടത്താനായി നാം സമരം ചെയ്തുകൊണ്ടിരിക്കുകയാണ്.

ഉദാരവൽക്കരണനയങ്ങൾ നടപ്പാക്കപ്പെടുന്നതോടെ സംഘടിത തൊഴിലാളികളിൽ ഒരുവിഭാഗം അസംഘടിത തൊഴിലാളികളായി മാറ്റപ്പെട്ടുകൊണ്ടിരിക്കുകയാണ്. കരാർ തൊഴിലാളികളെ ഏർപ്പെടുത്തുന്നതിനുള്ള നീക്കത്തെ പ്രോൽസാഹിപ്പിക്കുന്ന ഗവൺമെന്റ് നയം മൂലം, തൊഴിലാളിവർഗത്തിലെ അസംഘടിതമേഖലയുടെ വ്യാപ്തി വർധിച്ചുകൊണ്ടിരിക്കുകയാണ്. മിനിമം വേതനം നിശ്ചയിച്ചത്, പലപ്പോഴും ദാരിദ്ര്യരേഖയ്ക്ക് എത്രയോ താഴെയായിട്ടാണ്–അതുപോലും നടപ്പാക്കപ്പെടുന്നുമില്ല.

കൂടുതൽ ആസൂത്രിതമായ പ്രവർത്തനങ്ങൾ ഈ മേഖലയിൽ ആവശ്യമാണ്. വീടുകളെ അടിസ്ഥാനമാക്കിയുള്ള തൊഴിൽവ്യവസ്ഥ, ഈയിടെയായി കൂടുതൽ ശക്തിപ്പെട്ടുവരികയാണ്. അത്തരം തൊഴിലാളികളിൽ മഹാഭൂരിപക്ഷവും സ്ത്രീകളാണുതാനും. ഇ.പി.ഇസഡ് തൊഴിലാളികളും അസംഘടിത തൊഴിലാളികളുടെ വിഭാഗത്തിൽപ്പെട്ടവരാണ്. ഈ വിഭാഗത്തിൽപ്പെട്ട തൊഴിലാളികളെ സംഘടിപ്പിക്കുവാൻ സി ഐ ടി യു മുൻകൈയെടുക്കുന്നുണ്ട്; ശിക്ഷാനടപടികൾ ഉണ്ടെങ്കിലും യൂണിയനുകൾ രൂപീകരിക്കാൻ ശ്രമിക്കുന്നുണ്ട്.

സ്വകാര്യമേഖലയിൽ മാർക്കറ്റിംഗ്, ചെറുകിട കച്ചവടം, വിൽപ്പന, ഹോട്ടൽ, ആശുപത്രി, സെക്യൂരിറ്റി, ട്രാൻസ്പോർട്ട്, ഫൈനാൻസിയേഴ്സ് തുടങ്ങിയ തുറകളിൽ വെള്ളക്കോളർ സേവനമേഖലയിൽപ്പെട്ട നിരവധി തൊഴിലാളികളുണ്ട്; അവരുടെ സംഖ്യ വർധിച്ചു വരികയാണ്. ഉദാരവൽക്കരണനയങ്ങൾ നടപ്പാക്കപ്പെട്ടതിനെ തുടർന്ന് മൂർച്ഛിച്ചുവരുന്ന ഒരു സംഭവവികാസമാണിത്. ഈ മേഖലയിൽ ലക്ഷക്കണക്കിന് തൊഴിലാളികളുണ്ട്. അവർ കരാർ തൊഴിലാളികളോ താൽക്കാലിക തൊഴിലാളികളോ സ്വ.യംതൊഴിൽ കണ്ടെത്തിയ അനൗപചാരിക മേഖലാതൊഴിലാളികളോ ആണ്. അവരുടെ തൊഴിൽ പരിത:സ്ഥിതികൾ കണക്കിലെടുത്ത്, അവരെ സംഘടിപ്പിക്കാൻ നാം ശ്രദ്ധിക്കണം. ഈ പുതിയ മേഖലകളിലെ പ്രശ്നങ്ങൾ കൈകാര്യം ചെയ്യാൻ കഴിവുള്ള കാഡർമാരെ തിരഞ്ഞെടുത്ത് അങ്ങോട്ട് വിനിയോഗിക്കണം.

വ്യവസായത്തിന്റെ പുന:സംഘടന നടന്നുകൊണ്ടിരിക്കുകയും സംഘടിതമേഖലയിൽ തൊഴിൽ സൗകര്യങ്ങൾ ചുരുങ്ങിക്കൊണ്ടിരിക്കുകയും ചെയ്യുന്ന ഒരവസ്ഥയിൽ, ശക്തമായ തൊഴിലാളിവർഗ പ്രസ്ഥാനം കെട്ടിപ്പടുക്കാൻ ആഗ്രഹിക്കുന്നുണ്ടെങ്കിൽ, അസംഘടിത തൊഴിലാളികളുടെ അതിവിശാലമായ വിഭാഗങ്ങളെ സംഘടിപ്പിക്കാൻ ശ്രദ്ധിക്കേണ്ടത് അത്യാവശ്യമാണ്. ഏറ്റവും അവഗണിക്കപ്പെട്ടുകിടക്കുന്ന ഈ വിഭാഗങ്ങൾക്കിടയിൽ നമ്മുടെ പ്രവർത്തനം ശക്തിപ്പെടുത്തുന്നതിന് നമ്മുടെ പാർട്ടിക്കമ്മിറ്റികൾ പരിപാടി ആസൂത്രണം ചെയ്യണം. എങ്കിൽ മാത്രമേ അധ്വാനിക്കുന്ന വിപുല ജനവിഭാഗങ്ങളെ

ഉൾപ്പെടുത്തിക്കൊണ്ട് വർഗസമരങ്ങൾ കൂടുതൽ ഊർജ്ജിതമാക്കാൻ കഴിയുകയുള്ളൂ.

11. തൊഴിലാളി-കർഷകഐക്യം കെട്ടിപ്പടുക്കൽ

തൊഴിലാളി-കർഷക ഐക്യം കെട്ടിപ്പടുക്കുന്നതിനെക്കുറിച്ച് പൊതുവായ പ്രസ്താവനകൾ നടത്തുകയും കർഷക സമരങ്ങളോട് ഐക്യദാർഢ്യം പ്രകടിപ്പിക്കുന്ന പ്രമേയങ്ങൾ അംഗീകരിക്കുകയും ചെയ്തതുകൊണ്ട് മാത്രം ഒന്നുമായില്ല. കൃഷിക്കാരെയും കർഷകതൊഴിലാളികളെയും സംബന്ധിക്കുന്ന പ്രശ്നങ്ങൾ ട്രേഡ് യൂണിയനുകൾ ശരിക്കും ഏറ്റെടുക്കുന്നുവെങ്കിൽ മാത്രമേ യഥാർത്ഥത്തിലുള്ള തൊഴിലാളി-കർഷക ഐക്യം കെട്ടിപ്പടുക്കുവാൻ കഴിയുകയുള്ളൂ. ഈ ദിശയിൽ അധികമൊന്നും ചെയ്തിട്ടില്ലെങ്കിലും, തമിഴ്നാട്ടിലും ആന്ധ്രാപ്രദേശിലും ട്രേഡ് യൂണിയനുകൾ ചില നടപടികൾ കൈക്കൊണ്ടിട്ടുണ്ട്. കിസാൻ സഭയേയും കർഷക തൊഴിലാളി യൂണിയനെയും സഹായിക്കുന്നതിനുവേണ്ടി, ട്രേഡ് യൂണിയൻ അംഗങ്ങളിൽ നിന്ന് അവർ വർഷംതോറും ഫണ്ട് ശേഖരിച്ചുകൊണ്ടിരിക്കുന്നുണ്ട്. എടുത്തു പറയത്തക്ക ഒരു സംഗതിയാണിത്. ഈ വിഭാഗങ്ങളുമായി കൂടുതൽ അടുക്കേണ്ടതിന്റെ ആവശ്യകതയെക്കുറിച്ച് തൊഴിലാളിവർഗത്തിനിടയിൽ ഒരു പുതിയ അവബോധം സൃഷ്ടിക്കുവാൻ അതുവഴി കഴിയുന്നു.

തൊഴിലാളി-കർഷക സഖ്യം കെട്ടിപ്പടുക്കുന്നതിനെക്കുറിച്ച് ആലോചിക്കാനായി, സി.ഐ.ടി.യുവും കിസാൻസഭയും ഒരൊറ്റ സംയുക്തയോഗമേ നടത്തിയിട്ടുള്ളൂ. പക്ഷെ, ദേശീയതലത്തിൽ മൽസ്യത്തൊഴിലാളികളുടെ ഒരു സംയുക്ത ഫെഡറേഷൻ രൂപീകരിക്കുന്നതിനപ്പുറം ആ ചർച്ചകൾ മുന്നോട്ടുപോയതുമില്ല.

ഇക്കാര്യത്തിൽ പാർട്ടിക്കമ്മിറ്റികൾ മുൻകൈ എടുക്കണം. ശക്തമായ ട്രേഡ് യൂണിയനും ആ യൂണിയനിൽ പാർട്ടി അംഗങ്ങളും ഉള്ള പ്രത്യേക മേഖലകൾ കണ്ടെത്താവുന്നതാണ്. തൊഴിലാളികൾക്കും കൃഷിക്കാർക്കും (കർഷകത്തൊഴിലാളികൾക്കും) സംയുക്തമായി ഏറ്റെടുക്കാവുന്ന പ്രശ്നങ്ങൾ ഏതൊക്കെയെന്നും കണ്ടെത്താവുന്നതാണ്. ഇതിന്റെ അടിസ്ഥാനത്തിൽ ട്രേഡ് യൂണിയനുകളുടെയും കിസാൻസഭയുടെയും (കർഷകത്തൊഴിലാളി യൂണിയനുകളുടെയും) സംയുക്തമായ പ്രക്ഷോഭങ്ങൾ സംഘടിപ്പിക്കാവുന്നതാണ്. ഉടനെ ഏറ്റെടുക്കാവുന്ന ചില പ്രശ്നങ്ങൾ താഴെക്കൊടുക്കുന്നു: വ്യവസായ തൊഴിലാളികളെയും ഗ്രാമീണ ദരിദ്രരെയും ഒരേപോലെ ബാധിക്കുന്ന പൊതുവിതരണവ്യവസ്ഥയുടെ പ്രശ്നം, റോഡ്, ജലവിതരണം, വൈദ്യുതി തുടങ്ങിയ അധ്വാനിക്കുന്ന ജനവിഭാഗങ്ങളെ ബാധിക്കുന്ന പ്രാദേശിക വികസനത്തിന്റെ പ്രശ്നം. വരൾച്ചമൂലം കടുത്ത പ്രശ്നങ്ങളാണ് ഇപ്പോൾ, കർഷക ജനസാമാന്യത്തെ നേരിട്ടുകൊണ്ടിരിക്കുന്നത്. അവരുടെ ആവശ്യങ്ങൾ ഏറ്റെടുക്കാനും കിസാൻസഭയുടെയും കർഷകത്തൊഴിലാളി സംഘടനകളുടെയും സഹകരണത്തോടെ പ്രാദേശിക പ്രക്ഷോഭങ്ങൾ സംഘടിപ്പിക്കാനും ട്രേഡ് യൂണിയനുകളോട് ആവശ്യപ്പെടാവുന്നതാണ്.

തൊഴിലാളികളുടെയും കൃഷിക്കാരുടെയും സംയുക്ത പ്രവർത്തനങ്ങളെയും തൊഴിലാളി-കർഷകഐക്യം മൂർത്തമാക്കുന്നതിനു കൈക്കൊള്ളുന്ന നടപടികളെയും പ്രോൽസാഹിപ്പിക്കുന്നതിനുവേണ്ടിയുള്ള ശ്രമങ്ങൾക്ക് പൊളിറ്റ്ബ്യൂറോയും കേന്ദ്രക്കമ്മിറ്റിയും നേതൃത്വം നൽകണം.

12. വർധിച്ചുകൊണ്ടിരിക്കുന്ന തൊഴിലില്ലായ്മയ്ക്ക് എതിരായ സമരം

ആഗോളവൽക്കരണവും ഉദാരവൽക്കരണവും ഊർജ്ജിതമാകും തോറും തൊഴിൽ സേനയുടെ സംഖ്യ കുറയ്ക്കുക എന്നതാണ് മുതലാളിവർഗത്തിന്റെ ഒരു നിർണായക ലക്ഷ്യം. കഴിഞ്ഞ ഒരു പതിറ്റാണ്ടിനുള്ളിൽ സംഘടിതമേഖലയിലെ തൊഴിലവസരങ്ങൾ കുത്തനെ കുറഞ്ഞിരിക്കുന്നു. പട്ടണപ്രദേശങ്ങളിലെ തൊഴിലില്ലായ്മ നാല് കോടിയിൽ അധികമായിരിക്കുന്നു; അതേ അവസരത്തിൽ ഗ്രാമീണമേഖലയിലെ തൊഴിലില്ലായ്മ 8 കോടിയിലധികവും ആയിരിക്കുന്നു. ഇത്ര വലിയ മനുഷ്യശക്തി തൊഴിലില്ലാതെ വിഷമിക്കുമ്പോൾ, ഇന്ത്യയിലെ വ്യാവസായിക പരിത:സ്ഥിതി വളരെ പരിതാപകരമാണ്. പൊതുമേഖലയിൽ മാത്രം, വോളണ്ടറി റിട്ടയർമെന്റ് പദ്ധതിയിൻ കീഴിൽ മൂന്നുലക്ഷത്തിലധികം തൊഴിലാളികൾക്ക് തൊഴിൽ നഷ്ടപ്പെട്ടിരിക്കുന്നു. സ്വകാര്യമേഖലയിൽ അധികമുള്ള മനുഷ്യവിഭവശക്തി 45 ലക്ഷമായി തീർന്നിരിക്കുന്നുവെന്നാണ് കണക്ക്.

കേന്ദ്രഗവൺമെന്റ് മേഖലയിൽ തന്നെ ഒഴിവുവന്ന പോസ്റ്റുകൾ നികത്തപ്പെടാതെ കിടക്കുകയാണ്. അതേ അവസരത്തിൽ കൊല്ലം തോറും മനുഷ്യവിഭവശേഷി രണ്ടു ശതമാനം കണ്ട് കുറച്ചുകൊണ്ടുവരാനുള്ള കേന്ദ്രഗവൺമെന്റിന്റെ തീരുമാനം, തൊഴിലവസരങ്ങളെ കൂട്ടകശാപ്പ് ചെയ്യുന്നതിലേക്കാണ് നയിക്കുന്നത്. സംസ്ഥാന ഗവൺമെന്റുകൾ മനുഷ്യവിഭവശേഷി വെട്ടിക്കുറയ്ക്കുന്നതും ഇന്നത്തെ സമ്പ്രദായമായി മാറിയിരിക്കുന്നു.

ജോലി നഷ്ടപ്പെട്ടതുമൂലം തൊഴിലില്ലാതായവരും ജന്മനാ തൊഴിലാളിവർഗത്തിലോ അർദ്ധ തൊഴിലാളിവർഗത്തിലോ പെട്ട ലക്ഷക്കണക്കിന് തൊഴിൽ രഹിതരായ യുവാക്കളും അടക്കമുള്ള തൊഴിലില്ലാത്തവരുടെ ഇടയിലേക്ക് ട്രേഡ് യൂണിയനുകൾ ചെന്നെത്തണം. അവർ തൊഴിലാളിവർഗത്തിന്റെ ഭാഗമാണ്. ഡി.വൈ. എഫ്.ഐ തുടങ്ങിയ ബഹുജന സംഘടനകളോട് ചേർന്നുകൊണ്ട്, കഴിയാവുന്നിടത്തൊക്കെ അവരുടെ പ്രശ്നങ്ങൾ ഏറ്റെടുക്കണം; ട്രേഡ് യൂണിയനുകൾ സ്വന്തം നിലക്കും അതു ചെയ്യണം. ഒരു പതിറ്റാണ്ടുമുമ്പ്, തൊഴിലെടുക്കാനുള്ള അവകാശത്തെ സംബന്ധിച്ച കൺവൻഷൻ സി.ഐ.ടി.യുവിന്റെ നേതൃത്വത്തിൽ നടന്നുവെങ്കിലും, ഈ രംഗത്ത് പറയത്തക്ക മുൻകൈ പ്രവർത്തനങ്ങളൊന്നും തന്നെ ഉണ്ടായിട്ടില്ല. ഉദാരവൽക്കരണനയങ്ങൾക്ക് എതിരായിട്ടുള്ള സമരത്തിന്റെ അഭേദ്യ ഭാഗമെന്ന നിലയ്ക്ക്, തൊഴിലില്ലായ്മക്ക് എതിരായും തൊഴിൽ

ചെയ്യാനുള്ള അവകാശത്തിനുവേണ്ടിയും തൊഴിലുകൾ സൃഷ്ടിക്കുന്നതിനുവേണ്ടിയും ഉള്ള സമരം ട്രേഡ് യൂണിയനുകൾ ഏറ്റെടുക്കണം.

13. തൊഴിലെടുക്കുന്ന സ്ത്രീകൾക്കിടയിലുള്ള നമ്മുടെ പ്രവർത്തനം

ട്രേഡ് യൂണിയനുകളിൽ സ്ത്രീകളുടെ അംഗസംഖ്യ വളരെ കുറവായതും അവരുടെ പങ്കാളിത്തം അഗണ്യമായതും ട്രേഡ് യൂണിയൻ പ്രസ്ഥാനത്തിന്റെ ഒരു ദൗർബല്യമാണെന്ന്, 1983 ൽ കേന്ദ്രക്കമ്മിറ്റി അംഗീകരിച്ച "ട്രേഡ് യൂണിയൻ മുന്നണിയിലെ കടമകൾ" എന്ന പ്രമേയത്തിൽ ചൂണ്ടിക്കാണിച്ചിട്ടുണ്ട്. ട്രേഡ് യൂണിയനുകൾ സ്ത്രീകളുടെ പ്രശ്നങ്ങൾ വ്യാപകമായ തോതിൽത്തന്നെ അവഗണിച്ചുവെന്നും സ്ഥാനക്കയറ്റത്തിന്റെ കാര്യത്തിലുള്ള വിവേചനം അസമത്വം തുടങ്ങിയവയ്ക്ക് എതിരായി സമരം ചെയ്തില്ലെന്നും ആ രേഖ കുറ്റപ്പെടുത്തുന്നുണ്ട്. തുടർന്ന് അതിങ്ങനെ ചൂണ്ടിക്കാണിക്കുന്നു: "തൊഴിലാളികളിൽ ഭൂരിഭാഗവും സ്ത്രീകളായിട്ടുള്ള വ്യവസായങ്ങളിലും സ്ഥാപനങ്ങളിലും പോലും സംഘടനകളുടെ സജീവ നേതാക്കളിലും സജീവ പ്രവർത്തകരിലും അവരെ കാണാൻ പ്രയാസമാണ്." ഈ ദൗർബല്യം പരിഹരിക്കുന്നതിനായി തൊഴിലെടുക്കുന്ന സ്ത്രീകളുടെ കമ്മിറ്റികൾ സ്ഥാപിക്കുക, സംഘടനയുടെ നേതൃസമിതികളിലേക്ക് സ്ത്രീ തൊഴിലാളികളെ വേണ്ടത്ര തിരഞ്ഞെടുക്കുന്നുണ്ട് എന്ന് ഉറപ്പുവരുത്തുക എന്നിവ ഏറ്റവും അടിയന്തരകടമകളായി അതിൽ എടുത്തു പറയുകയുണ്ടായി.

ഇതിനായി സി ഐ ടി യു സെന്റർ ചില ശ്രമങ്ങൾ നടത്തുകയുണ്ടായി. പല സംസ്ഥാനങ്ങളിലും ഏതാനും ഫെഡറേഷനുകളിലും (യൂണിയനുകളിലും) തൊഴിലെടുക്കുന്ന സ്ത്രീകളുടെ സംയോജന സമിതികൾ (സബ്കമ്മിറ്റികൾ) രൂപീകരിക്കപ്പെട്ടു. സി ഐ ടി യുവിന്റെ സമ്മേളനങ്ങളിൽ, ജോലിചെയ്യുന്ന സ്ത്രീകൾക്കിടയിലെ പ്രവർത്തനത്തെക്കുറിച്ചും സി ഐ ടി യുവിന്റെ വർഗപരമായ പരിപ്രേക്ഷ്യത്തെക്കുറിച്ചും ചർച്ച നടത്തി. അധികവും സ്ത്രീകൾ മാത്രമായിട്ടുള്ള അംഗൻവാടിത്തൊഴിലാളികളുടെയും ഹെൽപ്പർമാരുടെയും അഖിലേന്ത്യാ ഫെഡറേഷൻ, 1991ൽ സി ഐ ടി യുവിന്റെ മുൻകൈ പ്രവർത്തനങ്ങളുടെ ഫലമായി, നിരവധി സംസ്ഥാനങ്ങളിൽ രൂപീകരിക്കപ്പെട്ടു. സി ഐ ടി യുവിൽ സ്ത്രീകളുടെ അംഗസംഖ്യ കാലംകൊണ്ട് വർദ്ധിച്ചിട്ടുണ്ട്. 1979–ലെ സിഐടിയുവിന്റെ അംഗസംഖ്യയിൽ അത് 6.2 ശതമാനം ആയിരുന്നത്, 1991ൽ 12 ശതമാനം ആയും 1998ൽ 17 ശതമാനം ആയും ഉയർന്നു. ഈ കാലയളവിൽ, നമ്മുടെ ട്രേഡ്യൂണിയൻ പ്രവർത്തനങ്ങളിൽ സ്ത്രീകളുടെ പങ്കാളിത്തം, ഏറെ വർദ്ധിച്ചിട്ടുണ്ട്. സി ഐ ടി യു കമ്മിറ്റികളിലും ഫെഡറേഷനുകളുടെയും അഫിലിയേറ്റഡ് യൂണിയനുകളുടെയും വർക്കിംഗ് കമ്മിറ്റികളിലും പ്രാതിനിധ്യം അൽപ്പം വർധിച്ചിട്ടുണ്ട്. സി ഐ ടി യുവിന്റെ ആകെയുള്ള 35 ഔദ്യോഗിക ഭാരവാഹികളിൽ രണ്ട് സ്ത്രീകളേയുള്ളുവെങ്കിലും സിഐടിയുവിന്റെ വർക്കിംഗ് കമ്മിറ്റിയിൽ 148 പേരിൽ 10 സ്ത്രീകളുണ്ട്

(6.75 ശതമാനം); സി ഐ ടി യുവിന്റെ ജനറൽ കൗൺസിലിൽ അത് 470ൽ 40 ആയി (8.51 ശതമാനം) ഉയർന്നിട്ടുണ്ട്. സംസ്ഥാനതലത്തിലാണെങ്കിൽ പ്രധാനപ്പെട്ട എല്ലാ സംസ്ഥാനങ്ങളും ഔദ്യോഗിക ഭാരവാഹികളിൽ ചുരുങ്ങിയത് ഒരു സ്ത്രീയെയെങ്കിലും ഉൾപ്പെടുത്തിയിരിക്കുന്നു. സിഐടിയുവിന്റെ സംസ്ഥാനക്കമ്മിറ്റികളിലും ജില്ലാക്കമ്മിറ്റികളിലും ഉള്ള സ്ത്രീകളുടെ സംഖ്യയും വർധിച്ചിട്ടുണ്ട്.

എന്നാൽ മേൽക്കമ്മിറ്റികളിൽ നിന്ന്, പ്രത്യേകിച്ച് സി ഐ ടി യു കേന്ദ്രത്തിൽ നിന്ന്, സമ്മർദം വന്നതുകൊണ്ടാണ് അധികപക്ഷവും സ്ത്രീകളെ ഇങ്ങനെ ഉൾപ്പെടുത്തിയിട്ടുള്ളത്. സിഐടിയു യൂണിയനുകളിലെ മിക്ക വനിതാസബ്കമ്മിറ്റികളും പ്രവർത്തിക്കുന്നില്ല. ഈ കമ്മിറ്റികളിലെ നിരവധി വനിതാഅംഗങ്ങൾ യോഗങ്ങളിൽ ഹാജരാകുന്നില്ല. അവരുടെ യാത്രക്കുള്ള ചെലവ് ബന്ധപ്പെട്ട കമ്മിറ്റികൾ നൽകുന്നില്ല എന്ന ആക്ഷേപമുണ്ട്. സാമ്പത്തികമായ പ്രയാസമുണ്ടാകുമ്പോഴൊക്കെ, മുന്നിൽ നിൽക്കുന്ന സംസ്ഥാനങ്ങളിൽപോലും കമ്മിറ്റികളിൽ സംബന്ധിക്കുന്നതിൽ നിന്ന് ആദ്യം ഒഴിവാക്കപ്പെടുന്നത് സ്ത്രീകളാണ്. സ്ത്രീകളുടെ പ്രശ്നങ്ങൾ അവർ മാത്രം കൈകാര്യം ചെയ്യേണ്ടവയാണ് എന്ന് കണക്കാക്കാനുള്ള ഒരു പ്രവണത, ഇപ്പോഴും തുടർന്നുകൊണ്ടിരിക്കുന്നു. ഇൻഷ്വറൻസ് യൂണിയനുകൾ ഈ ജോലി വളരെ താൽപര്യത്തോടെ ഏറ്റെടുത്തിട്ടുണ്ട്. ബാങ്കുകളിലും ഇൻഷ്വറൻസിലും ഉള്ള ജീവനക്കാരിൽ സ്ത്രീകളുടെ ഇടയിൽ കുറച്ചൊക്കെ പുരോഗതി കാണാനുണ്ട്. അംഗൻവാടി പ്രവർത്തകരെ യൂണിയനിൽ ചേർക്കാനുള്ള പ്രവർത്തനത്തിൽ കാണുന്ന പുരോഗതി നിലനിർത്തേണ്ടതുണ്ട്. ഗൃഹാധിഷ്ഠിത തൊഴിലാളികളെ (അവരിൽ ഭൂരിപക്ഷവും സ്ത്രീകളാണ്) സംഘടിപ്പിക്കുന്നതിലും വേണ്ടത്ര ശ്രദ്ധചെലുത്തേണ്ടതുണ്ട്.

എല്ലാ തലങ്ങളിലുമുള്ള ട്രേഡ്‌യൂണിയൻ മുന്നണികളിൽ പ്രവർത്തിക്കുന്ന പുരുഷന്മാരായ കാഡർമാർക്കിടയിൽ ഇപ്പോഴും സ്ത്രീ തൊഴിലാളികൾക്കു നേരെ, പുരുഷാധിപത്യ സമീപനം നിലനിൽക്കുന്നതായി കാണാം. ട്രേഡ്‌യൂണിയനുകളിലേക്ക് സ്ത്രീകളെ കൊണ്ടുവരുന്നതിനും അവരുടെ പങ്കാളിത്തം വർദ്ധിപ്പിക്കുന്നതിനും യൂണിയൻ സമിതികളിൽ അവർക്ക് പ്രോത്സാഹനം നൽകുന്നതിനുമുള്ള ശ്രമങ്ങൾക്ക്, ട്രേഡ്‌യൂണിയൻ മുന്നണിയിലെ പാർട്ടി സബ്കമ്മിറ്റികൾ നേതൃത്വം നൽകണം.

14. പുതിയ സാങ്കേതിക വിദ്യയോടുള്ള നമ്മുടെ സമീപനം

ഏതാണ്ടെല്ലാ വ്യവസായങ്ങളിലും, അഭൂതപൂർവ്വമായ തോതിലാണ് പുതിയ സാങ്കേതിവിദ്യ നടപ്പാക്കിക്കൊണ്ടിരിക്കുന്നത്. പ്രത്യേകിച്ചും ഐടിമേഖല വൻതോതിൽ വർദ്ധിച്ചിട്ടുണ്ട്. സോഫ്റ്റ്‌വെയർ സാങ്കേതിക വിദ്യക്ക് നല്ല കയറ്റുമതി സാധ്യതയാണുള്ളത്. ഈ മേഖലയിൽ വിദേശനിക്ഷേപം നല്ലപോലെയുണ്ട്.

കമ്യൂണിസ്റ്റുകാർ എന്ന നിലയിൽ, പുതിയ സാങ്കേതിക വിദ്യ നടപ്പാക്കുന്നതിനോട് നാം എതിരല്ല. കാരണം, ആധുനിക ഉൽപ്പാദന

ഉപകരണങ്ങളുടെ വികസനത്തിനും ആത്യന്തികമായി സമൂഹത്തിലെ ഉൽപ്പാദനശക്തികളുടെ വളർച്ചയ്ക്കും അത് നിമിത്തമായിത്തീരുന്നുണ്ടല്ലോ. അതിനാൽ ആധുനിക സാങ്കേതികവിദ്യയോടുകൂടിയ പുതിയ യൂണിറ്റുകൾ ഉണ്ടാവുന്നതിനോട് നാം എതിരല്ല.

പക്ഷെ, ഉൽപ്പാദനത്തിൽ ഉൾപ്പെട്ടിട്ടുള്ള തൊഴിലാളികളുടെ സംഖ്യ വെട്ടിക്കുറയ്ക്കുന്നതിന്, അതായത്, ഉൽപ്പാദനക്ഷമത ഉയർത്തുകയും ലാഭം പരമാവധിയാക്കി ഉയർത്തുകയും ചെയ്യുന്നതിന്, മുതലാളിമാർ ഇത്തരം സാങ്കേതികവിദ്യയെ ഉപയോഗപ്പെടുത്തുമെന്നും, മാർക്സിസ്റ്റുകാർ എന്ന നിലയ്ക്ക്, നമുക്കറിയാം. പുതിയ സാങ്കേതികവിദ്യ നടപ്പാക്കുന്നതിനോടുള്ള ട്രേഡ്‌യൂണിയനുകളുടെ സമീപനത്തിന് രൂപം നൽകുമ്പോൾ ഈ രണ്ടുവശങ്ങളും നാം മനസിലാക്കണം.

ആധുനിക സാങ്കേതികവിദ്യയോടുകൂടിയ പുതിയ വ്യവസായങ്ങളോ പുതിയ സ്ഥാപനങ്ങളോ ആരംഭിക്കുകയാണെങ്കിലും, ഇതിൽ ഒന്നാമത്തെ ഘടകം കണക്കിലെടുത്തുകൊണ്ട്, നാം അതിനെ എതിർക്കുകയില്ല. പക്ഷെ, നിലവിലുള്ള സ്ഥാപനങ്ങളിൽ പുതിയ സാങ്കേതികവിദ്യ നടപ്പാക്കുമ്പോൾ, അതുവഴി തൊഴിൽ നഷ്ടം ഉണ്ടാവുകയും ബാക്കിയുള്ള തൊഴിലാളികളുടെ അധ്വാനഭാരം വർദ്ധിക്കുകയും ആനുകൂല്യങ്ങൾ വെട്ടിക്കുറയ്ക്കുകയും ആണെങ്കിൽ, തൊഴിലാളികളുടെ താല്പര്യങ്ങൾ സംരക്ഷിക്കപ്പെടേണ്ടതുണ്ട്; നിലവിലുള്ള പരിതഃസ്ഥിതികൾ വച്ചുകൊണ്ട്, ജോലികൾ സംരക്ഷിക്കുന്നതിനും പരമാവധി സാധ്യമായ അനുകൂല കരാർ ഉണ്ടാക്കുന്നതിനും യൂണിയനുകൾ പോരാട്ടം നടത്തേണ്ടതുണ്ട്. അതിനാൽ, ഓരോ പ്രത്യേക സ്ഥാപനത്തിലും പുതിയ സാങ്കേതിക വിദ്യ നടപ്പാക്കുന്നതിനെ, താഴെ പറയുന്ന പരിപ്രേക്ഷ്യങ്ങൾ വച്ചുകൊണ്ട്, ട്രേഡ്‌യൂണിയൻ പ്രസ്ഥാനം വീക്ഷിക്കേണ്ടതുണ്ട്.

1. ഓരോ പ്രത്യേക വ്യവസായത്തിലേയും തൊഴിലാളികളുടെ തൊഴിലിനു നേർക്കുണ്ടാകുന്ന ആസന്നമായ ഭീഷണി.

2. നിലവിലുള്ള സാഹചര്യത്തിൽ ആ വ്യവസായത്തിന്റെ അതിജീവനം, അതായത് ആ വ്യവസായത്തിന്റെ നിലനില്പിന് സാങ്കേതികവിദ്യ പരിഷ്കരിക്കേണ്ടത് അഥവാ, പുതിയ സാങ്കേതിക വിദ്യ സ്വീകരിക്കേണ്ടത് ആവശ്യമാണോ?

3. രാജ്യത്തിന്റെയും ജനങ്ങളുടെയും കടുത്ത വിശാലമായ താല്പര്യങ്ങൾ, അതായത് സുരക്ഷാപ്രശ്നങ്ങളും മലിനീകരണവശങ്ങളും.

15. വി ആർ എസ് പദ്ധതി: പിരിച്ചു വിടുന്നതിനുള്ള ഒരു പുതിയ ഉപാധി

വിവിധ സ്ഥാപനങ്ങളിലെ തൊഴിലാളികളുടെ എണ്ണം വെട്ടിക്കുറയ്ക്കുക എന്ന ഗൂഢമായ ലക്ഷ്യത്തോടെ പൊതുമേഖലയിലും സ്വകാര്യമേഖലയിലും ഉള്ള നിരവധി വ്യവസായങ്ങളിൽ വളണ്ടിയർ റിട്ടയർമെന്റ് പദ്ധതി നടപ്പാക്കിക്കൊണ്ടിരിക്കുകയാണ്. ഉദാരവൽക്കരണത്തിനു കീഴിൽ, മത്സരക്ഷമമായ സാഹചര്യം ഉണ്ടാക്കുന്നതിന്റെ

പേരിൽ, വ്യവസായ സ്ഥാപനങ്ങൾ ചെലവു ചുരുക്കുന്നതിന് കൈക്കൊള്ളുന്ന തന്ത്രത്തിന്റെ അഭേദ്യഭാഗമാണത്: പലപ്പോഴും മാനേജ്മെന്റുകൾ "ഉദാരമായ" പാക്കേജുകൾ എടുത്തുകാണിക്കുന്നു. ആത്യന്തികമായി അവരുടെ പ്രവർത്തനച്ചെലവുകൾ ലാഭിക്കുന്നതിലാണ് അത് ചെന്നെത്തുന്നത്. നമ്മുടെ ചില പ്രമുഖ പ്രവർത്തകർ തന്നെ അതിനിരയായിത്തീർന്നിട്ടുണ്ട് എന്ന് കാണുന്നു. തൊഴിലാളികൾക്കിടയിൽ അത് നിരാശയുളവാക്കുന്നുണ്ട്.

വെറും പിരിച്ചുവിടൽ പദ്ധതികളായ വി.ആർ.എസ്. പരിപാടികളെ ട്രേഡ്യൂണിയനുകൾ എതിർക്കേണ്ടതുണ്ട്. പക്ഷെ, യൂണിയനുകൾ ഈ നിലപാടും പ്രചാരണവും കൈക്കൊണ്ടിട്ടും ജീവനക്കാർ സ്വന്തം നിലക്ക് ആ പദ്ധതി സ്വീകരിക്കുകയാണെങ്കിൽ, യൂണിയനുകൾ അവരെ തടയരുത്. എന്നാൽ ജീവനക്കാരെക്കൊണ്ട് അത് സ്വീകരിപ്പിക്കുന്നതിനുവേണ്ടി, മാനേജ്മെന്റുകൾ നിർബന്ധ മാർഗങ്ങൾ അവലംബിക്കുകയാണെങ്കിൽ അത്തരം മാർഗങ്ങൾക്കെതിരായി യൂണിയനുകൾ നടപടി എടുക്കേണ്ടതുണ്ട്.

16. സ്വകാര്യവൽക്കരണത്തിനെതിരെ

ഏതൊരു വികസ്വരരാജ്യത്തിലും, ഒരു സ്വാശ്രിത സമ്പദ്വ്യവസ്ഥ വളർത്തി എടുക്കുന്നതിൽ, പൊതുമേഖലയുടെ പങ്ക് നിർണ്ണായകമാണ്. ഇന്ത്യയിൽ പൊതുമേഖലാ സ്ഥാപനങ്ങളുടെ സ്വകാര്യവൽക്കരണത്തിലൂടെ ആ അടിത്തറ തകർക്കപ്പെടുകയാണ്; ആഭ്യന്തര നിക്ഷേപം വെട്ടിക്കുറയ്ക്കപ്പെടുകയാണ്. തന്ത്രപ്രധാനമായ പങ്കാളികളെ ആർജിക്കുന്നതിന്റെ പേരിൽ, ഗവൺമെന്റ് സ്വകാര്യകുത്തകകൾക്ക് പ്രോത്സാഹനം നൽകുകയാണ്. പൊതുമേഖലായൂണിറ്റുകളുടെ സ്വകാര്യവൽക്കരണത്തിന് എതിരായ സമരങ്ങളാണ് ഈ കാലഘട്ടത്തിന്റെ ഒരു പ്രധാന സവിശേഷത. ഇൻഷ്വറൻസ്മേഖല തുറന്നു കൊടുക്കുന്നതിനെതിരായി എ ഐ ഐ ഇ എയുടെ നേതൃത്വത്തിൽ ഇൻഷ്വറൻസ് ജീവനക്കാർ നടത്തിയ സമരമാണ്, ഇതിൽ ശ്രദ്ധേയമായ ഒന്ന്. സ്വകാര്യവൽക്കരണ നീക്കത്തിനെതിരായി ബഹുജനങ്ങളെ അണിനിരത്തുന്നതിന്റെ ഭാഗമായി, യൂണിയൻ ജനങ്ങളിൽ നിന്ന് 1.2 കോടി ഒപ്പുകൾ ശേഖരിക്കുകയുണ്ടായി. സ്വകാര്യവൽക്കരണത്തിനെതിരായി ബാൽക്കോയിലെ തൊഴിലാളികൾ 67 ദിവസം നീണ്ടു നിന്ന സംയുക്ത പണിമുടക്ക് സമരം സംഘടിപ്പിച്ചു.

സ്വകാര്യവൽക്കരണത്തിനെതിരായി വ്യാപകമായിക്കൊണ്ടിരിക്കുന്ന പ്രതിഷേധങ്ങൾക്കുള്ള ഈയിടത്തെ ഉദാഹരണമാണ് നാൽക്കോ സമരം. നാൽക്കോവിന്റെ സ്വകാര്യവൽക്കരണത്തിനെതിരായി ഒറീസയിൽ ഒരു ബന്ദ് നടന്നു. എല്ലാ രാഷ്ട്രീയ പാർട്ടികളുടെയും ട്രേഡ്യൂണിയനുകളുടെയും ബഹുജനസംഘടനകളുടെയും പിന്തുണ ആ പ്രതിഷേധ പ്രസ്ഥാനത്തിനുണ്ടായിരുന്നു. സ്വകാര്യവൽക്കരണത്തിനെതിരായ ചെറുത്തു നില്പിന്, തൊഴിലാളികളുടെയും ട്രേഡ്യൂണിയനുകളുടെയും കൂടുതൽ വിശാലമായ ഐക്യം ഉണ്ടാവണം; നാൽക്കോയുടെ കാര്യത്തിൽ നാം കണ്ടപോലെ, മറ്റു ജനവിഭാഗ

ങ്ങളെക്കൂടി അണിനിരത്തുന്നതിലേക്ക് അത് കൂടുതൽ വ്യാപിക്കുകയാണെങ്കിൽ, അത്തരം നീക്കങ്ങളെ തടയാൻ അതിന് കഴിയുന്നതാണ്. ലാഭകരങ്ങളായ പൊതുമേഖലാ സ്ഥാപനങ്ങളേയും നിർണ്ണായക മേഖലാ സ്ഥാപനങ്ങളേയും സ്വകാര്യവൽക്കരിക്കുന്നതിന് എതിരായ സമരത്തെ പാർട്ടി നേതൃത്വം ഏറ്റെടുത്തുകൊണ്ട്, ജനകീയ പ്രസ്ഥാനങ്ങളാക്കി മാറ്റിത്തീർക്കണം; ട്രേഡ്‌യൂണിയൻ സമരങ്ങൾക്ക് പിന്തുണ നൽകുന്നതിനായി മറ്റ് ജനവിഭാഗങ്ങളെക്കൂടി അതിലേക്ക് കൊണ്ടുവരണം.

17. തൊഴിലിന് നേർക്കുള്ള പുതിയ ആക്രമണങ്ങൾ

തൊഴിൽ സുരക്ഷിതത്വം സംബന്ധിച്ച് തൊഴിലാളിവർഗത്തിനുള്ള പരിമിതമായ അവകാശങ്ങളും പണിമുടക്കാനുള്ള അവകാശവും എടുത്തുകളയുവാനും തൊഴിലാളികളുടെ തൊഴിൽ പരിതഃസ്ഥിതികളിൽ മാറ്റം വരുത്തുന്ന കാര്യത്തിൽ തൊഴിലുടമകൾക്ക് സർവ്വത്ര സ്വാതന്ത്ര്യം നൽകുവാനും സാമ്രാജ്യത്വവും വൻകിട ബിസിനസുകാരും നടത്തുന്ന ശ്രമങ്ങളെ ഫലവത്താക്കുന്നതിനുള്ള ത്രന്ത്രമാണ് രണ്ടാം ദേശീയ തൊഴിൽ കമ്മീഷന്റെ ശുപാർശകളിലുള്ളത്. ഈ പിന്തിരിപ്പൻ ശുപാർശകൾ നടപ്പാക്കപ്പെടുന്നതിനെ ചെറുത്തു തോല്പിക്കുന്നതിനായി ശക്തമായ ഒരു അഖിലേന്ത്യാ പ്രസ്ഥാനം വളർത്തിയെടുക്കാൻ കഴിയത്തക്കവിധത്തിൽ, സി ഐ ടി യുവും നമ്മുടെ പാർട്ടിയുടെ നേതൃത്വത്തിലുള്ള മറ്റ് യൂണിയനുകളും വ്യാപകമായ പ്രക്ഷോഭം കെട്ടഴിച്ചുവിടണം. തൊഴിലാളിവർഗ്ഗത്തെ ആക്രമിക്കുന്നതിനും അതിന്റെ സമരശേഷി ദുർബലമാക്കുന്നതിനും വേണ്ടി, ബിജെപിയുടെ നേതൃത്വത്തിലുള്ള ഗവൺമെന്റ് കൈക്കൊള്ളുന്ന ശ്രമങ്ങളെ വീറോടെ എതിർക്കണം; സുദീർഘമായ സമരങ്ങളിലൂടെ തൊഴിലാളികൾ നേടിയെടുത്ത അവകാശങ്ങളെ സംരക്ഷിക്കണം.

18. സാമൂഹ്യ പ്രശ്നങ്ങൾ ഏറ്റെടുക്കൽ

തൊഴിലാളിവർഗത്തിന്റെ ഒരു പ്രമുഖ വിഭാഗത്തെ ബാധിക്കുന്ന സാമൂഹ്യമായ അടിച്ചമർത്തലിന്റെ പ്രശ്നങ്ങൾ ഏറ്റെടുക്കുന്ന കാര്യത്തിലുള്ള അവഗണനയും ശരിയായ ധാരണയുടെ അഭാവവും, ട്രേഡ്‌യൂണിയൻ പ്രസ്ഥാനത്തിന്റെ സങ്കുചിതമായ സമീപനത്തിന്റെ ലക്ഷണങ്ങളാണ്. ഇന്ത്യയിലെ അധ്വാനിക്കുന്ന ജനങ്ങളിൽ ഒരു വലിയ വിഭാഗം പട്ടികജാതിയിലും പട്ടികവർഗത്തിലും പെട്ടവരാണ്. വർഗപരമായ അടിച്ചമർത്തലിനു മാത്രമല്ല, ജാതിപരമായ അടിച്ചമർത്തലിനും അവർ വിധേയരായിക്കൊണ്ടിരിക്കുന്നു. വർഗപരമായ ചൂഷണത്തെ അടിസ്ഥാനപ്പെടുത്തിയുള്ള സാമ്പത്തിക പ്രശ്നങ്ങൾ മാത്രം കൈകാര്യം ചെയ്യുന്നതു വഴി, ദളിത് പ്രശ്നത്തിലെ ഒരു സുപ്രധാന തലം അവഗണിക്കപ്പെടുകയാണെന്ന്, അനുഭവം നമുക്ക് കാണിച്ചുതരുന്നു. പൊതുവായ ട്രേഡ്‌യൂണിയൻ പ്രസ്ഥാനത്തിൽ നിന്ന് ഇതവരെ ഒറ്റപ്പെടുത്തുന്നു. എന്നുമാത്രമല്ല മേൽ ജാതിക്കാരായ തൊഴിലാളികളിൽ ചില വിഭാഗങ്ങൾ ജാതിവികാരം വെച്ചു പുലർത്തുകയും തങ്ങളുടെ

തൊഴിൽസ്ഥലങ്ങളിലും ദൈനംദിന പ്രവർത്തനങ്ങളിലും പ്രകടിപ്പിക്കുകയും ചെയ്യുന്നു. വർഗഐക്യം കെട്ടിപ്പടുക്കുന്നതിന് അത് തടസ്സം സൃഷ്ടിക്കുന്നു. അതിവിപുലമായ അസംഘടിത മേഖലയിൽത്തന്നെ, ഏറ്റവും കഠിനമായ അധ്വാനമുള്ള ജോലികളും അവിദഗ്ധ ജോലികളും ഏറ്റവും കുറഞ്ഞ കൂലിയുള്ള ജോലികളും ചെയ്യുന്നവരാണ് ദളിതർ. അവർക്ക് യാതൊരു സംരക്ഷണവും ലഭിക്കുന്നില്ല. ജാതിപരമായ അടിച്ചമർത്തലിനെതിരായി പ്രമേയങ്ങൾ പാസാക്കുന്നതിനപ്പുറം ജാതീയമായ മുൻവിധികൾ ഉപേക്ഷിക്കുന്നതിന് മേൽജാതിക്കാരായ തൊഴിലാളികളെ വിദ്യാഭ്യാസം ചെയ്യിക്കുന്നതിനുവേണ്ടി, നമ്മുടെ നേതൃത്വത്തിലുള്ള ട്രേഡ് യൂണിയനുകൾ ഏറെയൊന്നും ചെയ്യുകയുണ്ടായില്ല. യൂണിയനു കളിലെ നേതൃസ്ഥാനങ്ങളിലേക്ക്, പട്ടികജാതിക്കാരിൽ നിന്നും പട്ടികവർഗ്ഗക്കാരിൽ നിന്നുമുള്ള കാഡർമാരെ ഉയർത്തിക്കൊണ്ടു വരുന്നതിന് വേണ്ടത്ര നടപടികൾ കൈക്കൊണ്ടിട്ടില്ല. ജാതിപരമായ മുൻവിധികൾ കാരണം ദളിത് നേതാക്കന്മാരെ അംഗീകരിക്കാൻ തൊഴിലാളികൾ വൈമുഖ്യം പ്രകടിപ്പിക്കുന്ന സന്ദർഭങ്ങളുമുണ്ട്.

ജാതിപരമായ അടിച്ചമർത്തലിന്റെ പ്രശ്നങ്ങളെ സി ഐ ടി യുവും പാർട്ടിയുടെ നേതൃത്വത്തിലുള്ള യൂണിയനുകളും നേരിട്ട് ഏറ്റെടുക്കുകയും ട്രേഡ്യൂണിയൻ പ്രസ്ഥാനത്തിനുള്ളിലെ എല്ലാ രൂപങ്ങളിലുമുള്ള ജാതി വിവേചനത്തെയും ജാതി ചിന്തയെയും വെറുക്കുകയും ചെയ്യേണ്ടതുണ്ട്. പൊതുവായ ട്രേഡ്യൂണിയൻ സമരങ്ങളിൽ നിന്ന് ദളിതരായ തൊഴിലാളികളെ അകറ്റിനിർത്താൻ ശ്രമിക്കുന്ന പട്ടികജാതി നേതാക്കന്മാരും സംഘടനകളുമുണ്ട്. ദളിതരായ തൊഴിലാളികളുമായി ബന്ധം ഉറപ്പിക്കുന്നതിനും അവരെ പൊതുവായ പ്രസ്ഥാനത്തിലേക്ക് കൊണ്ടുവരുന്നതിനും എല്ലാ ശ്രമങ്ങളും ചെയ്യണം. സ്വകാര്യവൽക്കരണം വർദ്ധിക്കുന്നതോടെ, പട്ടികജാതി പട്ടിക വർഗ വിഭാഗങ്ങൾക്ക് ജോലിയിലുള്ള സംവരണം നഷ്ടമായിത്തീരുന്നു. പട്ടികജാതിക്കാരും പട്ടികവർഗക്കാരുമായ തൊഴിലാളികളുടെ അവകാശം സംരക്ഷിക്കാൻ കഴിയത്തക്ക വിധത്തിൽ, ഈ യൂണിറ്റുകളിലെ സംവരണം തുടർന്നും നിലനിർത്തണം എന്ന ആവശ്യം നാം ഉയർത്തിപ്പിടിക്കണം.

സ്ത്രീധനംപോലുള്ള സാമൂഹ്യപ്രശ്നങ്ങൾ, ട്രേഡ്യൂണിയനുകൾ സജീവമായി ഏറ്റെടുക്കണം. സ്ത്രീധനം മൂലം വിവാഹങ്ങൾ വളരെ ചെലവേറിയതായിത്തീരുന്നതിനാൽ അത് തൊഴിലാളികളുടെ ജീവിതത്തെയാകെ ബാധിക്കുന്നുണ്ട്.

ഗിരിവർഗക്കാരും ദളിതരുമായ സ്ത്രീകൾക്ക് അനുഭവിക്കേണ്ടി വരുന്ന ലൈംഗികമായ പീഡനത്തിന്റെ പ്രശ്നം നാം ഏറ്റെടുക്കണം; തൊഴിലുടമകളും അവരുടെ ഏജന്റുമാരും നടത്തുന്ന ചൂഷണത്തിനെതിരായ സമരത്തിന്റെ ഭാഗമായി നാം അതിനെ ചെറുക്കണം. ആദിവാസികളുടെ സാമൂഹ്യ പ്രശ്നങ്ങളും തൊഴിലാളിവർഗത്തെ ഗുരുതരമായി ബാധിക്കുന്ന ബാലവേല, അടിമപ്പണി തുടങ്ങിയ പ്രശ്നങ്ങളും പരിഹരിക്കപ്പെടേണ്ടതുണ്ട്. ഫ്യൂഡൽ–ബൂർഷ്വാ രൂപങ്ങ

ളിലുള്ള ചൂഷണങ്ങൾക്കും സാമ്പത്തികാതീതമായ ചൂഷണങ്ങൾക്കും എതിരായിട്ടുള്ള തൊഴിലാളിവർഗ സമരത്തിന്റെ ഭാഗമാണിത്.

19. പരിഷ്കരണവാദി യൂണിയനുകളിലുള്ള പ്രവർത്തനം

ബഹുഭൂരിപക്ഷം തൊഴിലാളുകളുമായി ദൃഢമായ ബന്ധം സ്ഥാപിക്കുന്നതിനും അവർക്കിടയിലുള്ള നമ്മുടെ പ്രവർത്തനം ശക്തിപ്പെടുത്തുന്നതിനും വേണ്ടി പരിഷ്കരണവാദി യൂണിയനുകളിൽ പ്രവർത്തിക്കണമെന്ന് 1983ലെ രേഖ വ്യക്തമായ നിർദ്ദേശം നൽകിയിട്ടുണ്ടെങ്കിലും, ഈ വഴിയ്ക്ക് ഏറെയൊന്നും മുന്നേറാൻ നമുക്ക് കഴിഞ്ഞിട്ടില്ല. നമ്മുടെ സഖാക്കളിൽ നിരവധിപേർ ചെറിയ യൂണിയനുകളിൽ തൃപ്തരാണ്; അവർ സാധാരണ തൊഴിലാളികളിൽ നിന്ന് ഒറ്റപ്പെട്ട് നിലനിൽക്കുന്നു. നമ്മുടെ സ്വാധീനം വളരുന്നതിന് ഈ പ്രവണത തടസ്സം നിൽക്കുന്നു. ഈ വശത്തിന്റെ പ്രാധാന്യം മനസ്സിലാക്കിക്കുന്നതിനായി നാം നമ്മുടെ കാഡർമാരെ പഠിപ്പിക്കേണ്ടതുണ്ട്. നമ്മുടെ സഖാക്കൾ ഏതൊക്കെ പരിഷ്കരണവാദി യൂണിയനുകളിലാണ് പ്രവർത്തിക്കേണ്ടത് എന്നും ചൂണ്ടിക്കാണിക്കേണ്ടതുണ്ട്.

പരിഷ്കരണ വാദി യൂണിയനുകളിൽ പ്രവർത്തിക്കുന്നതിനെ സംബന്ധിച്ച കമ്യൂണിസ്റ്റ് സമീപനത്തിന് പാർട്ടിക്കമ്മിറ്റികൾ നിസ്സാര ശ്രദ്ധയേ നൽകുന്നുള്ളു. ഭൂരിപക്ഷം തൊഴിലാളികളും പരിഷ്കരണവാദി യൂണിയനുകളിൽ നിലനിൽക്കുമ്പോൾ, ചെറിയ പിളർപ്പൻ യൂണിയനുകൾ രൂപീകരിക്കുന്നതിന് യാതൊരു ന്യായീകരണവുമില്ല. നിർണ്ണായക വ്യവസായങ്ങളുടെയും തന്ത്രപ്രധാന വ്യവസായങ്ങളുടെയും മേഖലയിലുള്ള നമ്മുടെ പ്രവർത്തനം പുരോഗമിക്കണമെങ്കിൽ, പരിഷ്കരണവാദി യൂണിയനുകളിലുള്ള നമ്മുടെ പ്രവർത്തനവും പാർട്ടി ഫ്രാക്ഷനുകളിലൂടെയുള്ള അവയുടെ നിയന്ത്രണവും കൂടുതൽ കൂടുതൽ പ്രാധാന്യമുള്ളതായിത്തീരുന്നു.

20. ജനാധിപത്യപരമായ പ്രവർത്തനം

ട്രേഡ്യൂണിയനുകളിലെ ജനാധിപത്യപരമായ പ്രവർത്തനത്തിന്റെ പ്രാധാന്യത്തെക്കുറിച്ച് 1983–ലെ രേഖ ഊന്നിപ്പറഞ്ഞിട്ടുണ്ടായിരുന്നു. തുടർന്നുള്ള സി ഐ ടി യു റിപ്പോർട്ടുകളും ഈ വശം ഊന്നിപ്പറയുകയുണ്ടായി. പക്ഷെ ഈ ദിശയിലുള്ള പുരോഗതി പരിമിതവും അസമവും ആണ്. യൂണിയൻ തിരഞ്ഞെടുപ്പുകൾ പതിവായി നടത്തുന്നതിന് പല കേന്ദ്രങ്ങളിലും കുറച്ചൊക്കെ ശ്രദ്ധ ചെലുത്തുന്നുണ്ടെങ്കിലും, ജനാധിപത്യപരമായ പ്രവർത്തനത്തിന്റെ യഥാർഥ അന്തഃസത്ത ഇനിയും മനസ്സിലാക്കുകയും നടപ്പാക്കുകയും ചെയ്യേണ്ടിയിരിക്കുന്നു. ഇതിനുവേണ്ടി താഴെപ്പറയുന്ന കാര്യങ്ങൾ ട്രേഡ് യൂണിയൻ സബ് കമ്മിറ്റികളും പാർട്ടിക്കമ്മിറ്റികളും വിലയിരുത്തേണ്ടതുണ്ട്; (1) യൂണിയൻ യോഗങ്ങളിലുള്ള തൊഴിലാളികളുടെ പങ്കാളിത്തം, (2) വിവിധ കാഴ്ചപ്പാടുകളും ന്യൂനപക്ഷ അഭിപ്രായവും പ്രകടിപ്പിക്കൽ (3) യൂണിയൻ കമ്മിറ്റികളെക്കുറിച്ചുള്ള ന്യൂനപക്ഷാഭിപ്രായത്തിനുള്ള പ്രാതിനിധ്യം (4) ഫ്രാക്ഷനുകളിൽ ചർച്ച ചെയ്തതിനുശേഷം പ്രധാനസ്ഥാനങ്ങളിലേ

ക്കുള്ള പാർട്ടി നിർദ്ദേശങ്ങളെ സംബന്ധിച്ച് തീരുമാനിച്ചുകൊണ്ട്, തിരഞ്ഞെടുപ്പുകൾ പതിവായി നടത്തൽ (5) എല്ലാ ഉത്തരവാദിത്വങ്ങളും ഒരു നേതാവിൽ കേന്ദ്രീകരിക്കുന്നതിനു പകരം, യുവാക്കളായ പുതിയ കാഡർമാർക്ക് സ്ഥാനക്കയറ്റം നൽകൽ (6) ഉദ്യോഗസ്ഥ ദുഷ്പ്രഭുത്വത്തിന്റെ വർദ്ധിച്ചുവരുന്ന പ്രവണത തടയുന്നതിനുള്ള നടപടികൾ, അനാരോഗ്യകരമായ പ്രവർത്തനങ്ങൾ തടയൽ.

21. ട്രേഡ്‌യൂണിയനുകളിൽ പാർട്ടി കെട്ടിപ്പടുക്കൽ

നമ്മുടെ ട്രേഡ്‌യൂണിയൻ കാഡർമാരിൽ നിലവിലുള്ള ഗുരുതരമായ വ്യതിയാനങ്ങളെക്കുറിച്ചും പാർട്ടിയിലേക്ക് വൻതോതിൽ തൊഴിലാളികളെ ചേർക്കുന്നതിൽ ഉണ്ടാകുന്ന വീഴ്ചയെക്കുറിച്ചും പാർട്ടി അംഗങ്ങൾക്കുള്ള ചുമതല നിറവേറ്റുന്നതിന് അവരെ സജ്ജരാക്കുന്നതിലുള്ള വീഴ്ചകളെക്കുറിച്ചും 1967ലെ ട്രേഡ്‌യൂണിയൻ രേഖ ശക്തിയായ ഭാഷയിൽ ചൂണ്ടിക്കാണിച്ചിട്ടുണ്ട്. കഴിഞ്ഞ പലവർഷങ്ങളായി തൊഴിലാളി വർഗം പല സമരങ്ങളും നടത്തിയിട്ടുണ്ടെങ്കിലും, ഈ ദിശയിലുള്ള പുരോഗതി ശക്തമായ സംസ്ഥാനങ്ങളിൽ തൃപ്തികരമല്ല; മിക്ക ദുർബല സംസ്ഥാനങ്ങളിലും ഒട്ടും പുരോഗതിയുണ്ടായിട്ടില്ല; മാത്രമല്ല, പല സ്ഥലങ്ങളിലും സ്ഥിതി വഷളായിരിക്കുകയാണ്. തൊഴിലാളിവർഗത്തിൽ നിന്ന് പാർട്ടിയിലേക്ക് വരുന്ന അംഗങ്ങളുടെ സംഖ്യ വർദ്ധിക്കാത്തതിനുള്ള ഒരു പ്രധാന കാരണം വ്യാവസായിക പരിതഃസ്ഥിതിയിലെ പ്രതിസന്ധിയാണ്. സ്ഥാപനങ്ങൾ അടച്ചിടുന്നതും പിരിച്ചുവിടലും വി ആർ എസ് പദ്ധതികളും നിയമനങ്ങൾ നിരോധിക്കുന്നതും അവയുടേതായ ആഘാതങ്ങൾ ഉണ്ടാക്കുന്നുണ്ട്. എന്നാൽ തൊഴിൽ സേന നിലവിലുള്ള, അവർക്കിടയിൽ നമ്മുടെ ട്രേഡ് യൂണിയനുകൾ പ്രവർത്തിക്കുന്ന സ്ഥലങ്ങളിൽപ്പോലും പാർട്ടി അംഗത്വം നമ്മുടെ പ്രവർത്തനത്തിനും സ്വാധീനത്തിനും ഒട്ടും ആനുപാതികമായ വിധത്തിലല്ല. *'താഴിലാളികളുടെ ദൈനംദിന താൽപര്യങ്ങളെ സംരക്ഷിക്കുമ്പോൾത്തന്നെ, വിപ്ലവബോധത്തോടു കൂടിയ അച്ചടക്കമുള്ള തൊഴിലാളിവർഗ്ഗത്തെ സംഘടിപ്പിക്കുന്നതിനും അവരെ പാർട്ടിയുടെ അടുത്തേക്ക് കൊണ്ടുവരുന്നതിനും അവരിൽ ഏറ്റവും നല്ല നൂറുക്കണക്കിന് പ്രവർത്തകരെ പാർട്ടിയിൽ ചേർക്കുന്നതിനും, അങ്ങനെ വിപ്ലവസമരത്തിൽ തങ്ങളുടെ ചരിത്രപരവും രാഷ്ട്രീയവുമായ പങ്ക് വഹിക്കുന്നതിന് ആ വർഗത്തെ മൊത്തത്തിൽത്തന്നെ പ്രാപ്തമാക്കുന്നതിനും ആണ് മാർക്സിസ്റ്റുകാർ ലക്ഷ്യമിടേണ്ടത്* എന്ന പരിപ്രേക്ഷ്യം ട്രേഡ് യൂണിയൻ മുന്നണിയിൽ പ്രവർത്തിക്കുന്ന നമ്മുടെ പാർട്ടി അംഗങ്ങൾക്കും പാർട്ടി നേതാക്കൾക്കും ഇല്ലാത്തതാണ് പാർട്ടിയിൽ, ടി.യു രംഗത്തുനിന്നുള്ള പാർട്ടി അംഗങ്ങൾ വളരെ കുറഞ്ഞിരിക്കുന്നതിനുള്ള അഥവാ കുറഞ്ഞുകൊണ്ടിരിക്കുന്നതിനുള്ള പ്രധാന കാരണം.

ട്രേഡ് യൂണിയൻ മുന്നണിയിൽ പ്രവർത്തിക്കുന്ന പാർട്ടി അംഗങ്ങളിൽ ഈ പരിപ്രേക്ഷ്യം സന്നിവേശിപ്പിക്കുന്നതിനും അംഗങ്ങളെ റിക്രൂട്ട് ചെയ്യുന്ന നീക്കം നിരന്തരം വിലയിരുത്തുന്നതിനും പാർട്ടി

ക്കമ്മിറ്റികൾ ബോധപൂർവവും ആസൂത്രിതവുമായ ശ്രമങ്ങൾ നടത്തേണ്ടതുണ്ട്.

പതിനേഴാം പാർട്ടി കോൺഗ്രസിന്റെ സമയത്ത്, പാർട്ടിയിലെ തൊഴിലാളികളായ അംഗങ്ങളുടെ കണക്ക് താഴെപ്പറയുന്ന വിധത്തിലായിരുന്നു: പശ്ചിമബംഗാൾ – 15.7 ശതമാനം, കേരളം – 50.50 ശതമാനം, ത്രിപുര – 16.1 ശതമാനം, തമിഴ്നാട് – 39.3 ശതമാനം ആന്ധ്രാ പ്രദേശ് – 10 ശതമാനം, പഞ്ചാബ് – 5.37 ശതമാനം മധ്യപ്രദേശ് – 38.25 ശതമാനം, ഝാർഖണ്ഡ് – 12.09 ശതമാനം ഹരിയാണ – 21.04 ശതമാനം, മഹാരാഷ്ട്ര – 15.4 ശതമാനം രാജസ്ഥാൻ – 23.95 ശതമാനം.

ഒരു സംസ്ഥാനത്തിലെ സി ഐ ടി യുവിന്റെ മൊത്തം അംഗസംഖ്യയും തൊഴിലാളിവർഗത്തിൽ നിന്ന് പാർട്ടി അംഗങ്ങളായിത്തീർന്നവരുടെ അംഗസംഖ്യയും തമ്മിലുള്ള അനുപാതം പരിശോധിച്ചാൽ, സി ഐ ടി യുവിൽ സംഘടിപ്പിക്കപ്പെട്ട തൊഴിലാളികൾക്കിടയിൽ പാർട്ടി കെട്ടിപ്പടുക്കുന്നതിനെ നാം എത്രത്തോളം അവഗണിക്കുന്നുവെന്ന് തികച്ചും വ്യക്തമാവും. 1999–ൽ ലഭ്യമായ കണക്കുകൾ വെച്ചുകൊണ്ട് പറഞ്ഞാൽ പശ്ചിമബംഗാളിലെ സി.ഐ.ടി.യു അംഗങ്ങളിൽ 2.5 ശതമാനം പാർട്ടി അംഗങ്ങളായി വന്നു; ആന്ധ്രാപ്രദേശിൽ അത് 2.6 ശതമാനവും മഹാരാഷ്ട്രയിൽ 1.6 ശതമാനവും ആസ്സാമിൽ 3.8 ശതമാനവും രാജസ്ഥാനിൽ 2 ശതമാനവും പഞ്ചാബിൽ 1 ശതമാനവും മധ്യപ്രദേശിൽ 4.3 ശതമാനവും ഡൽഹിയിൽ 1.8 ശതമാനവും ആയിരുന്നു. സി.ഐ.ടി.യുവുമായി അഫിലിയേറ്റ് ചെയ്യപ്പെട്ടിട്ടുള്ള യൂണിയനുകളിൽ നിന്ന് പാർട്ടി അംഗങ്ങളായിത്തീർന്ന തൊഴിലാളികളുടെ ശതമാനം, കേരളത്തിലൊഴിച്ച് മറ്റൊരിടത്തും 5 ശതമാനം പോലുമില്ല. തൊഴിലാളിവർഗത്തിന്റെ ഇടയിൽ പാർട്ടി കെട്ടിപ്പടുക്കുന്ന കടമ ഇത്രത്തോളം പിറകിലായിപ്പോയതെന്തുകൊണ്ട് എന്ന പ്രശ്നത്തെക്കുറിച്ച് ട്രേഡ് യൂണിയൻ മുന്നണിയിൽ പ്രവർത്തിച്ചുകൊണ്ടിരിക്കുന്ന പാർട്ടി കാഡർമാരും ബന്ധപ്പെട്ട പാർട്ടി കമ്മിറ്റികളും ഒന്നിച്ചിരുന്ന്, ഗൗരവപൂർവം ആലോചിക്കേണ്ടിയിരിക്കുന്നു.

പാർട്ടിയിലേക്ക് തൊഴിലാളികളെ റിക്രൂട്ട് ചെയ്യുന്ന പ്രക്രിയയും, പലയിടങ്ങളിലും പാകപ്പിഴകൾ ഉള്ളതാണ്. പാർട്ടി അംഗങ്ങളിൽ ഒരുനല്ലവിഭാഗം തങ്ങളുടെ അടിസ്ഥാനപരമായ കടമകൾ നിറവേറ്റുന്നില്ലെന്നും, ഒരുവിഭാഗം നിഷ്ക്രിയർ തന്നെയാണെന്നും സംഘടനാ റിപ്പോർട്ടുകൾ കാണിക്കുന്നു. തൊഴിലാളികളായ പാർട്ടി അംഗങ്ങൾക്കും ഇത് ബാധകമാണ്. സ്ഥാനാർഥി അംഗങ്ങളായും ഉപഗ്രൂപ്പുകളിൽ നിന്നുള്ള അംഗങ്ങളായും പാർട്ടിയിലേക്ക് റിക്രൂട്ട് ചെയ്യപ്പെടുന്ന തൊഴിലാളികളുടെ രാഷ്ട്രീയാവബോധം ഉയർത്തുന്നതിനുള്ള ശ്രമം നടത്തുന്നില്ലെങ്കിൽ, പാർട്ടി പ്രവർത്തനത്തിൽ അവരുടെ സജീവമായ പങ്കാളിത്തവും ബ്രാഞ്ച് യോഗങ്ങളിൽ കൃത്യമായ ഹാജരും മറ്റും ഉണ്ടാകുവാൻ പോകുന്നില്ല. എന്നുതന്നെയല്ല, സമരങ്ങളിലേക്ക് ആവേശപൂർവം ഇറങ്ങിവരികയും തിരഞ്ഞെടുപ്പ് പ്രവർത്തനങ്ങളിലും മറ്റ് പ്രവർത്തനങ്ങളിലും പങ്കെടുക്കുകയും ചെയ്യുന്ന ഉശിരൻ പ്രവർത്ത

കരെ കണ്ടെത്താനോ അവരെ സഖാക്കളാക്കിത്തീർക്കാനോ പാർട്ടിയുടെ രാഷ്ട്രീയ ലൈനുമായി അവരെ പരിചയപ്പെടുത്താനോ ഉള്ള ബോധ പൂർവമായ ശ്രമങ്ങളൊന്നും നമ്മുടെ പാർട്ടി അംഗങ്ങളുടെയോ ട്രേഡ് യൂണിയനുകളിലെ ഫ്രാക്ഷനുകളുടെയോ ഭാഗത്തുനിന്ന് ഉണ്ടാകുന്നുമില്ല. മേൽപ്പറഞ്ഞ, അനിവാര്യമായ രാഷ്ട്രീയ പശ്ചാത്തലത്തോടുകൂടിയല്ല റിക്രൂട്ട്മെന്റ് പ്രക്രിയ നടക്കുന്നതെങ്കിൽ, തൊഴിലാളി വർഗത്തിൽ നിന്നുള്ള പാർട്ടി അംഗങ്ങളുടെ പ്രവർത്തനം നിർജ്ജീവമായിത്തീരും; ഒടുവിൽ അവർ പൊഴിഞ്ഞുപോകും. ശരിയായ രാഷ്ട്രീയ ബോധം ഇല്ലെങ്കിൽ, ലെവി കൊടുക്കുന്നതിനോടുപോലും എതിർപ്പുണ്ടാകും.

തൊഴിലാളികൾക്കിടയിൽ രാഷ്ട്രീയ–സംഘടനാ പ്രവർ ത്തനം നടത്തുന്നതിനായി പാർട്ടി അംഗങ്ങളെ സജീവമായി ഏർപ്പെടുത്തുന്നതിൽ ഉണ്ടാവുന്ന കഴിവുകേടാണ്, നമ്മുടെ പാർട്ടിക്കമ്മിറ്റികളുടെ ഭാഗത്തുനിന്നുണ്ടാകുന്ന മറ്റൊരു വീഴ്ച. യൂണിയൻ യോഗങ്ങളിൽ സംബന്ധിക്കുക, അംഗത്വഫീസ് നൽകുക, പ്രക്ഷോഭ പരിപാടികൾക്കുള്ള ട്രേഡ് യൂണിയനുകളുടെ ആഹ്വാനത്തോട് പ്രതികരിക്കുക എന്നിവയൊഴിച്ച്, പലപ്പോഴും തൊഴിലാളി വർഗത്തിൽ നിന്നുള്ള പാർട്ടി അംഗങ്ങൾ ഏതെങ്കിലും വിധത്തിലുള്ള ബഹുജനസംഘടനാ പ്രവർത്തനങ്ങളിൽ ഉൾപ്പെടാറില്ല. ട്രേഡ് യൂണിയൻ സ്ഥാനങ്ങളിൽ കയറിക്കൂടുന്നതിനോ നിലനിർത്തുന്നതിനോ വേണ്ടി മാത്രം പാർട്ടി അംഗത്വം എടുത്ത സംഭവങ്ങളുമുണ്ട്. എല്ലാ ട്രേഡ് യൂണിയൻ പ്രവർത്തനങ്ങളും മുഴുവൻ സമയ പ്രവർത്തകർക്കു വിട്ടുകൊടുത്ത് തൊഴിലാളികളായ പാർട്ടി അംഗങ്ങൾ നോക്കുകുത്തികളായി ഇരിക്കുന്ന പ്രവണതയും കാണാനുണ്ട്. തൊഴിലാളികൾക്കിടയിൽ പ്രക്ഷോഭ പ്രചാരണ പ്രവർത്തനങ്ങൾ സംഘടിപ്പിക്കുന്നതിനും പാർട്ടി സംഘടനാ കടമകൾ നിറവേറ്റുന്നതിനും പാർട്ടി കെട്ടിപ്പടുക്കുന്നതിനും തൊഴിലാളിവർഗത്തിൽ നിന്നുള്ള പാർട്ടി അംഗങ്ങളെ, വിദഗ്ധമായും ആസൂത്രിതമായും ഉപയോഗപ്പെടുത്തുന്ന കല, നമ്മുടെ പാർട്ടി ക്കമ്മിറ്റികൾ സ്വായത്തമാക്കിയിട്ടുമില്ല. പാർട്ടി വളർത്തുന്ന കടമയിൽ തൊഴിലാളികളായ പാർട് ടൈം പാർട്ടി അംഗങ്ങളുടെ കഴിവ് കെട്ടഴിച്ചുവിടുന്നതിന് നാം മുൻകൈ എടുക്കാത്തത്, മറ്റൊരു പ്രധാന ദൗർബല്യമാണ്.

22. സബ്കമ്മിറ്റികളുടെയും ഫ്രാക്ഷനുകളുടെയും പങ്ക്

പാർട്ടി സബ്കമ്മിറ്റികളുടെയും ഫ്രാക്ഷനുകളുടെയും കടമകൾ എന്തൊക്കെയാണെന്ന് പാർട്ടിയുടെ പതിനാറാം കോൺഗ്രസിന്റെ റിപ്പോർട്ട് എണ്ണിയെണ്ണിപ്പറഞ്ഞിട്ടുണ്ട്. പ്രധാനമായും അവ താഴെപ്പറയുന്നവയാണ്.

1. പ്രത്യേക ബഹുജനമുന്നണിയിൽ പാർട്ടി നയം നടപ്പാക്കുന്നതിന്റെ മൊത്തത്തിലുള്ള മേൽനോട്ടം.

2. ബന്ധപ്പെട്ട ബഹുജനങ്ങൾക്കിടയിൽ രാഷ്ട്രീയവും പ്രത്യയശാസ്ത്രപരവുമായ പ്രവർത്തനം സംഘടിപ്പിക്കുക

3. പാർട്ടി സാഹിത്യത്തിന്റെ വിതരണവും വിൽപ്പനയും

4. പാർട്ടിയിലേക്ക് റിക്രൂട്ട് ചെയ്യാൻ പറ്റിയ അനുഭാവികളെ കണ്ടെത്തൽ

5. ബഹുജന മുന്നണിയുമായി ബന്ധപ്പെട്ട തീരുമാനങ്ങൾ നടപ്പാക്കുന്നതിന് പാർട്ടി കമ്മിറ്റികളെ സഹായിക്കുക

മിക്ക സംസ്ഥാന കമ്മിറ്റികളും ട്രേഡ് യൂണിയൻ സബ്കമ്മിറ്റികളും ഫ്രാക്ഷനുകളും രൂപീകരിച്ചിട്ടുണ്ടെങ്കിലും ഈ മുന്നണിയിലെ സബ്കമ്മിറ്റികളുടെ പ്രാഥമിക ചുമതലകൾ അവയിൽ ഭൂരിഭാഗവും നിറവേറ്റുന്നില്ലെന്ന് റിപ്പോർട്ടുകൾ കാണിക്കുന്നു.

യഥാർഥം പറഞ്ഞാൽ ബഹുജനസംഘടനകളുടെ പ്രവർത്തനവുമായി ബന്ധപ്പെട്ട ദൈനംദിന കാര്യങ്ങൾ ചർച്ച ചെയ്യുകയോ സമ്മേളനങ്ങൾക്കുള്ള തയ്യാറെടുപ്പുകൾ നടത്തുകയോ ഔദ്യോഗിക ഭാരവാഹികളുടെ പാനൽ തീരുമാനിക്കുകയോ ഒക്കെയായി സ്വയം ഒതുങ്ങിക്കൂടുകയാണ് പാർട്ടി സബ്കമ്മിറ്റികളും ഫ്രാക്ഷൻ കമ്മിറ്റികളും. ട്രേഡ് യൂണിയനുകളുടെ ജനാധിപത്യപരമായ പ്രവർത്തന പ്രക്രിയയെത്തന്നെ, അത്തരം പ്രവർത്തനം, പലപ്പോഴും മന്ദീഭവിപ്പിക്കുകയാണ് ചെയ്യുന്നത്.

പാർട്ടി കെട്ടിപ്പടുക്കുന്നതിനും, ട്രേഡ് യൂണിയനുകളുടെ വിപുലീകരണത്തിനും തൊഴിലാളികളുടെ രാഷ്ട്രീയവൽക്കരണത്തിനും ട്രേഡ് യൂണിയൻ സബ്കമ്മിറ്റികളും ഫ്രാക്ഷനുകളും വേണ്ടത്ര ശ്രദ്ധപതിപ്പിക്കുന്നില്ലെന്ന്, ചില സംസ്ഥാന സമ്മേളനങ്ങളുടെ റിപ്പോർട്ടുകളും സംസ്ഥാനക്കമ്മിറ്റികളുടെ സംഘടനാ റിപ്പോർട്ടുകളും വ്യക്തമാക്കുന്നുണ്ട്. പാർട്ടിയുടെ പതിനാറാം കോൺഗ്രസ് ഇക്കാര്യത്തിൽ ആവിഷ്കരിച്ച മാർഗനിർദ്ദേശകരേഖകൾ ശരിയായവിധത്തിൽ നടപ്പാക്കപ്പെടേണ്ടതുണ്ട്.

ഈ ദൗർബല്യം തരണം ചെയ്യുന്നതിനും ട്രേഡ് യൂണിയൻ സബ്കമ്മിറ്റികളും ഫ്രാക്ഷനുകളും തങ്ങൾക്കു മാറ്റിവെച്ച കടമകൾ നിറവേറ്റുന്നുണ്ട് എന്ന് ഉറപ്പുവരുത്തുന്നതിനും, ട്രേഡ് യൂണിയൻ മുന്നണിയുടെ എല്ലാതലങ്ങളിലും പ്രവർത്തിക്കുന്ന പാർട്ടി കമ്മിറ്റികളും പാർട്ടി നേതാക്കന്മാരും ശ്രമിക്കണം.

ഈ അടുത്ത വർഷങ്ങളിലായി, കേന്ദ്ര ട്രേഡ് യൂണിയൻ സബ്കമ്മിറ്റികൾ പതിവായി യോഗം ചേരാറുണ്ട്. കഴിഞ്ഞ മൂന്നു കൊല്ലത്തിനുള്ളിൽ ശരാശരി രണ്ടരമാസത്തിനുള്ളിൽ ഒരുതവണ അവ യോഗം ചേർന്നിട്ടുണ്ട്. ട്രേഡ് യൂണിയൻ കേന്ദ്രത്തിന്റെ പ്രവർത്തനത്തിനും ട്രേഡ് യൂണിയൻ മുന്നണിയിൽ ആകെത്തന്നെ (സ്വതന്ത്ര ഫെഡറേഷനുകളും അതിൽപ്പെടും) നടക്കുന്ന പ്രവർത്തനങ്ങൾക്കും ട്രേഡ് യൂണിയൻ സബ്കമ്മിറ്റികൾ മാർഗനിർദ്ദേശം നൽകണം. ട്രേഡ് യൂണിയൻ മുന്നണിയിൽ ഉയർന്നുവരുന്ന വിവിധ പ്രശ്നങ്ങളെക്കുറിച്ച് ചർച്ച ചെയ്യുന്നതിനായി, ട്രേഡ് യൂണിയൻ സബ്കമ്മിറ്റികൾ, പൊളിറ്റ്ബ്യൂറോയ്ക്ക് കാലാകാലങ്ങളിൽ റിപ്പോർട്ട് സമർപ്പിക്കണം. ട്രേഡ് യൂണിയൻ സബ്കമ്മിറ്റിയിലെ മിക്ക അംഗങ്ങളും സി ഐ ടി യു

കേന്ദ്രത്തിൽ പ്രവർത്തിക്കുന്നവരായതു കൊണ്ട്, നയപരമായ കാര്യങ്ങളെക്കുറിച്ചും പുനഃപരിശോധനയെക്കുറിച്ചും ഉള്ള ചർച്ചകളിൽ പി.ബി.യെ കൂടി ഉൾപ്പെടുത്തേണ്ടത് ആവശ്യമാണ്.

23. പാർട്ടിയും ബഹുജനസംഘടനകളും

പാർട്ടിയെയും ബഹുജനസംഘടനകളെയും സംബന്ധിച്ച നമ്മുടെ 1981 ലെ പ്രമേയം, തുടർന്നുള്ള അനുഭവങ്ങളുടെ അടിസ്ഥാനത്തിൽ, കാലോചിതമായി പരിഷ്കരിക്കുന്നതിന് പതിനേഴാം പാർട്ടി കോൺഗ്രസ് തീരുമാനിച്ചിട്ടുണ്ട്. പാർട്ടിയും ബഹുജനസംഘടനകളും തമ്മിലുണ്ടായിരിക്കേണ്ട ബന്ധത്തെക്കുറിച്ചുള്ള ശരിയായ ധാരണ നടപ്പാക്കുന്നതിനുള്ള നമ്മുടെ ആവർത്തിച്ചുള്ള ശ്രമങ്ങൾ ഒതുതലത്തിലും വിജയകരമായിട്ടില്ല എന്ന വസ്തുത ശ്രദ്ധയിൽപ്പെട്ടതിനെ തുടർന്നാണ് ഈ തീരുമാനം കൈക്കൊണ്ടത്. രാഷ്ട്രീയവും മറ്റുമായ ബന്ധങ്ങൾ ഒന്നും കണക്കിലെടുക്കാതെയുള്ള, തൊഴിലാളികളുടെ വിശാലമായ ഒരു സംഘടന എന്ന നിലയ്ക്കുള്ള ട്രേഡ് യൂണിയന്റെ പങ്ക് മനസ്സിലാക്കുന്നതിൽ, ഇപ്പോഴും അടിസ്ഥാനപരമായ വീഴ്ച സംഭവിക്കുന്നുണ്ട്. ട്രേഡ് യൂണിയനുകളുടെ ഭരണഘടനയുടെ അടിസ്ഥാനത്തിലുള്ള അവയുടെ സ്വതന്ത്രമായ പ്രവർത്തനവും കമ്യൂണിസ്റ്റ് ഫ്രാക്ഷനുകൾ എന്ന നിലയ്ക്ക് പാർട്ടി അംഗങ്ങൾ ട്രേഡ് യൂണിയനുകൾക്കുള്ളിൽ നടത്തേണ്ട പ്രവർത്തനവും എങ്ങനെയെന്ന് നാം ശരിക്കും പഠിക്കേണ്ടിയിരിക്കുന്നു. പാർട്ടിയെ മറികടന്ന് ട്രേഡ് യൂണിയൻ നേതാക്കന്മാർ തങ്ങളുടെ സ്വതന്ത്രമായ വഴിക്ക് പ്രവർത്തിക്കുന്നതിന്റെ പ്രശ്നം, ഇപ്പോഴും തുടരുന്നതായി പല സംഭവങ്ങളും കാണിക്കുന്നു. പാർട്ടിയിൽ വിഭാഗീയത നിലനിന്നിരുന്ന ഇടങ്ങളിൽ, വിഭാഗീയ താൽപര്യങ്ങൾ മനസ്സിൽ വെച്ചുകൊണ്ട്, പാർട്ടിയെയും ട്രേഡ് യൂണിയനുകളെയും സംബന്ധിച്ച എല്ലാ നിബന്ധനകളും ലംഘിക്കപ്പെട്ടതായും ഈയിടത്തെ അനുഭവങ്ങൾ കാണിക്കുന്നുണ്ട്. നേരെമറിച്ച് ട്രേഡ് യൂണിയനുകളുടെ ഉള്ളിലുള്ള പാർട്ടി അംഗങ്ങളുടെ പ്രവർത്തനങ്ങൾക്ക് മാർഗനിർദ്ദേശം നൽകുകയും മേൽനോട്ടം വഹിക്കുകയും ചെയ്യുന്ന കാര്യത്തിലും ട്രേഡ് യൂണിയൻ മുന്നണിയിൽ പാർട്ടിയുടെ ലൈൻ എങ്ങനെയാണ് നടപ്പാക്കപ്പെട്ടതെന്ന് ചർച്ച ചെയ്യുന്ന കാര്യത്തിലും തൊഴിലാളിവർഗ പ്രസ്ഥാനം ഒറ്റക്കെട്ടായി മുന്നേറത്തക്കവിധത്തിൽ അതിന്റെ പ്രവർത്തനത്തെ നിയന്ത്രിക്കുന്ന കാര്യത്തിലും പാർട്ടിക്കമ്മിറ്റികൾക്ക്, പ്രത്യേകിച്ചും സംസ്ഥാന ക്കമ്മിറ്റികൾക്കും ജില്ലാക്കമ്മിറ്റികൾക്കും വീഴ്ച പറ്റിയിട്ടുണ്ട്.

24. കമ്യൂണിസ്റ്റ് സിദ്ധാന്തങ്ങൾ പാലിക്കൽ

നമ്മുടെ ട്രേഡ് യൂണിയൻ കാഡർമാരും നേതാക്കന്മാരും തങ്ങളുടെ പ്രവർത്തനങ്ങളിൽ കമ്യൂണിസ്റ്റ് സിദ്ധാന്തങ്ങൾ മുറുകെപ്പിടിക്കണം. തൊഴിലാളികൾക്കിടയിൽ ഇത് അവരുടെ അന്തസ്സ് വർധിപ്പിക്കും; തൊഴിലാളികളുടെ വിശ്വാസം നേടിയെടുക്കും. അഴിമതിയുടെയും ട്രേഡ് യൂണിയൻ ഫണ്ട് ദുരുപയോഗപ്പെടുത്തിയതിന്റെയും ഉദാഹരണങ്ങൾ,

നമ്മുടെ ചില കാഡർമാരുടെ കാര്യത്തിൽ ഉണ്ടായിട്ടുണ്ടെന്ന് കേന്ദ്രക്കമ്മിറ്റിയുടെ 1996–ലെ തെറ്റുതിരുത്തൽ രേഖയിൽ ചൂണ്ടിക്കാണിച്ചിട്ടുണ്ട്. ട്രേഡ് യൂണിയനുകളിലെ പാർട്ടി പ്രവർത്തകർക്ക് തൊഴിലുടമകളുമായി അവിശുദ്ധബന്ധങ്ങൾ ഉണ്ടാവരുത്. ഇക്കാര്യത്തെക്കുറിച്ച് പാർട്ടിക്കമ്മിററികൾ നിരന്തരം പരിശോധിച്ചുകൊണ്ടിരിക്കുകയും ആവശ്യമായ സന്ദർഭങ്ങളിൽ മാർഗനിർദ്ദേശങ്ങൾ ആവിഷ്കരിക്കുകയും ചെയ്യണം.

ചില ട്രേഡ് യൂണിയൻ നേതാക്കളുടെ പരിഷ്കരണവാദ ശൈലിയിലുള്ള പ്രവർത്തനം, പാർട്ടിയുടെ അടിസ്ഥാന ലൈനിൽ നിന്ന് പൂർണമായും വഴിതെറ്റിപ്പോകുന്നതിലേക്കാണ് നയിക്കുന്നത്. ചില ട്രേഡ് യൂണിയൻ നേതാക്കന്മാർ ലേബർ കോടതികളിൽ വ്യക്തികളുടെ കേസുകൾ കൈകാര്യം ചെയ്യുന്നതിൽ മാത്രം ശ്രദ്ധകേന്ദ്രീകരിക്കുന്നു. സംഘടനാപരമായ മറ്റ് അത്യാവശ്യ പ്രവർത്തനങ്ങൾക്ക് ഇത് വിഘാതം സൃഷ്ടിക്കുന്നു. രാഷ്ട്രീയത്തിന്റെയും പ്രത്യയശാസ്ത്രത്തിന്റെയും അഭാവത്തിൽ, ട്രേഡ് യൂണിയൻ പ്രവർത്തനം ചിലർക്ക് വെറുമൊരു തൊഴിലായി മാറുന്നു. തങ്ങളുടെ പാർട്ടി അംഗത്വം തങ്ങൾക്ക് ആധികാരികത്വം നൽകുന്നതിനാൽ, ചില ട്രേഡ് യൂണിയൻ നേതാക്കന്മാർ പാർട്ടി അംഗത്വം നിലനിർത്തുകയും അതേ അവസരത്തിൽ യൂണിയനുകളെ ജനാധിപത്യപരമായി കൊണ്ടുനടക്കാൻ വിസമ്മതിക്കുകയും പാർട്ടി അംഗങ്ങളെ റിക്രൂട്ട് ചെയ്യാൻ തയ്യാറാവാതിരിക്കുകയും ചെയ്യുന്ന സന്ദർഭങ്ങളുണ്ട്. ഒരേ നേതാവ് തന്നെ നിരവധി യൂണിയനുകളുടെ നേതൃസ്ഥാനത്തിരിക്കുന്നതിന്റെ പല ഉദാഹരണങ്ങളും ഇപ്പോഴുണ്ട്. അത്തരം കാഡർമാരെ അച്ചടക്കം പഠിപ്പിക്കാൻ ചില പാർട്ടിക്കമ്മിറ്റികൾ വിസമ്മതിക്കുന്നു. അത്തരം വ്യതിയാനങ്ങൾ തിരുത്താൻ തക്കതായ നടപടികൾ കൈക്കൊണ്ടേ പറ്റൂ.

25. കടമകൾ

കഴിഞ്ഞ ഒരു പതിറ്റാണ്ടുകാലത്തെ നമ്മുടെ പ്രവർത്തനങ്ങളുടെ വിശകലനവും ഈ കാലയളവിൽ നാം നേടിയ അനുഭവങ്ങളും ട്രേഡ് യൂണിയൻ മുന്നണിയിൽ നാം ഏറ്റെടുക്കേണ്ടിയിരിക്കുന്ന അടിയന്തര കടമകളെ അടിവരയിട്ടു കാണിക്കുന്നു. എന്തൊക്കെയാണ് കടമകൾ?

1. ഉദാരവൽക്കരണനയങ്ങളെ ചെറുക്കുന്നതിനും ബദൽ നയങ്ങളുടെ അടിസ്ഥാനത്തിൽ ഏറ്റവും വിപുലമായ തൊഴിലാളി വിഭാഗങ്ങളെ അണിനിരത്തുന്നതിനും അധ്വാനിക്കുന്ന ജനങ്ങളുടെ താൽപര്യങ്ങളും സാമ്പത്തികപരമാധികാരവും സംരക്ഷിക്കുന്നതിനും വേണ്ടി ട്രേഡ് യൂണിയൻ മുന്നണിയിൽ തൊഴിലാളിവർഗത്തിന്റെ ഐക്യം കെട്ടിപ്പടുക്കുന്ന നയം നാം തുടരണം. സ്വകാര്യവൽക്കരണം, പൊതുമേഖലയുടെ പൊളിച്ചടുക്കൽ, തൊഴിലാളികളുടെ അവകാശങ്ങൾക്ക് നേർക്കുള്ള ആക്രമണം എന്നീ പ്രശ്നങ്ങൾ ഉന്നയിച്ച് ഏറ്റവും വിപുലമായ ഐക്യം കെട്ടിപ്പടുക്കാൻ കഴിയും.

2. പുതിയ മേഖലകളിലേക്ക് വ്യാപിപ്പിച്ചുകൊണ്ടും അസംഘടിത തൊഴിലാളികളെ സംഘടിപ്പിച്ചുകൊണ്ടും പാർട്ടി അംഗത്വം നൽകുന്നത് കൂടുതൽ ഊർജ്ജിതമാക്കുന്നതിലൂടെ ട്രേഡ് യൂണിയനുകളുടെ

അംഗത്വപരമായ അടിത്തറ കൂടുതൽ ശക്തിപ്പെടുത്തിക്കൊണ്ടും സി ഐ ടി യുവിന്റെ സ്വതന്ത്രമായ ശക്തി കെട്ടിപ്പടുക്കുകയും ആവശ്യമായ സന്ദർഭങ്ങളിലെല്ലാം മറ്റ് ട്രേഡ് യൂണിയനുകളുടെ ചാഞ്ചാട്ടങ്ങളിൽ നിന്ന് വ്യത്യസ്തമായ നമ്മുടെ നില വ്യക്തമാക്കുകയും ചെയ്യുക.

3. പാർട്ടിയുടെ രാഷ്ട്രീയവും പ്രത്യയശാസ്ത്രപരവുമായ പ്രചാരണം തൊഴിലാളിവർഗത്തിലേക്ക് നേരിട്ട് കൊണ്ടുചെല്ലുന്നതിനും അവരിൽ നിലനിൽക്കുന്ന എല്ലാ തൊഴിലാളിവർഗവിരുദ്ധ ചിന്താഗതികളെയും ചെറുക്കുന്നതിനും ആവശ്യമായ നടപടികൾ പാർട്ടി കൈക്കൊള്ളണം. ബി.എം.എസിന്റെയും ഹിന്ദുത്വശക്തികളുടെയും വർഗീയ പ്രത്യയശാസ്ത്രത്തെ ചെറുക്കുന്നതിനുവേണ്ടി, സി.ഐ.ടി.യുവിലും ട്രേഡ് യൂണിയൻവേദികളിലും പ്രത്യേക ശ്രദ്ധയർപ്പിക്കണം.

5. തൊഴിൽരഹിതരുടെ പ്രശ്നങ്ങൾ ഗൗരവത്തോടെ ഏറ്റെടുക്കുകയും തൊഴിലുകൾ സൃഷ്ടിക്കുന്നതിനും തൊഴിൽ രഹിതർക്ക് തൊഴിലില്ലായ്മ വേതനം ലഭിക്കുന്നതിനും വേണ്ടി സമരം ചെയ്യുക, സാമുഹ്യമായ അടിച്ചമർത്തലിന്റെ പ്രശ്നം, പ്രത്യേകിച്ചും ദരിദ്രരും ഗിരിവർഗക്കാരും സ്ത്രീകളും ഉൾപ്പെടുന്ന പ്രശ്നം, ട്രേഡ് യൂണിയനുകൾ സജീവമായി ഏറ്റെടുക്കണം.

6. തൊഴിലാളി–കർഷകസഖ്യം കെട്ടിപ്പടുക്കാൻ കഴിയത്തക്ക വിധത്തിൽ, പൊതുവായ പ്രശ്നങ്ങളെടുത്ത് തൊഴിലാളികളുടെയും കൃഷിക്കാരുടെയും സംയുക്തമായ പ്രക്ഷോഭങ്ങൾ സംഘടിപ്പിക്കുന്നതിന് നടപടികൾ കൈക്കൊള്ളുക. പൊതുവായ പ്രശ്നങ്ങൾ ഏറ്റെടുക്കുന്നതിനുവേണ്ടിയുള്ള സംയുക്ത കൺവൻഷനുകൾ ഇതിനായി നടത്തണം.

7. ട്രേഡ് യൂണിയനുകളിൽ സംഘടിതരായിട്ടുള്ള തൊഴിലാളികളുടെ ഇടയിൽ പാർട്ടി കെട്ടിപ്പടുക്കുന്നതിന് മുൻഗണന നൽകണം. പാർട്ടിയിലേക്ക് അംഗങ്ങളെ റിക്രൂട്ട് ചെയ്യണം; നേതൃത്വസ്ഥാനങ്ങളിലെ ഉത്തരവാദിത്വം ഏറ്റെടുക്കാൻ കഴിയത്തക്കവിധത്തിൽ അവരെ വളർത്തിയെടുക്കണം. പാർട്ടി യൂണിറ്റുകളുടെയും പാർട്ടി ഫ്രാക്ഷനുകളുടെയും ശരിയായ പ്രവർത്തനത്തിന്റെ പ്രശ്നം ഉടനടി ഏറ്റെടുക്കണം. ട്രേഡ് യൂണിയൻ മുന്നണിയിലെ പ്രവർത്തനത്തെക്കുറിച്ച് പാർട്ടിക്കമ്മിറ്റികൾ പതിവായി ചർച്ച നടത്തുകയും ട്രേഡ് യൂണിയൻ മുന്നണിയിൽ പ്രവർത്തിക്കുന്ന പാർട്ടി കാഡർമാർക്ക് ശരിയായ മാർഗനിർദ്ദേശം നൽകുകയും വേണം.

അഞ്ച്

കർഷക മുന്നണിയിലെ കടമകൾ

(2000 മേയ് 2, 4, 5 തീയതികളിൽ ചേർന്ന
സംസ്ഥാനക്കമ്മിറ്റി അംഗീകരിച്ച രേഖ)

ആമുഖം

കേരളത്തിൽ കാർഷിക പരിഷ്കരണം ഭൂവുടമ ബന്ധത്തിൽ വമ്പിച്ച മാറ്റങ്ങൾ വരുത്തിയിരിക്കുന്നു. നാട്ടിൻപുറങ്ങളിലെ സാമൂഹ്യ വർഗബന്ധങ്ങൾ അടിമുടി മാറിയിരിക്കുന്നു-പുതിയ വർഗബന്ധങ്ങൾ ഉരുത്തിരിഞ്ഞു വന്നിരിക്കുന്നു-ഈ സാഹചര്യത്തിൽ നാട്ടിൻപുറങ്ങളിലെ വർഗസമരം സംബന്ധിച്ച നമ്മുടെ കാഴ്ചപ്പാടാകെ മാറ്റേണ്ടിയിരിക്കുന്നു. പഴയ ജന്മികളുടെ പുതിയ രൂപമായ മുതലാളിത്ത ഭൂപ്രഭുക്കൾ, പഴയ കുടിയാന്മാരുടെ ഇടയിൽ നിന്നുയർന്നുവന്ന മുതലാളിത്ത ഭൂപ്രഭുക്കൾ, വ്യാപാര വ്യവസായ മേഖലകളിൽ ഏർപ്പെട്ടിട്ടുള്ള പുത്തൻ മുതലാളിവർഗം മുതലായവരടങ്ങിയ പുതിയ കൂട്ടുകെട്ട് ഗ്രാമീണസമൂഹത്തിന്റെ മേൽനോട്ടത്തിൽ രൂപപ്പെട്ടിരിക്കുന്നു. ഈ പശ്ചാത്തലത്തിൽ കാർഷികമുന്നണിയിൽ നമ്മുടെ പ്രവർത്തനം എങ്ങനെ മുന്നോട്ട് കൊണ്ടുപോകണം, ജനകീയ ജനാധിപത്യ വിപ്ലവത്തിലെ പങ്കാളികൾ എന്ന നിലയിൽ തൊഴിലാളിവർഗത്തോടൊപ്പം കർഷക-കർഷകത്തൊഴിലാളികളെ യോജിപ്പിച്ചു നിർത്താൻ നാമെന്തു ചെയ്യണം തുടങ്ങിയ ഒട്ടേറെ പ്രശ്നങ്ങളിൽ ആശയവ്യക്തതയോടെ പ്രവർത്തിക്കാൻ പാർട്ടിക്ക് കഴിയണം-ഇതിനായി കർഷകമുന്നണിയിലെ കടമകൾ സംബന്ധിച്ച് ഒരു രേഖ അംഗീകരിക്കണമെന്നു പലപ്പോഴായി പാർട്ടി തീരുമാനിച്ചിരുന്നതാണ്. 1978-ൽ കണ്ണൂരിൽവെച്ചു നടന്ന പാർട്ടി സംസ്ഥാനസമ്മേളനത്തിനുശേഷം ചേർന്ന സംസ്ഥാനക്കമ്മിറ്റിയോഗം കർഷക-കർഷകത്തൊഴിലാളി മുന്നണിയിലെ പ്രശ്നങ്ങൾ ചർച്ച ചെയ്ത് ധാരണയിലെത്താൻ തീരുമാനിച്ചിരുന്നു. പിന്നീട് 1981 ഏപ്രിൽ മാസത്തിൽ തിരുവനന്തപുരത്തുവെച്ചു നടന്ന സംസ്ഥാനപാർട്ടി പ്ലീനത്തിൽ ഈ പ്രശ്നം വീണ്ടും ഗൗരവമായി ഉയർന്നുവന്നു. ഇതിനെത്തുടർന്ന് ചേർന്ന സംസ്ഥാനക്കമ്മിറ്റി ഈ വിഷയം ചർച്ച നടത്തുകയും റിപ്പോർട്ട് തയ്യാറാക്കാൻ തീരുമാനിക്കുകയും ചർച്ചയ്ക്കുവേണ്ടി ഒരു കരട് റിപ്പോർട്ട് തയ്യാറാക്കി 1981 ഡിസംബർ 2 മുതൽ 6 വരെ തൃശൂരിൽവെച്ചു നടന്ന സംസ്ഥാന

സമ്മേളനത്തിൽ ചർച്ചയ്ക്കായി അവതരിപ്പിക്കുകയും ചെയ്തിരുന്നു. പക്ഷേ, സമ്മേളനം ആ റിപ്പോർട്ട് ചർച്ച ചെയ്ത് ഒരു തീരുമാനത്തിലെത്തുകയുണ്ടായില്ല. വിശദമായ ചർച്ചയ്ക്കു മാറ്റിവെക്കുകയാണുണ്ടായത്. 1993 ഏപ്രിൽ 16 മുതൽ 18 വരെ ചേർന്ന പാർട്ടി കേന്ദ്രക്കമ്മിറ്റി യോഗം *കർഷക മുന്നണി: പ്രവർത്തനവും ഭാവികടമകളും* എന്ന രേഖ അംഗീകരിക്കുകയുണ്ടായി. ഇതിന്റെ അടിസ്ഥാനത്തിൽ കേരളത്തിലെ കാർഷികമേഖലയിലെ പ്രശ്നങ്ങൾ വിലയിരുത്തി ഒരു പ്രത്യേക രേഖ അംഗീകരിക്കണമെന്ന് തീരുമാനിച്ചിരുന്നു. പിന്നീട് ചേർന്ന പാർട്ടി സംസ്ഥാന സമ്മേളനങ്ങളിൽ ഈ വിഷയം ചർച്ച ചെയ്യുകയും രേഖ അംഗീകരിക്കേണ്ട ആവശ്യകത ചൂണ്ടിക്കാണിക്കുകയും ചെയ്തിരുന്നു. 1998 ജനുവരി 2 മുതൽ 5 വരെ പാലക്കാട് വെച്ച് ചേർന്ന പാർട്ടി സംസ്ഥാനസമ്മേളനം ഈ പ്രശ്നം ഗൗരവമായി ചർച്ച ചെയ്യുകയും രേഖ തയ്യാറാക്കണമെന്ന് നിശ്ചയിക്കുകയും ചെയ്തു. അതിന്റെ അടിസ്ഥാനത്തിൽ തയ്യാറാക്കപ്പെട്ടതാണ് ഈ രേഖ.

എന്തുകൊണ്ടാണ് ഇത്തരമൊരു രേഖ ആവശ്യമായി വന്നിരിക്കുന്നതെന്ന് ആദ്യമായി വിശദീകരിക്കേണ്ടതുണ്ട്. ആറു പതിറ്റാണ്ടിലേറെക്കാലത്തെ ചരിത്രമുള്ളതാണ് കേരളത്തിലെ കർഷകപ്രസ്ഥാനം. ഓരോ കാലഘട്ടത്തിലെയും മൂർത്തമായ പ്രശ്നങ്ങളെ ആസ്പദമാക്കി കൃഷിക്കാരെ സംഘടിപ്പിച്ചുകൊണ്ടാണ് അതു വളർന്നു വന്നത്. കാലം മാറുംതോറും പ്രശ്നങ്ങളും മാറി. ഇന്ത്യയിലെ കാർഷികമേഖലയിലെ സ്ഥിതിഗതികൾ വിലയിരുത്തിയ 1993–ലെ സിസി രേഖ 'ഭൂപരിഷ്കരണങ്ങളുടെയും കാർഷികരംഗത്തെ മുതലാളിത്ത വളർച്ചയുടെയും അടിസ്ഥാനത്തിൽ രാജ്യത്തുണ്ടായ മാറ്റങ്ങളെ മൂന്നു മേഖലകളായി തരംതിരിക്കുകയുണ്ടായി. ഒന്നാമത്തേതു കാർഷിക പ്രസ്ഥാനത്തിന്റെ വിപ്ലവകരമായ കരുത്തുകൊണ്ടും ഇടത്–ജനാധിപത്യ ഗവൺമെന്റുകളുടെ രൂപീകരണംകൊണ്ടും നിലവിലുള്ള ഭരണഘടനയുടെ പരിധിക്കുള്ളിൽ ഭൂപരിഷ്കരണം ഏറെക്കുറെ നടപ്പാക്കിയിട്ടുള്ള പശ്ചിമബംഗാൾ, കേരളം, ത്രിപുര ഇവിടങ്ങളിൽ ഭൂപരിഷ്കരണം ഉൽപ്പാദനക്ഷമതയും ഉൽപ്പാദനവും വർധിപ്പിക്കുകയും ആഭ്യന്തരകമ്പോളം വികസിപ്പിക്കുകയും ദാരിദ്ര്യം കുറയ്ക്കുകയും തൊഴിലവസരങ്ങൾ സൃഷ്ടിക്കുകയും നിരവധി പുരോഗമനപരമായ മാറ്റങ്ങൾ ഉളവാക്കുകയും ചെയ്തിട്ടുണ്ട്..... ഈ സംസ്ഥാനങ്ങളിൽ ഇനി ഭൂപ്രശ്നങ്ങളൊന്നും അവശേഷിക്കുന്നില്ല എന്നല്ല അർത്ഥം. കർഷകപ്രസ്ഥാനത്തിന്റെ തുടർന്നുള്ള വികാസത്തിന് കാർഷികപുരോഗതിയുമായി ബന്ധപ്പെട്ട പുത്തൻ സാങ്കേതിക വിജ്ഞാനലഭ്യത, സ്റ്റോറേജ് സൗകര്യങ്ങൾ, കമ്പോളസൗകര്യങ്ങൾ, സഹകരണകൃഷിക്ക് പ്രോൽസാഹനം, പൊതുവിതരണം ശക്തമാക്കൽ, കൃഷിയധിഷ്ഠിത വ്യവസായങ്ങൾ, പാലുൽപാദനം, മൽസ്യക്കൃഷി തുടങ്ങിയ പ്രശ്നങ്ങൾ ഏറ്റെടുക്കണം. പൊതുജനാരോഗ്യ സംവിധാനം, പൊതുവിദ്യാഭ്യാസം, പഞ്ചായത്ത് രാജ് സ്ഥാപനങ്ങൾ, സാംസ്കാരിക പ്രശ്നങ്ങൾ, കായികരംഗം തുടങ്ങിയ പ്രശ്നങ്ങളും ഏറ്റെടുക്കാവുന്നതാണ്.'

കഴിഞ്ഞ ഒരു നൂറ്റാണ്ടിനിടയ്ക്ക് കേരളത്തിലെ കാർഷികമേഖലയിൽ വമ്പിച്ച മാറ്റങ്ങൾ ഉളവായിട്ടുണ്ട്. കൃഷിക്കാരുടെ സമരങ്ങളുടെ പരിണതഫലമായിരുന്നു ആ മാറ്റങ്ങളെല്ലാം തന്നെ. 19–ാം നൂറ്റാണ്ടിലെ

മലബാർ മാപ്പിള കലാപങ്ങളും അതിന്റെ ഏറ്റവും വിശാലരൂപമായ 1921–ലെ മലബാർ കലാപവും കേരളത്തിലെ കർഷകപ്പോരാട്ടചരിത്രത്തിലെ ഉജ്വലഅധ്യായങ്ങളാണ്. ഇതിന്റെയെല്ലാം ഫലമായി ബ്രിട്ടീഷ് വാഴ്ചക്കാലത്തുതന്നെ മലബാറിലെ കൃഷിക്കാർ പാട്ടം കുറയ്ക്കുന്ന വ്യവസ്ഥകൾ അടങ്ങിയ 1930–ലെ മലബാർ കുടിയായ്മ നിയമം നേടിയെടുത്തിരുന്നു. 1935 മുതലാകട്ടെ കേരളത്തിലെ കർഷകപ്രസ്ഥാനം ഭൂവുടമാ ബന്ധത്തിൽ മാറ്റങ്ങൾ വരുത്താൻ നിരവധി പോരാട്ടങ്ങൾ നടത്തിയിട്ടുണ്ട്. കയ്യൂർ, കരിവെള്ളൂർ, കാവുമ്പായി,തില്ലങ്കേരി, മുനയൻകുന്ന്, ഒഞ്ചിയം തുടങ്ങിയ സമരങ്ങളും ഐതിഹാസികമായ പുന്നപ്രവയലാർ സമരവും ഇതിന്റെ ഭാഗങ്ങളാണ്. സാമ്രാജ്യത്വത്തിനും ജന്മിത്തത്തിനും എതിരായ സമരങ്ങളിൽകൂടി ഭൂമിക്കും സ്വാതന്ത്ര്യത്തിനും വേണ്ടിയുള്ള പോരാട്ടത്തിൽ നൂറുകണക്കിനു സഖാക്കൾ സ്വന്തം ജീവൻ ബലിയർപ്പിച്ചു. ഇതിന്റെയെല്ലാം ഫലമായി കോൺഗ്രസ് ഭരണാധികാരികളുടെ കൈയിൽ നിന്നുതന്നെ 1957–ലെ കമ്യൂണിസ്റ്റ് ഗവൺമെന്റ് കൊണ്ടുവന്ന ഭൂപരിഷ്കരണനിയമം കേരളത്തിലെ കൃഷിക്കാരുടെയും കർഷകത്തൊഴിലാളികളുടെയും കമ്യൂണിസ്റ്റ് പാർട്ടിയുടെയും എണ്ണമറ്റ പോരാട്ടങ്ങളുടെ ഉൽപ്പന്നമാണ്.

1957–ലെയും '67–ലെയും ഇ എം എസ്സിന്റെ നേതൃത്വത്തിലുള്ള ഗവൺമെന്റ് കൊണ്ടുവന്ന കാർഷിക പരിഷ്കരണങ്ങൾ ഇന്ത്യൻ ഭരണഘടനയുടെ ചട്ടക്കൂടിൽ നിന്നുകൊണ്ടുതന്നെ തയ്യാറാക്കിയ നിയമ നടപടികളായിരുന്നു. നാം നിർദ്ദേശിച്ച പല വ്യവസ്ഥകളും അതിൽ ഉൾപ്പെടുത്താൻ തടസ്സങ്ങൾ ഉണ്ടായി. ബൂർഷ്വാ കാർഷിക പരിഷ്കരണമാണ് നടന്നതെന്നതുകൊണ്ട് നാട്ടിൻപുറത്തെ പട്ടിണിപ്പാവങ്ങൾക്ക് പൂർണമായ മോചനം കിട്ടിയില്ല. കൃഷിക്കാർ മാത്രമല്ല അദ്ധ്യാപകർ, തൊഴിലാളികൾ, കച്ചവടക്കാർ, സർക്കാർ ഉദ്യോഗസ്ഥന്മാർ തുടങ്ങിയവരും ഭൂമിയിൽ കേന്ദ്രീകരിക്കുന്നുണ്ട്. കർഷകത്തൊഴിലാളികൾ, മൽസ്യത്തൊഴിലാളികൾ, തോട്ടം തൊഴിലാളികൾ, ഗ്രാമങ്ങളിലെ മറ്റു തൊഴിൽരഹിതർ തുടങ്ങിയവരും ഭൂമിക്ക് ആഗ്രഹിക്കുന്നുണ്ട്. ഭൂമിക്കുവേണ്ടി ദാഹിക്കുന്ന ഈ ജനവിഭാഗങ്ങളെ മുന്നോട്ടു നയിക്കുക എന്നത് കർഷകപ്രസ്ഥാനത്തിന്റെ കടമകളിൽപെട്ടതാണ്. ജനകീയ ജനാധിപത്യ വിപ്ലവത്തിന്റെ പൂർത്തീകരണത്തോടുകൂടി മാത്രമേ ഭൂപ്രശ്നം പരിഹരിക്കാൻ സാധിക്കുകയുള്ളൂ,

ജനകീയ ജനാധിപത്യ വിപ്ലവവും കർഷകമുന്നണിയും

1967–ൽ പാർട്ടി സിസി അംഗീകരിച്ച കാർഷികമുന്നണിയിലെ കടമകൾ എടുത്തു പറയുന്നു. "കാർഷികവ്യവസ്ഥയിലേക്കു മുതലാളിത്തത്തിന്റെ കടന്നുകയറ്റത്തിന്റെയും ബൂർഷ്വാ ഭൂപ്രഭു ഭരണം നടപ്പാക്കിയിട്ടുള്ള കാർഷിക പരിഷ്കാരങ്ങളുടെയും ഫലമായി ഗ്രാമപ്രദേശങ്ങളിലെ വർഗ ബന്ധഘടനയിൽ ചില മാറ്റങ്ങൾ ഉണ്ടായിട്ടുണ്ട്." ചില മാറ്റങ്ങളെക്കുറിച്ച് വിശദീകരിച്ചശേഷം സിസി രേഖ ചൂണ്ടിക്കാണിക്കുന്നു. "രണ്ടുതരം വൈരുധ്യങ്ങൾ ഒരുമിച്ച് നിലവിലുണ്ട്. ഗ്രാമീണതൊഴിലാളികളും തൊഴിൽദായകരും തമ്മിലുള്ളത്. കർഷക ജനതയാകമാനവും

ഭൂസ്വാമിവർഗം ആകമാനവും തമ്മിലുള്ളത്.” ഗ്രാമപ്രദേശങ്ങളിലുണ്ടായിട്ടുള്ള വർഗപരമായ മാറ്റങ്ങളെ സംബന്ധിച്ച് ശരിയായ പഠനവും വിലയിരുത്തലും നടത്തി പാർട്ടിയുടെ കാർഷികതന്ത്രവും അടവും രൂപീകരിക്കേണ്ടതുണ്ട്.

“ഇന്ത്യൻ വിപ്ലവത്തിന്റെ മൗലിക കടമകൾ പരിപൂർണമായും പൂർത്തീകരിക്കുന്നതിന് വൻകിട ബൂർഷ്വാസിയുടെ നേതൃത്വത്തിലുള്ള ഇന്നത്തെ ബൂർഷ്വ–ഭൂപ്രഭു ഭരണകൂടത്തെ മാറ്റി തൽസ്ഥാനത്ത് തൊഴിലാളിവർഗ നേതൃത്വത്തിലുള്ള ഒരു ജനകീയ ജനാധിപത്യ ഭരണകൂടം സ്ഥാപിക്കുകയെന്നത് ഇന്നത്തെ കാലഘട്ടത്തിൽ അത്യന്താപേക്ഷിതമാണ്” എന്നു പാർട്ടി പരിപാടി വ്യക്തമാക്കുന്നു.

“ഭൂപ്രഭുക്കന്മാരുമായി കൂട്ടുകെട്ടിലേർപ്പെട്ടിട്ടുള്ള ഇന്നത്തെ വൻകിട ബൂർഷ്വാ നേതൃത്വത്തെ അധികാരത്തിൽനിന്നു മാറ്റി പകരം ഭരണകൂടത്തിൽ തൊഴിലാളിവർഗനേതൃത്വം സ്ഥാപിച്ചാലല്ലാതെ കർഷകവർഗത്തിന്റെ യഥാർഥ താൽപര്യങ്ങൾക്ക് അനുസൃതമായ മൗലിക–കാർഷിക പരിഷ്കാരങ്ങൾ നടപ്പാക്കാൻ കഴിയില്ലെന്നു വ്യക്തമാണ്. അത്തരം കാർഷികപരിഷ്കാരങ്ങളിലൂടെ മാത്രമേ നമ്മുടെ പട്ടണികിടക്കുന്ന ജനതയ്ക്ക് ആവശ്യമായ ഭക്ഷണവും നമ്മുടെ വ്യാവസായികോൽപ്പന്നങ്ങൾക്ക് ആവശ്യമായ മൂലധന രൂപീകരണവും ഉറപ്പു വരുത്താനാവൂ” എന്നു പാർട്ടി പരിപാടി വ്യക്തമാക്കുകയുണ്ടായി.

> ജനകീയ ജനാധിപത്യമുന്നണിയുടെ കാതലും അടിത്തറയും ഉറച്ച തൊഴിലാളി–കർഷക വർഗ ഐക്യമാണ്. ദേശീയ ബൂർഷ്വാസിയിലെ വിവിധ വിഭാഗങ്ങൾ നാടുവാഴിവിരുദ്ധ സാമ്രാജ്യത്വവിരുദ്ധ കടമകൾ നിർവഹിക്കുന്ന കാര്യത്തിൽ എത്രത്തോളം പങ്കെടുക്കുമെന്നതു മുഖ്യമായും തൊഴിലാളി–കർഷക ഐക്യത്തിന്റെ കരുത്തിനെയും ഉറപ്പിനെയും ആശ്രയിച്ചാണ് നിലകൊള്ളുന്നതെന്നതും ശ്രദ്ധേയമാണ്. വിപ്ലവത്തെ വിജയത്തിലേക്കു നയിക്കാനുള്ള വിപുലമായ ജനകീയ ജനാധിപത്യമുന്നണി കെട്ടിപ്പടുക്കുന്നതിലുണ്ടാവുന്ന വിജയമോ പരാജയമോ അചഞ്ചലമായ തൊഴിലാളി–കർഷക സഖ്യം ഊട്ടിയുണ്ടാക്കുന്നതിനെ ആശ്രയിച്ചിരിക്കുന്നു.

പാർട്ടിപരിപാടിയിൽ ചൂണ്ടിക്കാണിച്ച ഈ കാര്യങ്ങൾ കാർഷിക മുന്നണിയിൽ നമ്മുടെ പ്രവർത്തനം കേന്ദ്രീകരിക്കേണ്ടതിന്റെ ആവശ്യകത വ്യക്തമാക്കുന്നു.

കൃഷിക്കാരുടെയും കർഷകത്തൊഴിലാളികളുടെയും പ്രസ്ഥാനമാണ് കർഷകപ്രസ്ഥാനം. കേരളത്തിന്റെ സാമ്പത്തിക രാഷ്ട്രീയ സാമൂഹിക ജീവിതത്തിൽ കർഷകപ്രസ്ഥാനം അതിപ്രധാനമായ മാറ്റങ്ങൾ വരുത്തിയിട്ടുണ്ട്. കേരളത്തിന്റെ വളർച്ചയിലും വികാസത്തിലും വളരെ പ്രധാനപ്പെട്ട പങ്ക് കർഷകപ്രസ്ഥാനം വഹിച്ചിട്ടുണ്ട്. കർഷകത്തൊഴിലാളികളുടെയും കൃഷിക്കാരുടെയും ജീവിതത്തിലും കാർഷികമേഖലയിലും വലിയ മാറ്റങ്ങൾ ഉണ്ടായി. പാവപ്പെട്ട ജനവിഭാഗങ്ങളുടെ താൽപര്യങ്ങൾക്ക് സമ്പത്തിന്റെ വിതരണത്തിൽ പരിഗണന ലഭിച്ചു. ബഹുഭൂ

രിപക്ഷം വരുന്ന പാവപ്പെട്ടവരുടെ കായികവും മാനസികവുമായ കഴിവുകൾ വികസിച്ചു. ആരോഗ്യരംഗത്തും വിദ്യാഭ്യാസമേഖലയിലും കേരളം കൈവരിച്ച നേട്ടങ്ങൾ മൂന്നാംലോകരാജ്യങ്ങളുടെ മുൻപന്തിയിൽ കേരളത്തെ എത്തിച്ചു. ജനാധിപത്യബോധമുള്ള പൗരനെ വളർത്തിക്കൊണ്ടുവന്നതിലും കാർഷികരംഗത്തുണ്ടായ മാറ്റങ്ങൾ വളരെ പ്രധാനമാണ്.

കേരള കർഷകസംഘവും കർഷകത്തൊഴിലാളിയൂണിയനും നടത്തിയ നിരന്തരമായ പ്രവർത്തനങ്ങളുടെ ഫലമായാണ് ഇവയൊക്കെ നേടാൻ കഴിഞ്ഞത്. കർഷകപ്രസ്ഥാനം സമരങ്ങൾക്കും ഭരണത്തിനും നേതൃത്വം നൽകി. കേരളത്തിൽ കർഷകപ്രസ്ഥാനം വരുത്തിയ മാറ്റങ്ങളും നേടിയ നേട്ടങ്ങളും മൂന്നാം ലോകത്താകെ ശ്രദ്ധേയമായ വികസനമാതൃകകളിൽ ഒന്നായി കണക്കാക്കപ്പെടുന്നു.

കർഷകത്തൊഴിലാളികളുടെയും ബഹുഭൂരിപക്ഷം വരുന്ന പാവപ്പെട്ട കൃഷിക്കാരുടെയും താൽപര്യങ്ങളെ കേന്ദ്രീകരിച്ചുകൊണ്ടാണ് സ്വാതന്ത്ര്യത്തിനു മുമ്പും സ്വാതന്ത്ര്യത്തിനുശേഷവും കേരളത്തിലെ കർഷകപ്രസ്ഥാനം പ്രവർത്തിച്ചത്. നാടുവാഴി ഭൂപ്രഭുക്കളും കർഷകമുതലാളിമാരും ബദൽ പ്രസ്ഥാനം വളർത്തിക്കൊണ്ടുവരാൻ പലപ്പോഴും ശ്രമിച്ചിരുന്നു. എന്നാൽ, കർഷകത്തൊഴിലാളികളെയും പാവപ്പെട്ട കൃഷിക്കാരെയും കേന്ദ്രമാക്കി ബഹുഭൂരിപക്ഷം വരുന്ന കർഷക-കർഷകത്തൊഴിലാളി ജനവിഭാഗങ്ങളെ അണിനിരത്തിയ കർഷകഐക്യത്തെ പൊളിക്കാൻ ആർക്കും കഴിഞ്ഞില്ല. പുരോഗമന ഇടതുപക്ഷ ആശയങ്ങളുടെയും വിശേഷിച്ച് കമ്യൂണിസ്റ്റ് പാർട്ടിയുടെയും വളർച്ചയും സ്വാധീനശക്തിയും കർഷക പ്രസ്ഥാനത്തിന്റെ വളർച്ചയ്ക്ക് സഹായകമായ അന്തരീക്ഷം സൃഷ്ടിച്ചു.

ഇന്ന് കേരളത്തിലെ കാർഷികമേഖല പുതിയ പ്രശ്നങ്ങളെ അഭിമുഖീകരിക്കുന്നു. 1991-നുശേഷം കേന്ദ്രഗവൺമെന്റ് ആവിഷ്കരിച്ചു നടപ്പിൽ വരുത്തിക്കൊണ്ടിരിക്കുന്ന പുത്തൻ സാമ്പത്തിക നയം മറ്റ് എല്ലാ മേഖലകളിലുമെന്നതുപോലെ കാർഷികമേഖലയിലും വൻപ്രത്യാഘാതം സൃഷ്ടിച്ചിരിക്കുകയാണ്. കാർഷികചരക്കുകൾക്കുള്ള ഇറക്കുമതിചുങ്കം കുറയ്ക്കലും കാർഷികചരക്കുകൾ ഇറക്കുമതി ചെയ്യുന്നതിനുള്ള നിയന്ത്രണങ്ങൾ മാറ്റലും കാർഷിക ബിസിനസിലേക്ക് കടന്നുവരാൻ ബഹുരാഷ്ട്രകുത്തകകളെ അനുവദിച്ചിരിക്കയാണ്. ലോകവ്യാപാരസംഘടനയുടെ വ്യവസ്ഥകൾ പ്രകാരം ഇറക്കുമതിമേലുള്ള അളവുപരമായ എല്ലാ നിയന്ത്രണങ്ങളും ഘട്ടംഘട്ടമായി എടുത്തുകളയുന്നതോടെ ഉണ്ടാകുന്ന പ്രത്യാഘാതം ഗുരുതരമായിരിക്കും. മുന്നോക്ക മുതലാളിത്ത രാജ്യങ്ങളുടെ താൽപര്യങ്ങൾക്ക് യോജിച്ചവിധം കൃഷിരീതികൾ മാറ്റുക എന്ന രൂപത്തിലും കാർഷികമേഖലയിലെ പൊതുപ്രതിസന്ധി പുറത്തുവരും. കൃഷി ബിസിനസുകാർക്ക് ഭൂമി കേന്ദ്രീകരിക്കാനായി നിലവിലുള്ള ഭൂപരിഷ്കരണനിയമങ്ങൾ പഴയ പടി ആക്കാനുള്ള സമ്മർദ്ദം വർധിക്കാൻ പോകുകയാണ്. ഇന്ത്യൻ പേറ്റന്റ് വ്യവസ്ഥ എടുത്തുകളയുന്നതും സേവനമേഖലയിൽ വിദേശമൂലധനത്തിന്റെ പ്രവേശനം അനുവദിക്കുന്നതും തനതായ ശാസ്ത്ര-സാങ്കേതിക ഗവേഷണപ്രവർത്തനങ്ങൾ വെട്ടിച്ചുരുക്കപ്പെടാൻ ഇടയാക്കും. കാർഷികമേഖലയിൽ പുതിയ പ്രതിസന്ധി

കളും വെല്ലുവിളികളും ഉയർന്നുവന്നിരിക്കുകയാണ്. ഈ സാഹചര്യങ്ങളിൽ കാർഷികരംഗത്തു പുത്തൻ കടമകൾ ഏറ്റെടുത്തു പ്രവർത്തിക്കാൻ നമ്മുടെ പ്രസ്ഥാനങ്ങൾക്ക് പ്രാപ്തി ഉണ്ടാകണം.

വികസിച്ചുകൊണ്ടിരിക്കുന്ന മുതലാളിത്ത ഉൽപ്പാദനബന്ധങ്ങൾ കേരളത്തിന്റെ കാർഷിക ഘടനയിലും വലിയ മാറ്റങ്ങൾ വരുത്തിക്കൊണ്ടിരിക്കുന്നു. വിളകളുടെ ഘടനയും നിക്ഷേപത്തിന്റെ ഏറ്റിറക്കങ്ങളും ഇന്നു നിർണയിക്കുന്നത് മുതലാളിത്ത കമ്പോളമാണ്. ആസൂത്രണത്തിന്റെ പങ്ക് തന്നെ അപ്രധാനമായി. ഭക്ഷ്യധാന്യ വിളകളിൽനിന്നും ഭക്ഷ്യേതര വിളകളിലേക്കും, നാണ്യവിളകളിലേക്കുമുള്ള മാറ്റങ്ങൾ അതിവേഗം നടന്നു കൊണ്ടിരിക്കുന്നു. കടുംകൃഷിയിലുള്ള താൽപര്യം കുറയുന്നു. ഇടവിള ചെയ്യാൻ ഔൽസുക്യം കുറഞ്ഞുവരുന്നു. ഉൽപ്പാദനക്ഷമതയുടെയും ഉൽപ്പാദനത്തിന്റെയും വർധന ഒന്നോ രണ്ടോ വിളകളിൽ മാത്രം ഒതുങ്ങി നിൽക്കുന്ന സ്ഥിതിയാണുള്ളത്. ചുരുക്കിപ്പറഞ്ഞാൽ കാർഷികമേഖല വിറങ്ങലിപ്പിനെ നേരിടുന്നു. ചെറുകിട ഇടത്തരം കൃഷിക്കാർ കൃഷിഭൂമി പാട്ടത്തിന് ഏൽപിച്ചുതുടങ്ങി. കൃഷി അഭിവൃദ്ധിപ്പെടുത്തുന്നതിനേക്കാൾ ഭൂമിയുടെ മോഹവിലയിൽ കണ്ണുംനട്ടിരിക്കുന്നിടത്തേക്ക് ഗണ്യമായ ഒരു വിഭാഗം കർഷകർ മാറിക്കൊണ്ടിരിക്കുന്നു.

ഇവയാകെ കാർഷികമേഖലയിലെ തൊഴിൽസാധ്യതയെ ഗണ്യമായ അളവിൽ കുറച്ചിരിക്കുന്നു. കൃഷിക്കാർ വളരെ വേഗം പാപ്പരായിക്കൊണ്ടിരിക്കുന്നു. ഇതിന്റെ ഫലമായി കൃഷിഭൂമി അതിവേഗം തുണ്ടുകളായി മാറിക്കൊണ്ടിരിക്കുന്നു. ഉൽപ്പാദനക്ഷമതയെയും ഉൽപ്പാദനവർധനയെയും ഇവ പ്രതികൂലമായി ബാധിക്കുന്നു.

കാർഷികമേഖലയിലെ മുരടിപ്പ് ഊന്നിപ്പറയുന്നവയാണ് ഇതിനകം പുറത്തുവന്ന സ്ഥിതിവിവരക്കണക്കുകൾ. കാർഷിക അനുബന്ധ മേഖലയിലും വ്യാവസായികമേഖലയിലും നാം ഇന്ത്യൻ ശരാശരിയിലും മറ്റു പിന്നോക്ക രാജ്യങ്ങൾക്കും പിന്നിലാണ്.

	കേരളം	ഇന്ത്യ	ഇടത്തരം വരുമാന രാജ്യങ്ങൾ	ഉയർന്ന വരുമാന രാജ്യങ്ങൾ
1. കാർഷിക വളർച്ചാനിരക്ക് (ശതമാനം)	1.2	2.6	2.8	3.4
2. വ്യാവസായികവളർച്ചാനിരക്ക് (ശതമാനം)	0.8	3.4	4.2	4.8
3. പ്രതിശീർഷവരുമാനം – രൂപ	6060	7340	45920	103600
4. സാക്ഷരത (ശതമാനം)	94	52	84	92
5. സ്ത്രീസാക്ഷരത (ശതമാനം)	90	39	68	92
6. പ്രതിശീർഷ വിദ്യാഭ്യാസച്ചെലവ്	535	231	490	818
7. പ്രതിശീർഷ ആരോഗ്യച്ചെലവ്	126	69	237	940

ഉൽപാദനമേഖലയിലെ വളർച്ചക്കുറവും പിന്നോട്ടടിയും നമ്മെ വളരെ കുറഞ്ഞ പ്രതിശീർഷ വരുമാനവിഭാഗക്കാരാക്കുന്നു എന്നാണ് ഈ പട്ടിക വ്യക്തമാക്കുന്നത്. അവലംബം (World Development Report

97) അടിസ്ഥാനമേഖലയായ കൃഷിയിൽനിന്നാണ് വളർച്ച ആരംഭിക്കേണ്ടതും മറ്റു മേഖലയിലേക്ക് വ്യാപിക്കേണ്ടതും. ഈ മുരടിപ്പ് മാറ്റിയെടുക്കുന്നതിനുള്ള അടിയന്തര ഇടപെടലുകൾ കാർഷികമേഖലയിൽ ആവശ്യമാണ്.

കേരളത്തിൽ നിലനിന്ന ഭൂവ്യവസ്ഥ

കേരളത്തിലെ ഇന്നത്തെ സ്ഥിതിയെക്കുറിച്ച് പരിശോധിക്കുമ്പോൾ ഇവിടെ ഭൂപരിഷ്കരണത്തിനു മുമ്പ് നിലനിന്നിരുന്ന ഭൂവ്യവസ്ഥയെ സംബന്ധിച്ച് ഒരു വിലയിരുത്തൽ ആവശ്യമാണ്. 1970-ൽ നടപ്പിലാക്കിയ ഭൂപരിഷ്കരണത്തോടെ സമൂലമായ മാറ്റങ്ങളാണ് ഉണ്ടായത്. ഐക്യ കേരളം രൂപപ്പെടുത്തുന്നതിന് മുമ്പ് തിരുവിതാംകൂർ, കൊച്ചി, മലബാർ പ്രദേശങ്ങളായി നിലനിന്നിരുന്ന കേരളത്തിൽ വ്യത്യസ്തമായ ഭൂവുടമാ സമ്പ്രദായങ്ങളാണ് നിലനിന്നിരുന്നത്. കേരളത്തിലെ ജന്മിസമ്പ്രദായത്തിന് ആയിരത്തിലേറെ വർഷങ്ങളുടെ പഴക്കമുണ്ട്. ജന്മിമാർക്ക് പാട്ടവും പലതരത്തിലുള്ള മറ്റു ഭോഗങ്ങളും നൽകാൻ വിധിക്കപ്പെട്ട കുടിയാന്മാർ തങ്ങൾ കൃഷിചെയ്യുന്ന ഭൂമിയിൽ യാതൊരു അവകാശവുമില്ലാത്ത വെറും അടിമകളായിരുന്നു. കൃഷിക്കാരനെ വരിഞ്ഞുകെട്ടിയിരുന്ന ചങ്ങലക്കെട്ടുകളിൽനിന്ന് മോചിപ്പിച്ച് അടിമകളെ ഉടമകളാക്കിയ ഐതിഹാസികമായ സമരചരിത്രമാണ് കേരളത്തിലെ ഭൂപരിഷ്കരണ സംരംഭങ്ങളുടെ ചരിത്രം.

മലബാറിൽ പന്ത്രണ്ടാം നൂറ്റാണ്ടിൽ ചേരന്മാരുടെ ഭരണാധികാരം നഷ്ടപ്പെട്ടതോടെ "നാട്ടു"കളായി വിഭജിക്കപ്പെട്ട ഭാഗങ്ങളുടെ ഭരണച്ചുമതല വഹിച്ചുപോന്നവർ സ്വതന്ത്രരാവുകയും ഉൽപ്പാദന ഉപാധിയായിരുന്ന ഭൂമിയുടെ അധീശന്മാരാവുകയും ചെയ്തു. ബ്രാഹ്മണർ ഇല്ലങ്ങളുടെ പേരിൽ കൂട്ടുസ്വത്തുകൾ സമ്പാദിക്കുകയും നാടുവാഴികളും ദേശവാഴികളും "തറവാട്" എന്ന പേരിൽ സ്വത്തുക്കൾ സമാഹരിക്കുകയും ചെയ്തു. ഇവരെല്ലാം കുടിയാന്മാരിൽനിന്നും ഉൽപ്പാദനമിച്ചവും മറ്റു പല പേരിലുള്ള ജന്മിഭോഗങ്ങളും വസൂൽ ചെയ്യുകയും ചെയ്തു. 18-ാം നൂറ്റാണ്ടിൽ അവസാന പകുതിയിൽ മൈസൂർപ്പട മലബാർ പിടിച്ചടക്കിയപ്പോൾ ബ്രാഹ്മണരും, നായന്മാരുമായ ഒട്ടേറെ ഭൂവുടമകൾ പീഡനം ഭയന്ന് തിരുവിതാംകൂറിലേക്ക് രക്ഷപ്പെടുകയുണ്ടായി. അതിനാൽ മൈസൂർ അധികാരികൾ ഒത്തുതീർപ്പുണ്ടാക്കിയതു കാണക്കാരുമായി (കൃഷി നടത്തുന്നവരുമായി) നേരിട്ടായിരുന്നു. അങ്ങനെയാണ് കാണക്കാർ ഒരു ഭൂവുടമാ വർഗത്തിന്റെ പദവിയിലേക്ക് ഉയർന്നത്. 1792-ൽ ശ്രീരംഗപട്ടണം കരാർ അനുസരിച്ച് ടിപ്പു സുൽത്താൻ മലബാർ ബ്രിട്ടീഷുകാർക്ക് വിട്ടുകൊടുത്തതോടെ ഈസ്റ്റ് ഇന്ത്യാ കമ്പനി തിരുവിതാംകൂറിൽ നിന്നു തിരിച്ചുവന്ന എല്ലാ ജന്മിമാരെയും പൂർണ ഉടമാവകാശികളാക്കി പുനരധിവസിപ്പിച്ചു. ജന്മം ഭൂമിയിന്മേലുള്ള പരിപൂർണ ഉടമസ്ഥാവകാശമായി അംഗീകരിച്ചതോടെ കാണം ഒരു പണയാവകാശമായും വെറും പാട്ടം ഉടമസ്ഥന്റെ ഇച്ഛാവിധേയമായ കുടിയായ്മയായും മാറി. പതിനെട്ടാം നൂറ്റാണ്ടിന്റെ അന്ത്യത്തോടെ മലബാർ ബ്രിട്ടീഷ് ആധിപത്യം പൂർണമായതോടെ രാജാക്കന്മാരുടെയും നാടുവാഴികളുടെയും നിലങ്ങളും തോട്ടങ്ങളും നികുതിനിർണയത്തിന് വിധേയമായി. ഇതു

നാടുവാഴികളിൽ കടുത്ത അതൃപ്തി ഉണ്ടാക്കി. ഇതിനെതിരെ പഴശ്ശി രാജ നയിച്ച കലാപവും 1812-ലെ കുറിച്യ കലാപവും എടുത്തുപറയാവുന്നതാണ്. ഗവൺമെന്റിന് മലബാറിൽ ഭൂമി സ്വന്തമായി ഉണ്ടായിരുന്നില്ല. ജന്മം ഭൂമികളിൽ പലതരത്തിലുള്ള കുടിയായ്മകൾ ഉണ്ടായി. വെറും പാട്ടം, കുഴിക്കാണം, കാണം, ഒറ്റി, കാരായ്മ, ജന്മം, കൊഴു എന്നിവയായിരുന്നു പ്രധാനപ്പെട്ട വ്യവസ്ഥകൾ.

നാട്ടുരാജ്യമായിരുന്ന തിരുവിതാംകൂറിൽ ഭൂമിയെ മൂന്നു ഇനങ്ങളിൽപ്പെട്ടതായി തരംതിരിച്ചിരുന്നു. 1. ജന്മം, 2. സർക്കാർ വക അഥവാ പണ്ടാരവക, 3. മറ്റുള്ളവ. 1867-ൽ സർക്കാർ വിളംബരം വഴി കാണപ്പാട്ടം സ്ഥിരം പാട്ടമായി അംഗീകരിക്കുകയും നാട്ടുനടപ്പോ, കരാറോ അനുസരിച്ച് മര്യാദപ്പാട്ടം നൽകണമെന്ന വ്യവസ്ഥയിൽ കുടിയാന്മാർക്ക് സ്ഥിരാവകാശം നൽകുകയുമുണ്ടായി. 1865-ലെ രാജകീയ വിളംബരം മൂലം തിരുവിതാംകൂർ മഹാരാജാവ് പണ്ടാരപാട്ടം വക ഭൂമികൾ കൈവശമുണ്ടായിരുന്നവർക്ക് പൂർണമായി ഉടമാവകാശം നൽകി.

തിരുവിതാംകൂറിലെ കുടിയാൻ നിയമങ്ങളുടെ സ്വാധീനം നിലനിന്ന പ്രദേശമായിരുന്നു കൊച്ചി. 1915-ൽ കൊച്ചി കുടിയാൻ നിയമം പാസാക്കപ്പെട്ടു. ഈ നിയമപ്രകാരം 1885-ന് മുമ്പ് വസ്തു കൈവശം ഉണ്ടായിരുന്നവർക്ക് പാട്ടസ്ഥിരത അനുവദിക്കുകയും ഒഴിപ്പിക്കുമ്പോൾ ദേഹണ്ഡവില നൽകണമെന്നും വ്യവസ്ഥയുണ്ടാക്കി. 1936-ലെ വിളംബരപ്രകാരം 1885-നും 1915-നും ഇടയ്ക്കുണ്ടായ കാണങ്ങൾക്ക് കുടിയായ്മ സ്ഥിരത നൽകി. 1934-ൽ കൊച്ചി വെറും പാട്ട കുടിയായ്മ നിയമം പാസാക്കി. പക്ഷേ, ഇത്തരം നിയമങ്ങൾകൊണ്ടൊന്നും സാധാരണ കൃഷിക്കാരുടെയും കർഷകത്തൊഴിലാളികളുടെയും അവശതകൾ പരിഹരിക്കപ്പെട്ടില്ല.

കേരളത്തിലെ കർഷകപ്രസ്ഥാനത്തിന്റെ ചരിത്രം

1935 ജൂലൈ മാസം പഴയ ചിറക്കൽ താലൂക്കിലെ കൊളച്ചേരിയിലെ നണിയൂരിലാണ് ആദ്യം കർഷകസംഘം രൂപീകൃതമായത്. ജാതി, ജന്മി നാടുവാഴിത്തത്തിന്റെ നെടുങ്കോട്ടകളിലൊന്നായിരുന്ന കേരളത്തെ കമ്യൂണിസ്റ്റ് പാർട്ടിയുടെയും പുരോഗമന പ്രസ്ഥാനത്തിന്റെയും ഏറ്റവും ശക്തമായ മുന്നണികേന്ദ്രങ്ങളിലൊന്നാക്കി മാറ്റിയതിൽ കർഷകപ്രസ്ഥാനം വഹിച്ച പങ്ക് നിസ്തുലമാണ്. ജന്മിത്വത്തിന്റെ കൊടുംക്രൂരതകൾക്ക് എതിരെ കൃഷിക്കാരുടെ പോരാട്ടങ്ങൾക്ക് പ്രചോദനം നൽകിക്കൊണ്ടാണ് കമ്യൂണിസ്റ്റ് പാർട്ടി ഗ്രാമങ്ങളിൽ പ്രവർത്തനമാരംഭിച്ചത്. ഈ പോരാട്ടങ്ങളിൽ വിരോചിതമായ പങ്കാളിത്വം വഹിച്ചുകൊണ്ടാണ് ഗ്രാമീണജനത മൊത്തത്തിലും കൃഷിക്കാരും കർഷകത്തൊഴിലാളികളും വിശേഷിച്ചും കമ്യൂണിസ്റ്റുകാരെ തങ്ങളുടെ ഉറ്റതോഴരായി കണ്ടത്. ആ പ്രവർത്തനമാണ് കമ്യൂണിസ്റ്റ് പാർട്ടിയെ കേരളത്തിലെ അധ്വാനിക്കുന്ന ജനതയുടെ മുഴുവൻ നേതൃത്വപദവിയിലേക്ക് ഉയർത്തിയത്. 1934-ൽ നിയമലംഘന പ്രസ്ഥാനം പിൻവലിക്കപ്പെടുകയും 1935-ൽ കോഴിക്കോട്ട് കോൺഗ്രസ് സോഷ്യലിസ്റ്റ് പാർട്ടിയുടെ യോഗം ചേരുകയും ചെയ്തു. ഈ യോഗത്തിലാണ് കർഷകർക്കിടയിൽ പ്രവർത്തിക്കാനുള്ള സമഗ്രമായ ഒരു റിപ്പോർട്ട് ചർച്ച ചെയ്തു അംഗീകരിച്ചത്. ഇതിനുശേഷമാണ്

കർഷകസംഘം രൂപീകരിക്കപ്പെട്ടത്.

സ്വാതന്ത്ര്യ പൂർവകാലഘട്ടത്തിൽ മാത്രമല്ല സ്വാതന്ത്ര്യത്തിനുശേഷമുള്ള ഒരു ദശാബ്ദക്കാലയളവിലും കർഷകരുടെ അവസ്ഥ ദയനീയമായിരുന്നു. താങ്ങാനാവാത്ത കരം, കടം, പാട്ടം എന്നീ സാമ്പത്തിക ചൂഷണങ്ങൾക്ക് പുറമെ ജന്മിയുടെ ഇഷ്ടക്കേട്, സന്തോഷം, ദുഃഖം എന്നീ വൈകാരിക ഭാവങ്ങളും കൃഷിക്കാരന് ധന-വിള നഷ്ടം വരുത്തിവെച്ചിരുന്നു. ജന്മിയുടെ വീട്ടിലെ ഓരോ ജനനവും മരണവും കുടിയാന്റെ ഭാരം കൂട്ടുന്നു. ഓരോ അവസരത്തിലും അവൻ കൂലിയില്ലാതെ കുറെ പണിയെടുക്കണം. അതേസമയം, കൊടുങ്കാറ്റോ വെള്ളപ്പൊക്കമോ വരൾച്ചയോ മറ്റ് കെടുതികളോ മൂലം വിളനാശം വന്നാൽ അതിന്റെ നഷ്ടവും കൃഷിക്കാരൻ തന്നെ വഹിക്കണം. നേരത്തേ സമ്മതിച്ച പാട്ടവും മറ്റ് അടങ്കലുകളും ജന്മിക്ക് കൊടുത്തേ മതിയാവൂ. അതിലെന്തെങ്കിലും മുടക്ക് വന്നാൽ അതേവരെ തന്റെ സ്വന്തമെന്നോണം അവൻ പരിപാലിച്ചു പോന്ന ഭൂമി അവന് നഷ്ടപ്പെടുന്നു. അവകാശങ്ങളൊന്നുമില്ലാത്ത ബാധ്യതകൾ മാത്രമുള്ള ഒരു വിഭാഗമായിരുന്നു കൃഷിക്കാർ.

ഈ സാമ്പത്തിക ബാധ്യതകൾക്ക് പുറമെ സാമൂഹ്യമായും അവൻ അടിച്ചമർത്തപ്പെട്ടിരുന്നു. ജന്മിയുടെ കന്നുകാലികളെ കൂലിയില്ലാതെ നോക്കണം. വാതിൽ കാക്കണം. തല കുനിച്ചുകൊണ്ടു വഴിമാറണം. നല്ല വസ്ത്രങ്ങൾ ധരിക്കാൻ പാടില്ല. ഉടുക്കുന്ന മുണ്ട് മുട്ടുവരെ എത്തരുത്. അവന്റെ സ്ത്രീകൾ സുന്ദരികളാവരുത്. പ്രാകൃതഭാഷയിൽ സംസാരിക്കണം. ചെരിപ്പ് ധരിച്ചുകൂട. കുട ഉപയോഗിച്ചുകൂട. അവരുടെ വീടുകൾക്ക് ഓട് മേഞ്ഞുകൂട. കർഷകന്റെ ദേഹം നന്നായിക്കൂട. വീട് വൃത്തിയായിക്കൂട. കൃഷിക്കാരന്റെ ശബ്ദം പൊങ്ങിക്കൂട. ജന്മിമാരുടെ മുമ്പിൽ ഓഛാനിച്ചു നിൽക്കണം. ഇത്തരത്തിൽ ഉത്തരവാദിത്തവും നിബന്ധനയും മാത്രമടങ്ങിയതായിരുന്നു കൃഷിക്കാരന്റെ ജീവിതം. ജന്മിമാർ, വാശി, നൂരി, കൂലി, മുക്കാൽ എന്നീ അക്രമപിരിവുകളിലൂടെ കൃഷിക്കാരെ കടുത്ത ചൂഷണത്തിന് വിധേയമാക്കി.

ഇവയ്ക്കെതിരായ കലാപങ്ങളുടെ ദീർഘമായ ഒരു ചരിത്രം നമുക്കുണ്ട്. 1836 മുതൽ 1921 വരെയുള്ള കാലഘട്ടത്തിലെ മാപ്പിള കർഷക കലാപങ്ങൾ അതിന്റെ ആദ്യഘട്ടമാണ്. 1922-ൽ ഒരു കുടിയാൻ സംഘം രൂപീകരിച്ചുകൊണ്ട് കൃഷിക്കാർ ജന്മിമേധാവിത്വത്തിനെതിരെ പോരാടി. മുഖ്യമായും, ജന്മിസമ്പ്രദായത്തിലെ അനീതികൾക്കെതിരെയുള്ള ഉയിർത്തെഴുന്നേൽപ്പായിരുന്നു അവ. ജന്മിമാർ ബഹുഭൂരിഭാഗവും സവർണഹിന്ദുക്കളായിരുന്നതുകൊണ്ട് ആ സമരങ്ങളെ കർഷക കലാപങ്ങൾക്കുപരിയായി വർഗീയ കലാപങ്ങളായി ചിത്രീകരിക്കാനുള്ള പ്രവണത ശക്തിയായി അക്കാലത്തുണ്ടായിരുന്നു. ബ്രിട്ടീഷ് വിരുദ്ധ, ജന്മി വിരുദ്ധ പരിപാടി ആസ്പദമാക്കി ഹിന്ദു-മുസ്ലിം മൈത്രിയോടെ ആരംഭിച്ച പ്രക്ഷോഭത്തിന് ഒരു ഘട്ടം കഴിഞ്ഞപ്പോൾ സാമുദായികനിറം നൽകപ്പെട്ടു. ഈ അവസ്ഥയിലൊരു മാറ്റം വരുന്നത് ദേശീയപ്രസ്ഥാനത്തിന്റെ കാലഘട്ടത്തിലാണ് . ജാതി-മത വ്യത്യാസങ്ങളില്ലാതെ കൃഷിക്കാർ ഒത്തൊരുമിച്ചുകൊണ്ടുള്ള പോരാട്ടങ്ങൾ ഇക്കാലത്ത് വളർന്നുവന്നു. മാത്രവുമല്ല, പ്രാദേശികമോ താൽക്കാലികമോ ആയ പ്രശ്നങ്ങൾ കൃഷിക്കാരുടെ പൊതുപ്രശ്നങ്ങൾക്ക് വഴിമാറിക്കൊടുക്കുകയും ചെയ്തു. ഉദാ

ഹരണത്തിന് മലബാറിലെ ജന്മിമേധാവിത്വത്തിനെതിരായ സമരം അക്രമപ്പിരിവുകളിൽ തുടങ്ങി പാട്ടവ്യവസ്ഥയടക്കമുള്ള ചൂഷണസംവിധാനങ്ങളുടെ നേരെയാണ് ആദ്യകാലത്ത് വിരൽചൂണ്ടിയത്. ഈ സമരത്തിന്റെ കേന്ദ്ര മുദ്രാവാക്യമായാണ് കുടിയായ്മാ നിയമം കൈവശക്കുടിയാന്മാർക്ക് അനുകൂലമായ വിധത്തിൽ ഭേദഗതി ചെയ്യണമെന്ന ആവശ്യം കർഷകസംഘം ഉയർത്തിയത്. ഇതിന്റെ അടിസ്ഥാനത്തിലാണ് വ്യാപകമായ ഒരു കർഷകപ്രസ്ഥാനം 1930–കളിൽ വടക്കെ മലബാറിൽ വളർന്നത്. അത്ര ശക്തമായിട്ടല്ലെങ്കിലും തെക്കേ മലബാർ, കൊച്ചി എന്നീ പ്രദേശങ്ങളിലും അതേപ്രസ്ഥാനം രൂപംകൊണ്ടു. കാർഷികപ്രശ്നങ്ങളെ ആസ്പദമാക്കിയ ഈ പ്രസ്ഥാനങ്ങളാകട്ടെ അചിരേണ പ്രശ്നങ്ങൾക്കൊക്കെ നിദാനമായ സാമ്രാജ്യത്വത്തിനെതിരായ പ്രസ്ഥാനമായും പരിവർത്തനം ചെയ്യപ്പെട്ടു. 1937–ൽ രൂപംകൊണ്ട അഖില മലബാർ കർഷകസംഘം, 1940–ൽ രൂപീകരിച്ച കൊച്ചിയിലെ കർഷകസഭ, അതേകാലത്ത് കുട്ടനാട്ടിൽ സംഘടിപ്പിച്ച കർഷകത്തൊഴിലാളി യൂണിയൻ, 1943–ൽ ആരംഭിച്ച തിരുവിതാംകൂർ കർഷകസംഘം എന്നിവയാണ് ഈ പരിവർത്തനത്തിന്റെ ശിൽപ്പികൾ.

കൃഷിക്കാരെ സംഘടിപ്പിക്കുകയെന്നത് വളരെയേറെ പ്രയാസമായ കാലമായിരുന്നു അത്. കർഷകസംഘം പ്രവർത്തകർ വീടുവീടാന്തരം കയറിയിറങ്ങി കൃഷിക്കാരെ ബോധവൽക്കരിക്കാൻ കഠിനപ്രയത്നം തന്നെ നടത്തുകയുണ്ടായി.

പഴയ ജാതിവ്യവസ്ഥ വലിയൊരളവോളം മുമ്പുതന്നെ ഇല്ലാതായിത്തീർന്ന പ്രദേശമായിരുന്നു തിരുവിതാംകൂർ. അതുകൊണ്ടുതന്നെ മലബാറിലും ഒരതിരുവരെ കൊച്ചിയിലും രൂപംകൊണ്ടതുപോലുള്ള ജന്മിവിരുദ്ധ കർഷകപ്രസ്ഥാനം അവിടെ വളരുമായിരുന്നില്ല. അതുകൊണ്ടുതന്നെ തിരുവിതാംകൂറിൽ അത് മറ്റൊരു രീതിയിലാണ് വികസിച്ചത്. ഏകാധിപത്യ രീതിയിലുള്ള രാജഭരണം, അതിനെതിരെ വിവിധ ജനവിഭാഗങ്ങൾക്കിടയിൽ രൂപംകൊണ്ട അസംതൃപ്തി, രാജഭരണത്തിന്റെ പ്രാദേശികപ്രതിനിധികളായ നാട്ടുപ്രമാണിമാരും ഗ്രാമീണദരിദ്രജനവിഭാഗങ്ങളും തമ്മിലുള്ള ഏറ്റുമുട്ടലുകൾ. തുടർന്ന് വളർന്നുവന്ന ബഹുജനപ്രസ്ഥാനം എന്നിവയെല്ലാമായിരുന്നു അതിന്റെ മുഖ്യഘടകങ്ങൾ. ഉത്തരവാദഭരണത്തിനുവേണ്ടിയുള്ള സമരം, ഒരു പതിറ്റാണ്ടിനുശേഷം 'സ്വതന്ത്ര തിരുവിതാംകൂർ', 'അമേരിക്കൻ മോഡൽ' എന്നിവയ്ക്കെതിരായ സമരം എന്നിവയൊക്കെ അതിന്റെ ഭാഗമായിരുന്നു. ഈ പ്രസ്ഥാനങ്ങളുടെ മുൻനിരയിൽനിന്നത് ആലപ്പുഴ, ചേർത്തല, മുഹമ്മ എന്നിവിടങ്ങളിലെ കയർത്തൊഴിലാളികളായിരുന്നു. തൊഴിലാളികളുടെ ആ ഉശിരൻ സംഘടനകൾ കുട്ടനാടുപോലുള്ള പ്രദേശങ്ങളിലെ കർഷകത്തൊഴിലാളികളിലും സംഘബോധം വളർത്തി. ആ പ്രക്രിയയാകട്ടെ കാലാന്തരത്തിൽ കൃഷിക്കാരടക്കമുള്ള ഇതരജനവിഭാഗങ്ങളിൽ സ്വാധീനം ചെലുത്തുകയും കമ്യൂണിസ്റ്റ് പാർട്ടിക്ക് ഉറച്ച അടിത്തറയുണ്ടാക്കുകയും ചെയ്തു.

ആ സ്വാധീനത്തിന്റെ അടിത്തറയായ തൊഴിലാളി–കർഷക–കർഷകത്തൊഴിലാളി ഐക്യം തകർക്കുന്നതിനുവേണ്ടിയാണ് 'പതിമൂന്നര സെന്റ്' എന്ന ആശയം ഭരണാധികാരികൾ പ്രചരിപ്പിച്ചത്. പട്ടണപ്രദേ

ശങ്ങളിലെ വ്യവസായത്തൊഴിലാളികൾ, കുടികിടപ്പുകാർ, മറ്റ് നിർധന വിഭാഗങ്ങൾ എന്നിവർ കമ്യൂണിസ്റ്റ് പാർട്ടിയുടെ പിന്നിൽ അണിനിരന്നാൽ രാജ്യത്തുള്ള ഭൂസ്വത്ത് മുഴുവൻ സമമായി പുനർവിഭജിക്കാനുള്ള പ്രസ്ഥാനം വളർന്നുവരുമെന്നും അത് വൻകിട ഭൂവുടമകൾക്കു മാത്രമല്ല ഇടത്തരത്തിലും ചെറുകിടയിലുംപെട്ട കൃഷിക്കാരനുപോലും ഭൂമിയില്ലാതാക്കുമെന്നുമായിരുന്നു പ്രചാരവേല. അതിനുവേണ്ടി പാണ്ഡിത്യപൂർവമെന്ന നാട്യത്തിൽ അവർ 'കണക്കുകൾ' ഉദ്ധരിച്ചു. തിരുവിതാംകൂറിൽ ആകെയുള്ള ഭൂമിയുടെ വിസ്തീർണം ഇത്ര ഏക്കർ, ആകെയുള്ള ജനസംഖ്യ ഇത്ര, അതുകൊണ്ട് തലയെണ്ണിയാൽ ഓരോരുത്തർക്കും കിട്ടാവുന്നത് പതിമ്മൂന്നര സെന്റ് എന്നായിരുന്നു ആ കണക്ക്. ഭൂസ്വത്ത് പുനർവിഭജനംകൊണ്ട് ഭൂമികിട്ടുന്നവർക്കു പോലും ആ പതിമ്മൂന്നര സെന്റ് കൊണ്ട് ജീവിക്കാനാവില്ലെന്നും ഉയർന്നുവരുന്ന ആ പ്രസ്ഥാനമാകെ കർഷകവിരുദ്ധമാണെന്നുമാണ് അതിലൂടെ സ്ഥാപിക്കാൻ അവർ ശ്രമിച്ചത്.

യഥാർഥത്തിൽ ഭൂസ്വത്ത് പുനർവിതരണത്തിന്റെ പ്രശ്നം തിരുവിതാംകൂറിലെന്നല്ല കേരളത്തിലൊരിടത്തും സജീവകാർഷികപ്രശ്നമായി കമ്യൂണിസ്റ്റുകാർ ഉയർത്തിയിട്ടില്ല. മലബാറിലെ കർഷകപ്രസ്ഥാനം പോലും നിലവിലുള്ള ജന്മി-കുടിയാൻ ബന്ധത്തിൽ കുടിയാന്മാർക്ക് അനുകൂലമായ ഭേദഗതികൾ വരുത്തിക്കിട്ടാനല്ലാതെ ഭൂസ്വത്താകെ പുനർവിതരണം ചെയ്യിക്കാൻ ശ്രമിച്ചിരുന്നില്ല. വൻകിട ഭൂവുടമകളുടെ കുത്തക പൊളിച്ച് അവരുടെ ഭൂമി നിർധനർക്ക് പ്രതിഫലം കൂടാതെ കൊടുക്കലാണ്, എല്ലാവരുടെയും കയ്യിലുള്ള ഭൂമി സമമായി വീതിക്കലല്ല, കമ്യൂണിസ്റ്റുകാരുടെ മൗലികപരിപാടി. അതിനുവേണ്ടി നടക്കുന്ന പ്രക്ഷോഭസമരങ്ങളുടെ വിപ്ലവകരമായ പങ്കിലാണ് സ്വാതന്ത്ര്യപൂർവ കാലഘട്ടത്തിൽ പാർട്ടി ഊന്നൽ കൊടുത്തത്.

എന്നാൽ സ്വാതന്ത്ര്യലബ്ധിയെത്തുടർന്ന് ഇതിൽ കാര്യമായ മാറ്റം വന്നു. അധികാരമേറ്റെടുത്ത ബൂർഷ്വാ-ഭൂപ്രഭു ഭരണകൂടത്തിനെതിരായ വിപ്ലവസമരത്തിൽ സംഘടിത കർഷകപ്രസ്ഥാനത്തിനുള്ള മർമ്മപ്രധാനമായ പങ്കാണ് ആ ഘട്ടത്തിൽ പാർട്ടി ചൂണ്ടിക്കാട്ടിയത്. ജന്മിസമ്പ്രദായം അവസാനിപ്പിക്കണമെന്ന മുദ്രാവാക്യത്തിലോ അതിനുവേണ്ടി രൂപംകൊള്ളുന്ന സംഘടിത കർഷകപ്രസ്ഥാനത്തിലോ മാത്രം ഒതുങ്ങി നിൽക്കാതെ, ഭൂവുടമാബന്ധങ്ങളിൽ വിപ്ലവപരമായ മാറ്റമടക്കം സാമൂഹ്യവ്യവസ്ഥയെയാകെ മാറ്റിത്തീർക്കാനുള്ള വിപ്ലവപ്രസ്ഥാനത്തെ തൊഴിലാളിവർഗനേതൃത്വത്തിലും മറ്റ് അധ്വാനിക്കുന്ന ജനവിഭാഗങ്ങളുമായി സഹകരിച്ചും തൊഴിലാളി-കർഷക ഐക്യം കെട്ടിപ്പടുക്കുന്നതിലായിരുന്നു ഊന്നൽ. മുൻകാലഘട്ടത്തിൽ ജന്മി, കുടിയാൻ എന്നീ രണ്ടു മുഖ്യവിഭാഗങ്ങളെ ആസ്പദമാക്കിയ പ്രസ്ഥാനമായിരുന്നെങ്കിൽ ഇപ്പോൾ കൃഷിക്കാർ, കർഷകത്തൊഴിലാളികൾ എന്നിവർ തമ്മിലുള്ള ഐക്യത്തിന്റെ പ്രാധാന്യമാണ് ഉയർത്തിക്കാട്ടപ്പെട്ടത്. അതേസമയം, കാർഷികമേഖലയിലെ ഈ രണ്ടു വിഭാഗങ്ങളുടെ മൗലികമായ ഐക്യം കെട്ടിപ്പടുക്കുമ്പോൾതന്നെ അവർ തമ്മിൽ ചില പ്രധാന വ്യത്യാസങ്ങളുമുണ്ടെന്നുകൂടി ചൂണ്ടിക്കാണിക്കപ്പെട്ടു.

ഇത്തരത്തിൽ കാർഷികപ്രശ്നങ്ങളുടെ വൈവിധ്യമാകെ

ഉൾക്കൊണ്ട് അതിനനുസൃതമായ രീതിയിൽ മുദ്രാവാക്യങ്ങൾ ആവിഷ്കരിച്ച് അതിനു പിന്നിൽ ഗ്രാമീണ ജനവിഭാഗങ്ങളെയാകമാനം അണിനിരത്തിക്കൊണ്ടാണ് കേരളത്തിൽ കമ്യൂണിസ്റ്റ് പാർട്ടി വളർന്നത്. ജനങ്ങൾക്കിടയിലെ വിവിധ വിഭാഗങ്ങൾ തമ്മിൽ വൈരുധ്യങ്ങൾ നിലനിൽക്കവെതന്നെ അവർ തമ്മിൽ ഐക്യത്തിനുള്ള സാധ്യതകളുമുണ്ടെന്ന മാർക്സിസ്റ്റ് വിശകലനമാണ് പാർട്ടിയെ അതിന്റെ ചരിത്രത്തിലുടനീളം നയിച്ചത്. കമ്യൂണിസ്റ്റ് പാർട്ടിയെ കേരളത്തിലെ ഏറ്റവും വലിയ ബഹുജനപ്രസ്ഥാനമാക്കി മാറ്റിയത് ഈ വിശകലനവും അതിന്റെ അടിസ്ഥാനത്തിലുള്ള പ്രവർത്തനങ്ങളുമാണ്.

കേരളത്തിലെ ഭൂപരിഷ്കാരങ്ങൾ: ചരിത്രപരമായ അവലോകനം

1936–ൽ ലഖ്നൗവിലും 1937–ൽ ഫേസ്പൂരിലും ചേർന്ന ഇന്ത്യൻ നാഷണൽ കോൺഗ്രസിന്റെ അഖിലേന്ത്യാ സമ്മേളനങ്ങൾ 'കൃഷിഭൂമി കൃഷിക്കാർക്ക്' എന്ന മുദ്രാവാക്യമുയർത്തി. എന്നാൽ, 1947–ൽ ബ്രിട്ടീഷ് ഭരണം അവസാനിക്കുകയും കോൺഗ്രസ് അധികാരമേറ്റെടുക്കുകയും ചെയ്തതോടെ ഈ മുദ്രാവാക്യം പൂർണമായി ഉപേക്ഷിക്കപ്പെട്ടു. പാർട്ടി പരിപാടിയിൽ പറയുന്നു:

> നമ്മുടെ കാർഷികബന്ധങ്ങളെ വരിഞ്ഞുകെട്ടിയിരിക്കുന്ന നാടുവാഴിത്ത–അർദ്ധനാടുവാഴിത്ത വിലങ്ങുകൾ പൊട്ടിച്ചെറിഞ്ഞ് കർഷകജനതയെ ചിരകാലാടിമത്തത്തിൽനിന്ന് മോചിപ്പിക്കുകയല്ല കോൺഗ്രസ് ഗവൺമെന്റിന്റെ കാർഷികപരിഷ്കാരങ്ങളുടെ ലക്ഷ്യമെന്ന് സുമാർ രണ്ടു ദശാബ്ദക്കാലത്തെ കോൺഗ്രസ് ഭരണം സംശയലേശമന്യേ തെളിയിച്ചു കഴിഞ്ഞിരിക്കുന്നു. നാടുവാഴി ഭൂപ്രഭുക്കളെ മുതലാളി ഭൂപ്രഭുക്കളായി മാറ്റുകയും ധനികകൃഷിക്കാരുടെ ഒരു വിഭാഗത്തെ വളർത്തിയെടുക്കുകയുമാണ് അതിന്റെ ലക്ഷ്യം. മുതലാളിത്ത വികസനത്തിന്റെ ആവശ്യങ്ങൾക്കായി കാർഷികോൽപ്പന്നമിച്ചമുണ്ടാക്കുന്നതിന് അവർ ഭൂപ്രഭുക്കളും ധനികകൃഷിക്കാരും അടങ്ങുന്ന വിഭാഗത്തെയാണ് ആശ്രയിക്കുന്നത്. ഭരണാധികാരി വർഗത്തിന്റെ നാട്ടിൻപുറത്തുള്ള പ്രധാന രാഷ്ട്രീയ അടിത്തറയാക്കി ഈ വിഭാഗങ്ങളെ വളർത്താൻ അവർ ആഗ്രഹിക്കുന്നു.

ഇക്കാരണത്താലാണ് ഭൂപരിഷ്കാരം കോൺഗ്രസ് പിന്നണിയിലേക്കു തള്ളിയത്. തെരഞ്ഞെടുപ്പിലൂടെ അധികാരത്തിൽ വരുന്ന കോൺഗ്രസിതര ഗവൺമെന്റുകൾ ഭൂപരിഷ്കാരത്തിനുവേണ്ടി കൈക്കൊള്ളുന്ന ഏതു നടപടിയെയും പരാജയപ്പെടുത്താൻ അവർ ബദ്ധശ്രദ്ധമായിരുന്നു. 1954–ൽ തിരു–കൊച്ചിയിൽ അധികാരത്തിൽ വന്ന പട്ടം മന്ത്രിസഭ തകർക്കപ്പെട്ടത് കാർഷിക പരിഷ്കാരത്തിനുവേണ്ടിയുള്ള നേരിയ ചലനങ്ങൾ ആരംഭിച്ചപ്പോഴാണ്. ഏതാണ്ടിതേകാലത്ത് പെപ്സുവിൽ ഉടലെടുത്ത കോൺഗ്രസിതര മന്ത്രിസഭ കാർഷികപരിഷ്കാരത്തിനുവേണ്ടി നിയമനിർമാണനടപടികൾ ആരംഭിച്ചപ്പോഴാണ് തകർക്കപ്പെട്ടത്. ഭൂവു

ടമാബന്ധം പരിഷ്കരിച്ചുവെന്ന പ്രതീതി ഉളവാക്കുക, പക്ഷേ, ഭൂപ്രഭുക്കൾക്ക് പൂർണസംരക്ഷണം നൽകുക–ഇതായിരുന്നു കോൺഗ്രസ് ഗവൺമെന്റുകളുടെ രാഷ്ട്രീയ സമീപനം. അതുകൊണ്ടുതന്നെ സ്വാതന്ത്ര്യത്തിനു മുമ്പ് എന്ന പോലെ സ്വാതന്ത്ര്യത്തിനുശേഷവും ഭൂകേന്ദ്രീകരണത്തിൽ ഏറെയൊന്നും മാറ്റങ്ങൾ കോൺഗ്രസ് നേതൃത്വത്തിൽ ഉണ്ടായില്ല.

കേരളം തന്നെയാണ് ഇതിന്റെ നല്ല ഉദാഹരണം. ഐക്യകേരളം രൂപംകൊണ്ട 1956–ൽ ഒരേക്കറിൽ താഴെ ഭൂമിയുള്ള 14,84,000 കുടുംബങ്ങളാണ് സംസ്ഥാനത്ത് ഉണ്ടായിരുന്നത്. അവരുടെ കൈവശമുള്ള ഭൂമിയുടെ വിസ്തൃതി 6,45,000 ഏക്കറായിരുന്നു. അതേസമയം, 25 ഏക്കറിൽ ഏറെയുള്ള കുടുംബങ്ങൾ 39,000 വും അവരുടെ കൈവശമുള്ള ഭൂമി 25,40,000 ഏക്കറുമായിരുന്നു. മൊത്തം ഭൂവുടമസ്ഥ കുടുംബങ്ങളുടെ എണ്ണം നോക്കിയാൽ ഒരേക്കറിൽ താഴെയുള്ളവരായിരുന്നു 55.60 ശതമാനം പേരും. അവരുടെ കൈവശമാകട്ടെ മൊത്തം ഭൂമിയുടെ 8.10 ശതമാനമേ ഉണ്ടായിരുന്നുള്ളൂ താനും. അതേസമയം, 25 ഏക്കറിലേറെ ഭൂമിയുള്ള 1.40 ശതമാനം കുടുംബങ്ങൾ മൊത്തം ഭൂമിയുടെ 31.80 ശതമാനവും കയ്യടക്കിയിരുന്നു. ഇന്ത്യയുടെ ഇതരഭാഗങ്ങളിലെന്ന പോലെ ഇവിടെയും ഭൂകേന്ദ്രീകരണം അതിന്റെ എല്ലാ അർഥത്തിലും നിലനിന്നിരുന്നുവെന്നു ചുരുക്കം.

പേരിന് ഭൂപരിഷ്കാരനിയമങ്ങൾ കൊണ്ടുവരുമെങ്കിലും നിയമനിർമ്മാണം അനന്തമായി നീട്ടിക്കൊണ്ടുപോവുക എന്നതായിരുന്നു കൃഷിക്കാരെയും ജനങ്ങളെയും വഞ്ചിക്കുന്നതിനുവേണ്ടി കോൺഗ്രസ് ഗവൺമെന്റുകൾ പിന്തുടർന്ന രീതി. നിയമത്തിന്റെ കരടുരൂപം തയ്യാറാക്കി ജനങ്ങൾക്കിടയിലും നിയമസഭയിലും വിതരണം ചെയ്ത് നിയമസഭയുടെ ദീർഘമായ ചർച്ചകൾക്കുശേഷം അവസാനരൂപത്തിൽ പാസാക്കിയെടുക്കാൻ മാസങ്ങളോ വർഷങ്ങളോ തന്നെയും എടുക്കുക എന്നതായിരുന്നു അവരുടെ അടവ്. ഈ ഇടവേളയിൽ കൃഷിക്കാരെ ഒഴിപ്പിക്കാൻ ഭൂവുടമകൾക്ക് സൗകര്യമുണ്ട്. അതുപയോഗിച്ച്, വേണ്ടിവന്നാൽ ബലപ്രയോഗത്തിൽക്കൂടിത്തന്നെ, കൃഷിക്കാരെ വൻതോതിൽ ഒഴിപ്പിക്കാൻ ഭൂവുടമകൾ നടത്തുന്ന ശ്രമങ്ങൾക്ക് ഒരു തടസവും ഗവൺമെന്റ് ഉണ്ടാക്കുകയില്ല.

എന്നുവെച്ചാൽ, കൃഷിചെയ്യുന്ന ലക്ഷക്കണക്കിനാളുകൾക്ക് സ്ഥിരാവകാശം, പാട്ടമിളവ് മുതലായ ആനുകൂല്യങ്ങൾ നൽകുന്നതായിരിക്കും ബില്ലെങ്കിലും അത് നിയമമാകുമ്പോഴേക്ക് അവയെല്ലാം നിഷേധിക്കപ്പെടും. ബിൽ തയാറാക്കുമ്പോൾ കൃഷിക്കാരായിരുന്നവർ അത് നിയമമാകുമ്പോഴേക്ക് കൃഷിക്കാരല്ലാതായിത്തീരും. നിയമത്തിന്റെ ആനുകൂല്യം ഇല്ലെന്നു മാത്രമല്ല, നിയമത്തിനു മുമ്പുണ്ടായിരുന്ന ഭൂമിപോലും പൊയ്പ്പോവുകയാണ് കോൺഗ്രസിന്റെ കാർഷികപരിഷ്കാരങ്ങളുടെ ഫലം. 1947 മുതൽ 1956 വരെ വിവിധ സംസ്ഥാനങ്ങളിൽ ഇതാണ് നടന്നിട്ടുള്ളതെന്ന് കേന്ദ്ര ഗവൺമെന്റിന്റെതന്നെ പല വിദഗ്ധസമിതികളും ചൂണ്ടിക്കാട്ടിയിട്ടുണ്ട്.

ഇക്കാരണത്താൽ തന്നെ ഇന്ത്യയിലെമ്പാടും കൃഷിക്കാർ ക്ഷുബിതരായിരുന്നു. കേരളത്തിലും സ്ഥിതി വ്യത്യസ്തമായിരുന്നില്ല. 1956–ലെ

സംസ്ഥാന രൂപീകരണത്തോടെ തിരു-കൊച്ചി കർഷകസംഘവും മലബാർ സംഘവും തമ്മിൽ സംയോജിപ്പിച്ച് കേരള കർഷകസംഘം രൂപീകൃതമായി. 1956 ഡിസംബറിൽ ഷൊർണൂരിൽവെച്ച് ചേർന്ന കേരള കർഷകസംഘത്തിന്റെ ഒന്നാം സമ്മേളനം ചർച്ച ചെയ്ത മുഖ്യവിഷയം തന്നെ മുകളിൽ പറഞ്ഞതായിരുന്നു. ആസന്നമായിരിക്കുന്ന സംസ്ഥാനതിരഞ്ഞെടുപ്പിനെത്തുടർന്ന് രൂപംകൊള്ളുന്ന ഗവൺമെന്റ് ഒഴിപ്പിക്കൽ തടയുക, ഭൂപരിഷ്കാരങ്ങൾ നടപ്പാക്കുക, കടഭാരത്തിൽനിന്ന് കൃഷിക്കാരെ രക്ഷിക്കുന്നതിന് രണ്ട് കൊല്ലത്തേക്ക് കോടതിനടപടികൾ നിർത്തിവെക്കുക, അതിനിടയിൽ നിയമനിർമ്മാണം നടത്തുക എന്നിവ ചെയ്യണമെന്ന് സമ്മേളനം ആവശ്യപ്പെട്ടു. ഇക്കാര്യങ്ങളിൽ ഉറപ്പുനൽകുന്നവർക്കു മാത്രമേ കൃഷിക്കാർ വോട്ട് നൽകാവൂ എന്നും സമ്മേളനം ആഹ്വാനം ചെയ്തു.

അതിന്റെ ഫലമായാണ് തിരഞ്ഞെടുപ്പിൽ കമ്യൂണിസ്റ്റ് പാർടിക്ക് വിജയിക്കാനായത്. ഭൂപരിഷ്കാരവുമായി ബന്ധപ്പെട്ട് രാജ്യത്ത് മൊത്തത്തിൽ നിലനിന്നിരുന്ന സ്ഥിതിവിശേഷത്തെ മാറ്റിമറിച്ചത് 1957-ൽ കേരളത്തിൽ അധികാരത്തിൽ വന്ന കമ്യൂണിസ്റ്റ് ഗവൺമെന്റാണ്. രണ്ടേകാൽ കൊല്ലക്കാലം നീണ്ടുനിന്ന ആ ഗവൺമെന്റ് അംഗീകരിച്ച ജനക്ഷേമനടപടികളിൽ ഏറ്റവും പ്രധാനമായത് 1959 ജൂൺ 19-ന് നിയമസഭ പാസാക്കിയ കാർഷികബന്ധബില്ലാണ്. ആ ബിൽ അംഗീകരിക്കുന്നതിലും കമ്യൂണിസ്റ്റ് ഗവൺമെന്റ് പുതിയ സമീപനങ്ങൾ കൈ ക്കൊണ്ടു. 1957 ഏപ്രിൽ അഞ്ചിന് അധികാരമേറ്റെടുത്ത ഗവൺമെന്റ് ഏപ്രിൽ 11-ന് എല്ലാ ഒഴിപ്പിക്കലും നിരോധിച്ചുകൊണ്ട് ഓർഡിനൻസ് കൊണ്ടുവന്നു. യഥാസമയം പാട്ടം നൽകാതിരിക്കൽ ഉൾപ്പെടെ ഒരു കാരണവശാലും ഒരൊറ്റ കുടിയാനെയും കീഴ്മുടിയാനെയും കുടികിടപ്പുകാരെയും ഒഴിപ്പിക്കരുത്. അതിനു പുറമെ അവർക്കെതിരായി ജന്മിമാർ കൈക്കൊണ്ട എല്ലാ കോടതിനടപടികളും നിർത്തിവെച്ചു. ജന്മിമർദ്ദനങ്ങളിൽനിന്ന് ഇത്രയും വിപുലമായ ആശ്വാസം മുമ്പൊരിക്കലും സംസ്ഥാനത്തെ പാവപ്പെട്ട ഗ്രാമീണർക്ക് ലഭിച്ചിട്ടില്ല.

എന്നാൽ, ഓർഡിനൻസ് താൽക്കാലിക ആശ്വാസം മാത്രമേ നൽകുന്നുള്ളൂ. അത് സ്ഥായിയാകണമെങ്കിൽ ചിട്ടയോടുകൂടിയ നിയമനിർമ്മാണം ആവശ്യമാണ്. കേരളത്തെ സംബന്ധിച്ചിടത്തോളം അത് സങ്കീർണ്ണമായ ഒരു പ്രക്രിയയായിരുന്നു. എന്തുകൊണ്ടെന്നാൽ തിരുവിതാംകൂർ, കൊച്ചി, മലബാർ എന്നീ മൂന്ന് ഖണ്ഡങ്ങളിലും വ്യത്യസ്ത ഭൂവുടമാബന്ധ നിയമങ്ങളാണ് നിലവിലുണ്ടായിരുന്നത്. അതുകൊണ്ടുതന്നെ വിവിധ വിഭാഗക്കാരുമായി ദീർഘമായ ചർച്ചകൾ നടത്തിയിട്ടേ കരട് നിയമംപോലും തയ്യാറാക്കാനായുള്ളൂ. ബിൽ അവതരിപ്പിച്ചതിനു ശേഷമാകട്ടെ അതിലെ ഓരോ വകുപ്പിനെ സംബന്ധിച്ചും വ്യാപകമായ പരിശോധന ആവശ്യമായി വന്നു. 1957 ഡിസംബറിൽ നിയമസഭയിൽ അവതരിപ്പിച്ച ബിൽ 1959 ജൂൺ 19-നാണ് പാസായത്.

ഇങ്ങനെ രൂപംകൊണ്ട ബിൽ നിഷ്കൃഷ്ടമായും സംസ്ഥാനതലത്തിൽ ഭൂനിയമനിർമ്മാണത്തിന് കേന്ദ്രഗവൺമെന്റ് ആവിഷ്കരിച്ച ചട്ടക്കൂടിൽ ഒതുങ്ങുന്നതായിരുന്നു. എന്നാൽ, കേന്ദ്രത്തിൽ ഭരണം കയ്യാളുന്ന പാർട്ടിതന്നെ സംസ്ഥാനതലത്തിൽ അതിനെതിരായി രംഗത്ത് വന്നു. ബിൽ പാസാക്കി നിയമസഭ പിരിഞ്ഞ് ഏതാനും മണിക്കൂറിനു

ള്ളിൽതന്നെ കമ്യൂണിസ്റ്റ് ഗവൺമെന്റിനെ താഴത്തിറക്കുന്നതിനുള്ള 'വിമോചനസമരം' അഴിച്ചുവിടപ്പെട്ടു. പതിമ്മൂന്നു മാസത്തോളം നീണ്ടു നിന്ന ആ സമരം അവസാനിച്ചത് 1959 ജൂലൈ 31 നാണ്. ജനാധിപത്യ പരമായി തിരഞ്ഞെടുക്കപ്പെട്ട നിയമസഭയിൽ ഭൂരിപക്ഷമുള്ള കമ്യൂണിസ്റ്റ് ഗവൺമെന്റ് പിരിച്ചുവിടപ്പെട്ടു. ഇന്ത്യൻ ജനാധിപത്യ ചരിത്രത്തിലെ ഏറ്റവും കറുത്ത ഏടായി നിലനിൽക്കുന്ന ആ സംഭവം ഭൂപരിഷ്കാര ത്തോടുള്ള കോൺഗ്രസിന്റെ മനോഭാവവും ആ പാർട്ടിയുടെ വർഗസ്വ ഭാവവും മറനീക്കി പുറത്തുകൊണ്ടുവന്നു.

കമ്യൂണിസ്റ്റ് ഗവൺമെന്റിനെ താഴത്തിറക്കിയതിനുശേഷം വന്ന വിരുദ്ധഗവൺമെന്റ് മുമ്പ് നിയമസഭ പാസാക്കിയ നിയമത്തിൽ വെള്ളം ചേർത്തു. അതോടൊപ്പം ആ നിയമത്തിന്റെ അന്തഃസത്ത കളഞ്ഞുകു ളിക്കുന്ന രൂപത്തിൽ അതിനെ മാറ്റിമറിക്കുന്നതിനായുള്ള കാര്യമായ പരി ശ്രമങ്ങളും ആരംഭിച്ചു.

മൂന്നുതരത്തിലാണ് ഈ ശ്രമങ്ങൾ നടന്നത്. *ഒന്ന്*, നിയമസഭ പാസാക്കിയ നിയമത്തിന് രാഷ്ട്രപതിയുടെ അംഗീകാരം വെച്ചുതാമ സിപ്പിക്കുക. *രണ്ട്*, കോടതികളിലൂടെ നിയമവ്യവസ്ഥകളെ ചോദ്യം ചെയ്യു ക. *മൂന്ന്*, ഭരണാധികാരമുപയോഗിച്ച് നിയമത്തിൽ പഴുതുകളുണ്ടാക്കു ക. ഈ മൂന്നിലും ചെറുതല്ലാത്ത വിജയം പിന്തിരിപ്പന്മാർക്കുണ്ടായി. 1959 ജൂണിൽ നിയമസഭ പാസാക്കിയ ബില്ലിന് രാഷ്ട്രപതിയുടെ അംഗീകാരം ലഭിച്ച് അത് നിയമമായത് 1960 ലാണ്. അതിലാകട്ടെ ഇഷ്ടദാനത്തി നുള്ള വകുപ്പ് കൂട്ടിച്ചേർക്കുകയും ചെയ്തു. വ്യക്തിക്ക് ഏഴര ഏക്ക റെന്നും കുടുംബത്തിന് 15 ഏക്കറെന്നും പരിധി നിശ്ചയിച്ചിരുന്നെങ്കിലും ഈ വകുപ്പുപയോഗിച്ച് ഒട്ടേറെ ഭൂമി മിച്ചഭൂമി അല്ലാതാക്കി. അതേപോ ലെതന്നെ കേന്ദ്ര ആസൂത്രണ കമ്മീഷന്റെ നിർദ്ദേശാനുസരണം ചായ, കാപ്പി, ഏലം, റബ്ബർ തോട്ടങ്ങളെ ഭൂപരിധിയിൽനിന്ന് ഒഴിവാക്കാൻ കമ്യൂ ണിസ്റ്റ് ഗവൺമെന്റ് നിർബന്ധിതമായിരുന്നു. റബ്ബർ വെച്ചുപിടിപ്പിക്കു ന്നതായിരുന്നു ഇതിൽ ഏറ്റവും എളുപ്പം. ആ സൗകര്യം ഉപയോഗിച്ച് ഒട്ടനവധി ഏക്കർ ഭൂമി പരിധിക്ക് പുറത്തേക്കു കൊണ്ടുപോയി. അതി നൊക്കപ്പുറമേ നിയമത്തിലെ പഴുതുകളുപയോഗിച്ച് ഭൂസ്വാമിമാരെ രക്ഷി ക്കുന്നതിന് കോടതികളും അവരുടേതായ സംഭാവനകൾ നൽകി.

ഇവയൊക്കെ ചെറുത്തുതോൽപ്പിക്കുക എന്നതായിരുന്നു പാർട്ടി യുടെയും ഈ മേഖലയിലെ വർഗസംഘങ്ങളുടെയും കടമ. എന്നാൽ അക്കാര്യത്തിൽ ഗൗരവതരമായ വീഴ്ചകൾ നമുക്കുണ്ടായി.

റിവിഷനിസത്തിന്റെ സ്വാധീനം

ഇതേകാലത്ത് പാർട്ടിക്കുള്ളിൽ വേരുറച്ചു തുടങ്ങിയ റിവിഷനിസം കാർഷികമേഖലയിലും പ്രത്യാഘാതങ്ങളുണ്ടാക്കി എന്നതായിരുന്നു ഇതിനുള്ള മുഖ്യകാരണം. പാർട്ടിയിലെ പിളർപ്പിനെത്തുടർന്ന് രൂപം കൊണ്ട കമ്യൂണിസ്റ്റ് പാർടി ഓഫ് ഇന്ത്യ (മാർക്സിസ്റ്റ്) മറ്റു മേഖലക ളിലെന്നപോലെ ഈ രംഗത്തും നിലനിന്നിരുന്ന പരിഷ്കരണവാദപര മായ നിലപാടുകൾക്കെതിരെ സമരം നടത്തിയതുകൊണ്ടാണ് പിൽക്കാ ലത്ത് അത് തിരുത്തപ്പെട്ടത്.

1966 ഒക്ടോബറിൽ കേന്ദ്രക്കമ്മിറ്റി നൂർമഹലിൽ ചേർന്ന് ഈ

പ്രശ്നങ്ങളിൽ പലതും ചർച്ച ചെയ്ത് *'കർഷകരുടെ ഇടയിലെ പ്രവർത്തനത്തെ സംബന്ധിച്ച്'* എന്ന ഒരു പ്രമേയം അംഗീകരിക്കുകയുണ്ടായി. കർഷകപ്രസ്ഥാനത്തിന്റെ പ്രവർത്തനത്തെക്കുറിച്ച് പാർട്ടിയിൽ വേരുറച്ച നിലവിലുണ്ടായിരുന്ന പരിഷ്കരണവാദപരമായ പല ധാരണകളെയും സിസി പ്രമേയത്തിൽ കണ്ടെത്തി. പ്രമേയം ഇപ്രകാരം പറയുന്നു:

> കാർഷികമുന്നണിയിലെ നമ്മുടെ പ്രവർത്തനങ്ങളിൽ വലതുപക്ഷവ്യതിയാനം പല പ്രകാരത്തിൽ പ്രകടമായി. കാർഷികരംഗത്തെ സ്ഥിതിഗതികളെക്കുറിച്ച് ശരിയാംവണ്ണം പഠിക്കുന്നതിലുണ്ടായ പരാജയത്തിലും നാടുവാഴിത്ത ചൂഷണത്തിന്റെ വ്യക്തമായ വശങ്ങളെയും നമ്മുടെ രാജ്യത്ത് നിലവിലുള്ള ഫ്യൂഡൽ ബന്ധങ്ങളെയും പരിഗണിച്ച് അവയ്ക്ക് അനുയോജ്യമായ മുദ്രാവാക്യങ്ങൾ ഉയർത്തുന്നതിലും ഈ വ്യതിയാനം പ്രകടമായി.

കർഷകജനതയുടെ ഇടയിൽ വളർന്നുവരുന്ന വർഗവിഭജനത്തെയും വളർന്നുകൊണ്ടിരിക്കുന്ന മുതലാളിത്ത ബന്ധങ്ങളെയും കാർഷികരംഗത്ത് കടന്നുകയറിക്കൊണ്ടിരിക്കുന്ന മുതലാളിത്തത്തിന്റെ സ്വഭാവം, വ്യാപ്തി, തീവ്രത എന്നിവയെയും എല്ലാ പഠിക്കുന്നതിലും വന്ന പരാജയം സ്പഷ്ടമായിരുന്നു. നാടുവാഴിത്തവിരുദ്ധ സമരത്തിൽ ഗ്രാമീണ തൊഴിലാളിവർഗത്തിന്റെ സമരോൽസുകമായ പങ്കിനെയും പ്രാധാന്യത്തെയും ലഘൂകരിച്ച് കാണിക്കുകയും ഇടത്തരം – ധനിക കൃഷിക്കാരിൽ അമിതമായ വിശ്വാസമർപ്പിക്കുകയും ചെയ്യുന്ന പ്രവണതയിലുമാണത് പ്രത്യക്ഷമായത്. കാർഷികത്തൊഴിലാളികളുടെയും ദരിദ്രകൃഷിക്കാരുടെയും വ്യക്തമായ ആവശ്യങ്ങൾ ഉയർത്തിപ്പിടിക്കാൻ തയ്യാറാകാത്തതിലും ഇത് പ്രകടമായിരുന്നു. അവരുടെ ആവശ്യങ്ങൾ കൃഷിക്കാരുടെ ഇടയിലെ ഉപരിവിഭാഗത്തിന്റെയും മുതലാളിത്ത കൃഷിക്കാരുടെയും ആവശ്യങ്ങൾക്ക് വിരുദ്ധവുമായിരുന്നു. നാടുവാഴിത്ത ഭൂപ്രഭുക്കൾക്കെതിരെയുള്ള പോരാട്ടത്തിൽ കർഷക വർഗത്തിന്റെ ഐക്യം എന്ന ശരിയായ ധാരണയെ വികലമാക്കുന്നതിലും ഗ്രാമീണ തൊഴിലാളി വർഗത്തെയും ദരിദ്രകൃഷിക്കാരെയും അടിസ്ഥാനമാക്കി ആ ഐക്യം ഊട്ടി വളർത്തുന്നതിനു പകരം ഇടത്തരം – ധനിക കൃഷിക്കാരെ അടിസ്ഥാനമാക്കുന്നതിലും ഇത് പ്രകടമായിരുന്നു. കാർഷികത്തൊഴിലാളികളെ സംഘടിപ്പിക്കുകയും മെച്ചപ്പെട്ട കൂലി, സേവനവ്യവസ്ഥകൾ, ഭൂമി, ജനാധിപത്യാവകാശങ്ങൾ എന്നിവയ്ക്കുവേണ്ടിയുള്ള അവരുടെ സമരങ്ങൾക്ക് നേതൃത്വം നൽകുകയും ചെയ്യുന്നത് കൃഷിക്കാരുടെ ആകമാനമുള്ള ഐക്യത്തെയും കർഷക പ്രസ്ഥാനത്തെയും ദോഷകരമായി ബാധിക്കുമെന്നുള്ള വലതുപക്ഷ അവസരവാദപരമായ ദുശ്ശങ്കയിലും അത് പ്രകടമായി. ചുരുക്കത്തിൽ കർഷകമുന്നണിയിലെ പ്രവർത്തനത്തിന് ശരിയായ വർഗസ്വഭാവം നൽകുന്നതിൽ പാർടി പരാജയപ്പെട്ടു."

ഇത് അഖിലേന്ത്യാ തലത്തിലുള്ള പ്രവണത മാത്രമായിരുന്നില്ല. കേരളത്തിലും അത് പ്രകടമായിരുന്നു. സമൂഹത്തിലെ ഏറ്റവും അടിത്തട്ടിൽ കിടക്കുന്ന കർഷകത്തൊഴിലാളികളെ സംഘടിപ്പിക്കുന്ന കാര്യ

ത്തിൽ അവിഭക്ത പാർടിയിൽ കുറ്റകരമായ അനാസ്ഥ നിലനിന്നിരുന്നു. കുട്ടനാട്ടിലൊഴികെ മറ്റെവിടെയും സംഘടിതമായ കർഷകത്തൊഴിലാളി പ്രസ്ഥാനം നിലനിന്നിരുന്നില്ല. അതേപോലെ ദില്ലിയിലെ ചെങ്കോട്ട കമ്യൂണിസ്റ്റുകാർ പിടിച്ചടക്കുന്നതിന്റെ തുടക്കമാണ് കേരളത്തിലെ ഗവൺമെന്റ് രൂപീകരണമെന്ന് ആത്മാർത്ഥമായി വിശ്വസിച്ചിരുന്ന റിവിഷനിസ്റ്റുകാരെ സംബന്ധിച്ചിടത്തോളം ഗവൺമെന്റിനെ പിരിച്ചുവിട്ടത് താങ്ങാനാകാത്ത അടിയായിരുന്നു. അവരുടെ ആ മനോഭാവം പാർട്ടിയെ ആലസ്യത്തിലാഴ്ത്തി. കർഷകസംഘം വർഗസമരത്തിന്റെ പാതയിൽനിന്ന് ഒഴിഞ്ഞുമാറി. കമ്യൂണിസ്റ്റ് ഗവൺമെന്റ് കൊണ്ടുവന്ന ഭൂപരിഷ്കാര നിയമങ്ങളിൽ വെള്ളം ചേർക്കാനും അങ്ങനെ അതിന്റെ സദ്ഫലങ്ങൾ കഴിയുന്നത്ര ഇല്ലാതാക്കാനുമുള്ള പിന്തിരിപ്പന്മാരുടെ ശ്രമങ്ങളെ വേണ്ടുംവണ്ണം ചെറുക്കാൻ പാർടിക്ക് കഴിയാതിരുന്നത് കർഷക-കർഷകത്തൊഴിലാളി രംഗത്തെ അലസതമൂലമാണെന്നു പറയാം.

മാത്രവുമല്ല, ഭൂപരിഷ്കാരത്തെത്തുടർന്ന് കേരളീയ ഗ്രാമങ്ങളിൽ പുതിയ വൈരുധ്യങ്ങൾ ഉടലെടുത്തിരുന്നു. നേരത്തെ ഗ്രാമീണജീവിത്തെയാകെ സ്വേച്ഛാധിപത്യ രീതിയിൽ നിയന്ത്രിച്ചിരുന്നത് ഭൂപ്രഭുക്കളായിരുന്നു. കർഷകത്തൊഴിലാളിയാണ് കൂടുതൽ അടിച്ചമർത്തപ്പെട്ടിരുന്നതെങ്കിലും കൃഷിക്കാരും പീഡനം അനുഭവിക്കുന്നവരുടെ കൂട്ടത്തിലായിരുന്നു. അതുകൊണ്ട്, ഒരു പരിധിവരെ, കർഷക-കർഷകത്തൊഴിലാളി ഐക്യം നിലനിന്നു. എന്നാൽ, പുതിയ പശ്ചാത്തലത്തിൽ കൃഷിക്കാർ കർഷകത്തൊഴിലാളികളെയും മറിച്ചും ശത്രുക്കളായി കാണുന്ന ഒരു പ്രവണത ഉടലെടുത്തു. കാർഷികമേഖലയിലെ വർഗബന്ധങ്ങളെക്കുറിച്ചുള്ള വികലമായ റിവിഷനിസ്റ്റ് സങ്കൽപ്പം വരുത്തിവെച്ച വിനയാണിത്.

കാർഷികപരിഷ്കാരത്തിന്റെ പുതിയ ഘട്ടം

ഇതിനെതിരായ പോരാട്ടമാണ് സി പി ഐ (എം) ആയി രൂപം കൊണ്ടതിനുശേഷമുള്ള കാലത്ത് പാർട്ടി നടത്തിയത്. അതിലേറ്റവും പ്രധാനമായത് 1967-69 ൽ നിലനിന്ന പാർട്ടിയുടെ നേതൃത്വത്തിലുള്ള ഐക്യമുന്നണി ഗവൺമെന്റിന്റെ ഭൂപരിഷ്കാരവും തുടർന്ന് കാർഷിക രംഗത്ത് പാർട്ടി കൈക്കൊണ്ട നടപടികളുമായിരുന്നു.

കമ്യൂണിസ്റ്റ് വിരുദ്ധഗവൺമെന്റിന്റെ കാലത്ത് കേന്ദ്രനിർദ്ദേശമനുസരിച്ച് ബില്ലിൽ വരുത്തിയ ഭേദഗതികൾ നിമിത്തം അവസാനരൂപത്തിലുള്ള നിയമത്തിൽ കടന്നുകൂടിയ വൈകൃതങ്ങൾ ഇല്ലാതാക്കി. 1957-59 കാലത്തെ നിയമനിർമ്മാണത്തിന്റെ പ്രക്രിയ തുടരുകയായിരുന്നു ഗവൺമെന്റിന്റെ കടമ. ഭൂമിയുടെ പരിധി, കുടികിടപ്പ്, മിച്ചഭൂമി വിതരണം എന്നീ കാര്യങ്ങളിലെല്ലാം വ്യക്തമായ നിർവചനവും വ്യവസ്ഥകളും നിയമത്തിലുണ്ടായിരുന്നു. മിച്ചഭൂമി കണക്ക് നൽകാതിരിക്കുന്നവർക്കുള്ള ശിക്ഷ, പരിധിക്കപ്പുറമുള്ള ഭൂമി പിടിച്ചെടുക്കൽ, കുടികിടപ്പുകാരന് സ്ഥിരാവകാശം എന്നിവയൊക്കെ അതിന്റെ സവിശേഷതകളാണ്. '57-ലെ നിയമത്തേക്കാൾ വിപുലമായ വ്യവസ്ഥകളാണ് '67-69-ലെ നിയമത്തിൽ ഉൾപ്പെടുത്തിയത്.

മുൻ നിയമങ്ങളിൽ കുടികിടപ്പ് ഒഴിപ്പിക്കാതിരിക്കുകയെന്നു മാത്രമേ

വ്യവസ്ഥയുണ്ടായിരുന്നുള്ളു. പുതിയ നിയമത്തിൽ കുടികിടപ്പുകാരന് അവന്റെ പുരയ്ക്കും അതിനോടനുബന്ധിച്ചുള്ള പത്ത് സെന്റ് സ്ഥലത്തിനും അവകാശം നൽകപ്പെട്ടു. അവ കൊടുക്കാൻ ഉടമ ബാധ്യസ്ഥനാണ്. ഈ ഭൂമിക്ക് പ്രതിഫലം അതിലെ വിഭവങ്ങളുടെ മാർക്കറ്റ് വിലയുടെ നാലിലൊന്നു മാത്രമായിരിക്കും. ആ സംഖ്യയുടെ പകുതി ഗവൺമെന്റും പകുതി പന്ത്രണ്ടു തവണകളായി കുടികടപ്പുകാരനും നൽകിയാൽ മതിയെന്നും വ്യവസ്ഥ ചെയ്യപ്പെട്ടു. ഉടമ പരിധിയിൽക്കവിഞ്ഞ ഭൂമിയുള്ളയാളാണെങ്കിൽ പ്രതിഫലസംഖ്യ നാലിലൊന്നിനു പകരം എട്ടിലൊന്നു മാത്രമായിരിക്കും. കുടികടപ്പുകാരന് ഇത്രമാത്രം സുരക്ഷിതത്വം നൽകുന്ന വ്യവസ്ഥ ഇന്ത്യയിലെന്നല്ല കമ്യൂണിസ്റ്റിതര രാജ്യങ്ങളിൽ ആദ്യമായിട്ടായിരുന്നു ഏർപ്പെടുത്തുന്നത്. അങ്ങനെ 1957–59–ൽ ആരംഭിച്ച ഭൂപരിഷ്കാരപ്രക്രിയയുടെ നിയമവശം 1969–ൽ അവസാനിച്ചു.

എന്നാൽ, നിയമം പാസാക്കി എന്നതുകൊണ്ട് അത് നടപ്പായി എന്ന് അർഥമാകുന്നില്ല. 1969–ൽ ഐക്യമുന്നണിക്കകത്ത് സി പി ഐ യുടെ നേതൃത്വത്തിൽ രൂപം കൊണ്ട കൂറുമുന്നണി ആ ഗവൺമെന്റിനെ മറിച്ചിടുകയും തുടർന്ന് അവരുടെ നേതൃത്വത്തിൽ ഒരു ഗവൺമെന്റ് രൂപം കൊള്ളുകയും ചെയ്ത പശ്ചാത്തലത്തിലാണ് 1970 തൊട്ട് ശക്തമായ പ്രക്ഷോഭസമരങ്ങൾ ആരംഭിച്ചത്. 1969 ഡിസംബർ 14–ന് ചേർന്ന ആലപ്പുഴ കൺവെൻഷൻ കൃഷിക്കാരുടെയും കർഷകത്തൊഴിലാളികളുടെയും പ്രക്ഷോഭസമരത്തിന് രൂപം നൽകി.

കേരള ഭൂപരിഷ്കരണ ബിൽ കൃഷിക്കാർക്കും ഭൂരഹിതരായ കർഷകത്തൊഴിലാളികൾക്കും നൽകിയ എല്ലാ അവകാശങ്ങളും 1970 ജനുവരി ഒന്നിന് നടപ്പായതായി കണക്കാക്കുമെന്നാണ് കർഷക–കർഷകത്തൊഴിലാളി സംയുക്ത സമരസമിതി പ്രഖ്യാപിച്ചത്. ഓരോ കൈവശഭൂമിയും സ്വന്തം ജന്മാവകാശമുള്ള ഭൂമിയായി കണക്കാക്കാൻ, ഓരോ കൃഷിക്കാരനും കേരള പരിഷ്കരണ നിയമത്തിലെ വ്യവസ്ഥയനുസരിച്ച് ലഭിക്കേണ്ട അളവിലുള്ള ഭൂമി സ്വന്തമായി അനുഭവിക്കാൻ ഓരോ കുടികിടപ്പുകാരനും സംഘടിതനടപടികൾ കൈക്കൊള്ളണമെന്നുള്ളതായിരുന്നു അതിന്റെ കാതൽ. അതോടൊപ്പം പരിധിക്കപ്പുറമുള്ള ഭൂമി ഭൂരഹിതർക്ക് വിതരണം ചെയ്യാൻ ഭൂവുടമകളെയും ഗവൺമെന്റിനെയും നിർബന്ധിക്കുന്ന പ്രത്യക്ഷ നടപടികളിലേക്കും പോകേണ്ടതുണ്ടായിരുന്നു. സംസ്ഥാനാടിസ്ഥാനത്തിൽ തന്നെ ഈ പ്രക്ഷോഭപരിപാടികളുമായി കർഷക–കർഷകത്തൊഴിലാളി സംയുക്ത സമരസമിതി രംഗത്തിറങ്ങി.

അപ്പോഴേക്ക് കോൺഗ്രസിന്റെ വാലായിത്തീർന്ന സി പി ഐ ഇതിനെതിരായ നിലപാടാണ് കൈക്കൊണ്ടത്. ഇരു പാർടികളും ഒരുമിച്ച് ഗവൺമെന്റിൽ ഉണ്ടായിരുന്നപ്പോൾതന്നെ കാർഷിക മേഖലയിലെ മാറ്റങ്ങളോട് കൈക്കൊള്ളേണ്ട സമീപനം സംബന്ധിച്ച് നമ്മുടെ പാർടിയും സി പി ഐ യും തമ്മിൽ അഭിപ്രായവ്യത്യാസങ്ങൾ പൊന്തിവന്നിരുന്നു. കേരളമടക്കം ഇന്ത്യയിലാകെ നടന്ന ഭൂപരിഷ്കാരം മുമ്പത്തെ ഫ്യൂഡൽ ഭൂവുടമസ്ഥരെ മുതലാളിത്ത രീതിയിൽ ചൂഷണം നടത്തുന്ന പുതിയ (ബൂർഷ്വ) ഭൂവുടമസ്ഥരാക്കി മാറ്റി. അതോടൊപ്പം മുമ്പത്തെ

കുടിയാന്മാരിൽ ഒരു ചെറുവിഭാഗത്തെ മുതലാളിത്ത രീതിയിൽ കൃഷി ചെയ്ത് സ്വയം പണക്കാരായി മാറാനും ഇത് സഹായിച്ചു. ഈ വിശകലനം സംബന്ധിച്ച് ഇരുപാർട്ടികളും തമ്മിൽ ആശയ ഐക്യമുണ്ടായിരുന്നു. എന്നാൽ, ഈ വിലയിരുത്തലിന്റെ അർത്ഥമെന്ത്, അതിൽനിന്ന് കമ്യൂണിസ്റ്റ് പാർട്ടി സ്വരൂപിക്കേണ്ട നിഗമനങ്ങളെന്തെല്ലാം എന്നിവ സംബന്ധിച്ച് അഭിപ്രായഭേദമുണ്ടായിരുന്നു.

മുൻജന്മികളും മുൻ കുടിയാന്മാരിൽ ഒരു ചെറുവിഭാഗവും മുതലാളിത്ത രീതിയിലുള്ള ഭൂവുടമകളായി മാറിയതോടെ അവരും കർഷകത്തൊഴിലാളികളും തമ്മിൽ ഏറ്റുമുട്ടൽ സാർവത്രികമായി. കൂലി, ജോലിസമയം, മുതലായ സാമ്പത്തിക പ്രശ്നങ്ങളും ഭൂവുടമകളുടെ 'തമ്പുരാൻ സ്വഭാവ'ത്തിന്റെ അവശിഷ്ടങ്ങളായ സാമൂഹ്യപ്രശ്നങ്ങളും ചേർന്ന് നാട്ടിൻപുറങ്ങളിലെ പ്രമാണിമാരും കർഷകത്തൊഴിലാളികളും അന്യോന്യം ഏറ്റുമുട്ടി. ഈ സാഹചര്യത്തിൽ കർഷകത്തൊഴിലാളികളുടെ കൂടെനിന്ന് അവരുടെ ആവശ്യത്തിനുവേണ്ടി പോരാടുകയാണ് നമ്മുടെ കടമയെന്ന് പാർട്ടി വിലയിരുത്തി. സി പി ഐ ആകട്ടെ അതിനെതിരായ നിലപാടും കൈക്കൊണ്ടു.

നിരവധി പ്രതിബന്ധങ്ങളുണ്ടായെങ്കിലും ഭൂപരിഷ്കാരത്തിന്റെ രണ്ടാം ഘട്ടം പൂർത്തിയാക്കുന്നതിലും പാർട്ടി വിജയിച്ചു. ഇന്ത്യയിൽ ആദ്യമായി കർഷകത്തൊഴിലാളികളുടെ ആവശ്യങ്ങൾ അനുവദിച്ച സംസ്ഥാനമായി കേരളം മാറി.

ഭൂപരിഷ്കാരത്തിന്റെ ഫലങ്ങൾ

കമ്യൂണിസ്റ്റ് ഗവൺമെന്റ് പാസാക്കിയ കാർഷികബന്ധനിയമം കേരള ജനതയുടെ സാമൂഹ്യ–സാംസ്കാരിക ജീവിതത്തിൽ ഒരു പുതിയ ഘട്ടം കുറിച്ചു. പാവപ്പെട്ട ഗ്രാമീണ ജനവിഭാഗത്തിനുമേൽ ഒരു ചെറു ന്യൂനപക്ഷം വരുന്ന മേൽജാതിക്കാർ തുടർന്നുപോന്ന സാമ്പത്തികമർദ്ദനത്തിനും സാമൂഹ്യവും സാംസ്കാരികവുമായ ആധിപത്യത്തിനും അന്ത്യം കുറിക്കാൻ ഉദ്ദേശിച്ചുകൊണ്ടുള്ളതായിരുന്നു ആ നിയമം. ജാതി മേധാവിത്വത്തിനും കാലഹരണപ്പെട്ട കുടുംബ സംവിധാനവ്യവസ്ഥയ്ക്കും അന്ധവിശ്വാസങ്ങൾക്കും അനാചാരങ്ങൾക്കുമെതിരായി അര നൂറ്റാണ്ടിലേറെക്കാലമായി തുടർന്നുപോന്ന സാമൂഹ്യ–സാംസ്കാരിക പ്രസ്ഥാനം ഭൂവുടമസ്ഥതയുമായി ബന്ധപ്പെട്ട ചൂഷണത്തിൽനിന്നും മർദ്ദനത്തിൽനിന്നും ഗ്രാമീണ ജനസാമാന്യത്തെ മോചിപ്പിക്കുന്നതിൽ ചെന്ന് കലാശിച്ചു.

കൃഷിഭൂമി കൃഷിക്കാർക്ക് കിട്ടി എന്നതുമാത്രമല്ല ഭൂപരിഷ്കരണം കൊണ്ടുണ്ടായ നേട്ടം. കേരളീയ സമൂഹത്തിൽ അത് മൊത്തത്തിൽ വരുത്തിയ മാറ്റവും പ്രധാനമാണ്. ചാതുർവർണ്യ വ്യവസ്ഥയെ കടപുഴക്കിയെറിഞ്ഞ ഭൂപരിഷ്കാരം സാക്ഷരത, വിദ്യാഭ്യാസം, ആരോഗ്യം, അധികാരവികേന്ദ്രീകരണം എന്നീ മേഖലകളിൽ കേരളം കൈവരിച്ച നേട്ടങ്ങളുടെ അടിത്തറ കൂടിയാണ്.

മാത്രവുമല്ല, ഇന്ത്യയിലാദ്യമായി ജന്മിത്ത വ്യവസ്ഥയ്ക്ക് അന്ത്യം കുറിച്ച സംസ്ഥാനമായി കേരളം മാറി. 1966–67–ലെ ഭൂപരിഷ്കാര സർവെ അനുസരിച്ച് 26.05 ലക്ഷം കുടിയാന്മാർക്കാണ് 1959–ൽ അവതരിപ്പിച്ച

ബില്ലിലൂടെ ഭൂമിയിൽ സ്ഥിരാവകാശം ലഭിച്ചത്. അത് ഭൂകേന്ദ്രീകരണത്തിന്റെ തീവ്രത കുറച്ചു. 1955–56–ൽ 25 ഏക്കറിലേറെ ഭൂമിയുള്ള 1.40 ശതമാനം കുടുംബങ്ങൾ മൊത്തം ഭൂമിയുടെ 31.80 ശതമാനം കയ്യടക്കി വെച്ചിരുന്നെങ്കിൽ 1970–71–ൽ അത് 0.40– ശതമാനം കുടുംബങ്ങളും 12.4 ശതമാനം ഭൂമിയുമായി കുറഞ്ഞു. പാർട്ടി പരിപാടിയിൽ പറയുന്നതു പോലെ "നമ്മുടെ കാർഷികബന്ധങ്ങളെ വരിഞ്ഞുകെട്ടിയിരിക്കുന്ന നാടുവാഴിത്ത – അർദ്ധ നാടുവാഴിത്തവിലങ്ങുകൾ പൊട്ടിച്ചെറിഞ്ഞ് കർഷകജനതയെ ചിരകാലാടിമത്തത്തിൽ നിന്ന് മോചിപ്പിക്കുക" എന്ന ലക്ഷ്യം ഒരു സംസ്ഥാനത്തെങ്കിലും കൈവരിക്കാൻ സാധിച്ചുവെന്നതാണ് ഒന്നാം കമ്യൂണിസ്റ്റ് ഗവൺമെന്റിന്റെ ചരിത്രസംഭാവന.

എന്നാൽ, ഇതിനൊരു മറുവശമുണ്ട്. നേരത്തെ വിശദീകരിച്ച പ്രശ്നങ്ങൾമൂലം നാം ഉദ്ദേശിച്ച രീതിയിൽ ഭൂപരിഷ്കാര പ്രക്രിയ മുന്നോട്ട് പോയില്ല. നിയമത്തിൽ ഒരു പാട് വെള്ളം ചേർക്കപ്പെട്ടു. അതിന്റെ ഫലമായി എന്തുസംഭവിച്ചുവെന്ന് നോക്കാം. 7,20,000 ഏക്കർ ഭൂമി മിച്ചഭൂമിയായി ഉണ്ടാകുമെന്നായിരുന്നു 1959–ൽ കാർഷികബന്ധബിൽ അവതരിപ്പിക്കുമ്പോഴത്തെ കണക്ക്. എന്നാൽ മുകളിൽ സൂചിപ്പിച്ച കാരണങ്ങളാൽ അതിൽ ഗണ്യമായ കുറവ് വന്നു. 1991–ലെ കണക്കനുസരിച്ച് മിച്ചഭൂമിയായി ഏറ്റെടുത്തത് 93,178 ഏക്കറാണ്. ആരംഭത്തിൽ കണക്കാക്കിയതിന്റെ 13 ശതമാനം മാത്രം. കമ്യൂണിസ്റ്റ് പാർടി ആഗ്രഹിച്ച തോതിൽ, വൻകിട ഭൂവുടമകളുടെ കുത്തക പൊളിച്ച് അവരുടെ ഭൂമി നിർധനർക്ക് പ്രതിഫലം കൂടാതെ കൊടുക്കുന്ന ഭൂപരിഷ്കാരം വേണ്ടുംവണ്ണം മുന്നോട്ട് കൊണ്ടുപോകാനായില്ലെന്നു സാരം.

എങ്കിലും ഇന്ത്യയിലെ മറ്റേതു സംസ്ഥാനത്തേക്കാളും നീതിയുക്തമായ ഭൂവുടമാവ്യവസ്ഥ കേരളത്തിൽ നിലവിൽ വന്നു. ഭൂവുടമസ്ഥതയുടെ കാര്യത്തിൽ കേരളത്തിൽ വന്ന മാറ്റം താഴെ കൊടുക്കുന്ന പട്ടിക കാണിക്കുന്നു.

	1970–71		1976–77		1980–81		1986–87	
ഭൂമിയുടെ	ഭൂവുടമകൾ	ഭൂമി	ഭൂവുടമകൾ	ഭൂമി	ഭൂവുടമകൾ	ഭൂമി	ഭൂവുടമകൾ	ഭൂമി
അളവ് (ഹെക്ടർ)	ശത.	ശത.	ശത.	ശത.	ശത.	ശത.	ശത.	ശത.
1–ൽ താഴെ	81.8	31.1	87.7	40.0	89.2	41.6	91.5	46.1
1–2	10.1	19.6	80	23.2	6.9	22.0	5.7	21.5
2–4	5.6	21.2	3.2	17.9	2.9	18.4	2.1	15.3
4–10	2.1	15.7	1.0	10.9	0.9	10.8	0.5	7.4
10 നു മുകളിൽ	0.4	12.4	0.1	8.0	0.1	7.2	0.08	9.67

കാർഷികമേഖലയിലെ മുതലാളിത്തവൽക്കരണവും ആഗോളവൽക്കരണവും

മുതലാളിത്തത്തിന്റെ ജനനത്തിലും വളർച്ചയിലും കാർഷക മേഖലയ്ക്കുണ്ടായിരുന്ന പ്രാധാന്യം ഒരിക്കലും കുറച്ചുകാണാനാകില്ല. കാർഷിക മേഖലയിലെ മിച്ചമൂല്യത്തിൽ നിന്നാണ് ഇംഗ്ലണ്ടിൽ മുതലാളിത്തം രൂപം കൊണ്ടത്. പിൽക്കാലത്താകട്ടെ വ്യാവസായികവളർച്ചക്ക്

അനുരൂപമായി കാർഷികമേഖലയിലും ഘടനാപരമായ മാറ്റങ്ങൾ ഉള വായി. സ്വന്തം ഉപഭോഗത്തിനുവേണ്ടിയുള്ള വ്യക്തിഗത ഉൽപ്പാദനമായിരുന്നു കാർഷികോൽപ്പാദനത്തിന്റെ ആദിരൂപം. എന്നാൽ, സമ്പദ്ഘടനയുടെ കമ്പോളവൽക്കരണത്തോടെ കൃഷിയുടെ ലക്ഷ്യവും കമ്പോളത്തിനുവേണ്ടിയുള്ള ഉൽപ്പാദനമായി മാറി.

ആഗോളവൽക്കരണം കാർഷികമേഖലയെ വീണ്ടും ഘടനാപരമായി മാറ്റിക്കൊണ്ടിരിക്കയാണ്. വൻകിട കമ്പനികൾ കാർഷികമേഖലയിലേക്ക് കടന്നുകയറ്റം നടത്തുന്നു. ഈ നൂറ്റാണ്ടിന്റെ ആരംഭത്തിൽ വികസിത മുതലാളിത്തരാജ്യങ്ങളിൽ പ്രത്യക്ഷപ്പെട്ട ഈ പ്രവണത ആഗോളവൽക്കരണത്തോടെ വികസ്വരരാജ്യങ്ങളിലേക്കും പരന്നിരിക്കുന്നു. ഇത് താഴെപ്പറയുന്ന പ്രത്യാഘാതങ്ങൾ ഉളവാക്കുന്നു.

1. കാർഷികമേഖലയിലെ മൂലധന കേന്ദ്രീകരണം
2. കൃഷിക്കാരെയും കർഷത്തൊഴിലാളികളെയും കൃഷിഭൂമിയിൽനിന്ന് ആട്ടിയോടിക്കൽ.
3. ഉപജീവന-ചെറുകിടകൃഷി അപ്രത്യക്ഷമാവുക.
4. സുഖഭോഗവസ്തുക്കളുടെ ഉൽപ്പാദനത്തിലുള്ള കേന്ദ്രീകരണം.
5. രാജ്യങ്ങളുടെയും പ്രദേശങ്ങളുടെയും ഭക്ഷ്യസുരക്ഷിതത്വത്തിനുള്ള ഭീഷണി.
6. ഭക്ഷ്യധാന്യങ്ങളുടെ ഉൽപ്പാദനവർധനയ്ക്കൊപ്പം പട്ടിണിയുടെ വർധന.
7. ശാസ്ത്ര-സാങ്കേതികവിദ്യ, വിശിഷ്യജൈവസാങ്കേതികവിദ്യ ഉപയോഗിച്ചുകൊണ്ട് കൃഷിക്കാരെ തങ്ങളുടെ നിയന്ത്രണത്തിലാക്കുക.
8. കമ്പോളത്തെ ഉപയോഗിച്ചുകൊണ്ട് കൃഷിക്കാരെ തങ്ങളുടെ നിയന്ത്രണത്തിലാക്കുക.
9. പരിസ്ഥിതി പ്രശ്നങ്ങൾ

ആഗോളതലത്തിലുള്ള ഈ പ്രവണത ഇന്ത്യയിലും കേരളത്തിലും ചെറിയ തോതിലെങ്കിലും പ്രകടമായി വരുന്നുണ്ട്. കൃഷിക്കാരെ വൻകിട മൂലധനത്തിന്റെ വരുതിയിലാക്കുക എന്നതാണ് ആഗോളവൽക്കരണത്തിന്റെ തന്ത്രം. കാർഷികോൽപന്നങ്ങളുടെ വിലയിടിച്ചു നിർത്തി, കൃഷിക്കാരെ പാപ്പരാക്കിക്കൊണ്ടാണ് ഇത് സാധിക്കുന്നത്. ഉൽപ്പന്നത്തിന്റെ അന്തിമ കമ്പോളവിലയിൽ ഒരു ചെറിയ അംശം മാത്രമേ കൃഷിക്കാരന്റെ വിഹിതമായി ഇന്നുള്ളൂ. പല മേഖലകളിലും അന്തിമവിലയുടെ പത്ത്ശതമാനം മാത്രമാണ് കൃഷിക്കാരന്റെ അധ്വാനത്തിന്റെ പ്രതിഫലം. സംസ്കരണം, വിപണനം എന്നിങ്ങനെ മറ്റ് ആവശ്യങ്ങൾക്കുള്ളതാണ് ബാക്കി തുക മുഴുവൻ. അതുകൊണ്ടുതന്നെയാണ് വ്യക്തിഗത ഉൽപാദനത്തിലേർപ്പെട്ടിരുന്നവർ കൃഷി ഉപേക്ഷിച്ച് പോയതെന്ന് നിരവധി വിദഗ്ധർ ചൂണ്ടിക്കാണിക്കുന്നുണ്ട്. വൻകിട കമ്പനികൾക്കുമാത്രമേ കൃഷി നടത്താനാവൂ എന്നതാണ് വളർന്നുവരുന്ന സ്ഥിതി. ഇത് കർഷകത്തൊഴിലാളികളെ തൊഴിൽരഹിതരാക്കുന്നു.

അവശേഷിക്കുന്ന വ്യക്തിഗത ഉൽപ്പാദകരും ചെറുകിടകമ്പനികളും വൻകിടക്കാരുടെ പൂർണനിയന്ത്രണത്തിലാണ്. കമ്പോളമാകെ കൈപ്പിടിയിലാക്കിയ വൻകിടക്കാർ ചെറുകിടക്കാരെ തങ്ങളുടെ കൂലി ഉൽപ്പാ

ദകരാക്കി മാറ്റുന്നു. വൻകിടക്കാർ നിർദ്ദേശിക്കുന്ന വിത്ത്, വളം, കീടനാശിനികൾ എന്നിവയെല്ലാം ഉപയോഗിച്ച് ഉൽപ്പാദനം നടത്തുകയും അവർ നിശ്ചയിക്കുന്ന വിലയ്ക്ക് ഉൽപ്പന്നം അവർക്ക് നൽകുകയും ചെയ്യണം ചെറുകിടക്കാർ. ഒരുതരത്തിൽ പറഞ്ഞാൽ കാർഷികമേഖലയിലെ ഫാക്ടറിവൽക്കരണമാണിത്. നാണ്യവിളകൾ, മാംസം, മുട്ട എന്നിവയുടെ രംഗത്താണ് ഇതു വ്യാപകമായിരിക്കുന്നത്. വ്യക്തിഗത ഉൽപ്പാദകരെ തൊഴിലാളികളാക്കി മാറ്റുന്നതിനു തുല്യമാണിത്. അതേസമയം, തൊഴിലാളികളുടെ അവകാശങ്ങളൊന്നും ഈ കൃഷിക്കാർക്കില്ല താനും.

കേരളത്തിലെ കാർഷികമേഖല

കേരളത്തിന്റേത് ഒരു കാർഷിക സമ്പദ്ഘടനയാണെന്നു പറയുമെങ്കിലും മൊത്തം ആഭ്യന്തരോൽപ്പാദനത്തിന്റെ നാലിലൊന്നു മാത്രമേ കൃഷിയിൽ നിന്നുള്ളൂ. അതുതന്നെ ഓരോ വർഷവും അനുക്രമം കുറഞ്ഞുവരികയുമാണ്. ഉദാഹരണത്തിന് 1994–95–ൽ മൊത്തം ആഭ്യന്തരോൽപ്പാദനത്തിന്റെ 24.03 ശതമാനം ആയിരുന്നു കൃഷിയുടെ വിഹിതമെങ്കിൽ 1997–98–ൽ അത് 22.23 ശതമാനമായി കുറഞ്ഞു.

നാണ്യവിളപ്രധാനമാണ് നമ്മുടെ കാർഷികമേഖല. ആകെയുള്ള 26.69 ലക്ഷം ഹെക്ടർ കൃഷിഭൂമിയിൽ 3.52 ലക്ഷം ഹെക്ടറിൽമാത്രമേ നെൽക്കൃഷിയുള്ളൂ. 10.78 ലക്ഷം ഹെക്ടറിൽ നാളികേരം. 5.12 ലക്ഷം ഹെക്ടറിൽ റബർ എന്നിവയും ബാക്കി ഭൂമിയിൽ മറ്റു വിളകളും കൃഷി ചെയ്യുന്നു.

കേരളത്തിന്റെ കാർഷികഘടനയിലെ ഏറ്റവും ശ്രദ്ധേയമായ സവിശേഷത ചെറുകിട കൃഷിക്കാരുടെ പ്രാധാന്യമാണ്. എണ്ണത്തിലും ഭൂവിസ്തൃതിയിലും കേരളത്തിലെ ഭൂവുടമകളിൽ 90 ശതമാനം പേർക്കും ഒരു ഹെക്ടറിൽ താഴെമാത്രം ഭൂമിയേയുള്ളൂ. ഇവരുടെ കൈവശമുള്ള ഭൂമി മൊത്തം കൃഷിഭൂമിയുടെ 40 ശതമാനം വരും. പത്ത് ഹെക്ടറിനുമേൽ ഭൂമിയുള്ളവരുടെ എണ്ണം (പ്ലാന്റേഷനുകൾ അടക്കം) മൊത്തം ഭൂവുടമസ്ഥരുടെ 0.2 ശതമാനമേ വരൂ. അവരുടെ ഭൂവിസ്തൃതിയാവട്ടെ ഒമ്പത് ശതമാനത്തിൽ താഴെയും; അര ഹെക്ടറിൽ താഴെമാത്രം ഭൂമിയുള്ള 80 ശതമാനം വരുന്ന ചെറുകിട ഭൂവുടമസ്ഥരുടെ ഭൂമിയുടെ ശരാശരി വലിപ്പം 30 സെന്റു മാത്രമാണ്. ഇതുതന്നെ പലപ്പോഴും പല തുണ്ടുകളായി ചിതറിക്കിടക്കുന്നു. അഖിലേന്ത്യാടിസ്ഥാനത്തിൽ പരിശോധിച്ചാലും, ഇത്രത്തോളം വരികയില്ലെങ്കിലും, ചെറുകിട ഭൂവുടമസ്ഥരുടെ ബാഹുല്യം കാണാനാകും. എന്നാൽ, അഖിലേന്ത്യാ സ്ഥിതിയിൽനിന്നു വ്യത്യസ്തമായ രണ്ടു സവിശേഷതകൾ കേരളത്തിലെ ചെറുകിട ഭൂവുടമസ്ഥർക്കുണ്ട്.

ഒന്നാമത്തേത്, കൃഷിയുടെ വാണിജ്യവൽക്കരണവും ചിരകാല വിളകളിലുള്ള ഊന്നലുമാണ്. അഖിലേന്ത്യാതലത്തിൽ മൊത്തം കൃഷിഭൂമിയുടെ 15–20 ശതമാനം മാത്രം വാണിജ്യവിളകളായിരിക്കുമ്പോൾ കേരളത്തിൽ ഇത് 65 ശതമാനത്തോളം വരും. കേരളത്തിൽ ചെറുകിട കൃഷിക്കാരും വാണിജ്യവിളകൾ വ്യാപകമായി കൃഷി ചെയ്യുന്നുണ്ട്. ഇന്ത്യയുടെ ഇതരഭാഗങ്ങളിൽ ചെറുകിടകൃഷിക്കാർ മുഖ്യമായും ഭക്ഷ്യധാന്യങ്ങളും മറ്റുമാണ് കൃഷിചെയ്യുക. വില, വ്യവസായ–വാണിജ്യ കുത്തകകളുടെ തിരിമറികൾ തുടങ്ങിയ കമ്പോളപ്രശ്നങ്ങളെ ആസ്പദമാക്കി കർഷക ഐക്യത്തിന്റെ സാധ്യതകളിലേക്ക് ഇത് വിരൽചൂണ്ടുന്നു.

കാർഷികവൃത്തിയും കാർഷികേതര തൊഴിലുകളും കേരളത്തിലെ നാട്ടിൻപുറങ്ങളിൽ കെട്ടുപിണഞ്ഞു കിടക്കുന്നതാണ് രണ്ടാമത്തെ സവിശേഷത. കാർഷിക വർഗഘടനാ പട്ടികയിലെ വിശകലനത്തിൽ കാർഷികേതര മേഖലയെ പരാമർശിക്കുന്നതേയില്ല. സാധാരണഗതിയിൽ ഇതുകൊണ്ട് പ്രശ്നമൊന്നുമുണ്ടാകില്ല. കാരണം കാർഷികമേഖലയും കാർഷികേതരമേഖലയും പ്രായേണ തികച്ചും വേർപിരിഞ്ഞാണു കിടക്കുക. എന്നാൽ, കേരളത്തിൽ ഗ്രാമവും നഗരവും ഇടകലരുന്ന ഒരു 'ഗ്രാഗര വ്യവസ്ഥ'യാണ് നിലവിലുള്ളതെന്നു പറയാം. ഇന്ത്യയിൽ ഗ്രാമീണരിൽ പൊതുവേ 15–20 ശതമാനം മാത്രം കാർഷികേതര മേഖലകളിൽ തൊഴിലെടുക്കുമ്പോൾ കേരളത്തിൽ ഇവരുടെ തോത് 45 ശതമാനം വരും. കാർഷികകുടുംബങ്ങളുടെ വരുമാനത്തിൽ പരിഗണനാർഹമായ പങ്ക് കാർഷികേതര മേഖലയിൽനിന്നാണ് വരുന്നത്. ചെറുകിട ഭൂവുടമസ്ഥരിൽ നല്ലൊരു വിഭാഗം വ്യവസായ–സേവനമേഖലകളിലെ ചെറുകിട ഉൽപ്പാദകരോ കൂലിവേലക്കാരോ ആണെന്നത് വളരെയധികം പ്രാധാന്യമുള്ള വസ്തുതയാണ്. ചെറുകിട ഭൂവുടമസ്ഥരാണെങ്കിലും ഇവർ നേരിട്ടു ഭൂമിയിൽ പണിയെടുക്കുന്നില്ല.

അവസാനമായി കാർഷിക ജനസംഖ്യയിൽ ഭൂരിപക്ഷം വരുന്ന കർഷകത്തൊഴിലാളികളുടെ സ്ഥിതി പരിശോധിക്കാം. ഇവരുടെ എണ്ണത്തിലുണ്ടായ വർദ്ധന കേരളത്തിലെ തൊഴിൽഘടനയിലുണ്ടായ ഏറ്റവും ശ്രദ്ധേയമായ മാറ്റങ്ങളിലൊന്നാണ്. കൃഷിക്കാരുടെ പാപ്പരീകരണവും കൈത്തൊഴിലാളികളുടെ തകർച്ചയുംമൂലം പരമ്പരാഗത കർഷകത്തൊഴിലാളി ജാതികളിൽപ്പെടാത്ത വലിയ വിഭാഗം ജനങ്ങൾ കർഷകത്തൊഴിലാളികളായി മാറി. അതേസമയം, ഇന്ത്യയിൽ മറ്റെവിടെയും ഇല്ലാത്തതരത്തിൽ മെച്ചപ്പെട്ട വേതന–സേവന വ്യവസ്ഥകൾ കർഷകത്തൊഴിലാളികൾക്ക് ഇവിടെ ലഭിക്കുകയും ചെയ്യുന്നു.

ഈ പശ്ചാത്തലത്തിൽ കേരളത്തിലെ സമകാലീന കാർഷിക പ്രശ്നങ്ങൾ ഏവയെന്ന് പരിശോധിച്ച് അവയെ കർഷകമുന്നണി എത്തരത്തിൽ കൈകാര്യം ചെയ്യണമെന്ന് നിശ്ചയിക്കേണ്ടതുണ്ട്.

കേരളത്തിലെ കാർഷികപ്രശ്നങ്ങൾ

കേരളത്തിലെ ഭൂപരിഷ്കാരം കാർഷികോൽപ്പാദനത്തെ പിറകോട്ടടിപ്പിക്കുകയാണ് ചെയ്തതെന്ന് വ്യാപകമായ പ്രചാരവേലയുണ്ട്. എന്താണ് വസ്തുത? 1959–ലെ നിയമമാണല്ലോ കേരളത്തിലെ ഭൂവുടമാബന്ധങ്ങളിൽ ആദ്യമായി അഴിച്ചുപണി നടത്തിയത്. അതിനെത്തുടർന്ന് 1960–കളിൽ സംസ്ഥാനത്ത് കാർഷികോൽപ്പാദനം ഇതരസംസ്ഥാനങ്ങളെ അപേക്ഷിച്ച് മെച്ചപ്പെട്ടതായിരുന്നു. ആ ദശകത്തിൽ കാർഷികോൽപ്പാദനത്തിന്റെ അഖിലേന്ത്യാ വളർച്ചാനിരക്ക് പ്രതിവർഷം 2.19 ശതമാനമായിരുന്നെങ്കിൽ കേരളത്തിലത് 3.2 ശതമാനമായിരുന്നു. മെച്ചപ്പെട്ട ഈ പ്രകടനത്തിന് കാരണം ഭൂപരിഷ്കാരമായിരുന്നു എന്ന കാര്യത്തിൽ തർക്കമുണ്ടാവേണ്ടതില്ല. എന്നാൽ, തുടർന്നുള്ള കാലത്ത് കേരളത്തിലെ ഉൽപ്പാദനത്തിന്റെ വളർച്ചാനിരക്ക് താഴോട്ടുപോന്നു. 1970–കളിൽ അത് 1.3 ശതമാനവും 1980–കളിൽ (–) 0.1 ശതമാനവും മാത്രമായിരുന്നു.

ഉൽപ്പാദനക്ഷമതയുടെ കാര്യത്തിൽ സ്ഥിതി സ്വൽപ്പംകൂടി വ്യത്യ

സ്തമാണ്. ഒരു ഹെക്ടർ ഭൂമിയിൽനിന്ന് ഏറ്റവും കൂടുതൽ ഉൽപ്പാദന മൂല്യം സൃഷ്ടിക്കുന്ന സംസ്ഥാനമാണ് കേരളം. 1962–65–ൽ അഖിലേന്ത്യാതലത്തിൽ ഒരു ഹെക്ടർ ഭൂമിയിൽനിന്ന് 743 രൂപയുടെ ഉൽപ്പാദനമാണ് ഉണ്ടായതെങ്കിൽ കേരളത്തിലത് 1485 രൂപയായിരുന്നു. എന്നാൽ, എഴുപതുകൾ മുതൽ ഉൽപ്പാദനക്ഷമതയുടെ പ്രതിവർഷ വളർച്ച കേരളത്തിൽ കുറയാൻ തുടങ്ങി. 1962–73–ൽ അഖിലേന്ത്യാതലത്തിൽ വർദ്ധന 1.89 ശതമാനമായിരുന്നത്. 1973–83–ൽ 2.11 ശതമാനമായി ഉയർന്നു. എന്നാൽ, കേരളത്തിലത് 1.22 ശതമാനത്തിൽനിന്ന് 0.58 ശതമാനമായി കുറഞ്ഞു. ഉയർന്ന മൂല്യമുണ്ടെങ്കിലും അതിന്റെ വളർച്ചനിരക്ക് നിലനിർത്തുന്നതിൽ കഴിഞ്ഞ ഏതാനും വർഷമായി നാം പരാജയപ്പെട്ടു എന്നാണ് ഇത് കാണിക്കുന്നത്.

കേരളത്തിലെ കാർഷികവിളകളുടെ ഉൽപ്പാദനക്ഷമതയെ ഇന്ത്യയുടേതുമായി താരതമ്യപ്പെടുത്തിയാൽ നാം എത്ര പിറകിലാണെന്നു കാണാൻ കഴിയും.

വിളകൾ	ഉൽപ്പാദനക്ഷമത (കി. ഗ്രാം/ഹെക്ടർ)	
	കേരളം	ഇന്ത്യ
നെല്ല്	1975	2765
മരച്ചീനി	20512	22145
പയറുവർഗം	723	702
തെങ്ങ്	5858 എണ്ണം	7808 എണ്ണം
റബർ	1105	1563
കശുമാവ്	601	662
ഏലം	129	109
കുരുമുളക്	255	355
തേയില	1748	1875
കാപ്പി	563	818

(*ആധാരം കേരളം: സാമ്പത്തികാവലോകനം 1999, സംസ്ഥാന ആസൂത്രണ ബോർഡ്, ഇന്ത്യ–സാമ്പത്തിക സർവെ 1999–2000 ഇന്ത്യാ ഗവൺമെന്റ്*)

മിക്കവാറുമെല്ലാ വിളകളുടെയും കാര്യത്തിൽ നമ്മുടെ ഉൽപ്പാദനക്ഷമത അഖിലേന്ത്യാ ശരാശരിയേക്കാൾ വളരെ താഴെയാണെന്നു കാണാൻ കഴിയും. നമ്മുടെ കർഷകമുന്നണി അത്യന്തം ഗൗരവത്തോടെ നോക്കിക്കാണേണ്ട വസ്തുതയാണിത്.

കഴിഞ്ഞ 40 വർഷമായി കേരളത്തിലെ വിള പരിക്രമമാറ്റങ്ങൾ പരിശോധിച്ചാൽ, ഏറ്റവും പ്രകടമായ വസ്തുത ഭക്ഷ്യവിള വിസ്തൃതിയിൽ തുടർച്ചയായി വന്നുകൊണ്ടിരിക്കുന്ന കുറവുതന്നെയാണ്. മുഖ്യഭക്ഷ്യവിളയായ നെല്ലിന്റെ കാര്യത്തിൽതന്നെയാണ് ഈ കുറവ് രൂക്ഷമായിരിക്കുന്നത്. അറുപതുകളിൽ മൊത്തം കൃഷിവിസ്തൃതിയുടെ 33 ശതമാനം നെൽക്കൃഷി ആയിരുന്നെങ്കിൽ ഇപ്പോഴത് ഏതാണ്ട് നേർപകുതിയായി കുറഞ്ഞിരിക്കുന്നു. മരിച്ചീനി, ചേന, കാച്ചിൽ, ചേമ്പ്, പയറുവർഗവിളകൾ എന്നിവയുടെയെല്ലാം കാര്യത്തിൽ ഈ പ്രവണത ദൃശ്യമാണ്. കൃഷിയുടെ

അടിസ്ഥാന ലക്ഷ്യം തന്നെ ഭക്ഷ്യോൽപാദനമാണെന്നിരിക്കെ, നമ്മുടെ ഭക്ഷ്യസുരക്ഷിതത്ത്വത്തിന്റെ അടിത്തറ തകർക്കുന്ന ഈ പ്രതിഭാസം കാർഷികമേഖലയുടെ ചൈതന്യമില്ലായ്മയാണ് സൂചിപ്പിക്കുന്നത്.

പുരയിടങ്ങളിലെ ഇടവിളക്കൃഷിയൊക്കെ കുറഞ്ഞുവരുന്നു. വാഴയുടെ കാര്യത്തിൽ മാത്രമാണ് ചെറിയ വർദ്ധന. കിഴങ്ങുവർഗ വിളകൾ, ഇഞ്ചി, മഞ്ഞൾ, എള്ള്, നിലക്കടല അടക്കമുള്ള വാർഷികവിളകളൊന്നും നാം ശ്രദ്ധിക്കുന്നതേയില്ല. വൃക്ഷവിളകളുടെയും തോട്ടവിളകളുടെയും വിസ്തൃതിയിൽ വർദ്ധന എന്നത് സ്ഥിരം പ്രവണതയായിരിക്കുന്നു. റബ്ബറിന്റെ കാര്യത്തിൽ കഴിഞ്ഞ നാലു ദശകങ്ങൾക്കുള്ളിൽ വിസ്തൃതി ഇരട്ടിയിലും അധികമായി. ഏലം, കുരുമുളക്, കാപ്പി എന്നിവയുടെ വിസ്തൃതി നേരിയ തോതിലെങ്കിലും വർദ്ധിക്കുന്നുമുണ്ട്.

ഉൽപ്പാദനക്ഷമത ഇടിഞ്ഞതിനും ഭൂരിപരിഷ്കാരത്തെ പഴിക്കുകയെന്നതാണ് ബൂർഷ്വാ ബുദ്ധിജീവികളുടെ രീതി. അതിൽ വസ്തുത അശേഷമില്ലെന്നു നാം തിരിച്ചറിയണം. ഉൽപ്പാദനവും ഉൽപാദനക്ഷമതയും ഇടിയുന്നതിന് മറ്റു പല കാരണങ്ങളുമുണ്ട്.

ഒന്നാമതായി, വിവിധ പിന്തുടർച്ചാവകാശ നിയമനിർമ്മാണങ്ങളെത്തുടർന്ന് മുമ്പ് കൂട്ടുകുടുംബത്തിന്റേതായിരുന്ന ഭൂമി തുണ്ടംതുണ്ടമായി. ഈ തുണ്ട് ഭൂമിയെ ആസ്പദമാക്കി മാത്രമല്ല അതിന്റെ ഉടമകളുടെ ഉപജീവനം. ഉപജീവനത്തിനായി അവർ മറ്റു മാർഗങ്ങൾ തേടുന്നു. തന്റെ ചെറുതുണ്ട് ഭൂമിയിൽ പണം മുടക്കുന്നതുമൂലം ലാഭമുണ്ടാകില്ലെന്ന വിചാരത്തോടെ അവർ കൃഷിയെ അവഗണിക്കാൻ തുടങ്ങി. ഇത് ഉൽപ്പാദനത്തെയും ഉൽപാദനക്ഷമതയെയും കാര്യമായി ബാധിച്ചു. മാത്രവുമല്ല, ഹ്രസ്വകാലവിളയായ നെല്ലിനെ അവഗണിച്ച് തെങ്ങ്, റബ്ബർ എന്നിവയ്ക്ക് മുൻഗണന കൊടുക്കാനും ഇതിടയാക്കി.

രണ്ടാമതായി, ഗൾഫ് കുടിയേറ്റത്തെയും തുടർന്നുണ്ടായ വൻവരുമാന വർദ്ധനയെയും തുടർന്ന് ഭൂമിക്കുള്ള ഡിമാൻഡ് ഉയർന്നു. മുഖ്യമായും വീടുവെക്കാനും മറ്റുമായിരുന്നു ഇത്. അതുകൊണ്ടുതന്നെ ഉൽപ്പാദനോപാധി എന്നതിനേക്കാളുപരിയായി വെറുതെയിട്ടാലും മൂല്യവർധനയുണ്ടാകുന്ന ഒരു ആസ്തി മാത്രമായിത്തീർന്നു കൃഷിഭൂമി.

മൂന്നാമതായി, വിലകളുടെ പ്രശ്നം, കേരളത്തിന്റെ കാർഷികോൽപാദനത്തിൽ ഗണ്യമായ പങ്ക് നാണ്യവിളകൾക്കാണ്. ഈ ഉൽപന്നങ്ങൾ മുഖ്യമായും അസംസ്കൃതപദാർഥം എന്ന നിലയ്ക്ക് ഇന്ത്യയുടെ ഇതരഭാഗങ്ങളിലേക്കോ രാജ്യത്തിനു പുറത്തേക്കോ കയറ്റി അയക്കപ്പെടുന്നു. ഇക്കാരണത്താൽതന്നെ ഈ ഉൽപ്പന്നങ്ങളുടെ വില നിശ്ചയിക്കപ്പെടുന്നത് കേരളത്തിനു പുറത്തെ കമ്പോളത്തിൽവെച്ചാണ്. ഇതരരാജ്യങ്ങളിലെ ഇതേ ഉൽപ്പന്നങ്ങളുമായി കേരളത്തിലെ ഉൽപ്പന്നങ്ങൾക്ക് മൽസരിക്കേണ്ടിയിരിക്കുന്നു. സാർവദേശീയ തലത്തിൽ കാർഷികോൽപന്നങ്ങളുടെ വിലയിടിയുകയോ വ്യാവസായിക ചരക്കുകൾക്ക് അനുരൂപമായ തോതിൽ ഉയരാതിരിക്കുകയോ ചെയ്യുന്ന പ്രവണതയാണ് നിലനിൽക്കുന്നത്. മാത്രവുമല്ല, വിലകളിൽ വമ്പിച്ച തോതിൽ ഏറ്റക്കുറച്ചിലുകളും ഉളവാകുന്നു. ഇവയെല്ലാം മുഖ്യമായും ദീർഘകാലവിളകളായതിനാൽ, അനിശ്ചിതത്വത്തിലാകുന്ന കൃഷിക്കാർക്ക് ഏറെ പോംവഴികളൊന്നുമില്ല. സ്വാഭാവികമായും അവർ കൃഷിയിൽ വിമുഖരാകുന്നു.

നാലാമതായി, കേരളത്തിലെ പുരോഗമനപ്രസ്ഥാനങ്ങളുടെ പോരാട്ടത്തിന്റെ ഫലമായി അടിച്ചമർത്തപ്പെട്ട ജനവിഭാഗങ്ങളിലാകെ പുതിയ അവകാശബോധം ഉയർന്നുവന്നു. മെച്ചപ്പെട്ട കൂലി, ജീവിതസാഹചര്യങ്ങൾ എന്നിവയ്ക്കുവേണ്ടി കർഷകത്തൊഴിലാളികളടക്കമുള്ളവർ നടത്തിയ സമരങ്ങൾ മൊത്തം കൂലിനിലവാരത്തെ ഉയർത്തി. ജീവിതച്ചെലവിലുണ്ടായ വർദ്ധനയ്ക്കനുസരിച്ച് എല്ലാ വിഭാഗം തൊഴിലെടുക്കുന്നവർക്കും കൂലി വർദ്ധിച്ചതുപോലെയാണ് കർഷകത്തൊഴിലാളികൾക്കും കൂലി വർധിച്ചത്. പക്ഷേ, ഇതനുസരിച്ച് കൃഷിക്കാരന്റെ കാർഷികോൽപ്പന്നങ്ങൾക്ക് വില വർദ്ധന ഉണ്ടായില്ല. ഇത് കൃഷിച്ചെലവുമായി ഒത്തുപോകാത്ത സ്ഥിതി വന്നപ്പോൾ അതിന് കർഷകത്തൊഴിലാളികളുടെ കൂലിവർധനയാണ് തങ്ങളുടെ കാർഷികോൽപ്പാദനച്ചെലവ് വർദ്ധിക്കാൻ കാരണമെന്ന തെറ്റായ ചിന്താഗതി കൃഷിക്കാരിലുണ്ടാക്കുന്നുണ്ട്. കൃഷിക്കാർ കൃഷിയിൽനിന്ന് വിമുഖരാകുന്നതിന് ഇതും ഇടയ്ക്കെങ്കിലും ഇടവരുത്തി.

അഞ്ചാമതായി, തൊഴിലാളികളുടെ ലഭ്യതയുടെ പ്രശ്നം. കാർഷികമേഖലയിൽ തൊഴിലാളികളെ കിട്ടാനില്ല എന്നത് സാർവത്രികമായി ഉയർന്നു വരുന്ന പരാതിയാണ്. നമ്മുടെ സംസ്ഥാനം നേരിടുന്ന മുഖ്യമായ വരുമാനമാർഗവും അതല്ല. ആയതിനാൽ ഉപജീവനത്തിന് തന്റെ ചെറുതുണ്ടം ഭൂമിയിൽനിന്നുള്ള കാർഷികോൽപ്പാദനം പരമാവധിയാക്കണമെന്ന നിർബന്ധമില്ല. കൂലിയേക്കാൾ കൂടുതൽ വരുമാനം കൂലിപ്പണിക്കാരൻ സൃഷ്ടിക്കുമെന്ന് ഉറപ്പുള്ളിടത്തോളമേ കൃഷിപ്പണിക്ക് ആളെ നിർത്തൂ. എന്നാൽ, ഉൽപ്പാദനശേഷി പൂർണമായി വിനിയോഗിക്കപ്പെടാത്ത ഭൂമി കയ്യൊഴിയുന്നതിനും ആരും തയ്യാറാവുകയില്ല. കാരണം, ഭൂമിയുടെ വില കയറിക്കൊണ്ടിരിക്കുകയാണ്. തറവിലയുടെ വർധനയിലാണ് പല ഭൂവുടമസ്ഥരുടെയും ഉന്നം. ചിലരാകട്ടെ തങ്ങളുടെ ഭൂമി അനൗപചാരികമായി പാട്ടത്തിനു കൊടുക്കുന്നു. നിയമവിരുദ്ധമായിട്ടും ഹ്രസ്വകാലയളവുകളിലേക്കും അനിയന്ത്രിതമായി വ്യാപിച്ചുകൊണ്ടിരിക്കുന്ന പാട്ടസമ്പ്രദായം ഭൂമിയുടെ സ്ഥായിയായ ഉൽപ്പാദന വർധനയ്ക്ക് തടസ്സമാണ്.

ചുരുക്കത്തിൽ കൃഷിപ്പണിക്കായാലും വിത്ത്, വളം, വെള്ളം തുടങ്ങിയവയ്ക്കായാലും ആവശ്യമായ മൂലധനം ഭൂമിയിൽ ഇന്ന് നിക്ഷേപിക്കപ്പെടുന്നില്ല. മുതൽമുടക്കിയാലും ന്യായമായ വരുമാനം കൃഷിയിൽനിന്ന് ലഭിക്കുന്നില്ല. കേരളത്തിലെ വാണിജ്യവിളകളുടെ കാര്യത്തിൽ കഴിഞ്ഞ ഏതാനും വർഷം മുമ്പുവരെയും വിലകൾ മൊത്തത്തിൽ പൊതുവില സൂചികയേക്കാൾ കൂടുതൽ വേഗത്തിൽ ഉയർത്തുന്നതിന് സംഘടിതപരിശ്രമം മൂലം കഴിഞ്ഞിരുന്നു. എന്നിട്ടുപോലും ഉൽപ്പാദനച്ചെലവിന്റെ സൂചികകൾ ഉൽപ്പന്ന വിലസൂചികയേക്കാൾ വേഗത്തിൽ ഉയരുന്നുവെന്നാണ് കേരള സർക്കാരിന്റെതന്നെ കണക്കുകൾ സൂചിപ്പിക്കുന്നത്. ഉൽപ്പാദന ക്ഷമതയിലെ മുരടിപ്പിന്റെ പശ്ചാത്തലത്തിൽ ഈ സ്ഥിതിവിശേഷത്തിന്റെ പ്രത്യാഘാതം കൃഷിക്കാരുടെ വരുമാനം ശോഷിക്കുകയെന്നതാണ്. പുത്തൻ സാമ്പത്തികനയങ്ങളുടെ പശ്ചാത്തലത്തിൽ ഈ പ്രക്രിയ കൂടുതൽ രൂക്ഷമായിക്കൊണ്ടിരിക്കുകയാണ്.

പുത്തൻ സാമ്പത്തികനയങ്ങൾക്കെതിരെ കർഷക–കർഷകത്തൊഴിലാളികളുടെ യോജിച്ച സമരത്തിന്റെ പ്രാധാന്യത്തിലേക്ക് ഇത് വിരൽചൂ

ണ്ടുന്നു. എന്നാൽ, ഇതിനോടൊപ്പം ഉൽപ്പാദനക്ഷമതയെ തടസ്സപ്പെടുത്തുന്ന കാരണങ്ങൾക്കു പ്രതിവിധി കണ്ടെത്തി ഉൽപ്പാദനം വർദ്ധിപ്പിക്കുന്നതിനുള്ള പരിശ്രമങ്ങൾകൂടി അനിപൂരകമായി നടത്തേണ്ടിയിരിക്കുന്നു.

കൂലിയെ അടിസ്ഥാനമാക്കിയുള്ള വൈരുധ്യം കേരളത്തിലെ നാട്ടിൻ പുറങ്ങളിൽ വൻകിട ഭൂവുടമകളും ഒന്നുമില്ലാത്ത ഭൂരിപക്ഷവും തമ്മിലുള്ള തർക്കംമാത്രമായിട്ടല്ല രൂപംകൊള്ളുന്നത്. മറിച്ച് ചെറുകിട ഉടമസ്ഥരെങ്കിലും മറ്റു പലയിടത്തും തൊഴിലെടുക്കുന്നവരായ സാധാരണ കൃഷിക്കാരും കർഷകത്തൊഴിലാളികളുമായിട്ടുള്ള തർക്കമായിട്ടാണ് പലപ്പോഴും പരിണമിക്കുക. ഈ രണ്ടു വിഭാഗങ്ങളെയും യോജിപ്പിച്ചുകൊണ്ടല്ലാതെ നാട്ടിൻപുറങ്ങളിൽ ഭൂരിപക്ഷത്തിന്റെ ഐക്യം സൃഷ്ടിക്കുക സാധ്യമല്ല. കൂലിവർധനയോടൊപ്പം ഉൽപ്പാദനക്ഷമതയുടെ വർദ്ധനയും ജനകീയ ഐക്യത്തിന്റെ ഒരു അവശ്യ ഉപാധിയായിത്തീരുന്നു.

കാർഷികമേഖലയിലെ വർഗഘടനാതത്ത്വങ്ങൾ

ഈ സാഹചര്യം കൂടി വെച്ചുകൊണ്ടുവേണം നാം കാർഷിക രംഗത്തെ അടവുകൾ ആവിഷ്കരിക്കാൻ. നാം നേരത്തെ കണ്ടതുപോലെ ഫ്യൂഡൽ ഭൂപ്രഭുത്വത്തിന്റെ സ്ഥാനം കയ്യടക്കുന്ന മുതലാളിത്ത ഭൂപ്രഭു -പ്രമാണി കൂട്ടുകെട്ടിനും ജന്മി–ബൂർഷ്വാ സർക്കാരിന്റെ കർഷകവിരുദ്ധനയങ്ങൾക്കുമെതിരെ കർഷകത്തൊഴിലാളികളിലും ദരിദ്രകർഷകരിലും ഊന്നിക്കൊണ്ടുള്ള വിപുലമായ കർഷകസമരൈക്യം വളർത്തിയെടുക്കുകയെന്നതാണ് കർഷകമുന്നണിയിലെ കടമയായി പാർടി അംഗീകരിച്ചിരിക്കുന്നത്. കാർഷികമേഖലയിൽ വിവിധ വിഭാഗങ്ങളുള്ളതിനാൽ അവയോരോന്നിനെയുംകുറിച്ച് വ്യക്തമായ ധാരണയില്ലാതെ ഈ വിശകലനം നടത്തനാകില്ല. ക്ലാസിക്കൽ നിർവചനപ്രകാരം ഈ വിവിധ വിഭാഗങ്ങളുടെ സ്വഭാവം താഴെ കൊടുക്കുന്നു.

കാർഷികമേഖലയിലെ വർഗഘടന

വിഭാഗം	കൈവശ ഭൂമിയോ സ്വന്തംഭൂമിയോ ഉണ്ടോ	കൈവശ സ്വന്തം ഭൂമിയിൽ കൂലിവേല എടുപ്പിക്കുന്നുണ്ടോ?	കൈവശ സ്വന്തം ഭൂമിയിൽ പണിയെടുക്കുന്നുണ്ടോ?	അന്യഭൂമിയിൽ കൂലിവേലയ്ക്ക് പോകുന്നുണ്ടോ?
കർഷകത്തൊഴിലാളി	ഇല്ല	ഇല്ല	ഇല്ല	ഉണ്ട്
ദരിദ്രകർഷകൻ	ഉണ്ട്	ഇല്ല	ഉണ്ട്	ഉണ്ട്
ഇടത്തരം കൃഷിക്കാരൻ	ഉണ്ട്	ഇല്ല	ഉണ്ട്	ഇല്ല
ധനികകൃഷിക്കാരൻ	ഉണ്ട്	ഉണ്ട്	ഉണ്ട്	ഇല്ല
മുതലാളിത്ത ഭൂപ്രഭു	ഉണ്ട്	ഉണ്ട്	ഇല്ല	ഇല്ല
ഫ്യൂഡൽ ഭൂപ്രഭു	ഉണ്ട്	ഇല്ല	ഇല്ല	ഇല്ല

ഭൂമിയുടെ ഉടമസ്ഥത, ഭൂമിയിൽ പണിയെടുക്കുന്നതിന്റെ രീതി എന്നിവയെ അടിസ്ഥാനമാക്കിയാണ് ക്ലാസിക്കൽ നിർവചനമെങ്കിലും

കൈവശഭൂമിയുടെ അളവിനെ ആസ്പദമാക്കിയാണ് അഖിലേന്ത്യാ കിസാൻസഭ വർഗീകരണം നടത്തിയിരിക്കുന്നത്. അത് ഇപ്രകാര മാണ്.

കർഷകവിഭാഗം	ജലസേചിത ഭൂമിയുടെ അളവ്	ജലസേചനമില്ലാത്ത ഭൂമിയുടെ അളവ്
ദരിദ്ര കൃഷിക്കാരൻ	രണ്ട് ഏക്കർ വരെ	അഞ്ച് എക്കർ
ഇടത്തരം കൃഷിക്കാരൻ	2–5 ഏക്കർ	10–12 ഏക്കർ
ധനിക കൃഷിക്കാരൻ	5–10 ഏക്കർ	12 ഏക്കറിന് മുകളിൽ

ഈ നിർവചനപ്രകാരവും ദരിദ്രകൃഷിക്കാരൻ ഉപജീവനത്തിനായി അന്യന്റെ ഭൂമിയിൽ പണിക്ക് പോകുന്നു. ക്ലാസിക്കൽ നിർവചനമായാലും മുകളിൽ കൊടുത്ത നിർവചനമായാലും അവയെ അടിസ്ഥാനമാക്കി പ്രവർത്തിക്കുന്നതിന് തടസ്സങ്ങൾ ഒന്നുമില്ല. അതുപ്രകാരം ചെറുകിട ഭൂവുടമസ്ഥനായ ദരിദ്ര കൃഷിക്കാരൻ കാർഷിക മേഖലയിൽ കൂലിവേലക്കാരൻകൂടിയാണ്. ഈ ദരിദ്രകൃഷിക്കാരനുമായി കർഷകത്തൊഴിലാളിക്ക് ഏറ്റുമുട്ടലിന്റെ പ്രശ്നമൊന്നുമില്ലെന്നു മാത്രമല്ല, കർഷകമുതലാളിമാരിൽനിന്ന് കൂടുതൽ കൂലി വാങ്ങുന്ന കാര്യത്തിൽ യോജിപ്പാണുള്ളത്. ഇടത്തരം കൃഷിക്കാരനാകട്ടെ മുഴുവൻ കൃഷിപ്പണിയും ഏതാണ്ട് സ്വയം ചെയ്യുന്നവനാണ്. കർഷകത്തൊഴിലാളിക്ക് ധനികകർഷകനുമായി കൂലിയുടെ പ്രശ്നത്തിൽ തർക്കമുണ്ടാകാം. പക്ഷേ, സർക്കാരിന്റെ പൊതുനയങ്ങൾക്കെതിരായുള്ള സമരത്തിൽ ഈ വിഭാഗവുമായി ഐക്യമുണ്ടാക്കാനാകും. കർഷകത്തൊഴിലാളികൾക്കും ദരിദ്രകൃഷിക്കാർക്കും മുതലാളിത്ത ഭൂപ്രഭുക്കന്മാരുമായിട്ടേ വിട്ടുവീഴ്ച സാധ്യമല്ലാത്ത വൈരുധ്യം നിലവിലുള്ളൂ. അവർക്ക് ലഭിക്കേണ്ട ഭൂമി കയ്യടക്കി വെച്ചിരിക്കുന്ന, ന്യായമായ കൂലി നിഷേധിക്കുന്ന, ഭൂമിയിൽ പണിയെടുക്കാത്ത പുതിയ ഇത്തിക്കണ്ണികളാണവർ.

തൊഴിലാളിവർഗത്തെ സംബന്ധിച്ചിടത്തോളം ജനകീയ ജനാധിപത്യ വിപ്ലവത്തിൽ കാർഷികമേഖലയിലെ വിവിധ വിഭാഗങ്ങളുമായി താഴെപ്പറയുന്ന ബന്ധമാണ് നിലനിൽക്കുക.

കാർഷികമേഖലയിലെ വിഭാഗം	തൊഴിലാളിവർഗത്തോടുള്ള ബന്ധം
കർഷകത്തൊഴിലാളി	അടുത്ത ബന്ധു
ദരിദ്രകൃഷിക്കാരൻ	അടുത്ത ബന്ധു
ഇടത്തരം കൃഷിക്കാരൻ	വിശ്വസ്തമിത്രം
ധനികകൃഷിക്കാരൻ	ചാഞ്ചാടുന്ന മിത്രം
ഭൂപ്രഭു	ശത്രു

നാട്ടിൻപുറങ്ങളിലെ വർഗസമരം

മുകളിൽ വിശദീകരിച്ച വർഗ വിശകലന മാതൃകയ്ക്ക് കേരളത്തിന്റെ സവിശേഷസാഹചര്യത്തിൽ പ്രസക്തിയേറെ ചോർന്നുപോയിരിക്കുന്നു, എന്നത് കേരളത്തിലെ കാർഷിക പ്രശ്നത്തിന് ഒരു സവിശേഷ സങ്കീർണത നൽകിയിരിക്കുന്നു.

ഉദാഹരണത്തിന് പുത്തൻ പ്രമാണിവർഗ്ഗത്തിന്റെ കാര്യം. പ്ലാന്റേഷൻ മേഖലയെ മാറ്റിനിർത്തിയാൽ പുതിയ മുതലാളിത്ത ഭൂപ്രഭുക്കന്മാർക്ക് പൊതുവെ നാട്ടിൻപുറങ്ങളിലുള്ള മേധാവിത്വത്തിനു കർശനമായ പരിമിതികൾ ഉണ്ടെന്നു കാണാം. ഭൂപരിധി നിയമംമൂലം ഭൂമിയുടെ കേന്ദ്രീകരണം സാധ്യമല്ല. ഭൂമിയുടെ ക്രയവിക്രയം പരിശോധിച്ചാൽ വാങ്ങുന്നവരുടെ നല്ല പങ്ക് ഗൾഫുകാരോ വീടുവെക്കുന്നതിനുവേണ്ടി ഭൂമി വാങ്ങുന്ന ഇടത്തരക്കാരോ ആണെന്നു കാണാം. ഗ്രാമീണ കുടുംബങ്ങളുടെ ആസ്തികളെക്കുറിച്ചുള്ള പഠനം കാണിക്കുന്നത് കേരളത്തിൽ സമ്പത്തിന്റെ വിതരണത്തിലെ അസമത്വം കുറഞ്ഞുവരുന്നുവെന്നാണ്. 1960–61–ൽ 0.71 ആയിരുന്ന അസമത്വസൂചിക 1980–81–ൽ 0.63 ആയി താണു. ഭൂപരിഷ്കരണവും വിദഗ്ധ–അവിദഗ്ധതൊഴിലാളികളുടെ ഗൾഫിലേക്കുള്ള കുടിയേറ്റവും ഈ പ്രതിഭാസത്തിനു കാരണങ്ങളാണ്.

കേരളത്തിലെ പുതിയ ഭൂപ്രഭുക്കന്മാർ മറ്റു ചില കാര്യങ്ങളിലും അഖിലേന്ത്യാതലത്തിൽ നിന്നു വ്യത്യസ്തരാണ്. ഒന്നാമതായി, തൊഴിൽകമ്പളത്തിനുമേലുണ്ടായിരുന്ന മുതലാളിത്ത പൂർവചരടുകൾ കേരളത്തിലെ പ്രമാണിവർഗത്തിനു നഷ്ടപ്പെട്ടിരിക്കുന്നു. രണ്ടാമതായി, ഗ്രാമീണ വായ്പാ കമ്പോളത്തിനുമേലും ഭൂപ്രമാണിവർഗത്തിന്റെ നിയന്ത്രണം കേരളത്തിൽ താരതമ്യേന ദുർബലമാണ്. വായ്പാസഹകരണ പ്രസ്ഥാനത്തിന്റെ വിജയകരമായ വ്യാപനമാണിതിന്റെ പശ്ചാത്തലം. മൂന്നാമതായി, കാർഷികോൽപന്ന വിപണിയിലെ ഇടത്തട്ടുകാരായി വർത്തിക്കുന്നത് പ്രായേണ ഈ പ്രമാണിമാരാണ്. എന്നാൽ, ഇവർ തമ്മിലുള്ള മൽസരവും അവസാന കമ്പോളത്തിൽ വൻകിട കമ്പനികളുടെ നിയന്ത്രണവും കേരളത്തിലെ കൂടുതൽ കാര്യക്ഷമമായ കമ്പോളവിവരദായക സമ്പ്രദായവുംമൂലം ഈ ഇടത്തട്ടുകാർക്ക് തന്നിഷ്ടപ്രകാരം ലാഭനിരക്ക് ഉയർത്തുക ശ്രമകരമാണ്. പലപ്പോഴും കച്ചവടമാർജിൻ വളരെ താഴ്ന്നതാണ്. ഇവയെല്ലാം മൂലം കുട്ടനാട് – പാലക്കാടൻ പാടശേഖരങ്ങൾ ഒഴിച്ചാൽ തീരപ്രദേശത്തും ഇടനാട്ടിലും മുതലാളിത്ത ഭൂപ്രഭു ഒരു മായാവിയായിത്തീരുന്നു. ഇവർക്കെതിരായ സമരം പ്രായോഗിക മുദ്രാവാക്യമായി മാറ്റുക അത്യന്തം ശ്രമകരമാണ്.

അഖിലേന്ത്യാ സ്ഥിതിയുമായി താരതമ്യപ്പെടുത്തുമ്പോൾ രണ്ടു സവിശേഷതകൾ ഇവരെ സംബന്ധിച്ച് ചൂണ്ടിക്കാണിക്കാനുണ്ട്. ഒന്നാമത്തേത്, ഇവർ ആരുടെ കീഴിൽ പണിയെടുക്കുന്നു എന്നതു സംബന്ധിച്ചതാണ്. മുതലാളിത്ത ഭൂപ്രഭുക്കന്മാരുടെയും ധനികകൃഷിക്കാരുടെയും കീഴിൽ മാത്രമല്ല, കേരളത്തിലെ വിളകളുടെ പ്രത്യേകതമൂലവും ചെറുകിട ഭൂവുടമസ്ഥരും കാർഷികേതരവൃത്തിയും തമ്മിലുള്ള സവിശേഷബന്ധം മൂലവും കേരളത്തിൽ വലിപ്പച്ചെറുപ്പവ്യത്യാസമില്ലാതെ പ്രായേണ എല്ലാ വിഭാഗം ഭൂവുടമസ്ഥരും കൂലിവേലയ്ക്ക് ആളെ നിർത്തുന്നുവെന്നതാണ് യാഥാർഥ്യം.

രണ്ടാമത്തേത്, കേരളത്തിലെ കർഷകത്തൊഴിലാളികളുടെ സംഘടിത ശേഷിയുമായി ബന്ധപ്പെട്ടതാണ്. സുസംഘടിതരായ കേരളത്തിലെ കർഷകത്തൊഴിലാളികൾക്കു സേവനവ്യവസ്ഥകൾ മെച്ചപ്പെടുത്തുന്നതിനും കൂലി ഗണ്യമായി ഉയർത്തുന്നതിനും കഴിഞ്ഞു. ഇന്നിപ്പോൾ കാലോചിതമായ കൂലിവർധന നാട്ടുമര്യാദകളിലൊന്നായി പല പ്രദേശ

ങ്ങളിലും മാറിയിരിക്കുന്നു. പലയിടത്തും കൂലിവർദ്ധനയ്ക്കു സമരം തന്നെ വേണമെന്നില്ല.

ബഹുഭൂരിപക്ഷംവരുന്ന കൃഷിക്കാരും കർഷകത്തൊഴിലാളികളും തമ്മിൽ കൂലിയെയും മറ്റ് സേവനവ്യവസ്ഥകളെയും ആസ്പദമാക്കി വൈരുധ്യം നിലനിൽക്കുമെന്നത് ഒരു വസ്തുതയാണ്. എന്നാൽ, ആ വൈരുധ്യം അപരിഹാര്യമായ വൈരുധ്യമല്ല. ഈ രണ്ടു വിഭാഗങ്ങളും തമ്മിലുള്ള സഹകരണാത്മകമായ ബന്ധം വർഗബന്ധങ്ങളിൽ അതിപ്രധാനമായ പങ്ക് വഹിക്കുന്നു. അതുകൊണ്ടുതന്നെ അത്തരത്തിലുള്ള ഒരു ബന്ധം വളർത്തിയെടുക്കുന്നതിനായിരിക്കണം കാർഷികമേഖലയിലെ ഊന്നൽ.

ആഗോളവൽക്കരണവും ബൂർഷ്വാ–ഭൂപ്രഭു ഭരണകൂട്ടുകെട്ടിന്റെ സാമ്പത്തികനയങ്ങളും കൃഷിക്കാരും കർഷകത്തൊഴിലാളികളും അടക്കമുള്ള കർഷക ജനസാമാന്യത്തെയാകമാനം ദുരിതത്തിലേക്കു വലിച്ചിഴച്ചുകൊണ്ടിരിക്കുകയാണ്. ധനികകൃഷിക്കാരും ഇതിന്റെ ആഘാതം അനുഭവിച്ചുകൊണ്ടിരിക്കുകയാണ്. അതുകൊണ്ടുതന്നെ കാർഷികമേഖലയിലെ ഇതരവിഭാഗങ്ങൾക്ക് ധനികകൃഷിക്കാരുമായും യോജിപ്പിന്റെ സാധ്യതകൾ നിലനിൽക്കുന്നു.

ജനകീയ ജനാധിപത്യ വിപ്ലവത്തിന്റെ വിശാലമായ അടിത്തറയാണ് കാർഷികമേഖല. അതിന്റെ നേതൃത്വം തൊഴിലാളി വർഗത്തിനാണുതാനും. ആ നിലയ്ക്ക് തൊഴിലാളി വർഗ നേതൃത്വത്തിലുള്ള ജനകീയ ജനാധിപത്യമുന്നണി കെട്ടിപ്പടുക്കുന്നതിനായി പരമാവധി കൃഷിക്കാരെയും കർഷകത്തൊഴിലാളികളെയും അണിനിരത്തുകയെന്നതായിരിക്കണം കർഷക മുന്നണിയിലെ പ്രവർത്തനത്തിന്റെ കാതൽ.

കേരള കർഷകസംഘം

1935 ലാണ് കേരളത്തിലെ കർഷകസംഘത്തിന് രൂപം നൽകിയതെങ്കിലും 1956 ഡിസംബർ 29, 30 തീയതികളിലായി ഷൊർണൂരിൽവെച്ചാണ് കേരള കർഷകസംഘം രൂപീകരിച്ചത്. കർഷസംഘത്തിന്റെ രണ്ടാം സമ്മേളനം 1957 ഒക്ടോബർ 19, 20 തീയതികളിൽ കാലടിയിൽവെച്ചു നടന്നു. ഭൂനിയമങ്ങൾ നടപ്പാക്കുന്നതിനുള്ള തീരുമാനങ്ങൾ ഈ സമ്മേളനത്തിൽവെച്ചാണ് കൈക്കൊണ്ടത്. കർഷസംഘത്തിന്റെ ഓരോ സമ്മേളനത്തിൽനിന്നും കൈക്കൊണ്ട തീരുമാനങ്ങൾ കേരളത്തിലെ കൃഷിക്കാരിലാകെ ചലനങ്ങൾ ഉണ്ടാക്കിയിരുന്നു. കർഷസംഘം അംഗസംഖ്യ ഗണ്യമായി വർദ്ധിച്ചു. 1956–ൽ 1,35,000 ആയിരുന്ന അംഗസംഖ്യ ഇപ്പോൾ 17,66,639 ആയി ഉയർന്നു. എന്നാൽ, കർഷകസംഘം പ്രവർത്തനത്തിന് പഴയകാലത്തെ സജീവത നഷ്ടപ്പെട്ടിരിക്കുന്നു. കാർഷികമേഖലയിലെ സങ്കീർണമായ സ്ഥിതി ഒരു കാരണമാണെങ്കിലും അതു മാത്രമാണ് എന്നു കരുതി ഈ പ്രവണതയെ കണ്ടില്ലെന്നു നടിച്ചുകൂടാ. ഒട്ടേറെ ദൗർബല്യങ്ങൾ ഇന്ന് സംഘടന നേരിട്ടുകൊണ്ടിരിക്കുന്നുണ്ട്.

കേരള കർഷകസംഘത്തിന് പ്രത്യേക ഭരണഘടനയില്ല. അതുകൊണ്ട് അഖിലേന്ത്യാ കിസാൻസഭയുടെ ഭരണഘടനയ്ക്കനുസരിച്ചാണ് സംഘം പ്രവർത്തിക്കുന്നത്. അഖിലേന്ത്യാ കാഴ്ചപ്പാടിന് അനുസൃതമായി, എന്നാൽ കേരളത്തിലെ കാർഷികബന്ധങ്ങളുടെയും കാർഷി

കപ്രശ്നങ്ങളുടെയും വിളരീതികളുടെയും പ്രത്യേകതകൾ കണക്കിലെടുത്ത് പ്രവർത്തിക്കാനുതകുന്ന തരത്തിൽ ഒരു പ്രവർത്തന പദ്ധതി കേരളകർഷസംഘത്തിന് ഉണ്ടാകേണ്ടതുണ്ട്. അഖിലേന്ത്യാ കിസാൻസഭയുടെ കീഴിൽ കേരള കർഷകസംഘത്തിന് പ്രത്യേക ഭരണഘടന താമസിയാതെ തയ്യാറാക്കണം. അടുത്ത സംസ്ഥാനസമ്മേളനത്തോടെ ഇക്കാര്യം നിർവഹിക്കണം.

സഭയുടെ ഉദ്ദേശ്യലക്ഷ്യങ്ങൾ അംഗീകരിക്കുകയും അതിന്റെ അച്ചടക്കത്തിന് വിധേയനാകുകയും ചെയ്യുന്ന 16 വയസ്സ് പൂർത്തിയാക്കിയ ഏതൊരു കർഷകനും വാർഷികവരിസംഖ്യയായ ഒരു രൂപ അടച്ചാൽ സഭയിൽ അംഗമാകാം. സംഘത്തിൽ ചേരേണ്ട നല്ല പങ്ക് കൃഷിക്കാർ ഇന്നും കർഷകസംഘത്തിനു പുറത്താണ് എന്നതാണ് വസ്തുത.

1991–ലെ കണക്കനുസരിച്ച് കേരളത്തിലെ മൊത്തം ഭൂവുടമസ്ഥ കുടുംബങ്ങൾ 54.19 ലക്ഷമാണ്. അവരിൽ 50.16 ലക്ഷം ഒരു ഹെക്ടറിനും രണ്ടു ഹെക്ടറിനുംമേൽ ഭൂമിയുള്ളവരുമാണ്. ഈ കണക്ക് നോക്കിയാൽ ഒരു കോടിയിൽപരംപേർ ഭൂമിയുമായി ബന്ധപ്പെട്ടു ജീവിക്കുന്നവരാണ്. ഇതിൽ കർഷകത്തൊഴിലാളികളും ഗ്രാമീണ തൊഴിലാളികളുമായവരെ മാറ്റി നിർത്തിയാൽ 50 ലക്ഷത്തോളം പേരെ കർഷകസംഘത്തിൽ ചേർക്കാൻ കഴിയേണ്ടതാണ്. എന്നാൽ, അതിൽ മൂന്നിലൊന്നു പേരെപോലും അണിനിരത്താൻ കഴിഞ്ഞിട്ടില്ലെന്നതു ഗുരുതരമായ പോരായ്മയാണ്. ആറേഴു മാസം നീണ്ട പ്രവർത്തനത്തിലൂടെയാണ് ഇപ്പോൾ മെമ്പർഷിപ്പ് പൂർത്തീകരിക്കുന്നത്. കൃഷിക്കാരെയും കർഷകകുടുംബങ്ങളെയും നേരിട്ടു കണ്ട് മെമ്പർഷിപ്പ് ചേർക്കുന്ന സ്ഥിതി പല സ്ഥലങ്ങളിലും ഇല്ല. ക്വാട്ട പൂർത്തീകരിക്കാൻ കടമയൊപ്പിക്കുന്നപോലെ മെമ്പർഷിപ്പുപ്രവർത്തനം പൂർത്തീകരിക്കുകയാണ് ചെയ്യുന്നത്.

മുഖ്യതൊഴിലോ ഉപതൊഴിലോ ആയി കൃഷിപ്പണിയിലേർപ്പെട്ടിട്ടുള്ള കർഷകരെ കർഷകസംഘത്തിൽ മെമ്പർമാരാക്കി ചേർക്കുന്നതിനാണ് ആദ്യമായി ശ്രദ്ധിക്കേണ്ടത്. കൃഷിക്കാരുടെ ഒരു ചെറിയ ശതമാനം മാത്രമേ ഇപ്പോൾ മെമ്പർമാരായി ചേരുന്നുള്ളൂ.

കർഷകസംഘം മെമ്പർഷിപ്പ് കാമ്പയിൽ ആരംഭിച്ചാൽ ഓരോ വീട്ടിലും പ്രവർത്തകർ കയറിയിറങ്ങണം. കർഷകസംഘത്തിന്റെ ഉദ്ദേശ്യവും ലക്ഷ്യവും മുദ്രാവാക്യങ്ങളും വിവരിച്ചുകൊടുക്കുന്ന ചെറിയൊരു കുറിപ്പ് സംഘം പ്രവർത്തർക്ക് ഈ ഘട്ടത്തിൽ നൽകണം. ഒരു രൂപ ചോദിച്ചു വാങ്ങി പിരിവ് നടത്തുന്ന രീതിയിൽ സംഘം മെമ്പർഷിപ്പ് ചേർക്കുന്നതിൽ മാറ്റം വരുത്തണം. മെമ്പർഷിപ്പ് ചേർത്താൽ അവരെ പ്രാദേശികതലത്തിൽ വിളിച്ചു ചേർക്കണം. ആ പ്രദേശത്തെ കർഷകരെ ബാധിക്കുന്ന വിത്ത്, വളം, വെള്ളം, ട്രാക്ടർ ലഭ്യമാക്കൽ, കർഷകത്തൊഴിലാളികളെ പണിക്ക് വിളിക്കൽ തുടങ്ങി കർഷകന്റെ പ്രശ്നങ്ങൾ ചർച്ച ചെയ്യുന്ന ഒരു യോഗമാക്കി അതു മാറ്റണം. പ്രാദേശിക കർഷകസംഘത്തിന്റെ പ്രധാന പ്രവർത്തകൻ കർഷകപ്രശ്നങ്ങൾ ഏറ്റവും നന്നായി പഠിച്ച ഒരു സഖാവായിരിക്കണം. കർഷകരുടെ കുടുംബയോഗങ്ങൾ വർഷത്തിൽ മൂന്നു പ്രാവശ്യമെങ്കിലും കാർഷികകേന്ദ്രത്തിൽ പ്രാദേശികസംഘത്തിന്റെ ആഭിമുഖ്യത്തിൽ സംഘടിപ്പിക്കണം. കൃഷിക്കാരന്റെ

ദുഃഖത്തിലും സുഖത്തിലും പങ്കാളികളായി പ്രവർത്തിക്കാൻ സംഘം പ്രവർത്തകർ മുന്നോട്ടു വരണം.

കഴിഞ്ഞ രണ്ട് ദശകമായി കർഷകസംഘത്തിന് അതിന്റെ ചരിത്രപരമായ കടമകൾക്കൊത്തുയരാൻ കഴിഞ്ഞിട്ടില്ല. ഇതിന്റെ മുഖ്യമായ ഒരു കാരണം പ്രാദേശികസംഘം പ്രവർത്തനം നിർജ്ജീവമായി എന്നതാണ്. ഒരു പ്രദേശത്തെ കൃഷിക്കാരുടെ സകലമാനപ്രശ്നങ്ങളിലും ഇടപെടുന്ന പ്രസ്ഥാനമായിരുന്നു കർഷസംഘം. കൃഷിക്കാരന്റെ വീട്ടിൽ എന്താവശ്യങ്ങളുണ്ടായാലും കർഷകസംഘം പ്രവർത്തകന്റെ സാന്നിധ്യം ഉണ്ടാകുമായിരുന്നു. നാട്ടിലെ കുഴഞ്ഞുമറിഞ്ഞ എല്ലാ പ്രശ്നങ്ങൾക്കും പരിഹാരം കാണുന്ന കേന്ദ്രമായിരുന്നു പ്രാദേശികസംഘം ഓഫീസുകൾ. അതതു പ്രദേശത്തെ കൃഷിക്കാരനെ ബാധിക്കുന്ന ജലസേചനത്തിന്റെയും വിളനാശത്തിന്റെയും സർക്കാർ ആനുകൂല്യത്തിന്റെയും എല്ലാം കാര്യങ്ങൾ കർഷകസംഘം വഴിയാണ് കൈകാര്യം ചെയ്തുപോന്നിരുന്നത്. ഈ രീതി പൂർണമായും കൈമോശം വന്നിരിക്കുകയാണ്. അത് തിരിച്ചു കൊണ്ടുവരുന്നതിനായി പ്രാദേശികകർഷകസംഘത്തെ ശക്തിപ്പെടുത്തണം.

കമ്മിറ്റികളുടെ പ്രവർത്തനവും ചിട്ടപ്പെടുത്തേണ്ടതുണ്ട്. സ്വയംപ്രവർത്തിക്കുന്ന വില്ലേജ് കമ്മിറ്റികൾ വിരളമാണ്. വില്ലേജ് കമ്മിറ്റികൾക്ക് കീഴിൽ യൂണിറ്റുകൾ ഉണ്ടെങ്കിലും അത് പേരിനു മാത്രമാണ് പല സ്ഥലങ്ങളിലുമുള്ളത്. ഏരിയാകമ്മിറ്റികളുണ്ട്. എന്നാൽ, ഈ കമ്മിറ്റികളിൽ കർഷക സംഘം പ്രവർത്തനം മുഖ്യചുമതലയായി കണ്ട് പ്രവർത്തിക്കുന്നവർ വളരെ കുറവാണ്. ജില്ലാക്കമ്മിറ്റികൾ 14 എണ്ണമുണ്ടെങ്കിലും എല്ലാ ജില്ലാക്കമ്മിറ്റികളും ഒരുപോലെ പ്രവർത്തിക്കുന്നവയല്ല. ജില്ലകളിൽപോലും ഈ രംഗത്തുതന്നെ തന്റെ മുഖ്യചുമതലയായി കണ്ട് കർഷകസംഘം കെട്ടിപ്പടുക്കുകയെന്ന ഉത്തരവാദിത്തത്തിൽ കേന്ദ്രീകരിച്ചു നിൽക്കുന്നവർ ഇല്ലെന്നതാണ് വസ്തുത. മറ്റ് ഒട്ടേറെ പ്രവർത്തനങ്ങൾക്കൊപ്പം സംഘം പ്രവർത്തനവും എന്ന രീതിയാണ് അവലംബിക്കുന്നത്. സംസ്ഥാനസെന്റർ പ്രവർത്തനം മുൻകാലത്തേക്കാൾ കുറെയേറെ ശക്തിപ്പെട്ടിട്ടുണ്ട്. ഇതിന്റേതായ ഒരു ചലനം കർഷകസംഘം പ്രവർത്തനത്തിൽ സംസ്ഥാനത്ത് പൊതുവെ ഉണ്ടായിട്ടുണ്ട്. 1970നുശേഷം കാൽനടയായി ഒരു ജാഥ സംസ്ഥാനവ്യാപകമായി സംസ്ഥാന നേതാക്കൾ നേതൃത്വം നൽകി സംഘടിപ്പിച്ചുവെന്നത് കൃഷിക്കാരിൽ ചലനമുണ്ടാക്കാൻ സഹായിച്ചിട്ടുണ്ട്. എന്നാൽ, അതിനുശേഷം നടത്തിയ അഞ്ചുദിവസത്തെ തുടർച്ചയായ കർഷകപിക്കറ്റിങ്ങിലെ കർഷകപങ്കാളിത്തം പഴയ അവസ്ഥതന്നെയാണ് ഓർമ്മിപ്പിച്ചത്. സംഘടനാരംഗത്തുള്ള ദുർബലത വ്യക്തമാക്കിയ ഒരി സമരമായിരുന്നു അത്. കൃഷിക്കാരെ പ്രാദേശികമായി അണിനിരത്തി അവരോടൊപ്പം നിന്നു പ്രവർത്തിച്ച് അവരുടെകൂടെ സമരരംഗത്തേക്ക് എത്തിച്ചേരാൻ പ്രാദേശികകർഷകസംഘം നേതാക്കന്മാർക്ക് കഴിയുന്നില്ല. ഇതുകൊണ്ടാണ് പ്രക്ഷോഭസമരങ്ങളിലെ കർഷകപങ്കാളിത്തം കുറയുന്നത്.

സംസ്ഥാനതലത്തിൽ പ്രത്യേക ഓഫീസുണ്ടെങ്കിലും അത് പൂർണസമയം പ്രവർത്തിക്കുന്നുണ്ടെന്നോ, ദിനവും ഉയർന്നുവരുന്ന കർഷകപ്രശ്നങ്ങൾ കൈകാര്യം ചെയ്യാൻ അതിന് കഴിയുന്നുണ്ടെന്നോ പറയാ

നാകില്ല. ഇപ്പോൾ ജില്ലകളിൽതന്നെ അപൂർവം സ്ഥലങ്ങളിലേ സ്വത ന്ത്രമായ ഓഫീസ് പ്രവർത്തിക്കുന്നുള്ളൂ. ചിലേടത്ത് ചലിക്കുന്ന ഓഫീ സായി സെക്രട്ടറി പ്രവർത്തിക്കുന്നു. പാർടി ഓഫീസിന്റെ ഒരു മൂല യ്ക്കാണ് ചില സ്ഥലത്ത് ഓഫീസ് പ്രവർത്തിക്കുന്നത്. കർഷകസംഘം ഓഫീസുകൾ എല്ലാതലങ്ങളിലും പ്രത്യേകമായി പ്രവർത്തിക്കണം. ഏറ്റവും പ്രധാനമായി പ്രാദേശികസംഘം പ്രവർത്തകർക്ക് ഒത്തുകൂടാൻ ഒരു കേന്ദ്രമുണ്ടാകണം. ലക്ഷക്കണക്കിന് അംഗങ്ങളുള്ള ഒരു സംഘട നയ്ക്ക് ചിട്ടയോടെ പ്രവർത്തിക്കുന്ന മുഴുവൻസമയ പ്രവർത്തകരും ഓഫീസുമുണ്ടെങ്കിലേ വർഗസംഘടനയുടെ ഇന്നത്തെ ഉത്തരവാദിത്ത ങ്ങൾ നിർവഹിക്കാൻ കഴിയുകയുള്ളൂ. അല്ലെങ്കിൽ വരിസംഖ്യ പിരി ക്കുകമാത്രം ചെയ്യുന്ന ഒരു സംഘടനയായി അധഃപതിക്കും.

സങ്കീർണമായ അവസ്ഥയാണ് കാർഷികമേഖലയിൽ നിലനിൽക്കു ന്നത്. ഈ അവസ്ഥയിൽ ലക്ഷ്യബോധത്തോടെ കൃഷിക്കാരെ സംഘ ടിപ്പിക്കുക വിഷമകരമാണ്. കാർഷികരംഗത്തെ സാമ്പത്തികശാസ്ത്ര- സാങ്കേതികമാറ്റങ്ങൾ മനസ്സിലാക്കാനുള്ള കഴിവ് പ്രാദേശിക കേഡർമാ രിൽ ഉണ്ടാകണം. കാർഷിക പ്രശ്നങ്ങൾ ശരിയായ നിലയിൽ കൈകാര്യം ചെയ്യാൻ കഴിയുംവിധം കർഷകസംഘം പ്രവർത്തകരെ പ്രാപ്തരാക്കണം. ഇതിനായി മുതലാളിത്തത്തിന്റെ പുത്തൻ ചൂഷണ രീതികളെക്കുറിച്ച് തുടർച്ചയായ പഠനക്ലാസുകൾ നൽകുന്നതിനുള്ള സംവിധാനം ഉണ്ടാകണം. പ്രാദേശികസംഘം സെക്രട്ടറിവരെയുള്ളവരെ ഉദ്ദേശിച്ചുകൊണ്ട് ഇത്തരം പഠന ക്ലാസുകൾ സംഘടിപ്പിക്കണം. കൃഷി ക്കാരെ ആകർഷിക്കുന്ന വിധത്തിലുള്ള ലഘുലേഖകൾ, ജനകീയ ക്ലാസു കൾ, കാർഷിക മേളകൾ, കൃഷിവിജ്ഞാന സെമിനാറുകൾ എന്നിവ സംഘടിപ്പിക്കണം.

കർഷകസംഘം ജില്ല – ഏരിയാതല പ്രവർത്തർക്ക് സാമ്പത്തിക ബുദ്ധിമുട്ടുകൾ കാരണം അലവൻസ് കിട്ടുന്ന മറ്റെന്തെങ്കിലും സ്ഥാപന ത്തിന്റെയോ യൂണിയനുകളുടെയോ ഭാരവാഹികളാകാൻ നിർബന്ധിക്ക പ്പെടുകയാണ്. ഈ രീതി മാറ്റി ജില്ലയിൽ മൂന്നു സഖാക്കൾക്കും കാർഷി കമേഖലയിലെ ഏരിയയിലെ ഒരു സഖാവിനും അലവൻസ് നൽകാനുള്ള സംവിധാനം കർഷകസംഘം ഉണ്ടാക്കണം. അതിന് വർഷത്തിലൊരി ക്കൽ സംഘം ഫണ്ട് പിരിക്കണം. കൃഷിക്കാരുമായി വൈകാരികബന്ധം ഉണ്ടാകുന്ന വിധത്തിലുള്ള ഫണ്ടുപിരിവുരീതി സ്വീകരിക്കണം. വിളവെ ടുപ്പ് നടത്തുന്ന ഘട്ടങ്ങളിൽ ഈ ഫണ്ട് പിരിച്ചെടുക്കാൻ കർഷകസംഘം പ്രാദേശിക ഘടകങ്ങൾ തയ്യാറായാൽ ഉൽപ്പന്നങ്ങളായും പണമായും ആവശ്യത്തിനുള്ള ഫണ്ട് പിരിക്കാനാകും.

കർഷകസംഘത്തിന്റെ പ്രവർത്തനത്തിൽ സ്ത്രീകൾ വളരെ ചുരുക്കം മാത്രമേ പങ്കെടുക്കുന്നുള്ളൂ. യഥാർഥത്തിൽ കൃഷിയുമായി ഇപ്പോൾ വളരെയേറെ ബന്ധപ്പെടുന്നത് സ്ത്രീകളാണ്. പുരുഷന്മാർ മറ്റു ജോലികളിൽ ഏർപ്പെടുമ്പോൾ കൃഷികാര്യങ്ങളിൽ സ്ത്രീകൾ മേൽനോട്ടം വഹിക്കുന്നു. കന്നുകാലി വളർത്തൽ, കോഴിവളർത്തൽ, പന്നിവളർത്തൽ, താറാവു വളർത്തൽ തുടങ്ങിയവയെല്ലാം സ്ത്രീകളാണ് ചെയ്തുവരുന്നത്. ഇതുമായി ബന്ധപ്പെട്ടെല്ലാം ഒട്ടേറെ പുതിയ പ്രശ്ന ങ്ങൾ അവർ നേരിടുന്നുണ്ട്. ഇതിന് കർഷകസംഘത്തിന് നിർദ്ദേശങ്ങ

ളുണ്ടെന്നും സംഘം തങ്ങളുടെ കൂടെ നിൽക്കുമെന്നും അവരെ ബോധ്യപ്പെടുത്തിയാൽ സ്ത്രീകളെ വളരെവേഗം കർഷകസംഘത്തിൽ അണിനിരത്താൻ കഴിയും. ക്ഷീരവികസന സൊസൈറ്റികളുമായി കർഷകസംഘം പ്രവർത്തകർ ബന്ധപ്പെട്ടാൽ ധാരാളം സ്ത്രീകളെ സംഘത്തിൽ കൊണ്ടുവരാനും പ്രവർത്തനത്തിൽ പങ്കാളികളാക്കാനും കഴിയും. സ്ത്രീകളെ കർഷകസംഘത്തിൽ കൊണ്ടുവരാൻ പ്രത്യേകമായ കുടുംബയോഗങ്ങൾ പ്രാദേശികമായി സംഘടിപ്പിക്കണം. എല്ലാവിധ കാർഷികപ്രശ്നവും ഏറ്റെടുക്കുന്ന സംഘടനയായി വളരണമെങ്കിൽ ഇത്തരം മേഖലകളിലേക്കുകൂടി നമ്മുടെ ശ്രദ്ധ തിരിയേണ്ടതുണ്ട്.

എല്ലാ തലത്തിലുള്ള കമ്മിറ്റികളിലും 10 ശതമാനമെങ്കിലും സ്ത്രീകളെ ഉൾപ്പെടുത്തണം. ഇപ്പോൾ സ്ത്രീകളില്ലാത്ത കമ്മിറ്റികളിൽ കൃഷിക്കാരായ സ്ത്രീകളെ കോ–ഓപ്റ്റ് ചെയ്ത് പ്രവർത്തനരംഗത്ത് സ്ത്രീകളെ രംഗത്തിറക്കാൻ പ്രത്യേക പരിപാടി തയ്യാറാക്കണം.

മുസ്ലിം, ക്രിസ്ത്യൻ വിഭാഗങ്ങൾ വർഗപരമായി വലിയൊരു ഭാഗം കാർഷികരംഗത്താണ് കേന്ദ്രീകരിച്ചിരിക്കുന്നത്. ഗൾഫ് പണം ഗ്രാമീണമേഖലിൽ സ്വാധീനം ചെലുത്തുന്നുണ്ട്. ഈ സാമുദായികവിഭാഗങ്ങളെ ചെറിയതോതിൽമാത്രമേ നമുക്ക് സ്വാധീനിക്കാൻ കഴിഞ്ഞിട്ടുള്ളു. ക്രിസ്ത്യൻ വിഭാഗത്തിൽ ഉണ്ടാക്കാൻ കഴിഞ്ഞ സ്വാധീനം പോലും മുസ്ലിം കൃഷിക്കാരിൽ ഉണ്ടാക്കാൻ കഴിഞ്ഞിട്ടില്ല. ഈ വിഭാഗങ്ങളെ കർഷകസംഘത്തിൽ ആകർഷിക്കാൻ പ്രാദേശികകർഷകസംഘത്തിന് പ്രത്യേകമായ കാഴ്ചപ്പാടുണ്ടാകണം. കർഷകസംഘവുമായി സഹകരിക്കാൻ തയ്യാറുള്ള ഇത്തരക്കാരായവരെ പ്രാദേശിക സംഘടനയുടെ ഭാരവാഹികളായി കൊണ്ടുവന്ന് അത്തരം ജനവിഭാഗങ്ങളുമായുള്ള ബന്ധം ശക്തിപ്പെടുത്തണം. റബർ, കശുവണ്ടി, നാളികേരം എന്നീ കൃഷിയിൽ വ്യാപൃതരായിരിക്കുന്ന മതന്യൂനപക്ഷങ്ങളിൽപ്പെട്ട കൃഷിക്കാരെ ആകർഷിക്കാൻ ഓരോ സ്ഥലത്തും നമ്മുടെ സമീപനത്തിൽ എന്തെങ്കിലും മാറ്റങ്ങൾ ആവശ്യമുണ്ടോയെന്ന് അതതു പ്രദേശങ്ങളിലെ പാർടിഘടകങ്ങൾ പ്രത്യേകം പരിശോധിക്കണം. ബന്ധപ്പെട്ട സ്ഥലങ്ങളിലെ ഡിസികളും എസികളും ഇതിൽ പ്രത്യേകമായി ഇടപെടണം.

യഥാർഥ കൃഷിക്കാരെ ആകർഷിച്ച് സംഘത്തിന് വളർന്നു വരുന്നതിനുള്ള മുഖ്യമായ പ്രതിബന്ധം കർഷകത്തൊഴിലാളികളോടുള്ള കൃഷിക്കാരന്റെ മനോഭാവമാണ്. കർഷകത്തൊഴിലാളി തന്റെ ശത്രുവാണെന്ന് വലിയൊരു വിഭാഗം കൃഷിക്കാർ കരുതുന്നു. കാർഷികമേഖലയിലെ മുതലാളിത്തവൽക്കരണം വർഗവൈരുധ്യങ്ങൾ മൂർച്ഛിപ്പിച്ചുകൊണ്ടിരിക്കുന്നു. കാർഷികത്തൊഴിലാളികളും കൃഷിക്കാരും തമ്മിലുള്ള വൈരുധ്യം മൂർച്ഛിപ്പിക്കാൻ ശ്രമിക്കുന്ന കർഷകസംഘടനകൾ ഇവിടെ സജീവമാണ്. കാർഷികമേഖലയിലെ പുരോഗതി ഈ രണ്ടു വിഭാഗങ്ങളുടെയും ഐക്യത്തിലൂടെമാത്രമേ കൈവരിക്കാൻ കഴിയൂവെന്ന നിലപാടിൽ ഉറച്ചു നിന്നുകൊണ്ടുവേണം എല്ലാവിഭാഗം കൃഷിക്കാരെയും ഉൾക്കൊള്ളാനുള്ള പരിശ്രമം നടത്തേണ്ടത്.

പ്രശ്നങ്ങൾ ഉയർന്നുവരുമ്പോൾ സമയോചിതമായി പ്രതികരിക്കുകയും അതിന്റെ അടിസ്ഥാനത്തിൽ കാര്യപരിപാടികൾ ആവിഷ്കരിക്കുകയും ചെയ്തെങ്കിൽമാത്രമേ ഒരു സംഘത്തിന് നിലനിൽക്കാനാകൂ.

ഇക്കാര്യത്തിൽ കർഷകസംഘത്തിന്റെ പ്രകടനം മെച്ചപ്പെട്ടതല്ല. പലപ്പോഴും പ്രശ്നം കത്തിനിൽക്കുമ്പോൾ ഇടപെടാതിരിക്കുക, എല്ലാം ആറിത്തണുത്തുകഴിയുമ്പോൾമാത്രം രംഗത്തുവരിക എന്നീ പ്രവണതകൾ നിലനിൽക്കുന്നതുമൂലം പല പരിപാടികളും കർഷകജനസാമാന്യത്തിന്റെ ശ്രദ്ധ ആകർഷിക്കാത്ത വഴിപാടു പരിപാടിയായി മാറുന്നു.

കർഷകസംഘം മുൻകൈയെടുത്ത് ഉദാരവൽക്കരണനടപടിമൂലം കെടുതിയനുഭവിക്കുന്ന എല്ലാ വിഭാഗത്തിലെയും കൃഷിക്കാരുടെ സംയുക്തപ്രക്ഷോഭം വളർത്തിയെടുക്കണം. ഇതിൽ താൽപര്യമുള്ള മറ്റു കർഷകസംഘടനകളെക്കൂടി പങ്കെടുപ്പിച്ചുകൊണ്ട് സംയുക്തപ്രവർത്തനങ്ങൾ സംഘടിപ്പിക്കണം. ഇതുവഴിയേ വിപുലമായ കർഷകഐക്യം കെട്ടിപ്പടുക്കാൻ കഴിയുകയുള്ളൂ. ഏകോപിതസമരങ്ങൾ വളർത്തിയെടുക്കുന്നതിൽ കർഷകസംഘത്തിന് വേണ്ടത്ര ശ്രദ്ധ ചെലുത്താൻ കഴിഞ്ഞിട്ടില്ല. മേൽത്തട്ടിലുള്ള യോജിച്ച പ്രവർത്തനത്തേക്കാളുപരി പ്രാദേശികതലത്തിൽ തന്നെ കർഷകസംഘടനകളുടെ യോജിച്ച പ്രായോഗികപ്രവർത്തനങ്ങൾ സംഘടിപ്പിക്കാനാണ് പ്രത്യേക ശ്രദ്ധ ചെലുത്തേണ്ടത്. എങ്കിൽമാത്രമേ ഇന്നു നമ്മോടൊപ്പം അണിനിരക്കാത്ത മറ്റു കർഷക കുടുംബങ്ങളിലേക്കു കടക്കാൻ നമ്മുടെ പ്രസ്ഥാനത്തിന് കഴിയുകയുള്ളൂ. അതേസമയം കർഷകസംഘത്തിന്റെ സ്വതന്ത്ര സ്വഭാവം ഉയർത്തിപ്പിടിച്ചു പ്രവർത്തിക്കുകും വേണം.

കാപ്പി, കൊക്കോ, റബർ, നാളികേരം, കുരുമുളക്, അടയ്ക്ക, കശുവണ്ടി തുടങ്ങിയ വിളകൾ ഉൽപ്പാദിപ്പിക്കുന്ന ധനിക-ഇടത്തരം കൃഷിക്കാരെ നമ്മോടൊപ്പം അടുപ്പിക്കാനുള്ള പ്രവർത്തനം വേണ്ടത്ര നടത്താൻ കർഷസംഘത്തിന് ഇനിയും കഴിഞ്ഞിട്ടില്ല. ഇക്കഴിഞ്ഞവർഷം വിവിധ വിളകളെ അടിസ്ഥാനമാക്കി കൃഷിക്കാരെ പ്രത്യേകം വിളിച്ചുചേർത്ത കൺവെൻഷനുകൾ ബന്ധപ്പെട്ട കൃഷിക്കാരിൽ നമ്മോട് അനുഭാവം ഉണ്ടാക്കിയിരുന്നെങ്കിലും തുടർപ്രവർത്തനങ്ങളൊന്നും ഉണ്ടായില്ല. വിവിധതരം വിള കൃഷിചെയ്യുന്ന കൃഷിക്കാർക്ക് പ്രത്യേകം പ്രശ്നങ്ങളുണ്ട്. ഇത് മനസിലാക്കി ഓരോ വിഭാഗം കൃഷിക്കാരുടെയും പ്രത്യേകം പ്രശ്നങ്ങൾ കർഷകസംഘം തന്നെ ഉന്നയിക്കുകയും കർഷകസംഘത്തിന്റെ ആഭിമുഖ്യത്തിൽ യോജിച്ച പ്രസ്ഥാനം വളർത്തിയെടുക്കുകയും വേണം. വാണിജ്യവിളകൾ കൃഷി ചെയ്യുന്ന ധനിക-ഇടത്തരം കൃഷിക്കാരെയാണ് എതിരാളികൾ ആകർഷിക്കുന്നത്. അവരെ മുന്നിൽ നിർത്തി ഭൂപ്രഭുക്കൾ കാര്യം നേടുകയാണ് ചെയ്യുന്നത്.

സ്വന്തമായ പ്രവർത്തന അജണ്ടയുള്ള സംഘടനയാണ് കർഷകസംഘം. കാർഷിക പ്രശ്നത്തിലൂന്നിക്കൊണ്ടുള്ള അജണ്ട. പഴയകാലത്ത് വിവിധ പ്രശ്നങ്ങളെ ആധാരമാക്കി നിരവധി പ്രചാരണപരിപാടികൾ സംഘം ഏറ്റെടുത്തിരുന്നു. എന്നാൽ, ഇന്ന് കർഷകസംഘത്തിന്റേതായി ഒരു പൊതുയോഗം നടത്തുന്നതിനോ കാർഷിക പ്രശ്നങ്ങളെ ആസ്പദമാക്കി പ്രസംഗിക്കുന്നതിനോപോലും സഖാക്കൾ വിമുഖരാണ്.

മുദ്രാവാക്യങ്ങളുടെ കാര്യത്തിലും പുനഃപരിശോധന ആവശ്യമാണ്. പലപ്പോഴും ധനികകൃഷിക്കാരുടെ സംഘടനകൾ ഉയർത്തുന്ന മുദ്രാവാക്യങ്ങളുടെ പിറകെ പോകുന്ന രീതിയുണ്ട്. കർഷകമുതലാളിമാരുടെ ആവശ്യം നാണ്യവിളകൾക്ക് കൂടുതൽ വില ലഭിക്കണമെന്നാണ്.

സബ്സിഡി വർദ്ധിപ്പിച്ച് കടം ലഭിക്കാനുള്ള സൗകര്യങ്ങൾ വിപുലപ്പെടുത്തുകയും ചെയ്യണമെന്ന് അവർ താൽപ്പര്യം കാട്ടുന്നു. കാർഷികമേഖലയിലെ പ്രശ്നങ്ങൾക്ക് ഇവകൊണ്ടുമാത്രം പരിഹാരം കാണാനാകില്ല. ഈ താൽപ്പര്യങ്ങളിൽ മാത്രമായി, കർഷകപ്രസ്ഥാനം കേന്ദ്രീകരിച്ച് നീങ്ങിയാൽ ബഹുഭൂരിപക്ഷം വരുന്ന കർഷകജനങ്ങളുടെയോ കർഷകമേഖലയുടെതന്നെയോ പ്രശ്നങ്ങൾക്ക് പരിഹാരം കാണാൻ കഴിയില്ല. കാർഷിക മുതലാളിമാർ അവരുടെ താൽപ്പര്യങ്ങൾക്കു മാത്രമാണ് മുൻഗണന നൽകുന്നത്. ഈ താൽപ്പര്യങ്ങൾ അന്തിമവിശകലനത്തിൽ ബഹുഭൂരിപക്ഷം വരുന്ന കർഷക ജനവിഭാഗങ്ങളുടെ താൽപര്യങ്ങൾക്കെതിരാണ്. അവരുടെ മുദ്രാവാക്യങ്ങൾക്കു പിറകെ നമ്മെ അണിനിരത്താനുള്ള ശ്രമം പലപ്പോഴും നടക്കുന്നുണ്ട്. ഇതിൽ ജാഗ്രത പാലിച്ച് മഹാഭൂരിപക്ഷത്തിന്റെ താൽപ്പര്യങ്ങൾക്കുതകുന്ന മുദ്രാവാക്യങ്ങൾക്ക് രൂപം നൽകണം. കർഷക പ്രശ്നങ്ങളെ ആകെ അവഗണിച്ചുകൊണ്ട് പൊതുപ്രശ്നങ്ങളെമാത്രം ആധാരമാക്കി പ്രചാരണം നടത്തുന്ന രീതിയും മാറ്റേണ്ടതാണ്. ഏതു പൊതുപ്രശ്നവും കാർഷികമേഖലയുമായി ബന്ധപ്പെടുത്തി മുദ്രാവാക്യങ്ങൾക്ക് രൂപം നൽകാനുള്ള പ്രത്യേക ശ്രദ്ധയുണ്ടാകണം. ഗവൺമെന്റിന്റെ തെറ്റായ നയങ്ങൾക്കെതിരെ ബദൽ നയങ്ങൾ ഉയർത്തിക്കൊണ്ടുള്ള പോരാട്ടം നിരന്തരം നടത്തേണ്ടതുണ്ട്. സഹകരണപ്രസ്ഥാനങ്ങൾ, തദ്ദേശസ്വയംഭരണ സ്ഥാപനങ്ങൾ എന്നിവയുപയോഗിച്ച് കാർഷികമേഖലയിൽ ഉൽപ്പാദനക്ഷമതയും ഉൽപ്പാദനവർദ്ധനയും കൈവരിക്കാനുള്ള പരിശ്രമങ്ങൾക്ക് കർഷകപ്രസ്ഥാനം നേതൃത്വം നൽകണം.

കൃഷിഭവനുകളുമായി ബന്ധപ്പെട്ട് കൃഷിക്കാർക്ക് ലഭിക്കേണ്ടുന്ന ആനുകൂല്യങ്ങൾ നേടിക്കൊടുക്കുന്നതിൽ വില്ലേജ് കർഷകസംഘത്തിൽ ചുമതലക്കാരൻ ഉണ്ടാകണം. പാടശേഖരക്കമ്മിറ്റികളുടെ പ്രവർത്തനം, കാർഷികവൃത്തികൾക്കുവേണ്ട സാമ്പത്തികസമാഹരണം, പശ്ചാത്തല സൗകര്യങ്ങൾ ഒരുക്കൽ എന്നിവയിലെല്ലാം കൃഷിക്കാരന് നേതൃത്വം നൽകുന്ന സംഘമായി കർഷകസംഘം ഉയരണം. ഉൽപ്പാദനക്ഷമത വർധനയ്ക്ക് സഹായിക്കുന്ന പാലക്കാട്ട് പരീക്ഷിച്ച ഗാലസ പദ്ധതിപോലുള്ള പ്രവർത്തനങ്ങൾക്ക് കർഷകസംഘം നേതൃത്വം നൽകണം. ഇങ്ങനെ കർഷകപ്രസ്ഥാനത്തിന്റെ മുഖം ഗ്രാമങ്ങളിലേക്കും വയലേലകളിലേക്കും തിരിയുകയെന്നതാണ് ഇന്നത്തെ മുഖ്യകടമ. ഗ്രാമപ്രദേശങ്ങളിലെ ഗ്രാമീണ ജനങ്ങളെ വിപ്ലവശക്തിയാക്കി ഉയർത്തിക്കൊണ്ടുവരാനുള്ള സംഘടനാപരവും രാഷ്ട്രീയവുമായ ഇടപെടലുകളാണ് ഇന്ന് ആവശ്യമായിട്ടുള്ളത്.

കേരളത്തിലെ ഇപ്പോഴത്തെ ഇടതുപക്ഷ മുന്നണി ഗവൺമെന്റ് കാർഷികമേഖലയിൽ പ്രത്യേകം ശ്രദ്ധ ചെലുത്തിയിട്ടുണ്ട്. രണ്ട് ഹെക്ടർ വരെയുള്ള കൃഷിക്കാർക്ക് വൈദ്യുതിസൗജന്യം, വിള ഇൻഷുറൻസ്, കൃഷിഭവൻ മുഖേന വിവിധതരം ആനുകൂല്യങ്ങൾ, കൃഷിക്കാർക്ക് പലിശരഹിതവായ്പ, നെൽക്കൃഷിക്കാർക്ക് പ്രോൽസാഹനം, റബർവില ഇടിവിൽ പൊറുതിമുട്ടുന്നവർക്ക് സബ്സിഡി, ചെറുകിട കൃഷിക്കാർക്ക് ക്ഷേമനിധി, പട്ടയവിതരണം തുടങ്ങിയവയൊക്കെ വലിയ ആശ്വാസനടപടികളാണ്. ഇവ ഉപയോഗിച്ച് കർഷസംഘത്തിനു മുന്നേറാൻ കഴിയണം. കാർഷികമേഖലയിൽ ഗവൺമെന്റ് പ്രവർത്തനം കാര്യ

ക്ഷമമമാക്കാൻ കഴിയണമെങ്കിൽ ഈ രംഗത്തെ വർഗപ്രസ്ഥാനവും ഗവൺമെന്റും തമ്മിലുള്ള ബന്ധം ശക്തിപ്പെടുത്തണം.

ഇക്കാര്യത്തിൽ ജനകീയാസൂത്രണ പരിപാടിക്കുള്ള പ്രാധാന്യം അടിവരയിട്ട് പറയേണ്ടതാണ്. പ്രാദേശികതലത്തിൽ തന്നെയാണ് ഇന്നിപ്പോൾ കാർഷിക പരിപാടികൾ ആവിഷ്കരിക്കപ്പെടുന്നത്. മിക്കവാറും സ്ഥലങ്ങളിൽ ജലസേചനത്തിന്റെ കാര്യത്തിൽ സ്ഥിതി മെച്ചപ്പെട്ടിട്ടുണ്ട്. അതേപോലെ, കൃഷിക്കാർക്ക് ആവശ്യമായ സമയത്ത് വിത്ത്, വളം, കീടനാശിനികൾ എന്നിവ നൽകാനുള്ള സംവിധാനവും നിലവിൽ വന്നിരിക്കുന്നു. നിരവധി ഹെക്ടർ കൃഷിഭൂമിയിൽ വിളവിറക്കപ്പെട്ടിട്ടുണ്ട്. പച്ചക്കറി ഉൽപ്പാദനമാകട്ടെ, ഒരു കുതിച്ചുചാട്ടത്തിന് ഒരുങ്ങുകയാണ്. മാത്രവുമല്ല, തദ്ദേശ സ്വയംഭരണ സ്ഥാപനങ്ങളും സർക്കാരിന്റെ വിവിധ ഏജൻസികളും ചേർന്ന് വിപണനസംവിധാനമുണ്ടാക്കാൻ തുടങ്ങിയതോടെ കൃഷിക്കാർക്ക് മെച്ചപ്പെട്ട വില ലഭിക്കാനും തുടങ്ങിയിരിക്കുന്നു.

ജനകീയാസൂത്രണത്തിലൂടെ കർഷകർ നേരിടുന്ന ബുദ്ധിമുട്ടികൾക്ക് വലിയൊരളവോളം മാറ്റം വരുത്താമെന്നായിരിക്കുന്നു. പ്രാദേശികതലങ്ങളിൽ കൃഷിക്കാർ എന്ന നിലയ്ക്കോ പൊതുപ്രവർത്തകർ എന്ന നിലയ്ക്കോ കർഷകസംഘം പ്രവർത്തകർ ഈ പ്രവർത്തനങ്ങളിൽ ഇടപെടുന്നുണ്ടെങ്കിലും അത് കർഷകസംഘത്തിന്റെ ഒരു അജണ്ടയായി മാറിയിട്ടില്ല. ഇതിൽ മാറ്റം വരേണ്ടതുണ്ട്.

കാർഷിക മേഖലയിൽ നാം പിന്തുടർന്നു വരുന്ന കാഴ്ചപ്പാടിൽ സമൂലമായ മാറ്റം ആവശ്യമാണ്. കൃഷിരീതി പരിഷ്കരിക്കണം. യുവാക്കളെ കാർഷികരംഗത്ത് ആകർഷിക്കണം. കാർഷികമേഖലയിൽ പുതിയ തൊഴിലവസരങ്ങൾ സൃഷ്ടിക്കണം. ഇതിനാവശ്യമായ ആധുനികയന്ത്രങ്ങൾ ഉപയോഗിക്കണം. കാലത്തിന്റെ മാറ്റമനുസരിച്ച് നമ്മുടെ നിലപാട് മാറണം. ട്രാക്ടർ, മെതിയന്ത്രം എന്നിവ ഉപയോഗിച്ച് കൃഷിചെയ്യുന്ന സമ്പ്രദായം പ്രോൽസാഹിപ്പിക്കണം. ട്രാക്ടറുകളും മറ്റു കാർഷിക യന്ത്രങ്ങളും ഇന്ന് കൃഷിഭൂമിയുടെ ചുരുങ്ങിയ സ്ഥലത്തുമാത്രമേ ഉപയോഗിക്കുന്നുള്ളു. ഒരു പഞ്ചായത്തിനെ ഒരു കാർഷിക യൂണിറ്റായി എടുത്ത് സഹകരണാടിസ്ഥാനത്തിൽ കൃഷിസമ്പ്രദായം ശക്തിപ്പെടുത്തണം. ജലസേചനസൗകര്യങ്ങൾ വർധിപ്പിക്കണം. കൃഷിസ്ഥലം നിലനിർത്താനും പാടങ്ങൾ സംരക്ഷിക്കാനും കഴിയുന്ന വിധം നമ്മുടെ ഇടപെടലുകൾ ഈ രംഗത്ത് അത്യന്താപേക്ഷിതമാണ്.

ഗ്രാമപ്രദേശങ്ങളിലെ ഗ്രാമീണജനങ്ങളെ വിപ്ലവശക്തിയാക്കി വളർത്തിക്കൊണ്ടുവരാനുള്ള സംഘടനാപരവും രാഷ്ട്രീയവുമായ ഇടപെടലുകളുമാണ് ഇന്ന് ആവശ്യമായിട്ടുള്ളത്. ഈ രംഗത്ത് പാർടിയുടെ ശ്രദ്ധ ഗ്രാമപ്രദേശങ്ങളിൽ പ്രത്യേകമായി ഉണ്ടാകണം. ഓരോ പാർടി ബ്രാഞ്ചും ആ ബ്രാഞ്ച് അതിർത്തിയിലെ യഥാർത്ഥ കൃഷിക്കാർ ആരെന്നു കണ്ടെത്തി അവരുടെ ലിസ്റ്റ് തയ്യാറാക്കണം. ഏതു കൃഷി നടത്തുന്നുവെന്നും എത്ര സ്ഥലം കൈവശമുണ്ടെന്നുമുള്ള വിവരം ശേഖരിക്കണം. അവിടത്തെ കൃഷിക്കാരുടെ പ്രശ്നങ്ങൾ എന്തൊക്കെയാണെന്ന് മനസ്സിലാക്കണം. പ്രാദേശികകർഷകസംഘങ്ങൾ രൂപീകരിക്കുന്നതിനാണ് പാർടി ലോക്കൽക്കമ്മിറ്റികൾ മുൻകൈയെടുക്കേണ്ടത്.

കിസാൻ രംഗത്ത് പൂർണമനസോടെ പ്രവർത്തിക്കുന്ന പാർടി

മെമ്പർമാർ എല്ലാ തലത്തിലും ഉണ്ടാകണം. പാർടി അംഗസംഖ്യയിൽ 57,793 പേർ കൃഷിക്കാരാണ് (20.13%). പക്ഷേ, കാർഷികമേഖലയിലെ പ്രശ്നത്തിന്റെ പ്രാധാന്യം പാർട്ടിയുടെ വിവിധ കമ്മിറ്റികളും ആ രംഗത്തെ രാഷ്ട്രീയ പ്രവർത്തനത്തിന്റെ പ്രാധാന്യം കർഷകരംഗത്തെ സഖാക്കളും വേണ്ടവണ്ണം ഉൾക്കൊണ്ടിട്ടില്ല. പാർട്ടി മെമ്പർമാരിൽ 20 ശതമാനത്തിലേറെപ്പേർ കർഷകമുന്നണിയിൽ പ്രവർത്തിക്കേണ്ടവരാണ്. എന്നാൽ, 44,994 പേർ 15.6 ശതമാനം മാത്രമേ കർഷകസംഘം രംഗത്ത് പ്രവർത്തിക്കുന്നുള്ളൂവെന്നാണ് സ്ക്രൂട്ട്നി റിപ്പോർട്ട് വ്യക്തമാക്കുന്നത്. കൃഷിക്കാരായവർ തന്നെ വർഗസംഘടനയായ കർഷകസംഘം രംഗത്തെ പ്രവർത്തനത്തിൽ പങ്കെടുക്കുന്നില്ല. ഗ്രാമപ്രദേശങ്ങളിലെ കൃഷിക്കാരായ പാർട്ടിയംഗങ്ങൾ കർഷകസംഘത്തിൽ നിർബന്ധമായും പ്രവർത്തിക്കുന്ന അവസ്ഥയുണ്ടാകണം. എങ്കിൽമാത്രമേ കർഷകസംഘത്തിന്റെ ഇന്നത്തെ മുരടിപ്പ് മാറ്റിയെടുക്കാൻ കഴിയുകയുള്ളൂ.

സംസ്ഥാന, ജില്ലാ സെക്രട്ടറിയറ്റുകളിലും ഏരിയ, ലോക്കൽ കമ്മിറ്റികളിലും ബ്രാഞ്ചുകളിലും സംഘം പ്രവർത്തനത്തിന് പ്രത്യേകം ചുമതലക്കാർ ഉണ്ടാകണം. ഇങ്ങനെ ചുമതല നൽകുന്നവർ തന്റെ മുഖ്യപ്രവർത്തനം കർഷകസംഘം തന്നെയായി പ്രവർത്തനരീതിയിൽ മാറ്റം വരുത്തണം. കാർഷികമുന്നണിയിൽ നടത്തുന്ന പ്രവർത്തനം പാർട്ടി പ്രവർത്തനമായി അംഗീകരിക്കുന്ന സ്ഥിതിയുമുണ്ടാകണം. മറ്റ് ഉത്തരവാദിത്തങ്ങളൊന്നും കിട്ടാതെവരുമ്പോൾ കർഷകസംഘത്തിൽ പ്രവർത്തിക്കാൻ നിർബന്ധിക്കപ്പെടുന്ന ഇന്നത്തെ രീതിയിൽ മാറ്റം വരണം.

സംസ്ഥാനതലത്തിൽ കേന്ദ്രീകരിച്ചു പ്രവർത്തിക്കാൻ നാലു സഖാക്കളെങ്കിലുമുണ്ടാകണം. ജില്ലകളിൽ മൂന്നുപേർ വീതവും ഏരിയ, ലോക്കലുകളിൽ ഒരാൾ വീതവും ഉണ്ടാക്കണം. പാർട്ടി സബ്ക്കമ്മിറ്റികൾ ക്രമമായി ചേർന്ന് കാർഷിക സംഘത്തിന്റെ ദൗർബല്യങ്ങൾ കണ്ടറിഞ്ഞ് പാർടിയുടെ പൊതുശ്രദ്ധയിൽ കൊണ്ടുവരണം. ഇതിനായി ഓരോ ഘടകത്തിലും സബ് കമ്മിറ്റി ചാർജുള്ള സഖാക്കൾ പ്രത്യേകം ശ്രദ്ധിക്കണം. ആറുമാസത്തിലൊരിക്കൽ ഈ സബ്ക്കമ്മിറ്റിയുടെ റിപ്പോർട്ട് ബന്ധപ്പെട്ട പാർട്ടിക്കമ്മിറ്റികൾക്ക് കൺവീനർ സമർപ്പിക്കണം.

കർഷകസംഘം കമ്യൂണിസ്റ്റുകാരുടെ മാത്രം സംഘടനയല്ല. വർഗബോധത്തിന്റെ അടിസ്ഥാനത്തിൽ കൃഷിക്കാരെ ആകെ ഉൾക്കൊള്ളാൻ സംഘത്തിന് കഴിയണം. ഇതിനായി ഈ രംഗത്ത് ഇന്നു നിലനിൽക്കുന്ന സങ്കുചിതമനോഭാവം മാറിയേ മതിയാകൂ. പാർട്ടിക്കാരല്ലാത്ത കൃഷിക്കാരെ കർഷകസംഘത്തിൽ കൊണ്ടുവരാനും ഭാരവാഹികളാക്കാനും ബോധപൂർവം ശ്രമിക്കണം. എല്ലാ ഭാരവാഹികളും പാർടിയുടെ ഉത്തരവാദപ്പെട്ടവർ തന്നെയായിരിക്കണം എന്ന രീതിയിൽ മാറ്റം വരണം. പ്രസിഡണ്ട്, സെക്രട്ടറിമാരെ ബന്ധപ്പെട്ട പാർട്ടിക്കമ്മിറ്റികൾ തീരുമാനിക്കുകയും മറ്റ് സ്ഥാനങ്ങളെല്ലാം തീരുമാനിക്കാനുള്ള അവകാശം ബന്ധപ്പെട്ട കർഷകസംഘം പാർട്ടി ഫ്രാക്ഷനുകൾക്കുതന്നെ നൽകുകയും വേണം.

കർഷകത്തൊഴിലാളി യൂണിയൻ

കർഷകത്തൊഴിലാളി പ്രസ്ഥാനം

കേരളത്തിലെ കർഷകത്തൊഴിലാളി യൂണിയൻ ചരിത്രം പ്രാകൃത

സാമൂഹ്യസമ്പദ്ഘടനയെ തകർത്ത് പുതിയ സാമൂഹ്യവ്യവസ്ഥിതി കെട്ടിപ്പടുത്തതിന്റെ ചരിത്രമാണ്. നിരവധി പോരാട്ടങ്ങൾ, സമരങ്ങൾ, ജീവത്യാഗങ്ങൾ എന്നിവയിലൂടെയാണിത് നേടിയെടുത്തത്.

ഇന്ത്യയിൽ മറ്റേതൊരു സംസ്ഥാനത്തിൽ നിന്നും വ്യത്യസ്തമായി കേരളത്തിൽ അടിമ-ഉടമാബന്ധം അവസാനിപ്പിക്കാൻ കഴിഞ്ഞിട്ടുണ്ട്. കൂലി, തൊഴിൽ സ്ഥിരത, ഭൂമി, വീട് തുടങ്ങിയ അടിസ്ഥാന ആവശ്യങ്ങൾ മുതൽ പെൻഷൻ, ക്ഷേമനിധി തുടങ്ങിയ സാമൂഹ്യ സുരക്ഷാപദ്ധതികളടക്കം നേടിയെടുക്കാൻ കഴിഞ്ഞ അരനൂറ്റാണ്ടുകാലത്തെ ഐതിഹാസിക പോരാട്ടങ്ങളിലൂടെ കേരളത്തിലെ കർഷകത്തൊഴിലാളി പ്രസ്ഥാനത്തിന് കഴിഞ്ഞിട്ടുണ്ട്.

കേരള സംസ്ഥാനത്തെ കർഷകത്തൊഴിലാളിപ്രസ്ഥാനത്തിന്റെ ആവിർഭാവം ക്രമാനുഗതമായ വളർച്ച സംഘടിതപോരാട്ടങ്ങൾ എന്നിവ സുദീർഘവും തിളക്കമാർന്നതുമാണ്.

1940-ൽ ആലപ്പുഴ ജില്ലയിലെ കുട്ടനാട്ടിലാണ് കേരളത്തിലെ കർഷകത്തൊഴിലാളിപ്രസ്ഥാനത്തിന് രൂപം നൽകിയത്. നെല്ല് കൂലികൊടുത്തുപോന്ന കള്ള അളവുപാത്രങ്ങൾക്കു പകരം ശരിയായ അളവുപാത്രമുപയോഗിക്കാൻ ആവശ്യപ്പെട്ട് പ്രക്ഷോഭം നടത്തിയവരെ കയ്യേറ്റം ചെയ്തതിൽ പ്രതിഷേധിച്ച് ജാഥ നടത്തിയവർ ചെറുകായൽ ചിറയിൽ ഒത്തുകൂടി. ഈ യോഗമാണ് ഇന്നത്തെ കേരളത്തിലെ കർഷകത്തൊഴിലാളി പ്രസ്ഥാനത്തിന് അടിത്തറപാകിയത്. ഇതിനു രണ്ടുമാസങ്ങൾക്കു ശേഷം ആലപ്പുഴയ്ക്ക് കിഴക്ക് കുപ്പപ്പുറത്ത് കൂടിയ കർഷകത്തൊഴിലാളിയുടെ സമ്മേളനം തിരുവി താംകൂർ കർഷകത്തൊഴിലാളി യൂണിയൻ എന്ന പേരിൽ ഒരു രജിസ്ട്രേഡ് സംഘടനക്ക് രൂപം നൽകുകയുണ്ടായി.

കൂലിക്കുവേണ്ടിയും തൊഴിൽസമയം ക്ലിപ്തപ്പെടുത്താനും വേണ്ടി തുടർന്നങ്ങോട്ട് എണ്ണമറ്റ സമരങ്ങളുടെ പോർക്കളമായി കുട്ടനാട് മാറി. ഈ പ്രസ്ഥാനം 1968നുശേഷം കേരളത്തിലാകെ വ്യാപിക്കുകയും തുടർന്ന് 1970-ൽ സംസ്ഥാനവ്യാപകമായി സംഘടനയ്ക്ക് രൂപം നൽകുകയും ചെയ്തത് ഒന്നാം സംസ്ഥാനസമ്മേളനം പാലക്കാട്ടുവെച്ച് ചേർന്നുകൊണ്ടാണ്.

1956 വരെ മലബാർ മേഖലയിൽ കർഷകത്തൊഴിലാളികളുടെ ആവശ്യങ്ങൾ ഉന്നയിച്ചിരുന്നതും സമരപ്രക്ഷോഭങ്ങൾ സംഘടിപ്പിച്ചിരുന്നതും കിസാൻസഭയുടെ നേതൃത്വത്തിലായിരുന്നു. 1956-ൽ പാലക്കാട് 'യാക്കര'വെച്ച് കൂടിയ മലബാർ കിസാൻസഭാസമ്മേളനമാണ് കർഷത്തൊഴിലാളിസംഘടന പ്രത്യേകമായി പ്രവർത്തിക്കണമെന്നു തീരുമാനിച്ചത്. ഇതേത്തുടർന്ന് ആ പ്രദേശത്ത് കർഷകത്തൊഴിലാളികളുടെ പ്രത്യേക സംഘടന രൂപീകൃതമാകുകയും പ്രക്ഷോഭങ്ങൾ ആരംഭിക്കുകയും ചെയ്തു.

സംഘടനാരൂപീകരണത്തോടെ ആദ്യഘട്ടത്തിൽ നെൽപ്പാടങ്ങളുമായി ബന്ധപ്പെട്ട കൂലിപ്രശ്നങ്ങളാണ് തൊഴിലാളിക്കുവേണ്ടി പ്രസ്ഥാനം ഉയർത്തിയത്. ജോലിസമയം കുറക്കുക, കൂലിവർധന നേടിയെടുക്കുക എന്നീ മുദ്രാവാക്യങ്ങളുയർത്തി ആനുകൂല്യം നേടിയെടുക്കാനുള്ള പ്രക്ഷോഭങ്ങൾ കാർഷികമേഖലയിൽ വ്യാപകമായി. 1950 മുതൽ '57 വരെയുള്ള ഏഴു കൊല്ലക്കാലത്ത് കുട്ടനാട്ടിൽ 4279 തൊഴിൽത്തർക്ക

ങ്ങളുടെ വേലിയേറ്റമുണ്ടായി. ഇതിൽ 1258 എണ്ണം കൂലിസംബന്ധമായിട്ടുള്ളതാണ്. 75 എണ്ണം തൊഴിൽത്തർക്കങ്ങളും 269 എണ്ണം തൊഴിൽസ്ഥിരതയ്ക്കു വേണ്ടിയുള്ളതുമായിരുന്നു. 1853 തൊഴിൽത്തർക്കപ്രശ്നങ്ങൾ സമരത്തിൽക്കൂടിയും 1643 എണ്ണം പരസ്പരം കൂടിയാലോചനയിലും 252 എണ്ണം മൂന്നാമതൊരു മധ്യസ്ഥതയിലും പരിഹരിക്കപ്പെട്ടു.

തിരുവിതാംകൂറിലെയും തിരുകൊച്ചിയിലെയും മലബാറിലെയും വിവിധമേഖലകളിലും പ്രദേശങ്ങളിലും ഇതേ കാലയളവിൽതന്നെ കർഷകത്തൊഴിലാളികളുടെ പ്രക്ഷോഭങ്ങൾ ശക്തമായിരുന്നു. എറണാകുളത്തെ വൈപ്പിൻകരയിൽ 1948–ൽ കൂലിക്കൂടുതലിനുവേണ്ടി നടത്തിയ സമരം, തെങ്ങുകയറ്റത്തൊഴിലാളികളുടെ പണിമുടക്ക്, 1946–50കളിൽ തിരുവനന്തപുരം ജില്ലയിൽ നടന്ന കോരണംകോട്–കാണിപ്പറ്റ് സമരങ്ങൾ, കാസർകോട് ജില്ലയിലെ ചീമേനിയിൽ തോലും വിറകും എടുക്കാൻ നടത്തിയ സമരം, പാലക്കാട് വണ്ടാഴി കിഴക്കെമുറിയിൽ 1943–ൽ കൂലിക്കൂടുതലിനുവേണ്ടി നടത്തിയ സമരം, 1953 ആഗസ്തിൽ പാലക്കാട് ജില്ലയിലെ തോലന്നൂരിൽ സ്ത്രീത്തൊഴിലാളികൾ മാറുമറച്ച് ജോലിക്കുപോകുമെന്ന പ്രഖ്യാപനം എന്നിവ ചരിത്രത്തിൽ തങ്കലിപികളാൽ കുറിക്കപ്പെട്ടവയാണ്.

സമരചരിത്രങ്ങളിൽ ഏറെ ശ്രദ്ധേയമായി പ്രാമുഖ്യം നേടിയവയിൽ എടുത്തുപറയേണ്ടവയാണ്; പാടശേഖരങ്ങളിൽ ജോലിസമയം നിശ്ചയിക്കുന്നതിനു വേണ്ടി ആലപ്പുഴ, കോഴിക്കോട് ജില്ലകളിലെ കൊടിയുയർത്തൽ സമരം, വയനാട്, ജില്ലയിൽ കമ്പളമടിയും കുമ്പളച്ചോറിനും എതിരായ സമരം (പണിയൻ സമുദായത്തിൽപെട്ട ആദിവാസികളെ 100 പേർ ചെയ്യേണ്ട ജോലി 50 പേരെക്കൊണ്ട് ചെളിയിൽ നൃത്തംവെച്ച് മണിക്കൂറുകൾ കൊണ്ട് വേല ചെയ്യിക്കുന്ന സമ്പ്രദായം). ചെക്കൻവിളിക്കെതിരായി കോഴിക്കോട് ജില്ലയിലെ വാണി മേൽ നടന്ന സമരം, ആലപ്പുഴ ജില്ലയിലെ നിരണംപടയുടെ 'തമ്പ്രാനെന്നു വിളിപ്പിക്കും. പാളയിൽ കഞ്ഞികുടിപ്പിക്കും.' എന്ന അഹങ്കാരത്തിനെതിരെ 'തമ്പ്രാനെന്നു വിളിക്കില്ല. പാളയിൽ കഞ്ഞികുടിക്കില്ല, തിരിച്ചടിക്കും കട്ടായം' എന്ന് ഉദ്ഘോഷിച്ചു നടന്ന സമരം, തിരുനെല്ലി വള്ളൂർക്കാവുകളിൽ ആദിവാസികളെ ഓരോ വർഷത്തെയും അടിമകളായി ജന്മിമാർക്ക് കൈമാറിയിരുന്ന പ്രാകൃത വ്യവസ്ഥയ്ക്കെതിരായി നടത്തപ്പെട്ട സമരം തുടങ്ങിയവ.

മിനിമംകൂലിക്കുവേണ്ടിയുള്ള നിരന്തരപ്രക്ഷോഭവും വ്യാപകമായ തൊഴിൽത്തർക്കവും മൂലം 1954–ൽ മിനിമം വേജസ് കമ്മിറ്റിയെ നിയോഗിക്കാൻ പട്ടം താണുപിള്ള ഗവൺമെന്റ് നിർബന്ധിതമായി. മൂന്നുവർഷം കഴിഞ്ഞ് പ്രസ്തുത കമ്മിറ്റി റിപ്പോർട്ട് സമർപ്പിച്ചു. എന്നാൽ, ആ ഗവൺമെന്റ് മിനിമം കൂലി സംബന്ധിച്ച ഔദ്യോഗികപ്രഖ്യാപനം നടത്തുകയുണ്ടായില്ല.

1957 ഏപ്രിൽ അഞ്ചിന് കമ്യൂണിസ്റ്റ് പാർട്ടിയുടെ നേതൃത്വത്തിൽ വന്ന ഗവൺമെന്റാണ് കേരളത്തിലാദ്യമായി കർഷകത്തൊഴിലാളികളുടെ മിനിമംകൂലി വ്യവസ്ഥ പ്രഖ്യാപിച്ചു നടപ്പാക്കിയത്. കുട്ടനാടൻ പ്രദേശത്തും നെൽപ്പാടങ്ങളുമായി ബന്ധപ്പെട്ട തിരുകൊച്ചിയിലെ തൊഴിലാളികൾക്കും മാത്രമാണ് മിനിമം കൂലി ബാധകമാക്കപ്പെട്ടത്. 1967–ൽ വീണ്ടും അധികാരത്തിലെത്തിയ ഇ എം എസ് ഗവൺമെന്റാണ് 1968–ൽ

മലബാർ മേഖലയിലടക്കം സംസ്ഥാനവ്യാപകമായി മിനിമംകൂലി പ്രഖ്യാപിച്ചു നടപ്പാക്കിയത്.

1967-ൽ വീണ്ടും അധികാരത്തിൽ വന്ന ഇ എം എസ് ഗവൺമെന്റാണ് കുടികിടപ്പുകാർക്ക് പത്തും അഞ്ചും മൂന്നും സെന്റ് വീതം പതിച്ചുകൊടുക്കുന്നതിനും പാട്ടവ്യവസ്ഥ പൂർണമായി നിർത്തലാക്കുന്നതിനും മിച്ചഭൂമി ഏറ്റെടുത്ത് വിതരണം ചെയ്യുന്നതിനും വേണ്ടിയുള്ള വ്യവസ്ഥകളടങ്ങുന്ന സമഗ്രഭൂപരിഷ്കരണനിയമം 1969 ഒക്ടോബർ 14ന് പാസാക്കിയത്. നമ്മുടെ പ്രസ്ഥാനത്തിന്റെ സമരപോരാട്ടങ്ങളുടെ പരിണതഫലമാണിത്.

എന്നാൽ, കോൺഗ്രസ്സിന്റെ പിന്തുണയോടെ അച്യുതമേനോന്റെ നേതൃത്വത്തിൽ സിപിഐ കുറുമുന്നണി രൂപീകരിച്ചതിനെത്തുടർന്ന് 1969 ഒക്ടോബർ 26ന് ഇ എം എസ് ഗവൺമെന്റ് രാജിവെച്ചു. തുടർന്ന് അധികാരത്തിലെത്തിയ അച്യുതമേനോൻ ഗവൺമെന്റാകട്ടെ ഭൂപരിഷ്കരണനിയമത്തിന്റെ കരചരണങ്ങളറുത്ത് വികൃതപ്പെടുത്താനുള്ള പരിശ്രമമാണ് നടത്തിയത്. ഇതിനെതിരെ കേരളത്തിലെ കർഷക-കർഷകത്തൊഴിലാളി പ്രസ്ഥാനം ഇഞ്ചിനിഞ്ചു പോരാടി നേട്ടമാർജ്ജിച്ചതാണ് 1970 -ലെ പ്രസിദ്ധമായ മിച്ചഭൂമിസമരം.

1969 ഡിസംബർ 14ന് ആലപ്പുഴവെച്ച് കർഷക-കർഷകത്തൊഴിലാളി സംഘടനകളുടെ നേതൃത്വത്തിൽ കാർഷികപരിഷ്കാരനിയമത്തിലെ വ്യവസ്ഥകൾ നടപ്പിൽവരുത്താൻ കേന്ദ്ര-കേരള ഗവൺമെന്റുകളോട് ആവശ്യപ്പെട്ടു നടത്തിയ പ്രഖ്യാപനത്തിൽ അഞ്ചുലക്ഷംപേർ പങ്കെടുക്കുകയുണ്ടായി. നിയമം നടപ്പാക്കിയാലും ഇല്ലെങ്കിലും 1970 ജനുവരി ഒന്നുമുതൽ കുടികിടപ്പ് വളച്ചുകെട്ടി അവകാശം സ്ഥാപിക്കുമെന്ന് പ്രഖ്യാപിച്ചു. പ്രസ്തുത പ്രഖ്യാപനം നടപ്പാക്കുന്നതിനായുള്ള ത്യാഗോജ്ജ്വലപോരാട്ടത്തിൽ 18 കർഷകത്തൊഴിലാളി സഖാക്കൾ ധീരരക്തസാക്ഷിത്വം വരിച്ചു. പതിനായിരക്കണക്കിനു കർഷകത്തൊഴിലാളികൾ ജയിലിൽ അടയ്ക്കപ്പെട്ടു. ഗവൺമെന്റിന്റെ മർദ്ദന സംവിധാനങ്ങൾക്ക് കർഷകത്തൊഴിലാളികളുടെ അവകാശസമരത്തെ അടിച്ചമർത്താനായില്ല. കള്ളക്കേസുകൾക്കും പോലീസ് ഗുണ്ടാമർദ്ദനങ്ങൾക്കും ആയിരക്കണക്കിനു സഖാക്കൾ വിധേയരായി, ലക്ഷ്യം കണ്ടു കൊണ്ട് ഗവൺമെന്റുമായുള്ള ഒത്തുതീർപ്പിലൂടെയാണ് ഈ സമരം അവസാനിപ്പിച്ചത്.

ഗവൺമെന്റിന്റെ കണക്കനുസരിച്ച് 4,51,499 കുടികിടപ്പ് അപേക്ഷകളിൽ 4,48,093 എണ്ണം തീർപ്പുകൽപിച്ചു. 2,53,000 കുടികിടപ്പുകാർക്ക് പർച്ചേസിങ് സർട്ടിഫിക്കറ്റ് നൽകി. കുടികിടപ്പുകാരും ഭൂവുടമകളും തമ്മിൽ ജന്മിപ്രതിഫലസംഖ്യയില്ലാത്ത ഒത്തുതീർപ്പിലെത്തിച്ച ഒരു ലക്ഷത്തോളം കേസുകൾക്ക് പുറമെയാണിത്. കർഷക-കർഷകത്തൊഴിലാളിപ്രസ്ഥാനങ്ങളുടെ ഐതിഹാസികസമരത്തിന്റെ ഫലമായിട്ടാണ് ഈ നേട്ടം ഉണ്ടാക്കാൻ കഴിഞ്ഞത്. ഈ സമരത്തിലൂടെ കർഷകത്തൊഴിലാളി പ്രസ്ഥാനം ഐതിഹാസിക വളർച്ചയുടെ പടവുകളിലേക്ക് ഉയരുകയും ചെയ്തു.

1972 മുതൽ തുടർന്ന് ഓരോ ഘട്ടങ്ങളിലായി നടത്തിയ മിച്ചഭൂമി സമരങ്ങളുടെയും ഭൂപരിഷ്കരണനിയമത്തിലെ ആറ് സി വകുപ്പ് റദ്ദ് ചെയ്യുന്നതിനും ഇഷ്ടദാനനിയമം നടപ്പാക്കുന്നതിനുമെതിരെ നടത്തപ്പെട്ട

ശ്രദ്ധേയമായ പ്രക്ഷോഭങ്ങളുടെയും ഫലമായി കേരളത്തിൽ ഏറ്റെടുക്കാനുള്ളതായി കണക്കാക്കിയിരുന്ന 1,37,973 ഏക്കർ ഭൂമിയിൽ 41989 ഏക്കർ മാത്രമാണിന്ന് ഏറ്റെടുക്കേണ്ടതായി അവശേഷിക്കുന്നത്. ഏറ്റെടുത്ത ഭൂമി 1,47,927 പേർക്ക് വിതരണം ചെയ്തു. 7825 പട്ടികജാതി–പട്ടികവർഗക്കാരും 76,902 മറ്റു വിഭാഗത്തിൽപെട്ടവരുമാണ് ഇതിന്റെ ഗുണഭോക്താക്കൾ.

ഭൂമിയിൽ പണിയെടുക്കുന്നവന്റെ അവകാശസംരക്ഷണത്തിനുവേണ്ടി അടിയുറച്ചുനിന്ന്, സാമൂഹ്യ അടിമത്തത്തിനെതിരായും മാന്യമായ ജീവിതത്തിനും കൂലിക്കും കിടപ്പാടത്തിനും വേണ്ടിനടത്തിയുള്ള പ്രക്ഷോഭങ്ങളുടെയും നിരന്തരം നടത്തിയ പോരാട്ടങ്ങളുടെയും ഫലമായി ഒട്ടനവധി നിയമങ്ങൾ ആവിഷ്കരിക്കുന്നതിനും പ്രസ്തുത നിയമവ്യവസ്ഥകളെല്ലാം നടപ്പിൽവരുത്തുന്നതിനും കഴിഞ്ഞു. കെഎസ്കെടിയു ആണ് ഇതിൽ മുഖ്യപങ്ക് വഹിച്ചത്.

കർഷകത്തൊഴിലാളികൾക്കുള്ള നിയമപരിരക്ഷയിൽ ഏറ്റവുംപ്രധാനമാണ് 1974–ലെ കർഷകത്തൊഴിലാളി നിയമം. ഇതേത്തുടർന്ന് നടപ്പാക്കിയ പെൻഷൻ, ക്ഷേമനിധി വ്യവസ്ഥകൾ എന്നിവയും 1974–ലെ കർഷകത്തൊഴിലാളി നിയമത്തിൽ കർഷകത്തൊഴിലാളികളുടെ സംരക്ഷണം, കുറഞ്ഞകൂലി, കൂലി പുതുക്കി പ്രഖ്യാപിക്കൽ, ക്ഷേമനിധി തുടങ്ങിയവയെല്ലാം വ്യവസ്ഥ ചെയ്യുന്നു. ഈ വ്യവസ്ഥകളനുസരിച്ച് മൂന്നുവർഷത്തിലൊരിക്കൽ കുറഞ്ഞ കൂലി പുതുക്കി പ്രഖ്യാപിച്ച് നടപ്പാക്കാവുന്ന സംവിധാനമാണ് നിലവിലുള്ളത്. 1948–ലെ കേന്ദ്ര വേജസ് നിയമം അനുസരിച്ച് കർഷകത്തൊഴിലാളികൾക്ക് കുറഞ്ഞകൂലി പുതുക്കി നിശ്ചയിക്കാൻ കഴിയുമെന്നിരിക്കെ ഇന്ത്യയിൽ മറ്റൊരു സംസ്ഥാനത്തും ഈ രീതിയിലൊരു നിയമം നടപ്പാക്കാനായിട്ടില്ല.

കർഷകത്തൊഴിലാളികളുടെ അവകാശസമരങ്ങളെല്ലാം വർഗസമരചരിത്രത്തിന്റെ ശ്രദ്ധേയമായ അധ്യായമാണ്. പെൻഷൻ, ക്ഷേമനിധി, ദുർബലജനവിഭാഗങ്ങൾക്കായുള്ള ഭവനനിർമാണം എന്നിവയ്ക്കുവേണ്ടി നടത്തപ്പെട്ട പ്രക്ഷോഭങ്ങൾ. നിരന്തരമായ പ്രക്ഷോഭത്തെത്തുടർന്ന് 1980–ൽ അധികാരത്തിലെത്തിയ ഇടതുപക്ഷ മുന്നണി ഗവൺമെന്റ് കർഷകത്തൊഴിലാളികൾക്ക് പെൻഷൻ പദ്ധതി നടപ്പാക്കി. കർഷകത്തൊഴിലാളികൾ നൽകുന്ന അധ്വാനം ദേശസേവനമായി കണക്കാക്കി അവർക്കുവേണ്ടി പെൻഷൻപദ്ധതി ഇന്ത്യയിൽ ആദ്യമായി കേരളത്തിൽ നടപ്പാക്കാൻ കഴിഞ്ഞതും സംഘടിതസമരത്തിന്റെ നേട്ടമാണ്. ഇപ്പോൾ വൃദ്ധരായ കർഷകത്തൊഴിലാളികൾക്ക് പ്രതിമാസം 120 രൂപവീതം പെൻഷൻ നൽകിവരുന്നുണ്ട്.

പെൻഷൻപദ്ധതികൂടാതെ കർഷകത്തൊഴിലാളികളുടെ സാമൂഹ്യ സുരക്ഷിതത്വത്തിനു വേണ്ടി നടപ്പാക്കിയ പുരോഗമനപരമായ മറ്റൊരു പദ്ധതിയാണ് കർഷകത്തൊഴിലാളി ക്ഷേമനിധി. 1974–ലെ കർഷകത്തൊഴിലാളി നിയമം അടിസ്ഥാനപ്പെടുത്തി ആവിഷ്കരിക്കപ്പെട്ട ഈ പദ്ധതി 1990 ജൂലൈയിൽ നടപ്പിലായി. 18നും 60നും ഇടയ്ക്ക് പ്രായമുള്ള കർഷകത്തൊഴിലാളിക്ക് ഇതിൽ അംഗമായിച്ചേരാം. പ്രതിമാസം തൊഴിലാളിവിഹിതം രണ്ടുരൂപ നൽകുമ്പോൾ ഭൂവുടമാവിഹിതമായി അര ഹെക്ടർ മുതൽ ഒരു ഹെക്ടർ വരെയുള്ളവർ 10 രൂപവീതവും ഒരു

ഹെക്ടറിൽ കൂടുതലുള്ളവർ 260 രൂപ വീതവും അടയ്ക്കണം. പ്രതിമാസം 260 രൂപവീതം അടച്ചയാൾക്ക് 25,000 രൂപ ലഭിക്കും. പ്രായപരിധിയിൽ വ്യത്യാസമനുസരിച്ച് ഈ തുകയുടെ അനുപാതനിരക്കിൽ സാമ്പത്തികാനുകൂല്യം ലഭിക്കും. ക്ഷേമനിധിയിൽ നിന്ന് അംഗത്തൊഴിലാളികളുടെ ചികിൽസ, മക്കളുടെ വിവാഹം, പ്രസവം, വീട് നിർമ്മാണം എന്നിവയ്ക്കുള്ള സാമ്പത്തികസഹായത്തിനുള്ള വ്യവസ്ഥകളും ഏർപ്പെടുത്തിയിട്ടുണ്ട്. മാത്രമല്ല, അംഗത്തൊഴിലാളി മരണപ്പെട്ടാൽ മരണാനന്തരധനസഹായം ലഭ്യമാക്കാനും നടപടികളുണ്ട്.

കേരളത്തിലെ കർഷകത്തൊഴിലാളികളുടെ പോരാട്ടങ്ങൾക്ക് പരമാവധി ഫലം കണ്ടെത്താൻ കഴിഞ്ഞിട്ടുണ്ട് എന്നു പറയുമ്പോൾ ത്തന്നെ എല്ലാം നേടിക്കഴിഞ്ഞുവെന്ന് അവകാശപ്പെടാനാകില്ല. ഇനിയും ഒട്ടനവധി പ്രശ്നങ്ങൾ നമുക്ക് മുന്നിലുണ്ട്. ഇന്ന് കേരളത്തിലെ കർഷകത്തൊഴിലാളി യൂണിയൻ എന്നത് കാർഷികമേഖലയിലെ തൊഴിലാളികൾ എന്ന വിവക്ഷയിൽ മാത്രം ഒതുങ്ങുന്നില്ല. തെങ്ങുകയറ്റത്തൊഴിലാളി, ലക്ഷംവീട് കോളനിനിവാസികൾ, പുറമ്പോക്കിൽ താമസിക്കുന്നവർ, ആദിവാസി ജനവിഭാഗങ്ങൾ തുടങ്ങി സമൂഹത്തിലെ ദുർബലജനവിഭാഗങ്ങൾ ഇന്ന് കെഎസ്കെടിയുവിൽ അണിനിരന്നിട്ടുണ്ട്.

ഇന്ന് കേരളത്തിലെ കർഷകത്തൊഴിലാളികളിൽ ബഹുഭൂരിപക്ഷത്തിന്റെ സംഘടനയായി യൂണിയൻ വളർന്നിരിക്കുന്നു. സംസ്ഥാനത്ത് ഒട്ടാകെ 25 ലക്ഷത്തിൽപരം കർഷകത്തൊഴിലാളികളുണ്ടെന്നാണ് കണക്ക്. യൂണിയന്റെ അംഗസംഖ്യ 14 ലക്ഷത്തിൽപരമാണ്. എങ്കിലും സമൂഹത്തിലെ ഏറ്റവും അധഃസ്ഥിതരായ വിഭാഗത്തിൽ ഗണ്യമായ വിഭാഗം ഇപ്പോഴും നമ്മുടെ യൂണിയനു പുറത്താണെന്നാണ് ഇത് കാണിക്കുന്നത്.

ഇവരിൽ ഒരു നല്ല പങ്ക് പുലയമഹാസഭപോലുള്ള ജാതി സംഘടനകളിൽ അണിനിരന്നിരിക്കുന്നു. ദളിത് സംഘടനകളും ഈ രംഗത്ത് സജീവമാണ്. സമീപകാലത്തായി കോളനികൾ കേന്ദ്രീകരിച്ചുകൊണ്ട് ബിജെപി–ആർഎസ്എസ് ഛിദ്രശക്തികൾ പ്രവർത്തനം ഊർജ്ജിതപ്പെടുത്തിയിട്ടുണ്ട്. അതേപോലെ കർഷകത്തൊഴിലാളി വിഭാഗത്തിൽപ്പെട്ട ആദിവാസികളെ തങ്ങളുടെ സ്വാധീനവലയത്തിലാക്കാൻ നക്സലൈറ്റുകൾ മുതൽ ആർ എസ് എസുകാർ വരെ എല്ലാകൂട്ടരും രംഗത്തിറങ്ങിയിട്ടുണ്ട്. ആയതിനാൽ കർഷകത്തൊഴിലാളി രംഗത്തെ പ്രവർത്തനം വളരെ ജാഗ്രതയോടെ ആസൂത്രണം ചെയ്യേണ്ട കാലഘട്ടമാണിത്.

കർഷകത്തൊഴിലാളിമുന്നണിയിലെ ഇന്നത്തെ മുഖ്യപ്രശ്നം സേവന–വേതനവ്യവസ്ഥകളല്ല. ഉയർന്ന കൂലിക്കും പണിയെടുക്കാൻ ആളെ കിട്ടുന്നില്ലെന്നതാണ് കൃഷിക്കാരൻ നേരിടുന്ന ഒരു പ്രശ്നം. പണിക്ക് വന്നാലോ അതിൽ ശുഷ്കാന്തി കാണിക്കുന്നില്ല എന്ന പരാതിയും സാർവത്രികമായുണ്ട്. ഉൽപ്പാദനവും ഉൽപ്പാദനക്ഷമതയും ഉയർന്നാലേ കൃഷിക്കാരന്റെയും തന്റെതന്നെയും വരുമാനം വർദ്ധിപ്പിക്കാൻ കഴിയൂ എന്ന ബോധം മിക്കവാറും നഷ്ടപ്പെട്ടിരിക്കുന്നു. കാർഷികരംഗത്തെ ഏറ്റവും മുഖ്യപ്രശ്നമായി കൃഷിക്കാർ ചൂണ്ടിക്കാണിക്കുന്ന വിഷയമിതാണ്. ഇതിനെ പൂർണമായി നിരാകരിക്കാനാകില്ല. അതുകൊണ്ട് കൂലിവർദ്ധനയോടൊപ്പം ഉൽപ്പാദനക്ഷമത ഉയർത്തുകയെന്ന

മുദ്രാവാക്യവും ഈ രംഗത്ത് നമ്മുടെ സംഘടന ഉന്നയിക്കേണ്ടതുണ്ട്.

അതേ സമയം, കർഷകത്തൊഴിലാളികളുടെ തൊഴിൽസാധ്യതകൾ അടിക്കടി കുറഞ്ഞുകൊണ്ടിരിക്കയാണുതാനും. നാണ്യവിളകളിലേക്കുള്ള ചുവടുമാറ്റം, ഭൂമി തരിശിടൽ, നിലം നികത്തൽ എന്നിവയൊക്കെ വ്യാപകമാകുന്നുണ്ട്. കാർഷികമേഖലയിലെ മുതലാളിത്തവൽക്കരണത്തിന്റെ ലക്ഷണങ്ങളാണിവ. ഈവക വൈരുധ്യങ്ങളുടെ സങ്കീർണ്ണതകൾ ഉൾക്കൊണ്ട് അതിനനുസരണമായ പ്രവർത്തനപദ്ധതികളാണ് ഇന്ന് ആവിഷ്കരിക്കേണ്ടത്.

ഇക്കാര്യത്തിൽ ജനകീയാസൂത്രണത്തിലൂടെ ചില പഞ്ചായത്തുകളിലെങ്കിലും നടപ്പാക്കിവരുന്ന തൊഴിൽസേനപോലുള്ള പരിപാടികൾ സ്വാഗതാർഹമാണ്. കർഷകത്തൊഴിലാളിക്ക് തൊഴിൽ ഉറപ്പു വരുത്തുകയും കൃഷിക്കാരനെ സംബന്ധിച്ചിടത്തോളം പണിക്ക് ആളെ കിട്ടുമെന്ന് ഉറപ്പുവരുത്തുകയും ചെയ്യുന്ന പരിപാടിയാണിത്. ഇത്തരം പരിപാടികൾ പഞ്ചായത്തുകളെക്കൊണ്ട് ആവിഷ്കരിപ്പിക്കാൻ യൂണിയൻ മുൻകയ്യെടുക്കേണ്ടതുണ്ട്.

ഭൂമി, ഭവനം, മറ്റ് അവശ്യ ജീവിതോപാധികൾ, ജീവിതനിലവാരം ഉയർത്തുന്നതിനാവശ്യമായ സാഹചര്യങ്ങൾ എന്നിവയൊക്കെ ഈ രംഗത്ത് കൈവരിക്കേണ്ട മുഖ്യലക്ഷ്യങ്ങളായി മാറിയിരിക്കുന്നു. അവയ്ക്ക് വേണ്ടിയുള്ള പോരാട്ടങ്ങളിൽ മറ്റു വിഭാഗങ്ങളെ വിശേഷിച്ചും കൃഷിക്കാരെ തങ്ങളോടൊപ്പം നിർത്തുന്നതിനുവേണ്ടിയുള്ള ശ്രദ്ധ കർഷകത്തൊഴിലാളികളുടെ ഭാഗത്തുനിന്ന് ഉണ്ടാകേണ്ടതുണ്ട്.

ഇതിൽ ഒന്നാമത്തെ വിഷയം ഭൂമിയുടേതാണ്. ഏറ്റവും പുരോഗമനപരമായ ഭൂനിയമം നടപ്പാക്കിയ നമ്മുടെ സംസ്ഥാനത്ത് മിച്ചഭൂമി മുഴുവനായി ഇപ്പോഴും ഏറ്റെടുത്തുകഴിഞ്ഞിട്ടില്ല. അതേപോലെ ഏറ്റെടുത്ത ഭൂമി തന്നെ പൂർണമായി ഇപ്പോഴും വിതരണം ചെയ്തിട്ടുമില്ല. ഈ വിഷയം ഉയർത്തിക്കൊണ്ട് പ്രക്ഷോഭങ്ങൾ ഉയർത്തി ക്കൊണ്ടുവരാൻ നമുക്കാകണം.

ദരിദ്രജനവിഭാഗങ്ങളെ സംബന്ധിച്ചിടത്തോളം ഇന്നത്തെ മുഖ്യമായ ഒരു പ്രശ്നം വീടിന്റേതാണ്. കേരളത്തിൽ അഞ്ചുലക്ഷം കുടുംബങ്ങളെങ്കിലും ഭവനരഹിതരായുണ്ട് എന്നാണ് ഏകദേശകണക്ക്. ഇതിൽ നല്ല പങ്ക് കർഷകത്തൊഴിലാളി വിഭാഗത്തിൽപെടുന്നവരായിരിക്കും. ഇവരുടെ പ്രശ്നം ഏറ്റെടുക്കാൻ നമുക്കാകണം. ഇക്കാര്യത്തിൽ തദ്ദേശഭരണ സ്ഥാപനങ്ങളെക്കൊണ്ട് പദ്ധതികൾ ആവിഷ്കരിപ്പിക്കാനും അവ ശരിയായ രീതിയിൽ നടപ്പാക്കിക്കാനും യൂണിയൻ മുൻകയ്യെടുക്കണം. അതോടൊപ്പം ലക്ഷംവീട്-നാലുസെന്റ് കോളനികളുടെ നില മെച്ചപ്പെടുത്താനുള്ള പ്രവർത്തനത്തിലും യൂണിയന്റെ മുൻകയ്യുണ്ടാകണം.

1991ലെ കാനേഷുമാരി കണക്കനുസരിച്ച് കേരളത്തിൽ ആദിവാസി ജനസംഖ്യ 3.21 ദശലക്ഷമാണ്. ഇത് കേരളത്തിലെ ആകെ ജനസംഖ്യയുടെ 1.103 ശതമാനം ആണ്. ഇവർ 69,441 കുടുംബങ്ങളിലായി കഴിഞ്ഞുവരുന്നു. ഉൾവനപ്രദേശങ്ങളിൽ മാത്രമായി 17,155 ആദിവാസി കുടുംബങ്ങൾ ഉള്ളതായി മനസിലാക്കാൻ കഴിയുന്നു. കേരളത്തിലെ ഈ ജനവിഭാഗത്തിന്റെ സാക്ഷരതാനിരക്ക് 57.22 ശതമാനം ആയി ഉയർന്നുവന്നത് നമ്മുടെ പ്രസ്ഥാനങ്ങളുടെ നിരന്തരമായ പ്രയത്നഫലമാണ്.

പ്രവൃത്തിയെടുക്കുന്ന പട്ടികവർഗക്കാരിൽ 78 ശതമാനവും കാർഷിക മേഖലയിലാണെന്നത് ഈ മേഖലയിൽ നമ്മുടെ പ്രസ്ഥാനത്തിന്റെ വളർച്ചക്ക് കാരണഭൂതമായിട്ടുണ്ട്. ഈ സമൂഹമാകെ ഭക്ഷണം, പാർപ്പിടം, തൊഴിൽ, സ്വന്തമായ ഭൂമി എന്നീ പ്രശ്നങ്ങൾ സമൂഹത്തിനു മുമ്പിൽ ഉയർത്തിക്കാട്ടി നിരവധി പ്രക്ഷോഭസമരങ്ങൾക്ക് കെഎസ്കെടിയു നേതൃത്വം കൊടുത്തിട്ടുണ്ട്. ആദിവാസികളുടെ ക്ഷേമത്തിനായി കഴിഞ്ഞ ദശാബ്ദങ്ങളിൽ ഗണ്യമായ തുക വിനിയോഗിച്ചതായാണ് കണക്ക്. അതിൽ നല്ലപങ്കും ഇടത്തട്ടുകാരും നാടൻപ്രമാണിമാരും തട്ടിയെടുത്തിരിക്കുകയാണെന്നത് രഹസ്യമല്ല. അതേപോലെ, അവരുടെ ഭൂമിയും ആദിവാസികളല്ലാത്തവർ കവർന്നെടുത്തിരിക്കുന്നു. ഇക്കാരണങ്ങളാൽ ഈ വിഭാഗങ്ങളുടെ സാമ്പത്തികസ്ഥിതി അത്യന്തം ശോചനീയമായി തുടരുന്നു. ആദിവാസികൾക്കെതിരായ അതിക്രമങ്ങളും വർധിച്ചുകൊണ്ടിരിക്കുന്നു. ഇതെല്ലാം ചൂഷണം ചെയ്തുകൊണ്ട് തീവ്രവാദികൾ ഈ വിഭാഗങ്ങൾക്കിടയിൽ പ്രവർത്തനം നടത്തിക്കൊണ്ടിരിക്കയാണ്. വർഗപരമായി കർഷകത്തൊഴിലാളി വിഭാഗത്തിൽപെടുന്ന ഇവരുടെ പ്രശ്നങ്ങൾ ഏറ്റെടുത്ത് പ്രക്ഷോഭങ്ങൾ സംഘടിപ്പിക്കുകയും അങ്ങനെ അവരെ വർഗസമരത്തിന്റെ മുഖ്യധാരയിലേക്കു കൊണ്ടുവരുകയും ചെയ്യേണ്ടത് യൂണിയന്റെ ഉത്തരവാദിത്തമാണ്. ആയതിനാൽ ആദിവാസികൾക്കിടയിലെ പ്രവർത്തനം യൂണിയന്റെ ഒരു മുഖ്യമേഖലയായി മാറണം.

ആദിവാസിമേഖലയിലുള്ള പ്രശ്നങ്ങൾ ഇപ്പോൾ കർഷകത്തൊഴിലാളിയൂണിയനു മാത്രമായി കൈകാര്യം ചെയ്യാൻ കഴിയില്ല. വിവിധങ്ങളായ ജോലികളിൽ ഏർപ്പെട്ടിരുന്ന ആദിവാസികൾ ഇപ്പോഴുണ്ട്. ആദിവാസി വികാരം ഉയർത്തി പിന്നണയിൽ കിടക്കുന്ന ഈ ജനവിഭാഗങ്ങളെ നമ്മളിൽനിന്ന് അകറ്റിക്കൊണ്ടുപോകാൻ സംഘടിതമായ ശ്രമം നടന്നുവരികയാണ്. ഈവിധപ്രവർത്തനങ്ങളെ പരാജയപ്പെടുത്തി ആദിവാസി മേഖലയിൽ മുന്നേറ്റമുണ്ടാക്കാനാണ് 'ആദിവാസി ക്ഷേമസമിതി' എന്ന പ്രത്യേക സംഘടനയ്ക്ക് നാം രൂപംനൽകിയത്. എല്ലാ ആദിവാസി കോളനികളിലും ഇതിന്റെ യൂണിറ്റുകൾ ഉണ്ടാക്കണം. ജില്ല ഏരിയ–ലോക്കൽ കമ്മിറ്റികളിൽ ആദിവാസി–ഹരിജൻ മേഖലയിൽ ശ്രദ്ധിക്കാൻ ഒരു സഖാവിനെ പ്രത്യേകം ചുമതലപ്പെടുത്തണമെന്ന് പാർട്ടി മുമ്പുതന്നെ നിശ്ചയിച്ചിട്ടുണ്ട്. ഇതിൽ ആദിവാസികളുള്ള ലോക്കലുകളിലെ പാർട്ടി അംഗങ്ങളെ ഉൾപ്പെടുത്തി ജില്ല, ഏരിയ, ലോക്കൽ തലങ്ങളിൽ ആദിവാസി ക്ഷേമസമിതിയിൽ പാർട്ടി ഫ്രാക്ഷൻ രൂപീകരണം. രാഷ്ട്രീയ റിപ്പോർട്ടിങ് എന്നിവ സ്ഥിരമായി നൽകാനുള്ള ക്രമീകരണവും ഉണ്ടാക്കണം.

യൂണിയന്റെ സംഘടനാപ്രവർത്തനത്തിലും കൂടുതൽ ചിട്ട ആവശ്യമാണ്. നാലോ അഞ്ചോ മുഴുവൻസമയ പ്രവർത്തകർ ഉൾക്കൊള്ളുന്ന സംസ്ഥാനസെന്ററും ജില്ലയിൽ രണ്ടുവീതവും കാർഷികമേഖലയിലെ ഏരിയകളിൽ ഒരാൾവീതവും മുഴുവൻസമയ പ്രവർത്തകരായി ഉണ്ടാകണം. സംസ്ഥാനസെന്ററിലുള്ളവർതന്നെ ഇപ്പോൾ മറ്റുപല ഉത്തരവാദിത്തവും നിർവഹിച്ചുകൊണ്ടാണ് ഈ മേഖലയിൽ ശ്രദ്ധിക്കുന്നത്. ജില്ലകളിൽനിന്ന് വിട്ട് കേന്ദ്രത്തിലേക്ക് വരാൻ പലരും വിമുഖത പ്രകടിപ്പിക്കുന്നുണ്ട്.

പതിന്നാല് ജില്ലാക്കമ്മിറ്റികളും അതിനുകഴീൽ ഏരിയക്കമ്മിറ്റികളും വില്ലേജ്ക്കമ്മിറ്റികളും യൂണിറ്റുകളും പ്രവർത്തിക്കുന്നുണ്ട്. ഇതിൽ എല്ലാ ജില്ലാകമ്മിറ്റികളും ഒരുപോലെ സംഘടനാപരമായി മെച്ചപ്പെട്ട പ്രവർത്തനം നടത്തുന്നവയല്ല. ജില്ലാക്കമ്മിറ്റികൾക്ക് ഓഫീസ് സംവിധാനമുണ്ട്. ഭൂരിപക്ഷം ഏരിയാക്കമ്മിറ്റികൾക്ക് സ്വതന്ത്രമായി പ്രവർത്തിക്കാനുള്ള ഓഫീസുകളുണ്ട്. എല്ലാ തലത്തിലുള്ള ഘടകങ്ങൾക്കും ഇത്തരം സംവിധാനം ഉണ്ടാക്കണം. മുഖ്യമായ പോരായ്മ യൂണിറ്റുകൾക്കാണുള്ളത്. 50 ശതമാനത്തിൽ താഴെ യൂണിറ്റുകൾക്കു മാത്രമേ പ്രവർത്തനക്ഷമതയുള്ളൂ. യൂണിറ്റുകളെ സജീവമാക്കുന്നതിലാണ് മുൻഗണന നൽകേണ്ടത്.

താഴെതലത്തിലുള്ള പ്രവർത്തനത്തിന് ഇന്ന് ഏറ്റവുമാവശ്യം കർഷകത്തൊഴിലാളികൾക്കായി ഏർപ്പെടുത്തിയിട്ടുള്ള വിവിധ ക്ഷേമ പദ്ധതികളെ സംബന്ധിച്ച വ്യക്തമായ ധാരണയാണ്. അവ അറിഞ്ഞാൽ മാത്രമേ അവരുടെ ആനുകൂല്യങ്ങൾ സമയോചിതമായി എത്തിക്കാൻ കഴിയൂ. പല സഖാക്കൾക്കും കീഴെതലങ്ങളിൽ ഇതേക്കുറിച്ച് ധാരണയില്ല. ഇവ പരിഹരിക്കാൻ ഇതുസംബന്ധിച്ച പഠനക്ലാസുകളും വിശദീകരണവും സംഘടിപ്പിക്കണം. വില്ലേജ്തലത്തിൽ കർഷകത്തൊഴിലാളികളുടെ യോഗങ്ങൾ മൂന്നുമാസത്തിലൊരിക്കലെങ്കിലും വിളിച്ചുകൂട്ടി രാഷ്ട്രീയവും സംഘടനാപരവുമായി ചർച്ചകൾ സംഘടിപ്പിക്കണം.

സ്ത്രീകൾ ധാരാളം ജോലി ചെയ്യുന്ന മേഖലയാണിത്. സ്ത്രീകളിൽ മഹാഭൂരിപക്ഷത്തെ നമ്മുടെ സംഘടനയിൽ അണിനിരത്താൻ കഴിഞ്ഞിട്ടുണ്ട്. എന്നാൽ മേലേ കമ്മിറ്റികളിൽ സ്ത്രീപ്രാതിനിധ്യം വളരെ കുറവാണ്. സംസ്ഥാന–ജില്ല–ഏരിയ–വില്ലേജ് കമ്മിറ്റികളിൽ ചുരുങ്ങിയത് 29 ശതമാനം സ്ത്രീകളെയെങ്കിലും ഉൾപ്പെടുത്താൻ പ്രത്യേകം പരിപാടി തയ്യാറാക്കണം.

ഈ രംഗത്ത് പാർട്ടിയുടെ ശ്രദ്ധ കുറേക്കൂടി ആവശ്യമാണ്. പാർട്ടി അംഗസംഖ്യയിൽ 59,788 പേർ (20.83 ശതമാനം) കർഷകത്തൊഴിലാളികളാണ്. ഇതിൽ 55,020 പേർ (19.16 ശതമാനം) ആണ് കെ എസ് കെടിയുവിൽ പ്രവർത്തിക്കുന്നത്. കർഷകത്തൊഴിലാളികളായ പാർട്ടിയംഗങ്ങൾ മുഴുവൻ ഈ രംഗത്ത് പ്രവർത്തിക്കുന്നില്ലെന്നാണ് ഈ കണക്ക് വ്യക്തമാക്കുന്നത്. സംഘടനാരംഗത്ത് പുതിയ കാഡർമാർ ഈ രംഗത്തുനിന്ന് ഉയർന്നുവരുന്നില്ല. വില്ലേജ് കമ്മിറ്റിക്ക് മുകളിലുള്ള കമ്മിറ്റികളിൽ കർഷകത്തൊഴിലാളികളായവർ ചെറിയ ശതമാനം മാത്രമേയുള്ളൂ. ചില ഏരിയ–ജില്ലാക്കമ്മിറ്റികളിൽ വിരലിലെണ്ണാവുന്നവർ മാത്രമാണുള്ളത്. അടിസ്ഥാനവർഗത്തിൽനിന്ന് പുതിയ കാഡർമാർ ഉയർന്നുവന്നാൽ മാത്രമേ അവരെ പാർട്ടിയിലേക്ക് ഉയർത്തികൊണ്ടുവരാൻ കഴിയുകയുള്ളൂ. നമ്മുടെ പാർട്ടിയുടെ വർഗഘടനയിൽ അധ്വാനിക്കുന്ന തൊഴിലാളിവർഗത്തിന് ഉപരിതലക്കമ്മിറ്റികളിൽ മുൻഗണന ലഭിക്കണമെങ്കിൽ ഇത് അത്യന്താപേക്ഷിതമാണ്.

കർഷത്തൊഴിലാളി യൂണിയന്റെ സംസ്ഥാന ജില്ല സബ്കമ്മിറ്റികളും ലോക്കൽവരെയുള്ള പാർട്ടി ഫ്രാക്ഷനുകളും ക്രമമായി ചേർന്നാൽ മാത്രമേ ഈ രംഗത്തെ പാർട്ടിയിടപെടൽ ശക്തിപ്പെടുത്താൻ കഴിയുകയുള്ളൂ.

തിരുത്തപ്പെടേണ്ട ചില പ്രവണതകൾ

കർഷകത്തൊഴിലാളിരംഗത്ത് നിലനിൽക്കുന്ന ചില അനാരോഗ്യ പ്രവണതകളെക്കുറിച്ചുകൂടി പരാമർശിക്കേണ്ടതുണ്ട്. ഉൽപ്പാദനക്ഷമതയുമായി ബന്ധപ്പെട്ടതാണ് ഇതിലൊന്ന്. മുമ്പ് ചെയ്തിരുന്ന തോതിൽ പണി ചെയ്യണമെങ്കിൽ അതിനേക്കാൾ കൂടുതൽപേർ ജോലിചെയ്യേണ്ട സ്ഥിതിയാണ് പലയിടങ്ങളിലും നിലനിൽക്കുന്നത്. ഇത് കൃഷിക്കാർക്കിടയിൽ വ്യാപകമായ അസംതൃപ്തി ഉളവാക്കുന്നു.

ഇതേപോലെതന്നെ ഭൂമി വിൽപ്പനയുമായി ബന്ധപ്പെട്ടും പ്രശ്നങ്ങൾ നിലനിൽക്കുന്നു. കൃഷിക്കാരൻ ഭൂമി വിൽക്കുമ്പോൾ കർഷകത്തൊഴിലാളിക്ക് നഷ്ടപരിഹാരം നൽകുകയെന്നതു ന്യായംതന്നെ. എന്നാൽ, അതു സംബന്ധിച്ച് ന്യായരഹിതമായ അവകാശവാദങ്ങൾ ഉയർത്തുന്നതായി പരാതികളുണ്ട്. ഭൂമി വിൽക്കുമ്പോഴുണ്ടാകുന്ന നഷ്ടപരിഹാരം ചെറുകിടക്കാർക്ക് ബാധകമാകാതിരിക്കണം. വൻകിടക്കാരെ സംബന്ധിച്ചിടത്തോളം ഭൂമി വാങ്ങുന്നയാൾ തൊഴിൽ നൽകാൻ തയ്യാറായില്ലെങ്കിൽ നഷ്ടപരിഹാരം കൊടുത്താൽ മതിയെന്ന സമീപനമാണ് സ്വീകരിക്കേണ്ടതെന്ന് പാർട്ടി മുമ്പുതന്നെ ചർച്ച ചെയ്ത് തീരുമാനിച്ചിരുന്നതാണ്.

കർഷകത്തൊഴിലാളികളുടെ കൂലിവർദ്ധന ആവശ്യങ്ങളും പലപ്പോഴും ഗ്രാമീണമേഖലയിൽ അസ്വാരസ്യങ്ങൾ സൃഷ്ടിക്കുന്നു. ഏകപക്ഷീയമായി കർഷകത്തൊഴിലാളികൾ നടപ്പാക്കുന്ന കൂലിവർദ്ധനയാണ് ഇതിന് ആധാരമായിവരുന്നത്. യൂണിയൻ പരിശോധനയ്ക്ക് വിഷയമാക്കേണ്ട ഒരു പ്രശ്നമാണിത്.

കർഷകത്തൊഴിലാളികൾക്ക് ക്ഷേമനിധി ഏർപ്പെടുത്തിയതോടെ ഈ മേഖലയിലേക്ക് പുതിയ വിഭാഗങ്ങളുടെ തള്ളിക്കയറ്റമുണ്ട്. അനർഹർ ക്ഷേമനിധി ആനുകൂല്യം നേടുന്ന പ്രവണത വ്യാപകമാണ്. യൂണിയന്റെ ഭാഗത്തുനിന്ന് ജാഗ്രതയോടെയുള്ള ഒരു സമീപനം ഇക്കാര്യത്തിൽ ആവശ്യമാണ്. അനർഹരായവർ ആനുകൂല്യം തട്ടിയെടുക്കുന്നത് കർശനമായി ഒഴിവാക്കിക്കൊണ്ട് യഥാർഥത്തിലുള്ള മുഴുവൻ കർഷകത്തൊഴിലാളികൾക്കും ആനുകൂല്യം കിട്ടുന്നുണ്ടെന്ന് ഉറപ്പുവരുത്തണം.

പൊതുവിഷയങ്ങൾ

കർഷമുന്നണിയിൽ പൊതുവെ ബാധകമായിട്ടുള്ള ചില വിഷയങ്ങളെക്കുറിച്ചുകൂടി ചർച്ച ചെയ്യേണ്ടതുണ്ട്. ജാതി, മതം എന്നിങ്ങനെയുള്ള ചില വിഷയങ്ങൾ.

കേരളത്തിൽ ഫ്യൂഡലിസത്തിന്റെ രൂപം ജാതി-ജന്മി നാടുവാഴിത്തമായിരുന്നുവെന്ന് നമുക്കറിയാം. ഭൂപരിഷ്കാരത്തിലൂടെയും മറ്റും അതിന്റെ കടപുഴക്കാൻ കേരളത്തിലെ പുരോഗമനപ്രസ്ഥാനങ്ങൾക്ക് കഴിഞ്ഞു. എന്നാൽ, അതിന്റെ സാമ്പത്തികരൂപം മാത്രമേ ഇല്ലാതായിട്ടുള്ളൂവെന്ന് നാം മനസ്സിലാക്കണം. ജാതി, മതം, അന്ധവിശ്വാസങ്ങൾ അനാചാരങ്ങൾ എന്നിവയൊക്കെ വളരെ ശക്തമായിത്തന്നെ ഇന്നും നിലനിൽക്കുന്നു. ജാതി പീഡനങ്ങൾ ഇന്നുമുണ്ട്. എന്നാൽ, അവയ്ക്കെതിരായി പ്രവർത്തനങ്ങളിൽ കർഷമുന്നണിയിലെ രണ്ടു സംഘടനകളും

അവയുടെ പങ്ക് വേണ്ടുംവണ്ണം നിർവഹിക്കുന്നുവെന്നു പറയാനാകില്ല. ജാതിവ്യവസ്ഥയെ നശിപ്പിക്കുകയും അന്ധവിശ്വാസങ്ങളിൽനിന്നും അനാചാരങ്ങളിൽനിന്നും ജനങ്ങളെ മോചിപ്പിക്കുകയും ചെയ്യുന്നത് വർഗ സമരത്തിന്റെ അവിഭാജ്യ ഭാഗമാണ്. എന്നാൽ, സാമ്പത്തിക ആവശ്യങ്ങളിൽ കേന്ദ്രീകരിക്കുന്ന നമ്മുടെ പ്രവർത്തകർ പലപ്പോഴും ഈ ഭാഗം വിസ്മരിക്കുന്നു. ഇതുമൂലം ജാതിപാർട്ടികൾക്ക് പ്രവർത്തനമേഖല തുറുന്നുകൊടുക്കുകയാണ് നാം ചെയ്യുന്നത്. ജാതിക്കെതിരെ പോരാടുമ്പോൾത്തന്നെ ജാതി അടിസ്ഥാനമാക്കിയുള്ള പീഡനങ്ങൾക്കെതിരെയും കുന്തമുന നാം തിരിച്ചുവെക്കണം. അതിലൂടെ മാത്രമേ വലിയൊരു വിഭാഗത്തിനിടയിലേക്ക് നമുക്ക് കടന്നുകയറാനാകൂ.

കാർഷികമേഖലയിലെ വിപ്ലവപ്രസ്ഥാനത്തിന്റെ ചൈതന്യം നമുക്ക് വീണ്ടെടുക്കണം. ഇതിനായി കാർഷികമേഖലയിലെ പാർട്ടിയംഗങ്ങൾ, കർഷകസംഘത്തിലോ കാർഷകത്തൊഴിലാളി യൂണിയനിലോ വർഗ സംഘടന എന്ന നിലയിൽ പ്രവർത്തിക്കണം. ടിയു രംഗത്ത് പ്രത്യേക ചുമതലയില്ലാത്ത എല്ലാ സഖാക്കളും നിർബന്ധമായും ഇതിലേതെങ്കിലും ഒരു സംഘടനയിൽ പ്രവർത്തിക്കുന്നുണ്ടെന്ന് ബന്ധപ്പെട്ട പാർട്ടിഘടകങ്ങൾ ഉറപ്പുവരുത്തണം. കർഷകസംഘവും കർഷകത്തൊഴിലാളി യൂണിയനും യോജിച്ചുപ്രവർത്തിക്കാൻ കഴിയുന്ന പൊതുഡിമാന്റുകളുണ്ട്. അതിനെ അടിസ്ഥാനമാക്കി യോജിച്ച പ്രക്ഷോഭസമരങ്ങൾ സംഘടിപ്പിക്കാൻ പ്രത്യേക ശ്രദ്ധയുണ്ടാകണം. ഇക്കാര്യത്തിൽ സമീപകാലത്ത് വലിയ പോരായ്മ ഉണ്ടായിട്ടുണ്ട്. ഇരുസംഘടനകളുടെയും സംയുക്ത പാർട്ടി സബ്ക്കമ്മിറ്റികൾ സംസ്ഥാനജില്ലാതലങ്ങളിൽ ആറുമാസത്തിൽ ഒരിക്കലെങ്കിലും വിളിച്ചുകൂട്ടി കർഷകമുന്നണിയിൽ പൊതുവായി ഉയർത്തിക്കൊണ്ടുവരേണ്ടുന്ന പ്രശ്നങ്ങളെക്കുറിച്ച് ചർച്ച ചെയ്ത് വ്യക്തത ഉണ്ടാക്കണം. കർഷകരെയും കർഷകക്കത്തൊഴിലാളികളെയും രാഷ്ട്രീയബോധമുള്ളവരാക്കി മാറ്റാനുള്ള പ്രവർത്തനം ഈ രംഗത്തെ പാർട്ടിയംഗങ്ങൾ നിർവ്വഹിക്കണം. അവരെ രാഷ്ട്രീയവൽക്കരിച്ചുകൊണ്ടേ കർഷ–കർഷകത്തൊഴിലാളി ഐക്യവും തൊഴിലാളി കർഷകസഖ്യവും വളർത്തിയെടുക്കാൻ കഴിയുകയുള്ളൂ. ജനകീയ ജനാധിപത്യവിപ്ലവത്തിൽ നിർണായകപങ്ക് വഹിക്കാൻ കഴിയുന്ന ഈ മേഖലയിലെ പ്രവർത്തനങ്ങൾ അതിന്റേതായ രാഷ്ട്രീയബോധത്തോടെ നിർവഹിക്കാൻ പാർട്ടിഘടകങ്ങളാകെ പ്രാപ്തി നേടണം.

ആറ്

സാൽക്കിയാ പ്ലീനം അംഗീകരിച്ച സംഘടനാ പ്രമേയം

(1978)

സംഘടനാപരമായ സ്ഥിതിഗതികളെയും പല വീഴ്ചകളെയും ദൗർബല്യങ്ങളെയും ചർച്ച ചെയ്ത പ്ലീനം, പുനരവലോകനവിധേയമായ വർഷങ്ങളിൽ ആശയപരവും രാഷ്ട്രീയവുമായ രംഗത്ത് പാർട്ടിക്കുണ്ടായ ശ്രദ്ധേയമായ നേട്ടങ്ങൾ സ്മരിക്കുന്നു.

1. മധുരകോൺഗ്രസിനു ശേഷമുള്ള പാർട്ടിയുടെ ദൗർബല്യങ്ങളെയും ചാഞ്ചാട്ടങ്ങളെയും ഊന്നിപ്പറയുമ്പോൾതന്നെ, ആ കാലത്തെ പാർട്ടിയുടെ രാഷ്ട്രീയ ലൈനിന്റെ പൊതു ദിശാനിർണയത്തെ ജലന്ധർ കോൺഗ്രസ് ശരിവെച്ചു. അതേസമയം പാർട്ടിയുടെ പ്രശസ്തിയും രാഷ്ട്രീയസ്വാധീനവും ഇന്ത്യയിലാകെ വർദ്ധിച്ച കാര്യം അത് രേഖപ്പെടുത്തി. ഈ സംഭവവികാസം പാർട്ടിസംഘടനയെ വികസിപ്പിച്ച് കൂടുതൽ പ്രദേശത്തേക്ക് വ്യാപിപ്പിക്കുകയെന്ന കടമയെ ലഘൂകരിക്കുന്നു.

2. ഇന്നത്തെ സംഘടനാസ്ഥിതി പഠിക്കുമ്പോൾ പ്ലീനം ഒരു കാര്യം സ്മരിക്കുന്നു. 1964-ൽ റിവിഷനിസ്റ്റുകളുമായി പിരിഞ്ഞുപോന്നതും 1968-ൽ ഇടതുപക്ഷ സാഹസികർ വരുത്തിവെച്ച ശിഥിലീകരണവും പാർട്ടിസംഘടനയെ പല സംസ്ഥാനങ്ങളിലും താറുമാറാക്കി. അവിടങ്ങളിൽ പാർട്ടിയെ രാഷ്ട്രീയമായും സംഘടനാപരമായും ശൂന്യതയിൽ നിന്ന് കെട്ടിപ്പടുക്കേണ്ടി വന്നു. ബഹുജനങ്ങളുമായുള്ള പാർട്ടിയുടെ ബന്ധം അവർക്കിടയിലുള്ള പുതിയ പ്രവർത്തനത്തിലൂടെ പുനഃസ്ഥാപിക്കേണ്ടി വന്നു.

3. അതേസമയം, വലതുപക്ഷ തിരുത്തൽവാദപരവും ഇടതുപ ക്ഷ സാഹസികവുമായ പാളിച്ചകൾ കാണിച്ച സാർവദേശീയ കമ്യൂണിസ്റ്റ് പ്രസ്ഥാനത്തിലെ രണ്ടു വലിയ പാർട്ടികളായ സോവിയറ്റ് കമ്യൂണിസ്റ്റ് പാർട്ടിയുടെയും ചൈനീസ് കമ്യൂണിസ്റ്റ് പാർട്ടിയുടെയും നേതൃത്വങ്ങളുമായി പാർട്ടിക്കു കടുത്ത പോരാട്ടത്തിൽ ഏർപ്പെടേണ്ടി വന്നു. നക്സലൈറ്റുകളെ സംബന്ധിച്ചിടത്തോളം പോരാട്ടം ആശയപരമായ തലത്തിൽ മാത്രമായി ഒതുങ്ങി നിന്നില്ല. നമ്മുടെ പാർട്ടി അംഗങ്ങളുടെ നേരെയുള്ള കയ്യേറ്റങ്ങളും അവരുടെ കൊലപാതകങ്ങളുമായി അതു വളർന്നു. റിവിഷനിസ്റ്റുകളും നമ്മുടെ നേരെ മാരകമായ കയ്യേറ്റങ്ങളിൽ ഏർപ്പെടുകയുണ്ടായി. ഒരു ഘട്ടത്തിൽ പാർട്ടി രൂക്ഷമായ ആക്രമണങ്ങൾക്കു

വിധേയമായി. ഇവയെ തടയാനും ചെറുക്കാനുമുള്ള കേന്ദ്രത്തിന്റെ ഏകാഗ്രമായ ശ്രദ്ധ മാത്രമാണ് പാർട്ടിയെ തകർച്ചയിൽ നിന്ന് രക്ഷിച്ചത്.

4. പാർട്ടിഅണികളെ വിദ്യാഭ്യാസം ചെയ്യിക്കുന്നതിൽ കേന്ദ്രക്കമ്മിറ്റിയും പി ബിയും നടത്തിയ ശ്രമകരമായ പരിശ്രമങ്ങൾക്കുശേഷം മാത്രമാണ് 1969–ലെ ബർദ്വാൻപ്ലീനം പാർട്ടിയുടെ പ്രത്യയശാസ്ത്രത്തിന്റെ വിജയത്തിൽ കലാശിച്ചത്. എന്നാൽ, പോരാട്ടം അവിടംകൊണ്ട് അവസാനിച്ചില്ല. രണ്ടു പാളിച്ചകൾക്കുമെതിരായ സമരത്തിൽ ആത്മവിശ്വാസത്തോടെ മുന്നോട്ടു പോകാൻ പാർട്ടിയെ ആയുധമണിയിക്കുക മാത്രമാണ് പ്ലീനം ചെയ്തത്. രണ്ടു പാർട്ടികളുടെയും പ്രത്യയശാസ്ത്രപരമായ ആക്രമണങ്ങളെ നേരിടാൻ 1968–നുശേഷം പാർട്ടിക്കകത്ത് നിരന്തരമായ സമരം തുടരേണ്ടിവന്നു. ഈ വമ്പിച്ച നേട്ടത്തെ പ്ലീനം സ്മരിക്കുന്നു. ഇതില്ലായിരുന്നുവെങ്കിൽ നമ്മുടെ പാർട്ടിക്കു സ്വതന്ത്രമായ നിലനിൽപ്പുണ്ടാകുമായിരുന്നില്ല.

5. ഇന്ത്യൻ രാഷ്ട്രീയത്തിൽ സ്ഫോടകമായ സംഭവവികാസങ്ങൾ ഉണ്ടായ ഒരു കാലമായിരുന്നു അത്. പാർട്ടിയുടെ സ്വാതന്ത്ര്യവും പ്രത്യയശാസ്ത്രവും മാർക്സിസ്റ്റ്–ലെനിനിസ്റ്റ് ധാരണയും കടുത്ത പരീക്ഷണത്തിന് അന്ന് വിധേയമായി. നമ്മുടെ മന്ത്രിസഭകൾ നിലവിൽ വന്നതും അവയ്ക്കെതിരായി ഗൂഢാലോചനകൾ നടന്നതും പശ്ചിമബംഗാളിലെയും കേരളത്തിലെയും ഐക്യമുന്നണികൾ തകർന്നതും പുനഃസംഘടിപ്പിക്കപ്പെട്ടതും പശ്ചിമബംഗാളിലെ അർദ്ധ ഫാസിസ്റ്റ് ഭീകരതയും കേരളത്തിലെ കടുത്ത മർദ്ദനവും ജെ പിയുടെ നേതൃത്വത്തിലുള്ള പ്രസ്ഥാനത്തിന്റെ വളർച്ചയും, അവസാനം ഏകകക്ഷി സ്വേച്ഛാധിപത്യത്തിലേക്കും കഴിഞ്ഞ തിരഞ്ഞെടുപ്പിൽ അതിനെതിരായി യോജിച്ച പ്രതിപക്ഷം ഉയർന്നു വരുന്നതിലേക്കും നയിച്ച അടിയന്തരാവസ്ഥ അടിച്ചേൽപിക്കപ്പെട്ടതും ഇക്കാലത്തായിരുന്നു.

6. നമ്മുടെ ശക്തികേന്ദ്രങ്ങളുടെ നേരെ നടന്ന തുടർച്ചയായ ആക്രമണങ്ങൾമൂലം അവയെ കാത്തുരക്ഷിക്കുന്നതിന് ഏകാഗ്രമായ ശ്രദ്ധ ആവശ്യമായി. മധുര കോൺഗ്രസ് രാജ്യത്തിന് മുന്നറിയിപ്പ് നൽകിയ ഏകകക്ഷി സ്വേച്ഛാധിപത്യത്തിലേക്കുള്ള കോൺഗ്രസിന്റെ നീക്കത്തിനെതിരായ പോരാട്ടവും നമുക്കെതിരായി ഭരണകക്ഷി നടത്തിയ ഗൂഢാലോചനകളും, പാർട്ടി കെട്ടിപ്പടുക്കുകയും പാർട്ടി വികസിപ്പിക്കുകയും ചെയ്യുകയെന്ന കടമകൾ ഏകാഗ്രമായി നിറവേറ്റുന്നതിൽനിന്ന് കേന്ദ്രത്തിന്റെ ശ്രദ്ധ തിരിച്ചുകളഞ്ഞു.

7. സംഘടനയെക്കുറിച്ചുള്ള 1967–ലെ കോഴിക്കോട് പ്രമേയം പാർട്ടിക്ക് ശരിയായ മാർഗദർശനം നൽകി. വലതുപക്ഷ പരിഷ്കരണവാദവും റിവിഷനിസവും പാർട്ടി സംഘടനയുടെ മേൽ ഏൽപിച്ച വിനാശകരമായ ക്ഷതങ്ങൾ അത് മൂർത്തമായി ചൂണ്ടിക്കാട്ടി. റിവിഷനിസ്റ്റ് പാരമ്പര്യം ഇല്ലായ്മ ചെയ്യേണ്ടതിന്റെ ആവശ്യകതയും അടിയന്തരസ്വഭാവവും അത് ഊന്നിപ്പറഞ്ഞു. റിവിഷനിസ്റ്റ് നേതൃത്വത്തിനു കീഴിൽ പടർന്നു പന്തലിച്ചിരുന്ന ഫെഡറൽ പ്രവണതകൾക്കെതിരായി അത് ശക്തിയായി മുന്നറിയിപ്പ് നൽകി. കുറ്റമറ്റ മാർക്സിസ്റ്റ്–ലെനിനിസ്റ്റ് സംഘടനാതത്ത്വങ്ങളെ പുനഃസ്ഥാപിക്കാനും പാർട്ടിയുടെ വർഗ്ഗസ്വഭാവം സംരക്ഷിക്കാനും ജനാധിപത്യ കേന്ദ്രീകരണമെന്ന തത്വം ഉയർത്തിപ്പിടിക്കാനും അത് ശ്രമിച്ചു.

8. എന്നാൽ, ആ പ്രമേയത്തിന് ചില ദൗർബല്യങ്ങളും പ്രകടമായ പോരായ്മകളും ഉണ്ടായിരുന്നു. അസമമായ വളർച്ചയിൽനിന്ന് ഉത്ഭവി

ക്കുന്ന ദൗർബ്ബല്യങ്ങൾ ഇല്ലായ്മചെയ്യുന്നതിന് ഫലപ്രദമായ ഒരു പാർട്ടി കേന്ദ്രം കെട്ടിപ്പടുക്കുന്നതിനും പാർട്ടിയെ അരക്കിട്ടുറപ്പിക്കുന്നതിനും വികസിപ്പിക്കുന്നതിനുമുള്ള ഊന്നൽ ആ രേഖയിലില്ല. രണ്ടാമത് ഇന്ത്യയെപ്പോലുള്ള വലിയൊരു രാജ്യത്തെ സംബന്ധിച്ചിടത്തോളം നാം വളരെ ചെറിയ ഒരു പാർട്ടിയാണെന്ന വസ്തുത പ്രമേയം അടിവരയിട്ട് കാണിക്കുന്നില്ല. വലിയ ബഹുജനാടിത്തറയുള്ള ഒരു ദേശവ്യാപക പാർട്ടിയായി പാർട്ടിയെ വികസിപ്പിക്കുന്നതിന്റെ അടിയന്തരാവശ്യം അത് ഊന്നിപ്പറയുന്നില്ല, സാന്ദർഭികമായി, ഹിന്ദി സംസാരിക്കുന്ന പ്രദേശത്തെ പാർട്ടിയുടെ ദൗർബല്യത്തെപ്പറ്റി അത് പറയുന്നുണ്ട്; എന്നാൽ അതിനൊരു പരിഹാരം നിർദ്ദേശിക്കുന്നില്ല. അവസാനമായി, ഒതുക്കമുള്ളതും തൊട്ടുകിടക്കുന്നതുമായ പ്രദേശങ്ങളിലെ പ്രസ്ഥാനത്തെ സഹായിക്കുന്നതിനും ബഹുജനസമരങ്ങളെ ഫലപ്രദമായി നയിക്കുന്നതിനും നമ്മുടെ പരിമിതമായ വിഭവങ്ങളെയും കേഡറെയും ഉപയോഗിക്കുക എന്ന ശരിയായ ആശയത്തെ പാർട്ടി സംഘടനയെപ്പറ്റിയുള്ള ഒരു പുതിയ തീസിസ് എന്നിടത്തോളം വികലമായി അവതരിപ്പിക്കുകയും ചെയ്തു.

9. ആശയപരവും രാഷ്ട്രീയവുമായ ഏകീകരണത്തിനുവേണ്ടിയുള്ള പോരാട്ടത്തിൽ കേന്ദ്ര–സംസ്ഥാനക്കമ്മിറ്റികൾ മുഴുകിയത് കോഴിക്കോട് പ്രമേയം നൽകിയ പല ശരിയായ നിർദ്ദേശങ്ങളെയും അനാവശ്യമായി അവഗണിക്കുന്നതിന് ഇടയാക്കി. ഇവയിൽ പലതും നടപ്പാക്കപ്പെട്ടതേയില്ല. പാർട്ടിയുടെ അടിസ്ഥാനപരമായ സംഘടനാനയമെന്ന നിലയിൽ അവയെ ചിട്ടയോടെ പിന്തുടരുന്നതിൽ പരാജയമുണ്ടായതാണ് ഇതിനു കാരണം.

10. പ്രസ്ഥാനം ശക്തിയാർജ്ജിച്ച സംസ്ഥാനങ്ങൾ ആക്രമണവിധേമായപ്പോൾ അവയെ കാത്തുരക്ഷിക്കുന്നതിൽ ഏകാഗ്രമായ ശ്രദ്ധ പതിഞ്ഞത് ദുർബലപ്രദേശങ്ങളെ അവഗണിക്കുന്നതിന് ഇടയാക്കി. ശക്തമായ സംസ്ഥാനങ്ങളും അല്ലാത്തവയും തമ്മിലുള്ള വിടവ് വർധിക്കുന്നതിലേക്ക് ഇതു നയിച്ചു.

11. അവസാനമായി, ശക്തമായ കേന്ദ്രം കെട്ടിപ്പടുക്കുന്നതിലുള്ള കേന്ദ്രീകൃതശ്രമങ്ങൾ ദുർബലമാക്കുന്നതിന് പ്രമേയത്തിന്റെ ദൗർബല്യം ഇടയാക്കി. തൽഫലമായി ഫെഡറൽ പ്രവണതകൾ ചെറുത്തുതോൽപ്പിക്കപ്പെടുകയല്ല, ശക്തിയാർജ്ജിക്കുകയാണ് ഉണ്ടായത്.

12. 1969 മാർച്ചിൽ പി ബി വീണ്ടും പാർട്ടി സംഘടനയെക്കുറിച്ചുള്ള ചർച്ച ആരംഭിച്ചു. നാലുകൊല്ലം നീണ്ടുനിന്ന ചർച്ചകൾക്കുശേഷം 1973 മാർച്ചിൽ സംഘടനാപരമായ *അടിയന്തര കടമകൾ* എന്ന സി സി പ്രമേയം അംഗീകരിക്കപ്പെട്ടു. സംഘടനാ രംഗത്തെ കടമകളെക്കുറിച്ചുള്ള 1967–ലെ പ്രമേയത്തെ വേണ്ടവിധം പുനരവലോകനം ചെയ്യാതെയാണ് 1973–ലെ പ്രമേയം അംഗീകരിക്കപ്പെട്ടത് എന്ന് എടുത്തുപറയേണ്ടതുണ്ട്. 1973–ലെ പ്രമേയത്തിലാണ് തൊട്ടുകിടക്കുന്ന പ്രദേശങ്ങളെയും മേഖലകളെയുംകുറിച്ചുള്ള സങ്കൽപ്പനം കൂടുതൽ വിപുലീകരിക്കപ്പെട്ടതും മൂർത്തമാക്കപ്പെട്ടതും. 1951–ലെ സമഗ്രമായ അടവുലൈനിൽ (നയപ്രഖ്യാപനം) നിന്ന് സംഘടനാരംഗത്തെ അടിയന്തരകടമകൾ നേരിട്ട് നിഗമിക്കുകയാണ് ഇതിൽ ചെയ്തിട്ടുള്ളത്.

13. രാജ്യവ്യാപകമായി വിപുലമായ ഒരടിത്തറ രൂപീകരിക്കണമെന്നും അഖിലേന്ത്യാടിസ്ഥാനത്തിൽ തൊഴിലാളികളെ സംഘടിപ്പിക്കണമെന്നും തൊഴിലാളിവർഗ നേതൃത്വവും കർഷക ജനസാമാന്യത്തെ കാത്തു രക്ഷിക്കുന്നതിൽ തൊഴിലാളി വർഗത്തിന്റെ മുൻകൈയും

വളർത്തിയെടുക്കുന്നതിനുള്ള അവശ്യോപാധിയായി തന്ത്രപ്രധാന വ്യവസായങ്ങളിലെ ഭൂരിപക്ഷം തൊഴിലാളികളെയും ആകർഷിച്ചെടുക്കണമെന്നും സമഗ്രമായ അടവുലൈൻ രേഖ നിർദേശിക്കുന്നു. ജനകീയ ജനാധിപത്യമുന്നണിയുണ്ടാക്കാനായി തൊഴിലാളി–കർഷകസഖ്യം രൂപീകരിക്കണമെന്നും ഒരു ബഹുജനകമ്യൂണിസ്റ്റ് പാർട്ടി കെട്ടിപ്പടുക്കണമെന്നും അത് ആഹ്വാനം ചെയ്യുന്നു. അഖിലേന്ത്യാ പിന്തുണയില്ലാതെ അർദ്ധ ഫാസിസ്റ്റ് ഭീകരതയെ നേരിട്ടുകൊണ്ട് വളർച്ചപ്രാപിച്ച പ്രസ്ഥാനങ്ങളെ കാത്തുരക്ഷിക്കാനും വിപുലീകരിക്കാനും സാധ്യമല്ലെന്നാണ് അനുഭവം. ഇതിനാവശ്യം മുൻഗണനാപ്രദേശങ്ങളിലും ശക്തമായ സംസ്ഥാനങ്ങളിലും ഒതുങ്ങിനിൽക്കാതെ, പാർട്ടി രാജ്യത്താകെ വ്യാപകമായ രാഷ്ട്രീയ പ്രചാരണം നടത്തുകയും പ്രസ്ഥാനം കെട്ടിപ്പടുക്കുകയുമാണ് വേണ്ടത്.

14. 1973 ലെ പ്രമേയത്തിലെ തൊട്ടുകിടക്കുന്ന പ്രദേശങ്ങളും രാഷ്ട്രീയത്താവളങ്ങളും എന്ന ധാരണ സമഗ്രമായ അടവുലൈനിന്റെ അടിയന്തരവും പ്രത്യക്ഷവുമായ പ്രയോഗത്തെ അടിസ്ഥാനപ്പെടുത്തിയുള്ളതായിരുന്നു. അതിനാൽ അതിലെ രാഷ്ട്രീയമായ പല അടിസ്ഥാനധാരണകളും തെറ്റായിരുന്നു. രാജ്യത്ത് അലയടിച്ചിരുന്ന ജനാധിപത്യസമരത്തിൽ പാർട്ടി ഇടപെടുന്നതിനെ അത് തടസ്സപ്പെടുത്തി, സമഗ്രമായ അടവുലൈനിലുള്ള വർഗപരമായ അടവുകളെക്കുറിച്ചുള്ള ധാരണയെ അത് വികലമാക്കി.

15. എന്നാൽ, ആ പ്രദേശങ്ങളിലെ തെറ്റുകളിൽ നിന്ന് കുതറിച്ചാടാൻ കേന്ദ്രക്കമ്മിറ്റി വളരെ കാലമെടുത്തു. മാസങ്ങളോളം അത് ചർച്ചകളിൽ പതിഞ്ഞുകിടന്നു. അടിയന്തരാവസ്ഥക്കാലത്തെ ഒരു വർഷത്തിലധികം കാലം ഈ ചർച്ചകൾക്കായി ചെലവായി.

16. സി സി ചർച്ചകൾക്കിടയിൽ ഒരു കാര്യം വ്യക്തമായി. തർക്കവിഷയമായിരുന്നത് സംഘടനാപരമായ ചില നടപടികളോ നിർദേശങ്ങളോ അല്ല, രാഷ്ട്രീയ സ്ഥിതിഗതികളെയും സമഗ്രമായ അടവുലൈനിനെയും വർഗ–ബഹുജനസംഘടനകളുമായുള്ള അതിന്റെ ബന്ധത്തെയും സംബന്ധിച്ച മൊത്തം ധാരണയായിരുന്നു.

17. ആ പ്രമേയത്തിന് അടിസ്ഥാനമായ തെറ്റായ ധാരണ തിരുത്താത്തിടത്തോളം, അടിയന്തരാവസ്ഥക്കാലത്ത് സ്വീകരിക്കേണ്ടിയിരുന്ന അടവുകളെയും തുടർന്ന് തിരഞ്ഞെടുപ്പിൽ കൈക്കൊള്ളേണ്ടിയിരുന്ന അയവേറിയ അടവുകളെയും കുറിച്ച് ശരിയായ ധാരണ വളർത്തിയെടുക്കാൻ കഴിയുമായിരുന്നില്ല.

18. ജനാധിപത്യപ്രസ്ഥാനത്തിൽ സമർത്ഥമായി ഇടപെടുന്നതിനും പുതിയ സഖ്യശക്തികളെ വളർത്തിയെടുക്കുന്നതിനും പാർട്ടിയുടെ രാഷ്ട്രീയപ്രശസ്തി ഇന്ത്യയിലാകമാനം ഉയർത്തുന്നതിനും സി സിയുടെ 1976 ലെ പ്രമേയം പാർട്ടിക്ക് വഴിയൊരുക്കിയിരുന്നു. വർദ്ധിച്ച ഈ പ്രശസ്തിയും മിക്കവാറും എല്ലാ സംസ്ഥാനങ്ങളിലും പാർട്ടിയുടെ വർദ്ധിച്ച ബഹുജനശക്തികളും ഇടതുപക്ഷ–ജനാധിപത്യശക്തികളുടെ ഐക്യം കെട്ടിപ്പടുക്കുകയെന്ന അടിയന്തരകടമ നിറവേറ്റുന്നതിന് പാർട്ടിക്ക് പുതിയ അവസരങ്ങൾ ഉണ്ടാക്കിത്തന്നു. പാർട്ടിയുടെ സംഘടനാപരമായ പരിശ്രമങ്ങൾ രാഷ്ട്രീയമായ അതിന്റെ ഉത്തരവാദിത്വങ്ങളോടും അതിനു ലഭിച്ചിട്ടുള്ള അവസരങ്ങളോടും കിടപിടിക്കുകയാണ് ഇന്നാവശ്യം.

19. ഇപ്പോഴത്തെ ദൗർബല്യങ്ങൾ അതിവേഗം പരിഹരിച്ചാൽ മാത്രമെ അത് സാധ്യമാവൂ. കാര്യക്ഷമമായ കേന്ദ്രത്തിന്റെ സ്ഥാനത്ത് കഴിഞ്ഞുപോയ വർഷങ്ങളിൽ കാണപ്പെട്ടത് ദുർബലമായി വന്ന ഒരു

കേന്ദ്രത്തെയാണ്. പി ബി മെമ്പർമാരിൽ ഭൂരിപക്ഷവും കേന്ദ്രത്തിലല്ല പ്രവർത്തിച്ചുപോന്നത്. ദ്വയോത്തരവാദിത്വം (കേന്ദ്രത്തിലും സംസ്ഥാനങ്ങളിലും) മുമ്പെന്നപോലെ തുടർന്നുപോന്നു. പാർട്ടികേന്ദ്രത്തിന്റെ പ്രവർത്തനം ഏറ്റവും ചുരുങ്ങി. അത്യന്താപേക്ഷിതവും അടിയന്തരവുമായ രാഷ്ട്രീയ-സംഘടനാകാര്യങ്ങൾ മാത്രമെ കേന്ദ്രം ശ്രദ്ധിച്ചുള്ളൂ. കൂട്ടായ പ്രവർത്തനത്തെയും കൂട്ടായി തീരുമാനങ്ങൾ കൈക്കൊള്ളുന്നതിനെയും തകിടം മറിച്ചുകൊണ്ട് പി ബി മെമ്പർമാർ ഒറ്റപ്പെട്ട രീതിയിൽ പ്രവർത്തിക്കുന്നതിലേക്ക് ഇത് വഴിവെച്ചു.

20.ഇത് ഫെഡറലിസത്തിന് വളക്കൂറുള്ള മണ്ണുണ്ടാക്കി. തങ്ങളുടെ പ്രവർത്തനങ്ങളെപ്പറ്റി കേന്ദ്രത്തിന് റിപ്പോർട്ടുകളയക്കുന്നതിൽ സംസ്ഥാനങ്ങൾ വീഴ്ചവരുത്തി. പാർട്ടിപ്രവർത്തനങ്ങളെക്കുറിച്ച് പാർട്ടി കേന്ദ്രത്തിന് ക്രമമായി റിപ്പോർട്ടുകളയക്കാതിരിക്കുകയും പാർട്ടിപത്രങ്ങൾ നടത്തുന്നതിലും പുസ്തകങ്ങളും ലഘുലേഖകളും പ്രസിദ്ധീകരിക്കുന്നതിലും മറ്റും പാർട്ടികേന്ദ്രസംസ്ഥാനക്കമ്മിറ്റികളും തമ്മിൽ സംയോജനവും പരിശോധനയും ഇല്ലാതിരിക്കുകയാണെങ്കിൽ ഒരു വിപ്ലവ തൊഴിലാളിവർഗപാർട്ടിക്കുണ്ടാവേണ്ട രാഷ്ട്രീയവും പ്രത്യയശാസ്ത്രപരവുമായ ഐക്യം കൈവരിക്കാനാവില്ല.

21. സ്ഥിതിഗതികൾ 1967-ലെ പ്രമേയത്തിലെ വാക്കുകളുപയോഗിച്ച് ഇങ്ങനെ വിവരിക്കാവുന്നതാണ്: "ബൂർഷ്വാ-ഭൂപ്രഭു കൂട്ടുകെട്ടിന്റെ കേന്ദ്രീകൃതവും സംഘടിതവും ശക്തമായി കെട്ടിപ്പടുത്തിട്ടുള്ളതുമായ ഭരണകൂടസംവിധാനത്തെ നേരിട്ടുകൊണ്ട് കേന്ദ്രീകൃതമായി സുസംഘടിതമായ കമ്യൂണിസ്റ്റ് പാർട്ടിക്ക് ഇന്ത്യൻ വിപ്ലവത്തെ നയിക്കാൻ കഴിയുമെന്ന് സൈദ്ധാന്തികമായി അംഗീകരിക്കപ്പെടുന്നു. എന്നാൽ പ്രയോഗത്തിൽ ഈ അവബോധം പലപ്പോഴും ഉണ്ടാവാറില്ല. അതേസമയം ഫെഡറൽ കാഴ്ചപ്പാടിന്റെ പ്രവണതകൾ ശക്തിപ്പെട്ടുവരികയുമാണ്. അഖിലേന്ത്യാബോധത്തിന്റെ അഭാവവും ഒരുതരത്തിലുള്ള സംസ്ഥാനമാത്ര ബോധവും പാർട്ടിനേതൃത്വത്തിൽ ശക്തിപ്പെട്ടുവരികയാണ്".

22.ഒരു ലെനിനിസ്റ്റ് പാർട്ടിയെ വളർത്തുന്നതിന് പാർട്ടിയുടെ രാഷ്ട്രീയവും പ്രായോഗികവുമായ സമരങ്ങളെ എല്ലാ നാടൻ മാർക്സിസ്റ്റ് വിരുദ്ധ-മാർക്സിസ്റ്റിതര പ്രത്യയശാസ്ത്രങ്ങൾക്കുമെതിരായി നടത്തുന്ന വിട്ടുവീഴ്ചയില്ലാത്ത ആശയസമരത്തോട് കൂട്ടിയിണക്കേണ്ടതാവശ്യമാണ്. അത്തരമൊരു സമരംകൂടാതെ മാർക്സിസത്തിന്റെ മേന്മ സ്ഥാപിക്കാനാവില്ല. ഈ സർവതലസ്പർശിയായ സമരം നടത്തുന്നതിലുള്ള പരാജയമാണ് പാർട്ടിയുടെ സ്വാധീനവും അതിന്റെ നേതൃത്വത്തിലുള്ള ബഹുജനസംഘടനകളുടെ ബലവും പാർട്ടിമെമ്പർമാരെ ശരിക്കു ചേർക്കലും തമ്മിലുള്ള തുടർച്ചയായ വിടവിന് കാരണങ്ങളിലൊന്ന്.

23.അതില്ലാതെ സാമ്പത്തിക സമരങ്ങളിൽ സൃഷ്ടിക്കപ്പെടുന്ന ലഘുവായ സാമ്പത്തികബോധത്തെ സോഷ്യലിസ്റ്റ് ബോധമാക്കി മാറ്റാനാവില്ല. ആശയസമരത്തിന്റെ പോരായ്മയാണ് വളരെയധികംപേർ പാർട്ടി വിട്ടുപോവുന്നതിനും ആശയപരമായി ഉറച്ച ഒരു വിഭാഗത്തെ പാർട്ടിയിൽ വളർത്തിയെടുക്കുന്നതിലുമുള്ള പരാജയത്തിന്റെ കാരണങ്ങളിലൊന്ന്. നമ്മുടെ സ്വാധീനത്തിലുള്ള തൊഴിലാളി കർഷകാദി ജനസാമാന്യം ജനങ്ങളുടെ രാഷ്ട്രീയസമരങ്ങളിൽ കൂടുതൽ കാര്യമായ പങ്ക് വഹിക്കേണ്ടത് തീർച്ചയായും ആവശ്യമാണ്. അവരുടെ സാമ്പത്തിക-രാഷ്ട്രീയ പ്രവർത്തനത്തെ പാർട്ടിയുടെ ആശയസമരത്തിലൂടെ

സഹായിക്കുകയും ഉയർത്തുകയും വേണം.

24. പാർട്ടി കെട്ടിപ്പടുക്കുന്ന ഒരേ പ്രക്രിയയുടെ ഭാഗങ്ങളാണ് പാർട്ടിയുടെ വികസനവും പാർട്ടിമെമ്പർമാർക്കു വിദ്യാഭ്യാസം നൽകലും. പാർട്ടി മെമ്പർമാരുടെ ബോധവും ഗുണവും ഉയർത്തുകയെന്ന കടമയിൽ അടിയന്തര ശ്രദ്ധ പതിയേണ്ടതാണ്. പാർട്ടിമെമ്പർമാരുടെയും പുതുതായി പാർട്ടിയിൽ പ്രവേശിക്കുന്നവരുടെയും നിലവാരം ഉയർത്തുന്നതിന് ആത്മാർഥമായ ശ്രമങ്ങൾ നടത്തിയില്ലെങ്കിൽ ബഹുജന വിപ്ലവപ്പാർട്ടി കെട്ടിപ്പടുക്കാനുള്ള ശ്രമങ്ങൾ സഫലമാവുകയില്ല.

25. പാർട്ടിമെമ്പർമാരിൽ ബഹുഭൂരിപക്ഷവും പാർട്ടിയിൽ ചേർന്നത് 1964-നു ശേഷമാണെന്ന വസ്തുത ഇത്തരുണത്തിൽ വളരെ പ്രാധാന്യമർഹിക്കുന്നു.

26. ആയിരക്കണക്കിനുവരുന്ന ഈ മെമ്പർമാർ ഒട്ടനവധി സമരങ്ങൾ കണ്ടിട്ടുണ്ട്. പോലീസ് മർദ്ദനം നേരിട്ടിട്ടുണ്ട്, ഏറ്റവും വിഷമകരമായ സാഹചര്യങ്ങളിൽ പാർട്ടിയുടെ കൊടിക്കൂറ ഉയർത്തിപ്പിടിച്ചിട്ടുണ്ട്. അവർ പാർട്ടി അംഗത്വം തികച്ചും അർഹിക്കുന്നവരാണ്. എന്നാൽ, പാർട്ടിക്ക് അവരോട് നീതി ചെയ്യാൻ കഴിഞ്ഞിട്ടില്ല. ആദ്യവർഷങ്ങളിലെ ഇടതുപക്ഷ-വലതുപക്ഷ പാളിച്ചകളോടുള്ള പോരാട്ടത്തിന്റെ അനുഭവം ഇല്ലാത്ത അവർക്കു പ്രത്യേക ശ്രദ്ധ, വിശിഷ്യ മാർക്സിസത്തിന്റെ അടിസ്ഥാന തത്വങ്ങളെ സംബന്ധിച്ച വിദ്യാഭ്യാസം ആവശ്യമാണ്. ഈ കുറവ് പരിഹരിക്കപ്പെട്ടില്ലെങ്കിൽ പ്രത്യയശാസ്ത്രപരമായ ആശയക്കുഴപ്പവും ഗുണംകുറയലും തീർച്ചയായുമുണ്ടാകും.

27. പാർട്ടിയുടെ മുഴുവൻസമയ പ്രവർത്തകരും കേഡർമാരും ആത്മത്യാഗത്തിന്റെയും പാർട്ടിയുടെ ലക്ഷ്യങ്ങളോടുള്ള കൂറിന്റെയും തിളങ്ങുന്ന മാതൃകകളാണ്. എന്നാൽ പാർട്ടിവേതനമെന്ന പേരിൽ വളരെ കുറഞ്ഞ വരുമാനംകൊണ്ട് അവർക്ക് നിലനിൽക്കേണ്ടിവരുന്നു. മിക്ക സംസ്ഥാനങ്ങളിലും പാർട്ടിവേതനം വളരെകുറവാണ്-ഒരു ഫാക്ടറിയിലെ ഏറ്റവും അശിക്ഷിതനായ തൊഴിലാളിക്കു കിട്ടുന്നതിന്റെ പകുതി. മറ്റുവരുമാനങ്ങളില്ലെങ്കിൽ ഒരു മുഴുവൻസമയ പ്രവർത്തകന് ഈ വേതനം പറ്റിക്കൊണ്ട് നിലനിൽക്കുകതന്നെ പ്രയാസമാണ്. തൊഴിലാളിവർഗത്തിലും കർഷകത്തൊഴിലാളികളിലുംപെട്ട ധാരാളം കേഡർമാരെ മുഴുവൻസമയ പ്രവർത്തകരായി റിക്രൂട്ട് ചെയ്യാനുള്ള സാധ്യതയെ ഇത് ഇല്ലായ്മ ചെയ്യുന്നു.

28. പൊരുതുന്ന ചെറുപ്പക്കാരായ കേഡർമാർ ദൈനംദിന പ്രവർത്തനങ്ങളിൽ-ഈ പ്രവർത്തനം മാത്രം കൊണ്ട് തങ്ങളുടെ ബോധനിലവാരം ഉയരുകയില്ലെന്ന് മനസ്സിലാക്കാതെ-ഏർപ്പെടുന്നത് സാധാരണ അനുഭവമമാണ്. തക്കതായ പ്രത്യയശാസ്ത്രപരിശീലനവും പ്രത്യേക ശ്രദ്ധയും കിട്ടാതെ അവർ സംഘടനാ നേതാക്കളുടെ പിണിയാളുകളായിത്തീരുന്നു. പാർട്ടിനേതൃത്വത്തിന്റെ നിലവാരങ്ങളിലേക്ക് ഉയരാൻ അവർക്കു കഴിയുന്നില്ല. കഴിവുള്ള ചെറുപ്പക്കാരായ കേഡർമാർക്കു പ്രത്യയശാസ്ത്രപരമായ പരിശീലനത്തിനുള്ള പ്രത്യേകം അവസരം നൽകുകയും സ്വയം വളരുന്നതിനു ആവശ്യമായ സാമഗ്രികൾ നൽകുകയും ചെയ്താൽ കേഡർമാരെ വൻതോതിൽ ദുർവ്യയം ചെയ്യുന്ന ഇന്നത്തെ സ്ഥിതി ഒഴിവാക്കാവുന്നതാണ്.

29. എല്ലാ സംസ്ഥാനങ്ങളിലും പാർട്ടിയുടെ ബഹുജനസ്വാധീനം ദിനംപ്രതി വർദ്ധിച്ചുവരികയാണെന്ന് സംസ്ഥാനക്കമ്മിറ്റികൾ അറിയിച്ചുതന്ന മറുപടികൾ വ്യക്തമാക്കുന്നു. പാർട്ടിമെമ്പർമാർ നാനാതരത്തി

ലുള്ള പ്രവർത്തനങ്ങളിൽ ഏർപ്പെട്ടിരിക്കയാണ് ഇനിയുള്ള രാഷ്ട്രീയവും സംഘടനാപരവുമായ മുന്നേറ്റത്തിന് വളക്കൂറുള്ള മണ്ണ് ഒരുക്കപ്പെട്ടിട്ടുണ്ട്.

30. അതേസമയം, രാഷ്ട്രീയ–ബഹുജന സ്വാധീനത്തിലുണ്ടായ വളർച്ച ബഹുജന സംഘടനകളുടെ വളർച്ചയിലോ പാർട്ടിയുടെ വ്യാപ്തിയിലോ വേണ്ടത്ര പ്രതിഫലിച്ചിട്ടില്ല എന്നാണ് പുനരവലോകനം കാണിക്കുന്നത്.

31. നമ്മുടെ പാർട്ടി അഭിമുഖീകരിക്കുന്ന പ്രശ്നങ്ങൾ ഭാഗികമായെങ്കിലും വളർച്ചയുടെ പ്രശ്നങ്ങളാണ്. നമ്മെ പിന്തുടരുന്ന വമ്പിച്ച ജന സാമാന്യത്തിൽനിന്നും ദൈനംദിന സമരത്തിലേർപ്പെട്ടിട്ടുള്ള നമ്മുടെ ബഹുജനസംഘടനകളിൽനിന്നും എങ്ങനെ മെമ്പർമാരെ ചേർക്കണമെന്ന പ്രശ്നമാണ് എന്നാണിതിനർഥം.

32. സംഘടനാപരമായ ചില അലസതയ്ക്കും പാർട്ടി കെട്ടിപ്പടുക്കുകയെന്ന കടമയിലുള്ള അവഗണനയ്ക്കും പുറമെ, പ്രശ്നം സാരാംശത്തിൽ ദൈനംദിനസമരത്തിന്റേതായ പ്രാഥമികബോധത്തെ രാഷ്ട്രിയബോധമായും സോഷ്യലിസ്റ്റ്ബോധമായും മാറ്റിത്തീർക്കുന്നതു സംബന്ധിച്ചുള്ളതാണ്; ഇതിനാവശ്യമായിട്ടുള്ളത് ജനസാമാന്യത്തിനിടയിൽ പാർട്ടി നേരിട്ടും ഊർജ്ജിതമായും വർധിച്ചതോതിലും രാഷ്ട്രീയപ്രവർത്തനം നടത്തുകയാണ്; സർവോപരി ഫ്യൂഡൽ–അർദ്ധ ഫ്യൂഡൽ ആശയങ്ങൾക്കും മാർക്സിസ്റ്റു വിരുദ്ധ ബൂർഷ്വാ ആശയങ്ങൾക്കുമെതിരെ നിരന്തരമായ ആശയസമരം നടത്തുകയെന്നതാണ്. കേന്ദ്രക്കമ്മിറ്റിയും സംസ്ഥാനക്കമ്മിറ്റികളും ഈ കടമ നിർവഹിക്കേണ്ടതായിട്ടുണ്ട്.

33. സംഘടനാതത്വങ്ങളുടെയും പാർട്ടി പ്രവർത്തനത്തിന്റെയും റിവിഷനിസ്റ്റ് വളച്ചൊടിക്കലുകൾക്കെതിരായ നമ്മുടെ പോരാട്ടം തീരാത്തതുകൊണ്ടാണ് പാർട്ടിസംഘടന ഇന്നത്തെ സ്ഥിതിവിശേഷത്തിലുള്ളത്. ഇതിന്റെ ഫലമായുള്ള വ്യതിയാന പരമ്പരകൾ നമ്മുടെ പാർട്ടിയുടെ വളർച്ചയെ തടയുന്നു.

34. കമ്യൂണിസ്റ്റ് (മാർക്സിസ്റ്റ്) പാർട്ടിയുടെ മൗലികമായ സംഘടനാതത്വം ജനാധിപത്യ കേന്ദ്രീകരണമാണ്; ഈ മൗലികതത്വത്തെ മുറുകെപ്പിടിക്കാതെ, ഉൾപ്പാർട്ടി ജനാധിപത്യത്തെ കേന്ദ്രീകരണവുമായി കൂട്ടിയിണക്കാൻ കഴിയാതെ, ഒരു മാർക്സിസ്റ്റ്–ലെനിനിസ്റ്റ് പാർട്ടി കെട്ടിപ്പടുക്കാൻ കഴിയുകയില്ല,

ഫെഡറിലിസത്തിലേക്കുള്ള പ്രവണത പാർട്ടിസംഘടനയുടെ ഈ മൗലികസങ്കൽപ്പത്തെ കാർന്നുതിന്നുന്നു. പാർട്ടിയുടെ പ്രായോഗികപ്രവർത്തനത്തിന്റെ മറ്റു മാർഗങ്ങളിലൂടെയും ജനാധിപത്യ കേന്ദ്രീകരണം ആക്രമിക്കപ്പെടുകയും നിർവീര്യമാക്കപ്പെടുകയും ചെയ്യുന്നു.

35. ജനാധിപത്യപരമായ പാർട്ടിപ്രവർത്തനം–പാർട്ടിലൈൻ രൂപപ്പെടുത്തുന്നതിലും നടപ്പാക്കുന്നതിലും എല്ലാവർക്കും ഉത്തരവാദിത്വമുണ്ടെന്ന തോന്നൽ–വളരെയേറെ വികലമാക്കപ്പെട്ടിട്ടുണ്ട്. ഒട്ടേറെ സംസ്ഥാനങ്ങളിൽ കീഴ്ഘടകങ്ങൾക്ക് റിപ്പോർട്ടുചെയ്യുക കീഴ്ഘടകങ്ങളിൽനിന്ന് റിപ്പോർട്ട് ലഭിക്കുക എന്ന രീതി വിരളമായേ നിലവിലുള്ളു എന്നതാണിതിന് കാരണം. കീഴ്ഘടകങ്ങൾ ഉന്നയിക്കുന്ന സംശയങ്ങൾക്കും ചോദ്യങ്ങൾക്കും മറുപടി നൽകുകയെന്ന പതിവും വിരളമാണ്.

36. അതുപോലെതന്നെ ബഹുജന പ്രക്ഷോഭപ്രചാരണങ്ങളും സമരങ്ങളും പുനരവലോകനം ചെയ്യുക, സ്വന്തം അനുഭവങ്ങളിലൂടെ പാർട്ടിക്ക് ശിക്ഷണം നൽകുക എന്ന രീതിയും കൈവെടിഞ്ഞിരിക്കയാണ്.

37. ഇതു പാർട്ടിക്കകത്തെ വിമർശനവും സ്വയം വിമർശനവും

കൈവെടിയുന്നതിലേക്ക്–അങ്ങനെ സ്വയം തെറ്റുതിരുത്താനും ധാരണയും പ്രവർത്തനവും മെച്ചപ്പെടുത്താനും ഉള്ള സുപ്രധാനമായ ഒരുപാധി അതിനു നഷ്ടപ്പെടുത്തുന്നതിലേക്ക്–ചെന്നെത്തിയിരിക്കയാണ്.

38. പഴയ പ്രവർത്തനരീതിയോടുകൂടിയ പാർട്ടിയുടെ വളർച്ച, ചിലപ്പോൾ രാഷ്ട്രീയകാഴ്ചപ്പാട് നടപ്പാക്കാനുള്ള കഴിവുകേട്–ഇതെല്ലാം ചേർന്ന് ഉൾപ്പാർട്ടി ജനാധിപത്യത്തെ തുരങ്കംവച്ചുകൊണ്ട് പാർട്ടിക്കകത്ത് ഉദ്യോഗസ്ഥമേധാവിത്വം സൃഷ്ടിക്കുന്നു.

39. പാർട്ടിമെമ്പർമാർ തങ്ങളുടെ കാഴ്ചപ്പാട് സ്വതന്ത്രമായി പ്രകടിപ്പിക്കാൻ പലപ്പോഴും മടിക്കുന്നു.

40. ഈ പ്രതിഭാസത്തോടൊപ്പം അച്ചടക്കത്തിലുള്ള ശൈഥില്യം വെച്ചുപൊറുപ്പിക്കാൻ ദുർബലമായ നേതൃത്വം നിർബന്ധിതമാവുന്നിടത്തോളം ലിബറലിസ പ്രവണതയും വളരുന്നു. ഈ സ്ഥിതിഗതികളിൽ വിഭാഗീയപ്രവണതകൾ വളർന്നുവരുന്നു.

41. ഒട്ടേറെ സംസ്ഥാന–ജില്ലാക്കമ്മിറ്റികളിൽ കൂട്ടായ പ്രവർത്തനം വളരെ പരിതാപകരമായ സ്ഥിതിയിലാണ്. പ്രവൃത്തിവിഭജനത്തിന്റെ അഭാവം കൂട്ടായ പ്രവർത്തനത്തിന്റെ അഭാവത്തിലേക്ക് വഴിതെളിക്കുന്നു. ഇത് അധികാരം ഒരുപിടി ആളുകളുടെ കൈയിൽ കേന്ദ്രീകരിക്കാനും ഒറ്റപ്പെട്ട പ്രവർത്തനത്തിനും ഇടയാകുന്നു. പലപ്പോഴും സെക്രട്ടേറിയറ്റിന്റെ സ്ഥാനത്ത് സെക്രട്ടറി തനിയെയും സംസ്ഥാനക്കമ്മിറ്റിയുടെ സ്ഥാനത്ത് സെക്രട്ടേറിയറ്റുമാണ് പ്രവർത്തനം നടത്തുന്നത്. അതാവട്ടെ സംസ്ഥാനക്കമ്മിറ്റിയെ വെറും വാദപ്രതിവാദസമതിയായി അധഃപതിപ്പിക്കുന്നു. ഇത് ഉദ്യോഗസ്ഥദുഷ്പ്രഭുത്വത്തിലേക്കും രാഷ്ട്രീയ വിധിനിർണയത്തിൽ പിശകുപറ്റുന്നതിലേക്കും ചെന്നെത്തിക്കുന്നു.

42. ഒരു സംസ്ഥാനക്കമ്മിറ്റിയും പാർട്ടിയുടെ ശരിയായ വർഗസംഘടന വളർത്തിക്കൊണ്ടുവരുന്നതിന് ഗൗരവബോധത്തോടെ ശ്രദ്ധപതിപ്പിച്ചിട്ടില്ല.

43. പാർട്ടിപത്രങ്ങളും അവയുടെ എഡിറ്റിങ്ങും പലപ്പോഴും ഒറ്റപ്പെട്ട സഖാക്കളുടെ സംരക്ഷണത്തിലാണ്; നേതൃത്വപദവിയിലുള്ള സഖാക്കളിൽ മിക്കവരും പത്രങ്ങൾക്ക് ലേഖനങ്ങളും മറ്റും എഴുതുന്നില്ല. പാർട്ടിപത്രങ്ങളുടെ നടത്തിപ്പും അവയുടെ ഉള്ളടക്കവും സംബന്ധിച്ച് കമ്മിറ്റികൾ കൂട്ടായി ചർച്ച നടത്തുന്നില്ല.

44. ജനറൽബോഡി യോഗങ്ങളിൽ സംസാരിക്കുകയെന്നത് പലപ്പോഴും ഒന്നോ രണ്ടോ ആളുകളിൽ മാത്രമായി ഒതുങ്ങിനിൽക്കുന്നു; ഇത് കൂട്ടായ നേതൃത്വത്തെ ദുർബലപ്പെടുത്തുന്നു.

45. പല സംസ്ഥാനങ്ങളിലും ബഹുജനസംഘടനകളുടെയും ബഹുജനസമരങ്ങളുടെയും പ്രശ്നങ്ങൾ ചർച്ചചെയ്യുന്നതിൽ വീഴ്ചവരുന്നു. അതാവട്ടെ ഓരോ മുന്നണിയും അതതിന്റെ വഴിക്കു പോകുന്നതിലേക്കെത്തുന്നു. ബഹുജനസംഘടനകൾ ജനാധിപത്യപരമായി പ്രവർത്തിക്കുന്നതിലും പലപ്പോഴും വീഴ്ചവരുന്നതായി കാണുന്നു. ഇത് ബഹുജനസംഘടനകളിൽ അനുഭവസമ്പന്നവും പുതുതുമായ നേതൃത്വം വളർന്നുവരുന്നതിന് പ്രതിബന്ധമായി ഭവിക്കുന്നു. ഫ്രാക്ഷനുകളുടെയും ഫ്രാക്ഷൻ കമ്മിറ്റികളുടെയും പ്രവർത്തനവും അവയുടെമേൽ പാർട്ടിക്കമ്മിറ്റികളുടെ സമഗ്രമായ മേൽനോട്ടവും പ്രതീക്ഷയ്ക്കൊത്ത് ഇനിയും നടക്കേണ്ടതായിട്ടാണിരിക്കുന്നത്. ഇതെല്ലാം ബഹുജനസംഘടനകൾക്ക് പാർട്ടി ഫലപ്രദമായി മാർഗനിർദ്ദേശം നൽകാത്ത അവസ്ഥയിലേക്കെത്തിക്കുന്നു.

45. ഇന്ന് പാർട്ടിമെമ്പർമാരിൽ ഒരു നല്ല വിഭാഗം ഭരണഘടനയിൽ പറഞ്ഞ ഏറ്റവും ചുരുങ്ങിയ ചുമതലകൾപോലും നിർവഹിക്കാത്തവരാണ്. ഇത് പാർട്ടിയെ വ്യക്തമായ രൂപമോ ഘടനയോ ഇല്ലാത്ത കുറെ ആളുകളുടെ കൂട്ടുകെട്ടായി അധഃപതിപ്പിക്കുന്നു; ഇത് ഒരു സജീവ വിപ്ലവ പാർട്ടിയുടെ കഴിവ് അതിനില്ലാതാക്കിത്തീർക്കുന്നു.

47. പാർട്ടി അംഗത്വം നിയന്ത്രിക്കുകയും ഒരു ബഹുജന വിപ്ലവ പാർട്ടി കെട്ടിപ്പടുക്കുകയെന്ന നിലയ്ക്കത് വിപുലപ്പെടുത്തുന്നതിനെ എതിർക്കുകയും ചെയ്യുക എന്ന ആശയം തെറ്റാണെന്നാണ് പ്ലീനത്തിന്റെ അഭിപ്രായം. ഒരു ബഹുജനവിപ്ലവപാർട്ടിയല്ലാതെ തൊഴിലാളിവർഗത്തിന് ഇന്ത്യൻ വിപ്ലവം വിജയകരമായി നയിക്കാനാവില്ലെന്നാണ് സമഗ്രമായ അടവുലൈനിൽ ആവിഷ്കരിക്കപ്പെട്ടിട്ടുള്ള തത്വങ്ങളുടെ അടിസ്ഥാനത്തിൽ പ്ലീനം കരുതുന്നത്.

48. ബഹുജനപാർട്ടിയെന്നാൽ തീർച്ചയായും പരിഷ്കരണവാദപരമായ സോഷ്യൽ ഡമോക്രാറ്റിക് പാർട്ടിയാണെന്നും, അതിനർഥം പാർട്ടിയിലേക്ക് താഴ്ന്നബോധം തള്ളിക്കയറുന്നു എന്നും ഉള്ള ആശയം തെറ്റാണ്.

49. ഒരു ബഹുജനവിപ്ലവപ്പാർട്ടിക്കുവേണ്ടിയുള്ള സമരത്തോടൊപ്പം തന്നെ അംഗങ്ങളെ പാർട്ടിയിൽ ചേർക്കുന്നതിനുമുമ്പും പിമ്പും അവരുടെ ബോധം നിരന്തരമായി ഉയർത്തിക്കൊണ്ടുവരിക, അംഗങ്ങളുടെ മാർക്സിസ്റ്റ്-ലെനിനിസ്റ്റ് ഗുണം ഉയർത്തുക എന്നീ ബാധ്യതയും പാർട്ടിക്കുണ്ട്. അംഗസംഖ്യ വർധിപ്പിക്കുകയും ബോധം ഉയർത്തുകയും ചെയ്യുന്നത് ലക്ഷ്യം നേടുന്നതിന് ഒന്നിച്ചുകൊണ്ടുപോകണം. ബഹുജനസമരങ്ങളിൽ ഉശിരോടെ പങ്കെടുക്കുന്നവരുടെ അനുഭാവിഗ്രൂപ്പുകൾ സംഘടിപ്പിക്കുകയും ഈ അനുഭാവിഗ്രൂപ്പുകളിൽനിന്ന് പാർട്ടിമെമ്പർമാരെ റിക്രൂട്ട് ചെയ്യുകയും അവർക്ക് പരിശീലനവും വിദ്യാഭ്യാസവും നൽകുകയും വേണം.

ഭരണഘടനയിൽ പറഞ്ഞിട്ടുള്ള പാർട്ടിമെമ്പർമാരുടെ കടമകളും ബാധ്യതകളും ഉത്തരവാദിത്വബോധത്തോടെ നിർവഹിക്കുക, ഘടകത്തിന്റെ അച്ചടക്കത്തിന് സ്വയം വിധേയമാവുക, ഭൂരിപക്ഷത്തിനു ന്യൂനപക്ഷം വഴങ്ങുക, പാർട്ടിമെമ്പർമാർ അച്ചടക്കത്തിലൂടെ പ്രവർത്തിക്കുന്നത് ഘടകങ്ങളിലൂടെ ഉറപ്പുവരുത്തത്തക്കവിധം കീഴ്ക്കമ്മിറ്റികൾ മേൽകമ്മിറ്റിയുടെ തീരുമാനങ്ങൾ നടപ്പാക്കുക എന്നിവ ബോധം വളർത്തുകയെന്നതിൽ തീർച്ചയായും ഉൾപ്പെടുന്നു.

50. പ്രത്യയശാസ്ത്രപരമായ തെറ്റായ നിലപാടിൽനിന്നും സംഘടനാപരമായ മുൻഗണനകളിൽനിന്നും പാർട്ടി വിപുലപ്പെടുത്തുന്നതിനുള വാകുന്ന എല്ലാ പ്രതിബന്ധങ്ങളും ഇല്ലായ്മചെയ്യണമെന്നാണ് പ്ലീനത്തിന്റെ അഭിപ്രായം. മെമ്പർഷിപ്പ് വർദ്ധിപ്പിക്കുന്നതിനുവേണ്ടിയും ഒരു ബഹുജനവിപ്ലവപ്പാർട്ടിയായി സ്വയം വളരുന്നതിനുവേണ്ടിയും പാർട്ടി പ്രവർത്തിക്കണം. പാർട്ടി വിപുലപ്പെടുത്തൽ എന്ന കടമ അംഗങ്ങളുടെ പ്രത്യയശാസ്ത്രപരമായ നിലവാരം ഉയർത്തുക എന്നതുമായി സംയോജിപ്പിച്ചുകൊണ്ടു വേണം നിർവഹിക്കുവാൻ.

51. സുശക്തമായ ഒരു കേന്ദ്രീകൃത പാർട്ടിക്കു മാത്രമേ തൊഴിലാളി വർഗത്തിന്റെ മുന്നണിപ്പടയായി പ്രവർത്തിക്കാനാവുകയുള്ളു. അതുകൊണ്ട് സുശക്തമായ കേന്ദ്രമെന്ന ആശയത്തെ തുരങ്കംവെയ്ക്കുന്നതും ക്ഷയിപ്പിക്കുന്നതുമായ ഇന്നത്തെ ആപൽക്കരമായ വാസനയ്ക്കു വിരാമമിടണണമെന്നും പ്ലീനം നിർദേശിക്കുന്നു.

52. ബഹുജന പ്രസ്ഥാനങ്ങൾക്കും ബഹുജനസംഘടനകൾക്കും

ഫലപ്രദമായ മാർഗനിർദ്ദേശം നൽകുകയെന്ന കടമ ഉൾപ്പെടെ പാർട്ടി അഭിമുഖീകരിക്കുന്ന പ്രത്യയശാസ്ത്രപരവും താത്വികവും രാഷ്ട്രീയവും സംഘടനാപരവുമായ കടമകൾ നിർവ്വഹിക്കാൻ കഴിയത്തക്കവണ്ണം ഫലപ്രദമായ ഒരു കേന്ദ്രം ഉണ്ടാക്കുകയെന്ന കടമയ്ക്ക് മുൻഗണന നൽകിയേതീരൂ.

53. അത്തരമൊരു കേന്ദ്രത്തിനു മാത്രമേ പാർട്ടിയുടെ ആശയപരവും രാഷ്ട്രീയവുമായ ഐക്യം കൂടുതൽ ദൃഢപ്പെടുത്താൻ കഴിയൂ. സാർവദേശീയ കമ്യൂണിസ്റ്റ് പ്രസ്ഥാനത്തിൽ ആധിപത്യം വഹിക്കുന്ന രണ്ടു വ്യതിയാനങ്ങൾക്കുമെതിരെ സുദീർഘവും കടുത്തതുമായ സമരം നടത്തിയിട്ടാണ് ഈ ഐക്യം നേടാൻ കഴിഞ്ഞത്.

54. ഇതിനർഥം, ഒന്നാമതായി, ഈ കമടകൾ നിർവ്വഹിക്കുന്നതിന് കേന്ദ്രത്തെ സഹയിക്കാൻ ഫലപ്രദമായ കേഡർമാർ വേണ്ടത്ര ഉണ്ടാവണമെന്നാണ്. 'പീപ്പിൾസ് ഡമോക്രസി' നടത്തുന്നതിനുംകേന്ദ്രത്തിന്റെ മറ്റു പ്രവർത്തനങ്ങൾക്കും കേഡർക്ഷാമം നിലവിലുണ്ട്. കേന്ദ്രം കേഡർക്ഷാമം നേരിടുന്നതിന്റെ ഉത്തരവാദിത്വം സംസ്ഥാനങ്ങൾ, വിശേഷിച്ചും പ്രബല സംസ്ഥാനങ്ങൾ വഹിക്കണം.

55. ഫലപ്രദമായ കേന്ദ്രത്തിന്റെ പ്രവർത്തനത്തിന് പി ബി മെമ്പർമാരിൽ കൂടുതൽപേർ കേന്ദ്രത്തിന്റെ പ്രവർത്തനങ്ങൾക്കായി സ്വയം ഉഴിഞ്ഞുവെക്കേണ്ടതാവശ്യമാണ്. ഒട്ടേറെ സി സി മെമ്പർമാർ കേന്ദ്രത്തിന്റെ പ്രവർത്തനം തങ്ങളുടെ മുഖ്യ ചുമതലയായി ഏറ്റെടുത്തുകൊണ്ട് അവരെ സഹായിക്കുകയും വേണം.

56. പാർട്ടിയുടെ നേതൃഘടകങ്ങൾ അവസാനമില്ലാത്ത ചർച്ചകൾക്കുള്ള വേദികളായി അധഃപതിക്കരുതെന്നും പുനരവലോകനം ചെയ്യുംമുമ്പ് ഭൂരിപക്ഷതീരുമാനം പരീക്ഷിച്ചുനോക്കുന്നതിനൊരവസരം നൽകുമെന്നും കൂട്ടായി ഉറപ്പുവരുത്തണമെന്നാണ് സമീപകാലാനുഭവങ്ങൾ നൽകുന്ന പാഠം.

57. ഫെഡറലിസത്തിന്റെ പ്രവണതകളെ എതിർത്തു തോൽപ്പിക്കുന്നതിന് ഒന്നാമത് അംഗീകൃത മാനദണ്ഡങ്ങളും ചട്ടങ്ങളും കർശനമായി പാലിക്കണം; ഇന്നവ ഫലത്തിൽ ലംഘിക്കപ്പെട്ടിരിക്കയാണ്. എന്നാലതു കൊണ്ടുമാത്രമായില്ല. കേന്ദ്രം ഒരു യാഥാർഥ കേന്ദ്രമെന്ന നിലയ്ക്ക് പ്രവർത്തിച്ചുകൊണ്ട് സംസ്ഥാനങ്ങൾക്ക് മാർഗനിർദ്ദേശം നൽകണം. ഇപ്പോൾ സംസ്ഥാനങ്ങളെ സംബന്ധിച്ച എല്ലാ സുപ്രധാന പ്രശ്നങ്ങളും തീരുമാനിക്കുന്നതിന് സംസ്ഥാനങ്ങൾക്ക് വിട്ടിരിക്കയാണ്. കേന്ദ്രത്തിൽനിന്നു മാർഗനിർദ്ദേശം നൽകുന്നതു വളരെ വിരളമാണ്.

58. അന്യവർഗ്ഗ ആശയങ്ങൾ, മതപരമായ അന്ധവിശ്വാസങ്ങൾ, വിഭാഗീയവാദം, ഫ്യൂഡൽ ആശയങ്ങൾ, ജാതീയത്വം, വർഗീയത്വം, ദേശീയസങ്കുചിതത്വം എന്നിവക്കെതിരെ, അവയുടെ വർഗ്ഗാടിസ്ഥാനവും വർഗ്ഗപരമായ പങ്കും തുറന്നുകാട്ടിക്കൊണ്ട്, ആശയസമരം നടത്തുകയും നടത്താൻ മാർഗനിർദേശം നൽകുകയും കേന്ദ്രത്തിന്റെ സവിശേഷ ചുമതലയാണ്. ഭരണകക്ഷിക്കാരും അവരുടെ പിണിയാളുകളും ജാതീയ-വർഗീയ ആശയഗതികൾ ജനങ്ങളെ വഴിതെറ്റിക്കാനും അധ്വാനിക്കുന്ന ജനവിഭാഗങ്ങളുടെ ഐക്യം തകർക്കാനും ഉപയോഗപ്പെടുത്തുന്നതിനാൽ അവയ്ക്കെതിരായ സമരം സർവോപരി ആവശ്യമായിത്തീർന്നിരിക്കുന്നു.

ഈ സമരത്തിന് സംസ്ഥാനക്കമ്മിറ്റികളെ കേന്ദ്രം സജ്ജമാക്കണം.

59. സുദീർഘമായ സമരത്തിലൂടെ നേടിയെടുത്ത പാർട്ടിയുടെ ആശ

യപരവും രാഷ്ട്രീയവുമായ ഐക്യം കൂടുതൽ ദൃഢീകരിക്കേണ്ടതാവശ്യമാണ്. പാർട്ടിസംഘടനയുടെ വിവിധതലങ്ങളിൽ ആശയരംഗത്തെ ഗൗരവാവഹമായ ഈ പോരായ്മ ഉണ്ടെന്നത് നിഷേധിക്കാനാവില്ല. ഈ സ്ഥിതി പരിഹരിക്കാൻ ഊർജ്ജിതമായ യത്നം ആവശ്യമാണ്. ഈ ലക്ഷ്യം നേടുന്നതിന് താഴെപ്പറയുന്ന സ്വതര നടപടികൾ കൈക്കൊള്ളേണ്ടതാവശ്യമാണെന്ന് പ്ലീനം കരുതുന്നു.

60. **എ.** സംസ്ഥാന പാർട്ടിസ്കൂളുകൾക്കായി അധ്യാപകരെ പരിശീലിപ്പിക്കുന്നതിന് സ്ഥിരമായ പാർട്ടിസ്ക്കൂളുകൾ ഏർപ്പെടുത്തണം **ബി.** ഇതിനുപുറമെ ട്രേഡ് യൂണിയൻ, കിസാൻ, വിദ്യാർഥി, യുവജന, മഹിളാ സംഘടനകളുടെ കേഡർമാർക്ക് തങ്ങളുടെ ബഹുജന സംഘടനകളെ സംബന്ധിച്ചിടത്തോളം പാർട്ടിലൈനിൽ വിദ്യാഭ്യാസം നൽകുന്നതിനും പാർട്ടിയുടെ നിയാമക തത്വങ്ങളനുസരിച്ച് ബഹുജനസംഘടനകൾ നടത്തിക്കൊണ്ടുപോകാൻ പഠിപ്പിക്കുന്നതിനും പ്രത്യേക സ്കൂളുകൾ ഉണ്ടായിരിക്കണം.

സി. പാർട്ടി സ്കൂളുകൾക്കു കേന്ദ്രം പൊതുവായ ഒരു സിലബസ് തയ്യാറാക്കണം.

ഡി. രാഷ്ട്രീയവും ആശയപരവുമായ പ്രചാരണത്തിൽ ഐക്യവും പാർട്ടിലൈനിന്റെയും ആശയത്തിന്റെയും മാധ്യമമെന്നനിലക്ക് അവയുടെ ഫലദായകത്വവും ഉറപ്പുവരുത്തുന്നതിന് പാർട്ടിമുഖപത്രങ്ങളുടെ പത്രാധിപന്മാരുടെയും എഴുത്തുകാരുടെയും യോഗം കൊല്ലത്തിലൊരിക്കൽ പതിവായി ചേരണം.

ഇ. ആശയൈക്യം വളർത്തുന്നതിന് കേന്ദ്രം ഒരു താത്വിക പ്രത്യയശാസ്ത്ര ത്രൈമാസിക തുടങ്ങേണ്ടതാണ്.

എഫ്. കമ്യൂണിസ്റ്റ് പ്രസ്ഥാനത്തിലെ പ്രത്യയശാസ്ത്ര വിവാദങ്ങളിൽ ഇടപെടുകയും മാർക്സിസം–ലെനിനിസത്തെ കാത്തുസൂക്ഷിക്കുകയും സാർവദേശീയമായി പ്രത്യയശാസ്ത്രരംഗത്തെ സംഭവവികാസങ്ങളെക്കുറിച്ച് പാർട്ടിമെമ്പർമാരെ പഠിപ്പിക്കുകയും ചെയ്യേണ്ടത് കേന്ദ്രത്തിന്റെ പ്രാഥമിക കടമകളിലൊന്നാണ്. യഥാസമയം അതിലിടപെടാൻ കഴിയാതെ വരുന്നത് പാർട്ടിഅഭിപ്രായത്തെ സ്തംഭിപ്പിക്കും. താത്വികമായ ആനുകാലിക പ്രസിദ്ധീകരണം ഈ കടമ നിർവഹിക്കാൻ സഹായകമാവും.

ജി. കേന്ദ്രം അതതവസരത്തിൽ പ്രധാന പ്രശ്നങ്ങളെസംബന്ധിച്ചു ദേശീയപ്രക്ഷോഭ പ്രചാരണം നടത്തണം. പാർട്ടികെട്ടിപ്പടുക്കുന്നതിനും ഫലപ്രദമായ കേന്ദ്രം വളർത്തിയെടുക്കുന്നതിനും വളരെ സഹായകമായി ഈ ദേശീയപ്രക്ഷോഭപ്രചാരണം ഗണിക്കപ്പെടേണ്ടതാണ്.

61. 1964 നു ശേഷം പാർട്ടിയിൽ ചേർന്ന മെമ്പർമാരുടെ കാര്യത്തിൽ സത്വരശ്രദ്ധ–ആവശ്യമാണ്. അവരുടെ വിദ്യാഭ്യാസത്തിനും പരിശീലനത്തിനുമായി–കേന്ദ്രക്കമ്മിറ്റിയും സംസ്ഥാനക്കമ്മിറ്റിയും സവിശേഷനടപടികൾ കൈക്കൊള്ളണം.

62. അഖിലേന്ത്യാ സ്ഥിതിഗതികളിലും മുന്നിട്ടുനിൽക്കുന്ന സംസ്ഥാനങ്ങളുടെ പ്രശ്നങ്ങളിലും യഥാസമയം ശ്രദ്ധ പതിപ്പിക്കുന്നതോടൊപ്പം ദുർബലസംസ്ഥാനങ്ങളെ വളർത്തുന്നതിന്റെ ചുമതലകൂടി ഏറ്റെടുക്കണമെന്ന് പ്ലീനം കേന്ദ്രത്തോടു നിർദേശിക്കുന്നു. എല്ലാ സംസ്ഥാനങ്ങളെക്കൊണ്ടും കൃത്യമായി റിപ്പോർട്ട് അയപ്പിക്കാനും കേന്ദ്രക്കമ്മിറ്റിയോഗങ്ങളിൽ അവ ചർച്ചചെയ്യാനും കേന്ദ്രം നിഷ്കർഷത കാണിക്കണം. ഓരോ സംസ്ഥാനത്തെയും സംബന്ധിച്ചിടത്തോളം, പാർട്ടിയുടെ ശക്തി, മറ്റു പ്രത്യേകതകൾ എന്നിവ കണക്കിലെടുത്ത് അവയുടെ ഓരോന്നിന്റെയും

പ്രവർത്തനം സംബന്ധിച്ചു ശരിയായ ഒരു പദ്ധതി കേന്ദ്രത്തിനുണ്ടാവണം. സുശക്തമായ സംസ്ഥാനങ്ങൾക്ക് മാർഗനിർദ്ദേശം നൽകി നയിക്കുന്നത് തുടരുന്നതോടൊപ്പം ദുർബലഘടകങ്ങളെ മുന്നിട്ടുനിൽക്കുന്നവയോടൊപ്പം കൊണ്ടുവരുന്നതിന് കേന്ദ്രം സവിശേഷം യത്നം നടത്തണം.

63. പ്രത്യേകിച്ചും ഒട്ടേറെ സംസ്ഥാനങ്ങൾ ഉൾപ്പെടെ ഹിന്ദിസംസാരിക്കുന്ന പ്രദേശത്തെ സംബന്ധിച്ചിടത്തോളം അതിന്റെ രാഷ്ട്രീയ പ്രാധാന്യം അതിവേഗത്തിലുള്ള വളർച്ചക്ക് അതിനുള്ള സാധ്യതയും കണക്കിലെടുത്ത് അതിന്റെ കാര്യത്തിൽ സത്വര ശ്രദ്ധപതിപ്പിക്കണം. ഈ സംസ്ഥാനങ്ങൾ തികച്ചും അവഗണിക്കപ്പെടുന്നത് അഖിലേന്ത്യാ പ്രസ്ഥാനത്തെ അളവറ്റതോതിൽ ദുർബലമാക്കുന്നു. ഈ കടമയുടെ ഭാഗമെന്ന നിലക്ക് (1) കേന്ദ്രം ഉടൻതന്നെ ഒരു ഹിന്ദി വാരിക തുടങ്ങണം. (2) അദ്ധ്യാപകർക്കും കേഡർമാർക്കും വേണ്ടി ഹിന്ദിയിൽ പാർട്ടിസ്കൂളുകൾ നടത്തണം. (3) ഈ സംസ്ഥാനങ്ങളിൽ രാഷ്ട്രീയ പ്രക്ഷോഭ പ്രചാരണങ്ങൾ നടത്തണം. (4) ഹിന്ദിയിൽ രാഷ്ട്രീയ പ്രത്യയശാസ്ത്ര സാഹിത്യങ്ങൾ അടിച്ചു വിതരണം ചെയ്യണം.

64. നമ്മുടെ ട്രേഡ്യൂണിയൻ സ്വാധീനം സി ഐ ടി യുവിലൂടെ മാത്രമല്ല, വിവിധ വ്യവസായ–വാണിജ്യ മേഖലകളിലെ തൊഴിലാളികളുടെയും ജീവനക്കാരുടെയും സംഘടനകളിലൂടെയും വളർന്നിരിക്കുന്നു. നമ്മുടെ പല സഖാക്കളും സംയുക്തനേതൃത്വത്തോടുകൂടിയ വമ്പിച്ച ബഹുജന സംഘടനകൾക്ക് നേതൃത്വം നൽകുന്നു. ലക്ഷക്കണക്കിനാളുകളുടെ കൂറ് അവർക്ക് അവകാശപ്പെടാനുണ്ട്.

എന്നിരിക്കലും ഈ സംഘടനകളിൽ കമ്യൂണിസ്റ്റ് പ്രവർത്തനം നടത്തുന്നതിൽ പാർട്ടിക്കോ പാർട്ടിമെമ്പർമാർക്കോ വിജയിക്കാൻ കഴിഞ്ഞുവെന്നു പറയാനാവില്ല. ഈ സംഘടനകളിൽ കമ്യൂണിസ്റ്റ് പ്രവർത്തനം നടത്തുന്നതിൽ പാർട്ടി വിജയിച്ചിട്ടില്ല. ട്രേഡ് യൂണിയൻ സമരങ്ങളിലൂടെ ഉളവാകുന്ന ബോധത്തെ ഉയർന്ന സോഷ്യലിസ്റ്റ് ബോധത്തിലേക്കു വളർത്തുന്നതിൽ പാർട്ടി വിജയിച്ചിട്ടില്ല. ഇതാവട്ടെ കേവല സാമ്പത്തികവാദം പ്രചരിക്കുന്നതിലേക്ക് ചെന്നെത്തിക്കുന്നു.

65. നമ്മുടെ വിദ്യാർഥി പ്രസ്ഥാനം–എസ് എഫ് ഐ–പ്രബല ശക്തിയായി വളർന്നിട്ടുണ്ട്. അത് എ ഐ എസ് എഫിനെ കവച്ചു വെച്ചിരിക്കുന്നു. അതിനിന്നു നാലുലക്ഷത്തിലധികം അംഗസംഖ്യയുണ്ട്. നമ്മുടെ യുവജന, മഹിളാപ്രസ്ഥാനങ്ങളും വളർന്നുകൊണ്ടിരിക്കയാണ്.

66. നമ്മുടെ കിസാൻ സഭയിലെ അംഗത്വം 23 ലക്ഷത്തിലേക്ക് വളർന്നിരിക്കുന്നു. എന്നാൽ മെമ്പർഷിപ്പിന്റെ 55 ശതമാനവും പശ്ചിമ ബംഗാളിൽനിന്നുള്ളവരാണെന്നും 75 ശതമാനവും ബംഗാൾ, കേരളം എന്നിവിടങ്ങളിൽനിന്നുള്ളവരാണെന്നും ഓർക്കേണ്ടതുണ്ട്. ബാക്കിയുള്ളതിന്റെ സിംഹഭാഗം ആന്ധ്ര, തമിഴ്നാട്, പഞ്ചാബ് എന്നീ മൂന്നു സംസ്ഥാനങ്ങളിൽ നിന്നുള്ളവരാണ്.

മുന്നേറിക്കൊണ്ടിരിക്കുന്ന ട്രേഡ് യൂണിയൻ പ്രസ്ഥാനത്തെപോലെ കിസാൻ പ്രസ്ഥാനത്തിനും അതിന്റേതായ ദൗർബല്യങ്ങളുണ്ട്. അടിയന്തര പ്രാധാന്യമുള്ള സമൂർത്തമായ ആവശ്യങ്ങളെ അവഗണിച്ച് മൗലികമായ പ്രചാരണ മുദ്രവാക്യങ്ങളിൽ ഊന്നൽ, മറ്റു കിസാൻസംഘടനകളുമായി ചേർന്നുകൊണ്ടുള്ള സമരൈക്യത്തിന്റെ പ്രാധാന്യം മനസിലാക്കാൻ കഴിയാതെ പോകൽ, ആശയ പ്രചാരണം നടത്തുന്നതിലുള്ള പരാജയം–ഇതൊക്കെയാണ് 1976–ലെ സി.സി പ്രമേയത്തിൽ എടുത്തു

കാട്ടിയ ദൗർബല്യങ്ങളിൽ ചിലവ. ഈ ദൗർബല്യങ്ങൾ തരണം ചെയ്യാൻ കിസാൻസഭാ സഖാക്കൾ യത്നിച്ചുകൊണ്ടിരിക്കയാണ്.

ബഹുജനസംഘടനകളുടെ ജനാധിപത്യപരമായ പ്രവർത്തനത്തെ സംബന്ധിച്ച നമ്മുടെ ധാരണ പലപ്പോഴും തെറ്റാണ്. പല കമ്മിറ്റികളും സഖാക്കളും ബഹുജനസംഘടനകളെ കൈകാര്യം ചെയ്യുന്നത് പാർട്ടിയുടെ ഉപഘടകങ്ങളെന്ന നിലയ്ക്കാണ്. അവ ജനാധിപത്യപരമായി പ്രവർത്തിക്കാൻ നന്നേ കുറച്ചേ അവർ ശ്രദ്ധചെലുത്തുന്നുമുള്ളൂ. അതേ സമയം മറ്റൊരു ഹാനികരമായ പ്രവണത കൂടിയുണ്ടെന്നുള്ളത് വളരെ വ്യക്തമാണ്. ബഹുജന സംഘടനകൾക്കു നേതൃത്വം നൽകുന്ന പല പാർട്ടിമെമ്പർമാരും പാർട്ടിയെ മറികടന്ന് അവയെ സ്വതന്ത്രമായി പ്രവർത്തിപ്പിക്കുന്നതിലാണ് താൽപ്പര്യം കാണിക്കുന്നത്.

67. ബഹുജന സംഘടനകളുടെ പ്രശ്നങ്ങളെക്കുറിച്ചും അവയുടെ അഖിലേന്ത്യാ അനുഭവങ്ങളെക്കുറിച്ചും തന്ത്രങ്ങളെക്കുറിച്ചും കേന്ദ്രക്കമ്മിറ്റിപതിവായി ചർച്ചനടത്തുകയും ഫലപ്രദമായ മാർഗനിർദ്ദേശങ്ങൾ നൽകുകയും ചെയ്യാത്തപക്ഷം ബഹുജനസംഘടനകളുടെ ഈ ദൗർബല്യങ്ങളെ തരണം ചെയ്ത്, ത്വരിതഗതിയിൽ കൂടുതൽ പുരോഗതി കൈവരിക്കാൻ കഴിയുകയില്ല. എന്നാൽ ഇതു പാർട്ടികേന്ദ്രത്തിന്റെ ദൗർബല്യവും പരാജയവുമാണ്; അത് തരണം ചെയ്യേണ്ടതുണ്ട്. സംസ്ഥാനക്കമ്മിറ്റികൾക്കും തത്തുല്യമായ ഉത്തരവാദിത്വമുണ്ട്. അതിനുപുറമെ, ബഹുജനസംഘടനകളെ സംബന്ധിച്ചിടത്തോളം പാർട്ടി അതിന്റെ മാർഗനിർദ്ദേശകപരമായ പങ്ക് നിറവേറ്റാൻ ഉതകുമാറ് കേന്ദ്ര-സംസ്ഥാനക്കമ്മിറ്റികൾ ബഹുജനസംഘടനകളുടെ ജനാധിപത്യപരമായ പ്രവർത്തനവും ഫ്രാക്ഷനുകളുടെയും ഫ്രാക്ഷൻ കമ്മിറ്റികളുടെയും ഫലപ്രദമായ മേൽനോട്ടവും ഉറപ്പുവരുത്തേണ്ടത് ആവശ്യമാണ്.

68. പാർലമെന്ററി ഗ്രൂപ്പിന്റെ ശരിയായ പ്രവർത്തനവും കേന്ദ്രം ഉറപ്പുവരുത്തണം. ഫലപ്രദമായ ഒരു രാഷ്ട്രീയവേദി എന്ന നിലക്ക് പാർലമെന്റിനെ ഉപയോഗപ്പെടുത്തുന്നതിനുള്ള പരാജയം നമ്മുടെ പാർലമെന്ററി പ്രവർത്തനത്തിന്റെ ഉദ്ദേശ്യത്തെ തുരങ്കം വെയ്ക്കുന്നു.

കമ്യൂണിസ്റ്റുകാരനെന്നനിലക്ക് നമ്മുടെ ചുമതലകൾ നിറവേറ്റാൻ നിയമസഭകളിൽ കാര്യക്ഷമമായും ഫലപ്രദമായും പ്രവർത്തിക്കുന്നതിന് നമ്മുടെ എം പിമാരും എം എൽ എമാരും നിരന്തരമായ തയ്യാറെടുപ്പ് നടത്തുകയും ശ്രദ്ധപതിപ്പിക്കുകയും ചെയ്യേണ്ടതാവശ്യമാണ്. ഇതു പലപ്പോഴും അവഗണിക്കപ്പെടുന്നു. നമ്മുടെ എം പിമാരിൽ പലരും പാർലമെന്റ് പ്രവർത്തനത്തിൽ ഒരു ശ്രദ്ധയും പതിപ്പിക്കുന്നില്ല. പ്രധാനപ്പെട്ട സമ്മേളനങ്ങളിൽപ്പോലും അവർ സന്നിഹിതരമാകുന്നില്ല. ഇത് മാറണം. തങ്ങളുടെ പാർലമെന്ററി ചുമതലകൾ നിർവഹിക്കുന്ന കാര്യത്തിൽ എം പിമാർ കേന്ദ്രത്തിന്റെ അച്ചടക്കത്തിന് പൂർണമായും വിധേയരാവണം.

69. സംസ്ഥാന നിയമസഭാവേദികളെ നമ്മുടെ പ്രസ്ഥാനത്തിന്റെ താൽപ്പര്യത്തിനനുസൃതമായി കമ്യൂണിസ്റ്റ് രീതിയിൽ ഉപയോഗിക്കപ്പെടുന്നുണ്ട് എന്ന് സംസ്ഥാനക്കമ്മിറ്റികൾ ഉറപ്പുവരുത്തണം എം എൽ എമാർ അവരെ ഏൽപ്പിച്ച കടമകൾ നിറവേറ്റണം. നിയമസഭകളിലെ തങ്ങളുടെ കർത്തവ്യങ്ങൾ നിറവേറ്റുന്നതിന് അവർ സമയം കാണണം, അതിൽ ശ്രദ്ധപതിപ്പിക്കണം.

70. മുഴുവൻ സമയപ്രവർത്തകരെയും വേണ്ടവിധത്തിൽ പരിപാലിക്കേണ്ടതുണ്ട്. അവരുടെ പാർട്ടിവേതനം വർധിപ്പിക്കേണ്ടതുണ്ട്. പാർട്ടി

കെട്ടിപ്പടുക്കുകയും വികസിപ്പിക്കുകയും ചെയ്യുന്ന പ്രക്രിയയുടെ ഭാഗമായി പാർട്ടിയിലും ബഹുജനസംഘടനയിലും ഉത്തരവാദപ്പെട്ട സ്ഥാനങ്ങളിലേക്ക് വളർന്നുവരുന്ന യുവ കേഡർമാരെ വേഗത്തിൽ പ്രൊമോട്ട് ചെയ്യുന്നുണ്ട് എന്ന് എല്ലാ കമ്മിറ്റികളും ഉറപ്പുവരുത്തണം. പാർട്ടിക്കും വിപ്ലവത്തിനുംവേണ്ടി ഏകാഗ്രചിത്തരായി പ്രവർത്തിക്കുന്ന മുഴുവൻ സമയ പ്രവർത്തകരുടെ ഒരു സൈന്യമില്ലാതെ പാർട്ടിക്ക് അതിന്റെ ചരിത്രപരമായ കടമ നിറവേറ്റാനാവില്ലെന്ന് വ്യക്തമാണ്.

71. സ്വയം വളരുന്നതിന് യാതൊരു അവസരവും കിട്ടാത്ത തൊഴിലാളിവർഗത്തിലും മറ്റ് അധ്വാനിക്കുന്ന ജനവിഭാഗങ്ങളിലുംപെട്ട യുവ കേഡർമാരുടെ പ്രത്യയശാസ്ത്രപരമായ ആവശ്യങ്ങളിലും വളർച്ചയിലും ശ്രദ്ധ പതിപ്പേക്കേണ്ടതാണ്.

കേഡർമാരെ വളർത്തുന്നതിൽ ശരിയായ ശ്രദ്ധപതിപ്പിക്കാത്തതു മൂലം പതിവ് പണികളിൽപ്പെട്ട കേഡർമാർ വൻതോതിൽ ദുർവ്യയം ചെയ്യപ്പെടുന്നത് ഒഴിവാക്കേണ്ടത് ആവശ്യമാണ്.

72. തങ്ങൾക്കിടയിലുള്ള ഫെഡറൽ പ്രവണതകൾ ഇല്ലായ്മചെയ്യുന്നതിന് സംസ്ഥാനക്കമ്മിറ്റികൾ അവയ്ക്കെതിരായി പോരാടേണ്ടതാണ്. പാർട്ടിഭരണഘടനയിൽ പറഞ്ഞിട്ടുള്ള എല്ലാ ചട്ടങ്ങളും മാനദണ്ഡങ്ങളും പാലിച്ചുകൊണ്ടും തങ്ങളും റിപ്പോർട്ടുകൾ പതിവായി അയച്ചുകൊണ്ടും ഫലപ്രദമായ ഒരു കേന്ദ്രം കെട്ടിപ്പടുക്കുന്ന പ്രക്രിയയെ സഹായിക്കേണ്ടതാണ്.

73. പാർട്ടിക്കുള്ളിൽ ജനാധിപത്യവും ആശയവിനിമയവും ഉറപ്പുവരുത്തുന്നതിനും പാർട്ടിനയങ്ങൾക്ക് രൂപംനൽകുന്നതിൽ തങ്ങൾക്കും പങ്കാളിത്തമുണ്ട് എന്ന തോന്നൽ അംഗങ്ങളിൽ വളർത്തുന്നതിനും പാർട്ടിയുടെ എല്ലാ തലങ്ങളിലും മേലെനിന്നും കീഴെനിന്നുമുള്ള റിപ്പോർട്ടിംഗ് പതിവാക്കേണ്ടത് അത്യന്താപേക്ഷിതമാണ്.

74. പാർട്ടിക്കുള്ളിൽ വിമർശന–സ്വയം വിമർശനംവഴി ജനാധിപത്യം നലനിർത്തുന്നതിനായി ബഹുജനസമരങ്ങളുടെയും പാർട്ടിപ്രവർത്തനങ്ങളുടെയും പുനരവലോകനം എല്ലാ കമ്യൂണിസ്റ്റുകാരും തങ്ങളുടെ ഒഴിവാക്കാനാവാത്ത കടമയായി കണക്കാക്കേണ്ടതാണ്.

75. ഇതിനായി സംസ്ഥാനകമ്മിറ്റികൾ പാർട്ടിക്കത്ത് പ്രസിദ്ധീകരിക്കുന്ന സമ്പ്രദായം ഏർപ്പെടുത്തുന്നതിനെക്കുറിച്ചാലോചിക്കണം പാർട്ടി യൂണിറ്റുകൾ ഉന്നയിക്കുന്ന ഏറ്റവും പ്രധാനപ്പെട്ട പ്രശ്നങ്ങൾ എങ്കിലും പാർട്ടിപത്രത്തിൽതന്നെയോ പാർട്ടിമെമ്പർമാർക്ക് മാത്രമായുള്ള പ്രത്യേക പ്രസിദ്ധീകരണത്തിലോ കൈകാര്യം ചെയ്യപ്പെടുന്നുണ്ടെന്ന് ഉറപ്പുവരുത്തണം.

76. കേന്ദ്രക്കമ്മിറ്റിയുടെ സഹായത്തോടെ എല്ലാ സംസ്ഥാനക്കമ്മിറ്റികളും ഉദ്യോഗസ്ഥ ദുഷ്പ്രഭുത്വം ലിബറലിസം, വിഭാഗീയത എന്നീ ദോഷങ്ങളോട് പോരാടണം. സംസ്ഥാനകമ്മിറ്റികൾ തങ്ങളുടെ പ്രവർത്തന സമ്പ്രദായങ്ങൾ പരിശോധിച്ച് ജനാധിപത്യ കേന്ദ്രീകരണം എന്ന തത്വത്തിന്റെ മേധാവിത്വം ഉറപ്പിക്കുകയും അത് ദൈനംദിന നടപടികളിൽ നടപ്പാക്കപ്പെടുന്നുണ്ടെന്ന് ഉറപ്പുവരുത്തുകയും വേണം.

എല്ലാ സംസ്ഥാന–ജില്ലാക്കമ്മിറ്റികളും പാർട്ടിമെമ്പർമാരെ പാർട്ടിയുടെ ജനാധിപത്യ പ്രവർത്തനത്തെയും പാർട്ടിമെമ്പർമാരുടെ അവകാശങ്ങളെയും കടമകളെയും മേൽകമ്മിറ്റികളോടുള്ള ബാധ്യകളെയും പറ്റി പുനർവിദ്യാഭ്യാസം ചെയ്യിക്കണം. എന്നാലെ, ഉദ്യോഗസ്ഥ ദുഷ്പ്രഭുത്വത്തിന്റെയും

അച്ചടക്കമില്ലായ്മയുടെയും എല്ലാ രൂപങ്ങളോടും വിജയകരമായി പോരാടാൻ കഴിയുകയുള്ളൂ.

77. എല്ലാ തലങ്ങളിലും കൂട്ടായ പ്രവർത്തനം പുനഃസ്ഥാപിക്കാനും ഒറ്റപ്പെട്ട പ്രവർത്തനം അവസാനിപ്പിക്കാനും അടിയന്തരനടപടികളെടുക്കണം. സെക്രട്ടേറിയറ്റിന്റെ സ്ഥാനത്ത് സെക്രട്ടറി പ്രവർത്തിക്കുകയും കമ്മിറ്റിക്ക് ഔപചാരികമായ അസ്തിത്വം മാത്രം ഉണ്ടാവുകയും തീരുമാനമെടുക്കാനുള്ള അധികാരം ഒന്നോ രണ്ടോ വ്യക്തികളിൽ കേന്ദ്രീകരിക്കുകയും ചെയ്യുന്ന പതിവ് മാറണം. വ്യക്തമായ ജോലി വിഭജനം, ഏൽപ്പിക്കപ്പെട്ട ജോലിയിൽ ഓരോരുത്തർക്കുമുള്ള ഉത്തരവാദിത്വം, തീരുമാനമെടുക്കുന്നതിൽ കൂട്ടുത്തരവാദിത്വം–ഇവ പുനഃസ്ഥാപിക്കപ്പെടേണ്ടതാണ്. സംസ്ഥാനക്കമ്മിറ്റികൾ സാധാരണഗതിയിൽ രണ്ടുമാസത്തിൽ ഒരിക്കലെങ്കിലും, സെക്രട്ടേറിയറ്റ് രണ്ടാഴ്ച കൂടുമ്പോൾ ഒരിക്കലെങ്കിലും കൂടണം. ഇത് ജില്ലാക്കമ്മിറ്റികൾക്കും അവയുടെ സെക്രട്ടേറിയറ്റുകൾക്കും ബാധകമാണ്.

78. പാർട്ടിയുടെ ശരിയായ വർഗഘടന ഉറപ്പുവരുത്തുന്നതിന് നടപടികളെടുക്കുന്നതിൽ പൊതുവെ പരാജയമുണ്ടായിട്ടുണ്ടെന്ന് സംസ്ഥാനക്കമ്മിറ്റികൾ മനസ്സിലാക്കാണം. തൊഴിലാളിവർഗത്തിൽനിന്നും മറ്റ് അധ്വാനിക്കുന്ന ജനവിഭാഗങ്ങളിൽനിന്നും കേഡർമാരെ പാർട്ടിയിൽ ചേർക്കുകയും പരിശീലിപ്പിക്കുകയും വിദ്യാഭ്യാസം ചെയ്യിക്കുകയും വളർത്തുകയും ചെയ്യുന്നുണ്ട് എന്ന് ഉറപ്പുവരുത്തണം.

79. ബന്ധപ്പെട്ട കമ്മിറ്റിയുടെ കൂട്ടുത്തരവാദിത്വമായിരിക്കണം പാർട്ടിപത്രങ്ങൾ നടത്തലും അവയുടെ എഡിറ്റിങ്ങും. അവയിൽ പാർട്ടിനയം ശരിയായി അവതരിപ്പിക്കുന്നുണ്ട് എന്ന് ഉറപ്പുവരുത്താൻ അവയുടെ ഉള്ളടക്കം ഇടക്കിടെ ചർച്ചചെയ്യേണ്ടതാണ്.

80. പാർട്ടിക്കായി പണം പിരിക്കുന്നതിലും ചെലവഴിക്കുന്നതിലും ഇപ്പോൾ മേൽക്കമ്മറ്റികളുടെ യാതൊരു മേൽനോട്ടവുമില്ല. എല്ലാ തലങ്ങളിലുമുള്ള കമ്മിറ്റികളുടെ വരവുചെലവുകൾ പരിശോധിക്കാൻ ഒരു സംവിധാനം ഏർപ്പെടുത്തേണ്ടതാണ്. ഘടകങ്ങളുടെ സാമ്പത്തിക സ്ഥിതിയെക്കുറിച്ച് റിപ്പോർട്ടുകൾകിട്ടാനുള്ള ഏർപ്പാട് സംസ്ഥാനക്കമ്മിറ്റി ചെയ്യേണ്ടതാണ്. വരവുചെലവുകൾ, മുഴുവൻസമയപ്രവർത്തകരുടെ വേതനം മുതലായവയെക്കുറിച്ച് ശരിയായ മാർഗനിർദ്ദേശം നൽകാൻ കമ്മിറ്റിയെ ഇത് സഹായിക്കും.

81. തങ്ങളുടെ അധികാര പരിധിയിലുള്ള ഓരോ പാർട്ടിമെമ്പർമാർക്കും പാർട്ടി ഭരണഘടനയനുസരിച്ച് നൽകിയിട്ടുള്ള ഉത്തരവാദിത്വങ്ങൾ അയാൾ കൂറോടെ നടപ്പാക്കുന്നുണ്ടെന്ന് സംസ്ഥാന–ജില്ലാക്കമ്മിറ്റികൾ ഉറപ്പുവരുത്തേണ്ടതാണ്.

82. തന്റെ ഏറ്റവും ചുരുങ്ങിയ ചുമതലകൾ നിറവേറ്റുന്നതിന് ഓരോ പാർട്ടിമെമ്പറേയും ഊർജസ്വലനാക്കാൻ ഏറ്റവും പ്രാഥമിക യൂണിറ്റായ പാർട്ടി ബ്രാഞ്ചിന്റെ കാര്യക്ഷമമായ പ്രവർത്തനം ഉറപ്പുവരുത്തേണ്ടതാവശ്യമാണ്. ഇന്നത്തെ പ്രയാസങ്ങളെല്ലാംമുണ്ടെങ്കിലും ബ്രാഞ്ചുകളെ ശുശ്രൂഷിക്കുകയും പാർട്ടിയുടെ ഏറ്റവും അടിസ്ഥാന രാഷ്ട്രീയ ഘടകമെന്ന നിലയിൽ സ്വന്തം ഉത്തരവാദിത്വങ്ങൾ നിറവേറ്റാൻ സാവധാനത്തിൽ കഴിയത്തക്കവണ്ണം അവയുടെ മേൽ പ്രത്യേകം ശ്രദ്ധപതിപ്പിക്കുകയും വേണം.

ബ്രാഞ്ചുകളെ ഫലപ്രദമായി നയിക്കത്തക്കവണ്ണം ബ്രാഞ്ച് സെക്രട്ടറിമാരെ വിദ്യാഭ്യാസം ചെയ്യിക്കുകയും പരിശീലിപ്പിക്കുകയും അവരുടെ പ്രത്യയശാസ്ത്രനിലവാരം ഉയർത്തുകയും ചെയ്യുന്നതിൽ മേൽക്കമ്മിറ്റികൾ തക്ക ശ്രദ്ധപതിപ്പിക്കണം എന്നാണ് ഇതിനർഥം. ഈ ലക്ഷ്യം

കൈവരിക്കുന്നതിനായി ഒരു പ്രദേശത്തെ ബ്രാഞ്ച് സെക്രട്ടറിമാരുടെ യോഗം പതിവായി വിളിച്ചുകൂട്ടുകയും അവർക്ക് ബ്രാഞ്ചുകളിൽ റിപ്പോർട്ടുചെയ്യാൻ സാധിക്കുമാറ് വർത്തമാനകാല സംഭവവികാസങ്ങളെക്കുറിച്ച് അവർക്ക് റിപ്പോർട്ടുകൊടുക്കുകയും വേണം.

83. ബ്രാഞ്ച് പാർട്ടിയുടെ അടിസ്ഥാന ഘടകമായി പ്രവർത്തിക്കണം. ബ്രാഞ്ചിന്റെ സ്ഥാനം ജനറൽബോഡിക്ക് നൽകുന്ന പ്രവണതയോട് പോരാടേണ്ടതാണ്.

അതേസമയം ജനറൽ ബോഡിയോഗങ്ങളിലെ പ്രസംഗങ്ങളും പ്രചാരണവും ജനറൽബോഡിയോടുള്ള റിപ്പോർട്ടിങ്ങും പാർട്ടിമെമ്പർമാരെ വിദ്യാഭ്യാസം ചെയ്യിക്കുന്നതിലും പാർട്ടിപ്രവർത്തനങ്ങളിലും അവർക്കു സജീവബന്ധം ഉണ്ടാക്കുന്നതിലും ബഹുജന പ്രക്ഷോഭപ്രചാരണങ്ങൾക്കു തുടക്കം കുറിക്കുന്നതിലും വലിയൊരു പങ്ക് വഹിക്കേണ്ടതാണ്.

84. ജനറൽബോഡി യോഗങ്ങളിൽ അനുഭാവികളെയും പങ്കെടുപ്പിക്കാവുന്നതാണ്. അത്തരം യോഗങ്ങളിൽ ചോദ്യങ്ങൾ ക്ഷണിക്കുകയും അവയ്ക്കുത്തരം നൽകുകയും ചെയ്യേണ്ടതാണ്. വിദ്യാഭ്യാസത്തിനും ഉൽബുദ്ധതയ്ക്കുമായി അത്തരം യോഗങ്ങളെ പൂർണമായി ഉപയോഗപ്പെടുത്തേണ്ടതാണ്.

വിദ്യാഭ്യാസത്തിനും പരിശീലനത്തിനുമുള്ള ഉപകരണമായി ജനറൽ ബോഡിയെ ഫലപ്രദമായി ഉപയോഗപ്പെടുത്തുന്നതിന് ഒരു പൊതു സിലബസിന്റെ അടിസ്ഥാനത്തിൽ നിരവധി സഖാക്കൾ റിപ്പോർട്ട് ചെയ്യുന്ന കടമ ഏറ്റെടുക്കേണ്ടതാണ്. ഇത്തരം യോഗങ്ങളിലെല്ലാം ഒന്നോ രണ്ടോ സഖാക്കൾ പങ്കെടുക്കുക എന്നതാണ് ഇന്നത്തെ സമ്പ്രദായം. ഈ യോഗങ്ങൾ അടിക്കടി ഉണ്ടാകുന്നതിന് ഇതൊരു തടസമാണ്; ഓരോ സന്ദർഭത്തിലും പാർട്ടിമെമ്പർമാരിൽ ഒരു ചെറിയ അംശത്തിനു മാത്രമേ ഇവയിൽ പങ്കെടുക്കാൻ അവസരം കിട്ടുന്നുള്ളൂ. മാത്രമല്ല, കൂട്ടായ പ്രവർത്തനത്തെ ഇത് ദുർബലപ്പെടുത്തുകയും ചെയ്യുന്നു.

85. അവസാനമായി സംഘടനാരംഗത്തെ സ്ഥിതി ശരിയായി കൈകാര്യം ചെയ്യുന്നതിന് എല്ലാ കമ്മിറ്റികളുടെയും അണികളുടെയും പ്രത്യയശാസ്ത്രനിലവാരം ഉയർത്തേണ്ടതാവശ്യമാണ്. സ്വയം വളരുന്നതിന്, എല്ലാറ്റിനും പുറമെ, മാർക്സിസം–ലെനിനിസം തുടർച്ചയായി പഠിക്കേണ്ടതുണ്ട്. സംഘടനാപരമായി തെറ്റുതിരുത്തുന്നതിനുള്ള പാർട്ടിയുടെ പോരാട്ടത്തിന് നേതൃത്വം കൊടുക്കാൻ സ്വയം വളരാൻ ശ്രമിക്കാതെ ആർക്കും കഴിയില്ല.